D1771552

கோயில் புலியும் குமாவுன் ஆட்கொல்லிகளும்

கோயில் புலியும் குமாவுன் ஆட்கொல்லிகளும்

ஜிம் கார்பெட் (1875–1955)

எட்வர்டு ஜேம்ஸ் (ஜிம்) கார்பெட் இன்றைய உத்தராஞ்சல் மாநிலத்திலுள்ள நைனிதாலில் பிறந்தார். பிரித்தானிய ரயில்வேயில் ஒப்பந்தக்காரராகப் பணிபுரிந்தார். இரண்டு உலகப் போர்களிலும் பிரித்தானிய ராணுவத்திற் காகப் பணியாற்றினார். தமது 42ஆம் வயதில் முதன் முறையாக இங்கிலாந்து சென்று திரும்பினார். வேட்டைத் திறமையால் ஆட்கொல்லி வேங்கைகளையும் சிறுத்தைகளையும் கொன்று சாதாரண மக்களின் அன்பைப் பெற்றார். வேட்டைக்காரராகவும் இயற்கையியலாளராக வும் புகைப்படக்காரராகவும் விளங்கினாலும் வேட்டை அனுபவங்கள் சார்ந்து எழுதிய நூல்களே இவருக்கு நீங்காத புகழைத் தந்தன. தம் வாழ்க்கை முழுவதையும் உத்தராஞ்சல் பகுதியிலேயே கழித்த ஜிம் கார்பெட், இந்தியா விடுதலை பெற்ற சில மாதங்களில் பிரிட்டனின் மற்றொரு காலனி நாடான கின்யாவிற்குக் குடிபெயர்ந்து, அங்கேயே காலமானார்.

ஜிம் கார்பெட்டின் பிற நூல்கள்: எனது இந்தியா (2005), குமாயுன் புலிகள் (2009), ருத்ரப்ரயாகையின் ஆட்கொல்லிச் சிறுத்தை (2014).

அகிலா

மொழிபெயர்ப்பாளர்

எழுத்தாளர், திறனாய்வாளர், பேச்சாளர், ஓவியர். கோவையில் மனநல ஆலோசகராகப் பணியில் உள்ளார்.

பொறியியல் பட்டப்படிப்பு, முதுகலையில் கணினிப் பயன்பாட்டியல், முதுகலை உளவியல் பயன்பாட்டியல் படிப்பு (AMIE, PGDCA, MCA, M Sc (App. Psy), PGDPC) முடித்துள்ள இவர், தமிழ், ஆங்கிலம் என இரண்டு மொழிகளிலும் எழுதிவருகிறார். கவிதை, சிறுகதை, நாவல், ஆய்வுக் கட்டுரைகள் என இதுவரை 20 நூல்கள் வெளிவந்துள்ளன.

கணையாழி, கல்கி போன்ற இதழ்களிலும் சிற்றிதழ்களிலும் இலக்கியவெளி, தமிழினி போன்ற இணைய இதழ்களிலும் சிறுகதை, திறனாய்வுக் கட்டுரைகள் எழுதிவருகிறார். ஆராய்ச்சி இதழ்களில் ஆய்வுக் கட்டுரைகள் எழுதிவருகிறார்.

'சக்தி விருது' (2014), நெருஞ்சி இலக்கிய இயக்கத்தின் 'தமிழ்ச் சூழலில் படைப்பாளுமை விருது' (2018), 'அசோகமித்திரன் நினைவு இலக்கிய விருது' (2019), 'சௌமா இலக்கிய விருது' (2021), 'திருப்பூர் இலக்கிய விருது' (2021) போன்ற பல விருதுகளைப் பெற்றுள்ளார்.

பள்ளி, கல்லூரிகளில் மாணவ மாணவியருக்கான மனநல ஆலோசனைகள் சார்ந்தும், பெண் முன்னேற்றம், சமூக விழிப்புணர்வு சார்ந்தும் உரைகள் நிகழ்த்திவருகிறார். அதன் காரணமாகப் 'பெண் சாதனையாளர்', 'பெண்ணியச் சிந்தனைச் சிகரம்', 'சிங்கப் பெண்ணே 2022' ஆகிய விருதுகளைப் பெற்றுள்ளார்.

ஜிம் கார்பெட்

கோயில் புலியும் குமாவுன் ஆட்கொல்லிகளும்

தமிழில்
அகிலா

காலச்சுவடு பதிப்பகம்

அன்பார்ந்த வாசகருக்கு,

வணக்கம்.

காலச்சுவடு நூலை வாங்கியமைக்கு நன்றி.

நூலின் உள்ளடக்கம், உருவாக்கம், அட்டைப்படம் இன்ன பிற அம்சங்கள் பற்றிய உங்கள் கருத்துகளையும் ஆலோசனைகளையும் காலச்சுவடு வரவேற்கிறது. தகவல், எழுத்து, வாக்கியப் பிழைகள் தென்பட்டால் கட்டாயம் தெரிவித்து உதவுங்கள். நூல் தயாரிப்பில் கடும் குறைபாடு இருப்பின் மாற்றுப் பிரதி உங்களுக்குக் கிடைக்கக் காலச்சுவடு ஏற்பாடு செய்யும்.

மின்னஞ்சல்: **publisher@kalachuvadu.com**

காலச்சுவடு நாகர்கோவில் தலைமையகத்துக்கும் கடிதம் அனுப்பலாம்.

தங்கள்
எஸ்.ஆர். சுந்தரம் (கண்ணன்)
பதிப்பாளர் — நிர்வாக இயக்குநர்

கோயில் புலியும் குமாவுன் ஆட்கொல்லிகளும் ❖ வேட்டை அனுபவங்கள் ❖ ஆசிரியர்: ஜிம் கார்பெட் ❖ தமிழில்: அகிலா ❖ மொழிபெயர்ப்புரிமை: அகிலா ❖ முதல் பதிப்பு: மார்ச் 2023 ❖ வெளியீடு: காலச்சுவடு பப்ளிகேஷன்ஸ் (பி) லிட்., 669, கே.பி. சாலை, நாகர்கோவில் 629001 ❖ கோட்டோவியங்கள்: ரேமண்ட் ஷெப்பர்ட்

காலச்சுவடு பதிப்பக வெளியீடு: 1181

kooyil puliyum kumaavun aaTkollikaLum ❖ Hunting Experiences ❖ Author: Jim Corbett ❖ Translated by: Ahila ❖ Translation © Ahila ❖ Language: Tamil ❖ First Edition: March 2023 ❖ Size: Demy 1 x 8 ❖ Paper: 18.6 kg maplitho ❖ Pages: 264 ❖ Illustrations: Raymond Sheppard

Published by Kalachuvadu Publications Pvt. Ltd., 669, K.P. Road, Nagercoil 629001, India ❖ Phone: 91-4652-278525 ❖ e-mail: publications@kalachuvadu.com ❖ Printed at Adyar Students xerox Pvt. Ltd., No. 275 Habibullah Road, Triplicane high Road, Opp Triplicane Post Office, Triplicane, Chennai 600005

ISBN: 978-81-19034-03-1

03/2023/S.No. 1181, kcp 4236, 18.6 (1) ass

உள்ளடக்கம்

மொழிபெயர்ப்பாளர் முன்னுரை	9
I. கோயில் புலி	13
II. முக்தேஸ்வர் ஆட்கொல்லி	65
III. பனார் ஆட்கொல்லி	97
IV. சுக்கா ஆட்கொல்லி	127
V. தல்லா தேஸ் ஆட்கொல்லி	164
பின்னுரை	247
சொற்களஞ்சியம்	251

மொழிபெயர்ப்பாளர் முன்னுரை

மனிதர்கள் நினைவில் காட்டைச் சுமந்து கொண்டிருப்பவர்கள். மானுடர்களின் பெரு விருப்பத்துக்குள் இருப்பது வேட்டைக்கான உந்துதல். சாதுவான மனிதருக்குள்ளும் வேட்டையின் விழைவுகள் உண்டு. காட்டில் மிருகங்களிடையே நடக்கும் வேட்டைகள் அவற்றின் உயிர் வாழ்தலுக்கான செயல். மனிதர்கள் அதிலிருந்து விலகி வந்து தம் வாழ்வை நாகரிகத்தின் பக்கமாக இணைத்துக்கொண்டார்கள். விலங்குக்கும் மனிதருக்குமான உறவு அத்துடன் அறுந்துவிடாமல் மனிதருக்குள்ளே ஒரு காடு கிளர்ந்தபடியே இருக்கிறது. அது மனிதர்களை அவ்வப்போது அடர் வனத்துக்குள் இட்டுச்செல்கிறது. வேட்டையாளர், சூழலியலாளர், எழுத்தாளர் எனப் பன்முகங்களைக் கொண்ட ஜிம் கார்பெட் காடு சார்ந்த தனது அனுபவங்களின் மூலம் சொல்லிக்கொண்டிருப்பதும் இதைத்தான்.

சிறு வயதுகளில் ஜிம் கார்பெட்டின் புத்தகங்களை வாசிக்காதவர்கள், நேசிக்காதவர்கள் குறைவு எனலாம். நானும், காடுகளின், காட்டுயிர்களின், காட்டை நம்பிப் புழங்கும் மனிதர்களின், மலைவாழ் மக்களின், அவர்களுக்கும் காடுகளுக்கும் காட்டுயிர்களுக்கும் இடையே ஆன பிணைப்புகளின் அவசியத்தையும் முக்கியத்துவத்தையும் ஜிம் கார்பெட்டின் அனுபவக் கதைகளின் வாயிலாக அறிந்து உணர்ந்திருக்கிறேன். அவற்றைத் தமிழில்

கொண்டுவருவதன் மூலமே நம் மக்கள் வாசித்துப் பயனுற இயலும் என்பதால், என் விருப்பத்துக்கு உகந்த ஜிம் கார்பெட்டின் அனுபவக் கதையான 'The Temple Tiger and more Man-Eaters of Kumaon' நூலை மொழிபெயர்க்க விழைந்தேன். அவ்வாறு வெளி வந்துள்ளதுதான் 'கோயில் புலியும் குமாவுன் ஆட்கொல்லிகளும்'.

ஆட்கொல்லிகளை வேட்டையாடிய அனுபவங்களை எழுதும்போது, தான் சந்திக்கும் மலைவாழ் மனிதர்கள் குறித்தும் எழுதுகிறார் ஜிம் கார்பெட். பாவப்பட்ட, எளிமையான மலைவாழ் மனிதர்களின் சிரமங்களை, அவர்கள் இயற்கையுடன் இணைந்து வாழ நினைக்கும் இடத்தில், ஏற்படும் கடினங்களை உணர்ந்தவராக இருக்கிறார்.

'இயற்கைக்கும் மிருகங்களுக்கும் அஞ்சி, அப்படியாகச் சிரமப்பட்டு ஏன் இங்கே, இந்த மலையில் வசிக்க வேண்டும்' என்னும் கார்பெட்டின் கேள்விக்கு ஓர் எளிய மனிதரின் பதிலாக அவர் குறிப்பிடுவது, 'இது என்னுடைய வீடு' என்பதைத்தான்.

தன்னுடைய வேலையாட்களில் ஒருவரான பாலா சிங்கின் உடல்நிலை பாதிக்கப்பட்டபோது, வேட்டையை நிறுத்திவிட்டு ஊர் திரும்பி அவரின் சிகிச்சைக்கான முயற்சியை எடுத்தார் என்பதிலிருந்து ஜிம்மின் மனிதநேயத்தைப் புரிந்துகொள்ள முடிகிறது. அவர் பாலா சிங்கின் இறை நம்பிக்கைகள் குறித்தும் பதிவுசெய்கிறார். எந்த இடத்திலும் யாருடைய மத நம்பிக்கைகளிலும் குறுக்கிடாமல் மனிதர்களுடன் பழகி யிருக்கிறார் என்பதை அவரின் இந்த அனுபவ எழுத்துகள் நமக்குச் சொல்கின்றன.

முக்தேஸ்வர் ஆட்கொல்லிப் புலியைக் குறித்த கதையில் அந்தப் புலியைக் கொன்றது தனக்கு எந்த வகையில் சரியெனத் தோன்றியது என்பதைக் குறிப்பிட்டு எழுதியிருப்பார். அவரின் உடன் வரும் 'சிறு பெண்ணுக்கு இந்தப் பெரிய பூமியில் ஒரு சிறு பகுதியை பயமின்றி பாதுகாப்பாய் நடக்க வழி செய்தது' என்று குறிப்பிட்டிருப்பார். இப்படிப் பல இடங்களில் ஜிம் கார்பெட்டின் மனிதம் மிளிர்வதைக் காண முடியும்.

அவர் 'கோயில் புலி' புத்தகத்தை ஆட்கொல்லி வேட்டைகள் எல்லாம் முடிந்து பல வருடங்களுக்குப் பின்னர் எழுதுகிறார். பின்னுரையில், இமாலயப் பிரதேசத்து மக்களிடம் தான் கொண்டிருந்த அன்பையும் அவர்கள் தனக்குத் திருப்பி அளித்த பேரன்பையும் நெகிழ்ச்சியுடன் நினைவுகூர்கிறார்.

ஒவ்வொரு மொழிபெயர்ப்பும் பெரும் சவால்தான். பெரும்பாலும் ஆங்கில மொழிநடை மிக நீண்ட வாக்கியங்களை உருவாக்கிவிடக்கூடும். மொழிபெயர்ப்பின்போது சில வாக்கியங்களை உடைத்து எழுதி புரிதலை எளிதுபடுத்த வேண்டியுள்ளது. ஜிம் கார்பெட் அவர்களின் கோயில் புலி நூலானது வேட்டைக் கதைகளை அடிப்படையாகக் கொண்டது என்பதால் வாசிப்பில் புரிதலுக்கான எளிமையை முடிந்தவரை கொண்டுவந்திருக்கிறேன்.

ஜிம் கார்பெட் குறிப்பிட்டிருக்கும் உத்தராகண்ட் மாநிலத்தின் பல ஊர்களின் பெயர்கள் தற்காலத்தில் சற்று உருமாற்றம் அடைந்திருப்பதும், ஆங்கிலேயர்கள் நமது மொழியின் உச்சரிப்பைச் சற்று மாற்றி, ஆங்கில உச்சரிப்பைச் சார்ந்து அவற்றை குறிப்பிட்டிருப்பதையும் பல இடங்களில் உணர முடிந்தது. அவர் குறிப்பிட்டிருக்கும் ஊர்களின் பெயர்களை இன்றைய பெயர்களோடு, இந்தி மொழியில் ஒப்பிட்டுப் பார்த்தே எழுதியிருக்கிறேன். உதாரணத்துக்கு, *Baramdeo*–பரம்தேவ், *Tamali* –தாம்லி.

வேட்டை விளையாட்டு குறித்த நூல்களில் இருக்கும் சிக்கல்கள் பல. வேட்டை விளையாட்டில் பயன்படுத்தும் சுடுகலன்கள், அவற்றின் பாகங்கள் குறித்த சொற்கள், வேட்டை நிலப்பரப்பு சார்ந்த சொற்கள், விலங்குகள், பறவைகள், தாவர வகைகள் சார்ந்த சொற்கள் ஆகியவற்றை அகராதிகளிலும் பறவைகள் சொற்களஞ்சியம் போன்ற புத்தகங்களிலும் இணையத்திலும் தேடிக் கண்டடைய வேண்டியிருந்தது எனக்கு ஒரு நல்வாய்ப்பே. இந்த மொழிபெயர்ப்பில் பயன்பட்டிருக்கும் சில ஆங்கிலச் சொற்களுக்கு நிகரான தமிழ்ச் சொற்களைப் பின்னிணைப்பாகச் 'சொற்களஞ்சியம்' என்ற தலைப்பில் கொடுத்திருக்கிறேன்.

கார்பெட், *Blue Himalayan Magpie* என்னும் பறவையைக் குறித்து ஓரிடத்தில் சொல்லியிருப்பார். அதன் தமிழ்ப் பெயர், இமாலய நீலச் செவ்வலகன் பறவை என்பது. இமயமலைப் பகுதியில் இருக்கும் இந்த பறவையானது, நேபாளத்தின் மேற்குப் பகுதியிலும் கிழக்குப் பகுதியிலும் அதிகமாகக் காணப்படும். பெரும்பாலும் அவை மஞ்சள் நிற அலகுடன் இருக்கும். நேபாளத்தின் மேற்குப் பகுதியில் இருப்பவற்றைவிடக் கிழக்குப் பகுதியில் இருப்பவற்றுக்கு உடலின் அடிப்பாகத்தில் அடர் ஊதா நிறம் இருக்கும். ஜிம் கார்பெட் குறிப்பிடும் செவ்வலகன் பறவைகள் சிம்லாவைச் சுற்றியிருக்கும் பகுதிகளிலான

முசோரி, குமாவுன் போன்ற பகுதிகளில் சிவப்பு அலகுடன் காணப்படும். இப்பறவைகள்தான் காட்டில் இறந்த உடல்கள் எங்கேனும் கிடந்தால், முதலாக வந்திறங்கி உண்ணத் தொடங்கும் என்று குறிப்பிடுகிறார். ஒவ்வொரு பறவைக்குமான அடையாளங்களையும் குரலின் தன்மையையும் ஜிம் கார்பெட் தெளிவாகக் கண்டறிகிறார். அதைக் குறிப்பிட்டு எழுதியும் இருக்கிறார். அவர் குறிப்பிட்டிருக்கும் கானுயிர்களின் பெயர்களை ஆங்கிலத்திலிருந்து தமிழுக்கு மொழிபெயர்க்கும்போது அதீதக் கவனம் தேவைப்படுகிறது.

புலிகள், சிறுத்தைகள், மான்கள், நெடுவால் குரங்குகள் குறித்த அவரின் ஆழ்ந்த கவனிப்புகள் வியக்க வைக்கின்றன. புலிகளின் பாலினங்களை இனம் காணுதல், பெண்புலி தனது குட்டிகளுக்குக் காட்டைக் கற்பிக்கும் விதம், அடிபட்டிருக்கும் சிறுத்தையின் உக்கிரம், இவற்றின் மத்தியில் காட்டில் வாழும் மனிதர்களின் வாழ்வியல் என்று அவரை வாசிக்க வாசிக்க நம்முள்ளும் காட்டை, மிருகங்களை, பறவைகளை நேசிக்கும் குணம் புதிதாய் மலர்ந்துவிடுவதை உணரலாம்.

இது என்னுடைய முதல் மொழிபெயர்ப்பு நூல். எனக்கு விருப்பமான எழுத்தாளரை, அவரின் அனுபவக் கதைகளைத் தேர்ந்தெடுத்துச் செய்ய விழைந்தேன். மொழிபெயர்ப்பில் நேரிட்ட சிலபல ஐயங்களுக்கு மொழிபெயர்ப்பாளர்கள் கே. நல்லதம்பி முனைவர் ராஜேஸ்வரி செல்லையா ஆகியோ ரிடம் தெளிவும் பெற்றிருக்கிறேன். அவர்களுக்கு என் அன்பு.

இந்த நூலைச் சிறப்புறத் திருத்தங்கள் செய்து வடிவமைத்து அச்சுப் பிரதியாய்க் கொண்டுவந்திருக்கும் காலச்சுவடு பதிப்பகத்தாருக்கும் கண்ணன் அவர்களுக்கும் என் நன்றியைத் தெரிவித்துக்கொள்கிறேன்.

கோவை

அகிலா

கோயில் புலி

1

இமயமலையின் உயரமான பகுதிகளில் ஒருபோதும் வசித்திராதவர்கள், குறைந்த அளவில் மக்கள் வாழும் அந்த நிலப்பரப்பை, காரண காரியங்களால் விளக்கிச் சொல்ல முடியாத மூடநம்பிக்கையானது இரும்புப் பிடியாக எந்த அளவிற்கு ஆட்கொண்டிருக்கிறது என்பதை அறிந்திருக்க நியாயமில்லை. உயரமான மலைப்பகுதிகளில் வசிக்கும் எளிய படிப்பறிவில் லாத மனிதர்களின் மூடநம்பிக்கைகளுக்கும் சமதளமான நிலப்பரப்புகளில் வசிக்கும் வசதியான படித்த மனிதர்களின் நம்பிக்கைகளுக்கும் இடையில் இருக்கும் கோடு மிக மெலிதானது. ஒன்று எங்கே முடிந்து மற்றது எங்கே தொடங்கும் என்று அறிந்துகொள்ள முடியாதது. நான் சொல்லப்போகும் இந்தக் கதையில், அதில் வரும் எளிய மனிதர்களின் நம்பிக்கையை எண்ணி நீங்கள் சிரிக்க நேர்ந்தால், நான் உங்களிடம் ஒன்று கேட்க விழைவேன். உங்களின் சிரிப்பை ஒரு கணம் நிறுத்திவிட்டு, என்னுடைய கதையில் எடுத்துக்காட்டியிருக்கும் மூடநம்பிக்கைக்கும் நீங்கள் வளர்ந்துவந்த மதக் கோட்பாட்டின் மீதான நம்பிக்கைக்கும் இடையில் என்ன வேறுபாடு இருக்க முடியும் என்று தெளிவு கொள்ள முயற்சியுங்கள்.

கைசர் படையெடுப்பு முடிந்த சிறிது காலத்திற்குள், ராபர்ட் பெலர்ஸும் (*Robert Bellairs*) நானும் சேர்ந்து குமாவுனின் உள்ளிருக்கும் காட்டுப் பகுதிக்குள் வேட்டைக்காகச் சென்றிருந்தோம். செப்டம்பர் மாதத்தின் ஒரு மாலையில், திரிசூல மலையின் அடிவாரத்தில் முகாமிட்டிருந்தோம். அங்கு நாங்கள் இருந்தபோதுதான் ஒவ்வொரு வருடமும் 800 ஆடுகள் திரிசூல மலையில் குடிகொண்டுள்ள அரக்கனுக்குப் பலியிடப்படுவதாகத் தகவல் தெரிந்தது. வெகு காலமாக வேட்டைத் தொழிலில் உடனிருந்தவர்களில், அறிவுக் கூர்மையும் உற்சாகமும் நிறைந்த பதினைந்து மலைவாழ் மனிதர்கள் எங்களுடன் இருந்தார்கள். அவர்களில் ஒருவனான பாலா சிங், கார்வாலி இனத்தைச் சார்ந்தவன். என்னுடன் பல வருடங்களாக இருந்துவருபவன். என்னுடைய பல வேட்டை அனுபவங்களுக்குத் துணையாக இருந்துவருபவனும்கூட. நாங்கள் வேட்டைக்காகச் செல்லும் போது, அதற்கான உபகரணங்களைத் தேர்ந்தெடுப்பது, மிகுந்த பளுவானவற்றை உடன் சுமந்து வருவது, வேட்டைக்காகச் செல்லும் கூட்டத்தைத் தலைமையேற்றுக் கூட்டிச்செல்வது, அவ்வப்போது சின்னத் துணுக்குப் பாடல்கள் பாடி நடப்பவர் களை மகிழ்விப்பது எல்லாம் அவனுக்கு மிகுந்த பெருமையை யும் சந்தோஷத்தையும் தரக்கூடிய விடயங்கள். இரவு தங்குமிடங்களில் தூங்கச் செல்லும் முன் குளிருக்காக நெருப்பு மூட்டப்படும் இடத்தைச் சுற்றி அமர்ந்து, ஆண்கள் துணுக்குப் பாடல்களைப் பாடுவது வழக்கம். முதல் நாள் இரவில் அந்தத் திரிசூல மலையின் அடிவாரத்தில், வழக்கத்தைவிட அதிக நேரமாக அவர்கள் பாடிக்கொண்டிருந்தார்கள். பாட்டுடன் கைத்தட்டல்களும் அவர்களின் சத்தமான குரல்களும் தகர டப்பாக்களைக் கொண்டு கொட்டடித்து மகிழும் சத்தமும் கேட்டுக்கொண்டே இருந்தன.

குறிப்பாக இந்த இடத்தில் இரவு தங்குவதும், சுற்றி யிருக்கும் காட்டுப் பகுதியில் நீலமலையாடுகள், வரையாடுகள் ஆகியவற்றைத் தேடுவதும் எங்களின் நோக்கமாக இருந்தது. மறுநாள் காலை உணவிற்காக நாங்கள் அமர்ந்திருக்கும்போது, எங்களுடைய ஆட்கள் முகாமிடப்பட்டிருந்த இடத்திலிருந்து கூடாரங்களை நீக்க முயற்சி செய்துகொண்டிருந்தது எங்களுக்கு மிகுந்த வியப்பைத் தந்தது. ஏன் அப்படிச் செய்கிறார்கள் என்று கேட்டபோது, அந்த இடம் முகாமிடுவதற்கு ஏற்ற இடமல்ல என்றும், தரை ஈர நயப்புடன் இருப்பதாகவும், குடிக்கும் தண்ணீர் நல்லதாக இல்லையென்றும், எரிபொருள் கிடைக்கச் சிரமமாக இருப்பதாகவும், இன்னும் இரண்டு மைல்கள் தள்ளி இதைவிட நல்ல இடம் இருப்பதாகவும் அவர்கள் சொன்னார்கள்.

என்னுடைய பயணத்துக்கான சுமைகளை எடுத்துவர, மொத்தம் ஆறு கார்வாலிகள் இருந்தனர். அந்தச் சுமைகள் ஐந்து தலைச் சுமடுகளாகப் பிரித்து வைக்கப்பட்டிருந்ததைக் கவனித்தேன். பாலா சிங் கணப்புத் தீயின் அருகில் ஒரு போர்வை கொண்டு தலையையும் தோள்களையும் மூடியபடி தனியாக அமர்ந்திருந்தான். காலைச் சிற்றுண்டி முடித்ததும் நான் அவனை நோக்கிச் சென்றேன். மற்றவர்கள் தாம் செய்யும் வேலைகளை நிறுத்திவிட்டு என்னைக் கவனிக்கத் தொடங்கியதைப் பார்த்தேன். நான் வருவதைப் பார்த்ததும் எனக்கு மரியாதை செய்யும் பாலா சிங் என்றைக்கும் இல்லாத விதமாக வணக்கம் சொல்லாமல் இருப்பது எனக்கு வித்தியாசமாய்ப் பட்டது. நான் கேட்ட எல்லாக் கேள்விகளுக்கும் தனக்கு உடம்பு சரியில்லை என்ற ஒரே பதிலைச் சொல்லிக்கொண்டிருந்தான். இரண்டு மைல் தொலைவிலான அன்றைய நடைப்பயணம் அமைதியாக இருந்தது. பாலா சிங் எங்களில் கடைசி ஆளாக நடந்து வந்தான். அவன் நடப்பதைப் பார்த்தால், தூக்கத்தில் இருக்கும் ஒரு மனிதன் நடப்பதைப் போல அல்லது போதையின் தாக்கத்தில் இருப்பவன் நடப்பது போல இருந்தது.

பாலா சிங்கிற்கு என்ன நேர்ந்திருந்தாலும் அது மற்றப் பதினான்கு பேரையும் பாதிக்கிறது என்பது வெளிப்படையாகத் தெரிந்தது. அவர்கள் தங்கள் வேலைகளை வழக்கமான சுறுசுறுப்புடன் செய்யாததையும், அவர்களின் முகங்கள் துயரத்தையும் பயத்தையும் வெளிகாட்டியதையும் கவனித்தேன். நானும் ராபர்ட்டும் தங்குவதற்காக 40 பவுண்டு எடையுள்ள கூடாரத்தை அவர்கள் தயார்செய்துகொண்டிருக்கும்போது, இருபத்தைந்து வருடங்களாக என்னுடன் இருக்கும் கார்வாலி பணியாளான மோதி சிங்கைத் தனியாக அழைத்துச்சென்று பாலா சிங்கிற்கு என்னவாயிற்று என்பதைச் சொல்லுமாறு வற்புறுத்திக் கேட்டேன். என்னுடைய கேள்விகளுக்கு நழுவலும், மழுப்பலுமான பல பதில்களை மோதி சிங்கிடமிருந்து கேட்ட பிறகு, பாலாவுக்கு என்னவாயிற்று என்று என்னால் சரியாக வும் சுருக்கமாகவும் ஊகிக்க முடிந்தது. ‘நேற்றிரவு நாங்கள் வட்ட மாகக் கணப்பு நெருப்பைச் சுற்றி அமர்ந்து பாடிக்கொண் டிருந்தபோது, திரிசூல மலையின் அரக்கன், பாலா சிங்கின் வாய்வழியாக நுழைந்து விட்டான். அவனும் அரக்கனை விழுங்கிவிட்டான்’ என்றான் மோதி சிங். அவர்கள் சத்தம் ஏற்படுத்தியும் தகர டப்பாக்களை அடித்து இரைச்சல் உண்டாக்கியும் பாலா சிங்கின் உள்ளிருந்த அரக்கனை வெளி யேற்ற முயற்சித்ததாகவும் ஆனால் அவர்களால் அது

முடியாமல் போனதாகவும், இப்போது அதுபற்றி ஏதும் செய்ய முடியாது எனவும் மோதி சிங் மேலும் சொன்னான்.

பாலா சிங் இன்னும் தலையில் போர்வையால் முக்காடிட்டுக்கொண்டு, கூட்டத்திலிருந்து விலகித் தனியாக அமர்ந்திருந்தான். கூட்டத்தில் மற்றவர்கள் பேசிக்கொள்வது காதில் விழாத தூரத்தில் அவன் இருந்தான். நான் அவனிடம், முந்தைய இரவு என்ன நடந்தது என்பது குறித்து விசாரித்தேன். நீண்ட நேரமாக என்னை வருத்தம் மிகுந்த பார்வையால் பார்த்துவிட்டு, நம்பிக்கையில்லாத குரலில், 'நேற்று இரவு என்ன நடந்தது என்று உங்களிடம் சொல்வதால் என்ன பயன் இருக்கப் போகிறது, ஐயா. நீங்கள் என்னை நம்பப்போவ தில்லை' என்றான். 'நான் என்றாவது உன்னை நம்பாமல் இருந்திருக்கிறேனா?' எனக் கேட்டேன். 'இல்லை, இல்லவே இல்லை. நீங்கள் என்னை எப்போதும் நம்பாமல் இருந்த தில்லை. ஆனால் இந்த விஷயம் அப்படியல்ல. உங்களால் புரிந்துகொள்ள முடியாதது' என்றான். 'நான் புரிந்துகொள் கிறேனோ இல்லையோ, என்ன நடந்தது என்பதை நீ எனக்குச் சொல்லித்தான் ஆக வேண்டும்,' என்றேன்.

நீண்ட மௌனத்திற்குப் பிறகு பாலா சிங் பேசினான்: 'நல்லது ஐயா. என்ன நடந்தது என்று நான் சொல்கிறேன். உங்களுக்குத் தெரியும், எங்களுடைய மலைவாழ் மக்களின் பாடல்களில் ஒருவர் முதல் சந்தத்தைப் பாட, அங்கிருக்கும் மற்றவர்கள் அதைத் தொடர்ந்து பல்லவி பாடுவது வழக்கமான ஒன்று, அப்படித்தான் நேற்றிரவும் நான் எங்களுடைய பாடல் களில் ஒன்றிலிருந்து சந்தம் பாட, திரிசூல மலையின் அரக்கன் என்னுடைய வாய்க்குள் குதித்துவிட்டான். நான்அவனை வெளியே தள்ளிவிட எவ்வளவோ முயன்றபோதும், அவன் என்னுடைய தொண்டை வழியாக வழுக்கிக்கொண்டு வயிற்றுக்குள் போய்விட்டான். தீ பெரும் ஜுவாலையுடன் எரிந்துக்கொண்டிருக்க, அங்கிருந்த மற்றவர்கள் நான் அந்த அரக்கனிடம் படும் அவதியைப் பார்த்துவிட்டு, அவனை விரட்டச் சத்தமிட்டும் தகர டப்பாக்களைஅடித்தும் பார்த்தனர். ஆனால் . . .,' என்று சொல்லி நிறுத்திய அவனிடமிருந்து கேவல் சத்தம் வந்தது. 'அரக்கன் போக மாட்டான்.' 'இப்போது எங்கே இருக்கிறான் அரக்கன்?' என்று நான் கேட்டேன். கையை வயிற்றின் குழிவான பகுதியில் வைத்துக்கொண்டு, பாலா சிங் தீர்க்கமாய்ச் சொன்னான், 'அவன் இங்கே இருக்கிறான், ஐயா. இங்கே; அவன் நகர்வதை என்னால் உணர முடிகிறது.'

நாங்கள் முகாமிட்டிருந்த இடத்திலிருந்து மேற்குப் பக்கமாய் இருந்த நிலப்பரப்பில் ராபர்ட் நாள் முழுவதும் தேடி, ஒரு வரையாடைச் சுட்டுக்கொண்டு வந்தார். அங்கு இன்னும் பலவற்றைப் பார்த்திருக்கிறார். இரவு உணவு முடிந்ததும் நாங்கள் வெகு நேரம் அமர்ந்து அங்கிருந்த சூழலை ஆராய்ந்துகொண்டிருந்தோம். நாங்கள் பல மாதங்களாகவே இந்த வேட்டைக்காகத் திட்டமிட்டு எதிர்பார்த்துக் காத்திருந் தோம். நாங்கள் வேட்டையாட நினைத்த இந்த இடத்தை அடைவதற்குக் கடினமான நடை மேற்கொள்ள வேண்டி யிருந்தது. இங்கு வந்து சேர ராபர்ட்டுக்கு ஏழு நாட்களும் எனக்குப் பத்து நாட்களும் ஆயின. வந்துசேர்ந்த அந்த இரவில்தான் பாலா சிங் திரிசூல மலையின் அரக்கனை விழுங்கியிருந்தான். இது குறித்த எங்களுடைய தனிப்பட்ட கருத்துகள் முக்கியமல்ல, முகாமில் இருக்கும் மற்றவர்கள் பாலா சிங்கின் வயிற்றுக்குள் அரக்கன் இருப்பதாக நம்பியதுதான் முக்கியம். அவனைப் பார்த்து எல்லோரும் பயந்துபோயிருந்தனர். அவனை விட்டு ஒதுங்கியிருக்கவும் தலைப்பட்டனர். ஒரு மாத அளவில் வேட்டைக்கான தயாரிப்பை மேற்கொண்டிருந்தாலும் இந்த நிலையில் அதைத் தொடர்வது இயலாத காரியம். நான் நைனிதாலுக்கு பாலா சிங்கை அழைத்துக்கொண்டு திரும்புவது, அதே நேரத்தில் ராபர்ட் தனியாக இந்த வேட்டையைத் தொடர வேண்டும் என்ற திட்டத்திற்கு மிகுந்த தயக்கத்துடனும் வேறு வழியில்லாமலும் ராபர்ட் ஒப்புக்கொண்டார். மறுநாள் காலையில் நான் என்னுடைய உடைமைகளை எடுத்துக்கொண்டு, ராபர்ட்டுடன் காலை உணவை முடித்த பிறகு, நைனிதாலுக்குத் திரும்பிச் செல்லும் பத்து நாள் நடைப் பயணத்தைத் தொடங்கினேன்.

கிட்டத்தட்ட முப்பது வயதுடைய மனிதனின் ஆரோக்கி யத்தை உடைய பாலா சிங், நைனிதாலை விட்டுக் கிளம்பும் போது மிகுந்த உற்சாகத்துடன் இருந்தவன்தான். ஆனால் இப்போது அமைதியாகத் திரும்பி வந்துகொண்டிருக்கிறான். கண்களில் அலுப்பான பார்வையுடனும் வாழ்க்கை வெறுத்து விட்டதான பாவனை கொண்ட தளர்வான நடையுடனும் இருந்தான். என்னுடைய சகோதரிகளில் ஒருவர் மருத்துவத் துறையில் தூதராக இருப்பதால், அவனுக்குச் செய்யக்கூடிய அனைத்தையும் செய்துபார்த்தார். அருகிலும் தொலைவிலும் உள்ள நண்பர்கள் அவனை வந்து பார்த்துச் சென்றார்கள். ஆனால் அவனோ தன்னுடைய வீட்டு வாசல் கதவருகே அமர்ந்து, கேட்டதற்கு மட்டும் பதில் சொல்லிக்கொண்டு

வேறெதுவும் பேசாமல் இருந்தான். நைனிதாலின் அறுவை சிகிச்சை நிபுணர் கர்னல் குக் (*Colonel Cooke*), மிகச் சிறந்த அனுபவசாலி. என் குடும்பத்தின் நெருங்கிய நண்பர். என் அழைப்பை ஏற்று பாலா சிங்கைப் பார்க்க வந்தார். நெடுநேர மாக மிகுந்த கவனத்துடன் பரிசோதித்தபிறகு, பாலா சிங் நல்ல உடல்நலத்துடன் இருப்பதாகவும், வெளிப்படை யாய்த் தெரியும் இந்த மனஅழுத்தத்திற்குச் சரியான காரண மாக எதுவும் இல்லை என்றும் சொன்னார்.

சிறிது நாட்கள் கழித்துத் திடீரென எனக்கு ஒரு நல்ல யோசனை தோன்றியது. நைனிதாலில் அந்த நேரத்தில் மிகவும் பிரபலமாக இருந்தவர் ஓர் இந்திய மருத்துவர். அவரை அழைத்துவந்து பாலா சிங்கைப் பரிசோதிக்கச் செய்யலாம் என்று நினைத்தேன். பரிசோதித்து முடித்ததும், அவரிடம் அந்த அரக்கன் குறித்தும் பேசிவிட்டு, அவரைக் கொண்டு பாலா சிங்கிடம் அப்படி எந்த அரக்கனும் அவன் வயிற்றினுள் இல்லை என்று கூறச் சொல்லலாம் என்றும் நினைத்தேன்; அதனால் அவன் தொந்தரவிலிருந்து விடுபடுவான் என்றும் நம்பினேன். அவர் இந்து மதத்தைச் சேர்ந்தவராக இருப்பது மட்டுமல்லாமல், அவர் மலைவாழ் இனத்தவரும்கூட. நான் நினைத்ததுபோலவும் எதிர்பார்த்ததுபோலவும், என்னுடைய யோசனை சரியாக வேலை செய்யவில்லை. அந்த மருத்துவர் நோயுற்றிருந்த பாலா சிங்கை வந்து பார்த்ததுமே சந்தேகம் கொண்டார். அவனிடம் கேட்கப்பட்ட சூட்சகமான கேள்விகளுக்கு வந்த பதில்களைக் கொண்டு, பாலா சிங்கின் வயிற்றுக்குள் அரக்கன் இருக்கிறான் என்பதை அவர் தெரிந்துகொண்டதாகச் சொன்னார். உடனே அவர் அவனிடமிருந்து தள்ளி நின்றுகொண்டார். அப்படியே என்னிடம் திரும்பி, ‘மன்னிக்கவும், என்னால் இந்த மனிதனுக்கு எதுவும் செய்ய இயலாத நிலையில் உள்ளேன்’ என்றார்.

நைனிதாலில் பாலா சிங்கின் கிராமத்திலிருந்து வந்த இருவர் இருந்தனர். அடுத்த நாள் அவர்களை வரச் சொன்னேன். அவர்கள் பலமுறை பாலா சிங்கை வந்து பார்த்துச் சென்றிருப்பதால், பாலா சிங்கிடம் என்ன குறை என்பது அவர்களுக்கும் தெரியும். என்னுடைய வேண்டுகோளை ஏற்று அவனை அவர்கள் அவனுடைய வீட்டுக்குக் கூட்டிச் செல்வதாகக் கூறினர். பயணத்துக்குத் தேவையான பணத்துடன், மறுநாள் காலை, மூவரும் அவர்களின் ஊருக்குச் செல்வதற்காக எட்டு நாள் பயணத்தைத் தொடங்கினார்கள். மூன்று வாரங்கள் கழித்து, அவர்கள் இருவரும் திரும்பி வந்து என்னிடம் நடந்தவற்றைச் சொன்னார்கள்.

அந்தப் பயணத்தில் பாலா சிங்கிற்கு எந்த அசௌரியமும் ஏற்படாமல் ஊருக்குக் கொண்டுபோய்ச் சேர்த்தார்கள். அவன் வீட்டை அடைந்த அந்த இரவே, அவனுடைய நண்பர்களும் சொந்தங்களும் அவனைப் பார்க்க வந்துவிட்டார்கள். பாலா சிங் அந்தக் கூட்டத்தைப் பார்த்துத் திடீரென, அந்த அரக்கன் தன்னை விட்டு வெளியே செல்ல விரும்புவதாகவும் திரும்பவும் திரிசூல மலைக்குச் செல்லவிருப்பதாகவும் சொன்னான். அதற்கு ஒரே வழி, தான் இறந்தால் மட்டுமே முடியும் என்றும் சொன்னான். என்னிடம் தகவல் சொல்ல வந்தவர்கள் இறுதியாக, 'அதனால், பாலா சிங் அப்படியே கீழே படுத்து இறந்து போனான். மறுநாள் அவனின் இறுதிச் சடங்கை நாங்கள் நடத்தினோம்' என்று சொன்னார்கள்.

என்னைப் பொருத்தவரை, மூடநம்பிக்கையானது மனநலக் குறைபாடு; தட்டம்மை நோயைப் போன்றது. ஒரு தனிமனிதனையோ அல்லது ஒரு சமூகத்தையோ மட்டும் தாக்கி, மற்றவர்களை எதிர்ப்பு சக்தியுடன் விட்டுவிடுகிறது. இமய மலையின் உயரமான உச்சியில் வசித்தபோதும், பாலா சிங் இறந்ததற்குக் காரணமான தீவிர மூடநம்பிக்கையானது, என்னைத் தொற்றிக்கொள்ளாததற்காக நான் பெருமைப்படவில்லை. எனக்குப் பெரிதாய் மூட நம்பிக்கைகள் இல்லையென நான் சொன்னபோதும், சம்பவாத் *(Champawat)* புலியை வேட்டையாடச் சென்றிருந்தபோது, அங்குத் தங்கியிருந்த பயணியர் மாளிகையில் ஏற்பட்ட விசித்திர அனுபவத்திற்கும், மனிதர்கள் யாருமற்றுத் தனித்திருந்த தக் *(Thak)* கிராமம் ஒன்றிலிருந்து நான் கேட்ட அந்த அலறல் சத்தத்திற்கும் என்னால் எந்த விளக்கமும் கொடுக்க இயலாது. அது மட்டுமல்லாமல், மிகவும் வித்தியாசமானதான, அந்தப் புலி வேட்டையின்போது எனக்கு ஏற்பட்ட தொடர் தோல்விகளுக்கும் என்னால் விளக்கம் சொல்ல இயலாது. அதைக் குறித்துத்தான் இப்போது சொல்லப்போகிறேன்.

2

தபிதுராவுக்குப் போய்விட்டு வந்த எவருக்கும், 'கடவுளின் மலை' என்று சொல்லப்படும் மலையுச்சிக்கு மிக அருகில் கட்டப்பட்டிருக்கும் தங்கும் விடுதியிலிருந்து பார்த்தால் தெரியும் அழகான இயற்கைக் காட்சியை மறப்பது சாத்தியமில்லை. அதை அந்த இடத்தில் கட்டியவர் சந்தேகமில்லாமல், இயற்கையை மிகவும் ரசிப்பவராகத்தான் இருக்க முடியும். அந்தச் சிறிய மூன்று அறைகள் உள்ள தங்கும் இல்லத்தின் முற்றத்திலிருந்து பார்த்தால் மலையானது, பனார் ஆற்றின் பள்ளத்தாக்கில்

செங்குத்தாக இறங்குவது தெரியும். அந்தப் பள்ளத்தாக்கைக் கடந்து, மலைகள், நீண்டு ஒடுங்கி அமைந்த வரைமுகடுகளை ஒன்றன் மேல் ஒன்றாய் அடுக்கியதுபோல உயர்ந்து சென்று, எங்கோ தொலைதூரத்தில் இருக்கும் பனிமலைகளுடன் ஒன்றுசேர்வதுபோலக் காட்சி தரும். ஆகாய விமானம் என்ற ஒன்று புழக்கத்திற்கு வரும்வரை, இந்த மலைத்தொடர்கள்தான் இந்தியாவுக்கும் அதனை ஆக்ரமிக்க வெறியுடன் காத்திருக்கும் வடக்கிலிருக்கும் அண்டை நாடுகளுக்கும் இடையில் நுழைய முடியாத தடுப்பு அரணாக விளங்கிவந்தன.

குமாவுனின் நிர்வாகத் தலைநகரான நைனிதாலில் இருந்து, அதனுடைய கிழக்கு எல்லையை ஒட்டியிருக்கும், புறவழியிலுள்ள சிறு ஊரான லோகர்காட் (Loharghat) செல்லும் குதிரை வழிப் பாதை, தபிதுராவின் வழியாகத்தான் செல்கிறது. இந்தச் சாலையின் ஒரு பிரிவு தபிதுராவை அல்மோராவுடன் இணைக்கிறது. நான் பானர் ஆட்கொல்லிச் சிறுத்தையை வேட்டையாடும்போது – அந்த வேட்டை குறித்து நான் பின்னர் சொல்கிறேன் – நான் இரண்டாவதாகக் குறிப்பிட்டிருக்கும் சாலையின் எல்லைக்குள்தான், அந்தச் சிறுத்தை தபிதுராவில் ஒரு மனிதனைக் கொன்றதாக, அல்மோராவுக்குச் செல்லும் வழியில் நான் சந்தித்த சாலை செப்பனிடும் பணியில் இருக்கும் மேற்பார்வையாளர் ஒருவர் என்னிடம் சொன்னார். அதற்காகத்தான் நான் தபிதுராவுக்குச் சென்றேன்.

குமாவுனிலிருந்து செல்லும் செங்குத்தான சாலைகளில் ஒன்றுதான் மேற்குப் பக்கமிருந்து தபிதுராவைச் சென்றடையும் சாலை. இந்த மாதிரியான செங்குத்தான சாலையை வடிவமைத்த மனிதனின் நோக்கம் என்னவாக இருந்திருக்கும் என்றால், மலையுச்சிக்குக் குறைவான நேரத்தில் சென்றடையும் சாலையை அமைப்பதாக மட்டுமே இருந்திருக்கும்போலும். மலைச் சாலைகளின் முக்கிய அம்சமான கொண்டை ஊசி வளைவுகளை மொத்தமாகத் தவிர்த்துவிட்டு, அவர் அமைத்திருக்கிற சாலையைச் செங்குத்தாக எட்டாயிரம் அடி உயர மலையின்மீது நேராக ஏற்றிவிட நினைத்துக் கட்டியிருப்பார்போலும். இத்தனை கடினமான ஏற்றமுடைய சாலையில், வெயில் அடிக்கும் ஏப்ரல் மாதத்தின் ஒரு மதிய நேரத்தில், மூச்சுவாங்க ஏறி வந்து, தங்கும் விடுதியின் முற்றத்தில் உட்கார்ந்துகொண்டிருந்தேன்.

கோப்பை கோப்பையாகத் தேநீரைக் குடித்துக்கொண்டு, என் கண் முன் விரிந்திருக்கும் பேரழகு வாய்ந்த இயற்கைக் காட்சியை ரசித்துக்கொண்டே அமர்ந்திருக்கும்போது, என்னைக் காணத் தபிதுராவில் உள்ள பூசாரி வந்தார். இரண்டு வருடங்களுக்கு

முன், நான் சம்பாவத் ஆட்கொல்லியை வேட்டையாட வந்திருந்தபோது, இந்த ஒல்லியான, வயது முதிர்ந்த மனிதரிடம் நட்புக் கொண்டிருந்தேன். இவர், தபிதுராவின் பெரிதான பாறையின், நிழல்மறைவான பிரதேசத்தில் ஒடுங்கியிருக்கும் சிறு கோவிலின் பூசாரியாக அரசாங்கத்தால் நியமிக்கப்பட்டிருப்பவர். அந்தக் கோவில்தான் தபிதுராவைப் புனிதத் திருத்தலமாக மாற்றியிருக்கிறது. இந்தச் சமயத்தில் அவர் என்னைத் தேடி வந்திருப்பது தவறாக எதுவும் இருக்காது என்று நம்புகிறேன். சிறிது நேரத்திற்கு முன்பு, அந்தக் கோவிலைக் கடந்துவரும்போது, நான் வழக்கமாகக் கொடுக்கும் காணிக்கையைச் செலுத்திவிட்டு வந்தேன். அதை, அங்கு பூசையில் இருந்த இந்த வயதான பூசாரி, ஏற்றுக்கொள்ளும் விதத்தில் தலையசைக்கவும் செய்தார். அந்தப் பூசைகள் முடிந்ததும், பூசாரி கோவிலுக்கும் நான் தங்கியிருந்த பயணியர் விடுதிக்கும் இடையில் ஓடும் சாலையைக் கடந்து வந்திருக்கிறார். நான் கொடுத்த ஒரு சிகரெட்டை ஏற்றுக் கொண்டு, முற்றத்தில் வெறும் தரையில் அமர்ந்து முதுகைச் சுவரில் சாய்த்தபடி, இயல்பான பேச்சுக்குத் தயாரானார். நட்பான முதியவர் அவர். அவருக்குப் பேசுவதற்கு அதிக நேரம் இருந்தது. நானும் அன்றைய நாளின் தேவையான நடையைப் பகலில் நடந்து முடித்திருந்ததால், மாலையில் வெகுநேரம் அமர்ந்து இருவரும் பேசிக்கொண்டும் புகைத்துக்கொண்டும் இருந்தோம்.

தபிதுராவில் முந்தைய இரவு ஆட்கொல்லி மிருகத்தால் ஒரு மனிதன் கொல்லப்பட்டதாகச் சாலைப் பராமரிப்பு மேற்பார்வையாளர் சொன்னது தவறான தகவல் என்பதைப் பூசாரியிடமிருந்து தெரிந்துகொண்டேன். பாதிக்கப்பட்டதாகச் சொல்லப்பட்ட மனிதன், மந்தைகளை மேய்ப்பவன். அவன் அல்மோராவில் இருந்து தபிதுராவிற்குத் தெற்கிலிருக்கும் ஒரு கிராமத்திற்குச் சென்றுகொண்டிருந்தான். அதற்கு முந்தைய இரவு அவன் இந்தப் பூசாரியின் வீட்டில்தான் தங்கியிருந்தானாம். மாலை உணவுக்குப் பின் அந்த மேய்ப்பன் பூசாரியின் அறிவுரையைக் கேட்காமல் கோவிலின் வெளிப்பிரகாரத்தில் படுத்துக்கொண்டிருந்தான். நடுஇரவு சமயத்தில், அந்தப் பெரிய பாறையானது கோவிலின்மீது முழுமையாய்த் தன் நிழலைச் சாற்றியிருந்த பொழுதில், ஆட்கொல்லி மிருகமானது சத்தமிடாமல் நடந்து வந்து, அந்த மனிதனின் கால் மணிக்கட்டைப் பற்றியபடி, அவனை அந்த வெளிப்பிரகாரத்தின் மேடையிலிருந்து கீழே இழுக்க முயன்றிருக்கிறது. அலறலுடன் விழித்துக்கொண்ட அந்த மேய்ப்பன், அருகில் கணப்புக்கான, நெருப்பில் எரிந்து அணைந்துபோயிருந்த ஒரு மரக்கட்டையை உருவிச் சிறுத்தையை அடித்திருக்கிறான். அவனுடைய அலறல் சத்தம் கேட்டுக் கோவில்

குருக்களும் வேறு பலரும் அங்கே அவனுடைய உதவிக்காக வந்துவிட, அனைவரும் சேர்ந்து பலத்துடன் போராடி அந்தச் சிறுத்தையைத் துரத்தியிருக்கிறார்கள். அந்த மனிதனின் காயங்கள் அவ்வளவு ஒன்றும் ஆபத்தானதாய் இல்லை. கோவிலின் அருகே கடை வைத்திருக்கும் வணிகனின் கையால் தன் காயங்களுக்கான மேலோட்டமாக வைத்தியம் செய்துகொண்டு அந்த மேய்ப்பன் தன் பயணத்தைத் தொடர்ந்திருக்கிறான்.

பூசாரியின் சாட்சியைக் கொண்டு நான் தபிதுராவில் தங்குவதாக முடிவு செய்தேன். கோவிலும் அதன் அருகில் உள்ள வணிகனின் கடையும் சுற்றியிருக்கும் கிராமங்களில் இருந்து தினமும் ஆட்கள் வந்துசெல்லும் இடங்கள். அவர்கள் நான் வந்திருக்கும் செய்தியை மற்றவர்களிடம் தெரியப்படுத்துவார்கள் என்பதும் – நான் எங்கு தங்கியிருக்கிறேன் என்பது அவர்களுக்குத் தெரியும் என்பதால் – அந்தச் சுற்று வட்டாரத்தில் மனிதர்களோ, விலங்குகளோ எங்கு இறந்திருந்தாலும் எனக்குத் தகவல் சொல்லிவிடுவார்கள் என்பதும் உறுதி.

அந்த வயதான பூசாரி பேசி முடித்துவிட்டு, மாலையில் கிளம்பும்போது, நான் அவரிடம் வேட்டையாட இந்தப் பகுதியில் எங்காவது வாய்ப்பு இருக்குமா என்று கேட்டேன். என்னுடன் வந்த மனிதர்கள் பல தினங்களாக மாமிசம் ஏதும் உண்ணாமல் இருப்பதாலும் தபிதுராவில் மாமிசம் வாங்க முடியாது என்பதாலும் கேட்டேன். அவர் அதற்கு, 'ஆம், அங்கே ஒரு கோயில் புலி இருக்கிறது' என்றார். எனக்கு உங்களின் புலியைக் கொல்லும் எண்ணம் ஏதும் இல்லையென்று அறுதியிட்டுச் சொன்னதும், அவரும் என்னுடன் சிரிப்பில் இணைந்துகொண்டு, 'நீங்கள் அதைச் சுட்டு வீழ்த்த முயற்சிப்பதில் எனக்கு ஆட்சேபனை ஒன்றுமில்லை, ஐயா. ஆனால் நீங்கள் என்றில்லை, வேறு எவராலும் அதைச் சுட்டு வெற்றிகொள்ள முடியாது' என்றார். இப்படித்தான் நான் தபிதுராவின் கோயில் புலி குறித்துக் கேள்விப்பட்டேன். அதுவே எனக்கு வாழ்க்கையில் ஆகச் சிறந்த வேட்டை அனுபவத்தைக் கொடுத்தது எனவும் சொல்லலாம்.

3

தபிதுராவுக்குச் சென்ற மறுநாள் காலையில் லோகர்காட் சாலை வழியாக நடக்கத் தொடங்கினேன். ஆட்கொல்லிச் சிறுத்தை குறித்த தடயங்கள் ஏதாவது என்னால் கண்டுபிடிக்க முடியுமா, அல்லது அந்தச் சாலையை ஒட்டியிருக்கும் கிராமத்திலிருந்து அது குறித்து ஏதாவது தெரிந்துகொள்ள

முடியுமா என்று பார்த்தேன். கோயிலில் தங்கியிருந்த அந்த மேய்ப்பனைத் தாக்கிவிட்டு அந்தச் சாலை வழியாகத்தான் சிறுத்தை சென்றிருக்க வேண்டும் என்பதால்தான் நான் அங்கே சென்றேன். மதிய உணவு நேரம் கடந்து, தங்கும் இல்லத்திற்குத் தாமதமாகத் திரும்பியபோது, ஒரு மனிதர் என்னுடைய வேலையாளிடம் ஏதோ பேசிக்கொண்டிருந்தார். அந்த மனிதர், பூசாரியின் வாயிலாக, என்னுடைய தனிப்பட்ட வேட்டை சம்பந்தமாகக் கேட்டிருந்ததைத் தெரிந்துகொண்டு, என்னிடம், அந்தப் பகுதியில் ஜாரா (Jarao) ஒன்று இருப்பதாகவும் – கடமானை மலைவாழ் மக்கள் அவ்வாறுதான் அழைப்பார்கள் – அது கருவாலி மரத்தின் கிளைகளைப்போல மிகப்பெரிய கொம்புகளைக் கொண்டிருக்கும் என்றும் சொன்னார். மலைகளில் வாழும் சில கடமான்கள், மிக நுணுக்கமான பெரிய கொம்புகளைக் கொண்டிருக்கும் – முன்பு ஒருமுறை குமாவுனில் சுட்டு வீழ்த்திய கடமானிற்கு நாற்பத்து ஏழு அங்குலம் நீளம் கொண்ட கொம்பு இருந்தது – அது பெரிய விலங்காகவும் இருப்பதால், என்னுடைய ஆட்களுக்கு மட்டும் இறைச்சி கிடைப்பதல்லாமல், தபிதுராவில் உள்ள மனிதர்களுக்கும் பகிர்ந்து கொடுக்குமளவுக்கு இறைச்சி இருக்கும் என்பதால், நான் அவரிடம் மதிய உணவிற்குப் பிறகு அவரோடு இணைந்து கொள்வதாகச் சொன்னேன்.

சில மாதங்களுக்கு முன்பாக நான் குறுகியகாலப் பயணமாகக் கல்கத்தா சென்றிருந்தேன். ஒருநாள் காலையில், மாண்டன் (Manton) என்னும் ரைபிள் துப்பாக்கி தயாரிக்கும் கடைக்குள் சென்றேன். கதவின் அருகே இருந்த கண்ணாடிக் காட்சிப் பேழைக்குள் ஒரு ரைபிள் துப்பாக்கி இருந்தது. நான் அதைப் பார்த்துக்கொண்டிருந்தபோது, கடையின் மேலாளர் என்னிடம் வந்தார். அவர் என்னுடைய பழைய நண்பர். அந்தத் துப்பாக்கி, வெஸ்லி ரிச்சர்ட்ஸுடைய (Wesley Richards) .275 வகையில் புது மாதிரி வடிவம் என்றும் அதன் தயாரிப்பாளர்கள் இந்தியச் சந்தையில், மலைகளில் விலங்கு வேட்டைக்காகவே அதை அறிமுகப்படுத்த விரும்புகிறார்கள் என்றும் தகவல் சொன்னார். அந்த ரைபிள் துப்பாக்கி மிக அழகாக இருந்து என்னை ஈர்த்ததால், என்னை வாங்கவைக்க மேலாளர் அத்தனை சிரமப்பட வேண்டியிருக்கவில்லை. ஒருவேளை எனக்கு அந்தத் துப்பாக்கி சரியாக ஒத்துவராவிட்டால், எந்த நேரமும் அதைத் திருப்பிக் கொண்டுவந்து கொடுத்துவிடலாம் என்றும் சலுகை வழங்கினார். அதனால், நான் என்னைக் கூட்டிச்செல்ல வந்த அந்தக் கிராமத்து நண்பருடன், கருவாலி மரத்தின் கிளைகளை ஒத்த கொம்புகளைக் கொண்டிருந்த அவரின் ஜாரா என்னும்

கடமானைச் சுடக் கிளம்பும்போது, அந்தப் புத்தம் புதிதான துப்பாக்கியை எடுத்துச் சென்றேன்.

தபிதுரா மலையானது அதன் வடக்குப் பகுதியைவிட, தெற்கில் செங்குத்தாக இல்லாமல் சற்றுச் சரிவாக இருந்தது. கருவாலிகளும் புதர்க்காடுகளும் அடர்ந்திருந்த திசையின் வழியே சுமார் இரண்டு மைல்கள் தொலைவுக்குச் சென்ற பிறகு, கீழிருந்த பள்ளத்தாக்கை முழுமையாகப் பார்க்கும் வண்ணம் அமைந்திருந்த, புற்களால் நிறைந்த சிறுகுன்றை வந்தடைந்தோம். பள்ளத்தாக்கின் இடதுபக்கமாக இருந்த அடர்ந்த காடுகளால் சூழப்பட்ட, புற்கள் நிறைந்த சிறு நிலப்பரப்பை என்னுடன் வந்த வழிகாட்டி கை நீட்டிக் காண்பித்து, இந்தச் சின்னப் புல்வெளிப் பகுதியில்தான் அந்த ஜாரா காலையிலும் மாலை யிலும் மேய வருமென்று சொன்னார். பள்ளத்தாக்கின் வலது பக்கம் ஒற்றையடிப் பாதை ஒன்று செல்வதாகவும், அதன் வழியேதான் அவர் தபிதுராவிலிருந்து வருவதும் போவதுமாக இருப்பதாகவும், அப்படி வரும்போதுதான் இந்த ஜாரா மானைப் பார்ப்பதாகவும் சொன்னார். நான் வைத்திருக்கும் துப்பாக்கி ஆயிரத்து ஐநூறு அடிவரை சுட வல்லது. அவர் குறிப்பிட்ட அந்த ஒற்றையடிப் பாதைக்கும் கடமான் மேய வரும் புல்வெளி இடத்திற்கும் சுமார் தொள்ளாயிரம் அடி தூரம்தான் இருக்கும். அதனால் அந்தப் பாதை வழியாக இறங்கிச் சென்று சுடுவதற்காகக் காத்திருக்கலாம் என்று முடிவு செய்தேன்.

நாங்கள் பேசிக்கொண்டிருக்கும்போது, சில பாறுக் கழுகுகள் எங்களின் முன்பக்கமாய் இடது திசைவாக்கில் வானில் வட்டமிட்டுக்கொண்டிருந்ததைக் கவனித்தேன். என்னுடன் வந்திருந்தவரின் கவனத்தை அவற்றை நோக்கித் திருப்பிய போது, அவர் அதற்கு, அந்தப் பக்கமாய் மலையின் மடிப்பு களின் இடையே ஒரு சிறு கிராமம் இருப்பதாகவும் அங்கு ஏதாவது வீட்டு விலங்குகள் இறந்திருந்தால் இந்தப் பாறுக் கழுகுகள் சுற்றி வர வாய்ப்பிருப்பதாகவும் கூறினார். நாம் திரும்பிச் செல்லும் வழியில் அந்தக் கிராமம் இருப்பதால், அந்தப் பறவை களை எது ஈர்த்தது என்பதை நாம் தெரிந்துகொள்ளலாம் என்றும் கூறினார். ‘கிராமம்’ எனச் சொல்லப்படும் அது, புற்களி னால் வேயப்பட்ட குடிசை ஒன்றும், ஒரு மாட்டுக் கொட்டகை யும், ஒரு ஏக்கர் அல்லது அதற்கும் சற்று அதிகமாகவோ இருக்கும் படிமட்ட வயல்களையும் கொண்டிருந்தது. அதுவும் அந்த வயலில் பயிர்கள் சிறிது காலத்திற்கு முன்புதான் வெட்டப் பட்டிருக்க வேண்டும் என்பதுபோலக் காட்சியளித்தது. அங்கிருந்த வயல்களில் ஒன்றுக்கும் குடிசை, மாட்டுக் கொட்டகைக்கும் நடுவில் அவற்றைப் பிரித்தவாறு ஓடிக்கொண்டிருந்த பத்து

அடி அகலமுள்ள மழைநீர்க் கால்வாய் ஒன்றில், பாறுக் கழுகுகள் ஏதோ ஒரு பெரிய விலங்கின் எலும்புக் கூட்டில் மிச்சமிருந்த கடைசிச் சதையினையும் பிய்த்து எடுத்துக்கொண்டிருந்தன.

நாங்கள் அங்கே சென்றபோது, அந்தக் குடிசையின் உள்ளிருந்து ஒருவர் வெளியே வந்துகொண்டிருந்தார். அவர் எங்களுக்கு வணக்கம் சொல்லிவிட்டு, நான் எங்கிருந்து வருகிறேன் என்றும் எப்போது வந்தேன் என்றும் கேட்டார். நைனிதாலிலிருந்து வருவதாகவும், இங்கு நடமாடும் ஆட்கொல்லிச் சிறுத்தையைச் சுடுவதற்காக வந்திருப்பதாகவும் கூறினேன். தபிதுராவிற்கு முந்தைய நாள் வந்ததாகச் சொன்னதும், உடனே அவர் நான் வந்ததை அறியாமல் இருந்ததற்காக மிகுந்த வருத்தம் தெரிவித்துக்கொண்டார். 'அப்படியானால் உங்களால் செய்ய முடியும்,' என்று சொன்ன அவர், 'என் மாட்டைக் கொன்ற அந்தப் புலியை நிச்சயம் கொன்றுவிட முடியும்' என்று மேலும் தொடர்ந்தார். முந்தைய இரவில், இப்போது பாறுக் கழுகுகள் எலும்புக்கூட்டை இழுத்துக்கொண்டிருக்கும் இதே வயலில்தான் அவருடைய பதினைந்து மாடுகளையும் கயிறு கொண்டு கட்டியிருந்தாகச் சொன்னார். பயிர்களுக்குத் தேவையான உரத்துக்காக அவ்வாறு கட்டியிருந்ததாகவும், அந்த இரவில்தான் புலி வந்து கட்டியிருந்த மாடுகளில் ஒன்றைக் கொன்றுவிட்டதாகவும் கூறினார். அவரிடம் துப்பாக்கி ஏதும் இல்லை. யாரிடம் சென்று அந்தப் புலியைக் கொல்வது பற்றிச் சொல்வது என்பதும் அவருக்குத் தெரியவில்லை. பக்கத்தில் இருக்கும் ஒரு கிராமத்தில் தோல் வியாபாரம் செய்துவரும் மனிதரிடம் சென்று மாட்டுத் தோலை எடுத்துச் செல்லுமாறு சொல்லிவிட்டு வந்திருக்கிறார். நான் அங்கு வருவதற்கு இரண்டு மணிநேரம் முன்பாகத்தான் அந்த மனிதர் வந்து பசுவின் தோலை எடுத்துச் சென்றிருக்கிறார். மிச்சம் இருப்பவற்றைப் பாறுக் கழுகுகள் தங்களின் பசியை ஆற்றிக்கொள்ள வேலை செய்துகொண்டிருந்தன. நான் அவரிடம், உங்களுக்கு இங்கு புலியொன்று இருக்கிறது என்பது முன்பே தெரியுமா என்றும், அப்படித் தெரிந்திருந்தும், எதற்காக மாடுகளை இரவில் வெட்டவெளியில் வயலில் கட்ட வேண்டும் என்றும் கேட்டேன். எப்போதுமே தபிதுரா மலையில் ஒரு புலி இருப்பதாகவும், முந்தைய இரவு நடந்த இச்சம்பவத்தைத் தவிர, அது ஒருபோதும் மாடுகளை அடித்துக் கொன்றதில்லை என்றும் சொல்லி என்னை ஆச்சரியப்படுத்தினார்.

நான் குடிசையை விட்டு விலகி நடக்கத் தொடங்கியதும் அந்த மனிதர், நான் எங்கே போகிறேன் என்று கேட்டார். அதற்கு நான், ஜாரோ என்னும் கடமானைக் கொல்லச்

சமவெளியின் மறுபக்கம் செல்வதாகச் சொன்னேன். ஜாரோ மானைக் கொல்ல வேண்டாம் என்றும் எப்படியாவது இந்தப் புலியைக் கொல்லுமாறும் அந்த மனிதர் என்னிடம் கெஞ்சத் தொடங்கினார். 'நீங்க பார்க்கிறீங்களே, என்னுடைய சொத்து மொத்தமும் மாடுகளும் இந்தக் கொஞ்ச வயலும்தான்' என்ற அவர், 'இந்தப் புலி என்னுடைய மாடுகளை இவ்வாறு கொன்றால், அதை நம்பி வாழும் நானும் என் குடும்பமும் பட்டினி கிடக்க வேண்டியதுதான்' என்றும் சொன்னார்.

நாங்கள் பேசிக்கொண்டிருக்கும் போதே, ஒரு பெண்மணி தன் தலையில் ஒரு பானை நிறையத் தண்ணீருடன் குன்றின் மீதேறி வந்துகொண்டிருந்தாள். அவளைத் தொடர்ந்து சிறிது தூரத்தில் சிறுமியொருத்தி, பசுமையான புற்கட்டு ஒன்றைத் தலையில் சுமந்துகொண்டும், ஒரு சிறுவன் சுள்ளிக் கட்டு ஒன்றுடனும் வந்தார்கள். மொத்தம் நான்கு பேர், ஒரு ஏக்கர் அல்லது அதைவிடச் சற்று அதிகமாகவோ உள்ள, சரிவர விளைச்சல் இல்லாத நிலத்தை வைத்துக்கொண்டு, அரை லிட்டர் அளவிலான கறவைப் பாலுடனும் – மலையில் உள்ள மாடுகள் சிறிதளவே பால் கொடுக்கும் – தபுதாராவில் உள்ள வணிகனுக்கு அதை விற்றுக்கொண்டு வாழ்ந்துவருகின்றனர். அந்த மனிதர், புலியைச் சுடச்சொல்லி என்னிடம் பதற்றத்துடன் கெஞ்சுவதில் எந்த ஆச்சரியமும் இல்லை.

பாறுக் கழுகுகள் இரையை முழுமையாய் முடித்திருந்தன. அது முக்கியமல்ல; அந்த வயலைச் சுற்றிப் பெரிதான மறைவுகள் ஏதும் இல்லாததால், புலி அங்கே படுத்திருந்து இந்தக் கழுகுகள் சாப்பிடுவதைப் பார்த்துக்கொண்டிருக்கவில்லை என்பதே முக்கியம். முந்தைய இரவில் இரையை எந்த இடையூறும் இல்லாமல் அது சாப்பிட்டுச் சென்றிருந்ததால், நிச்சயமாக இன்றும் திரும்பி வர வாய்ப்பு இருக்கிறது. எனக்கு வழிகாட்டியாக வந்தவரும், அவருடைய ஜாராவைச் சுடும் முயற்சியைவிடப் புலியைச் சுடுவதில் ஆர்வம் காட்டினார். அதனால், அவர்கள் இருவரையும் அங்கேயே இருக்கச் சொல்லிவிட்டு, புலி எந்தப் பக்கமாகச் சென்றிருக்கும் என்று கண்டறிய முற்பட்டேன். வயலின் அருகே நான் அமர்ந்துகொள்ள வசதியாக மரங்கள் ஏதுமில்லையாதலால், புலியை அது திரும்பிப் போகும் வழியில் எதிர்கொள்வது சரியென நினைத்தேன். மலையானது குறுக்கும் நெடுக்குமாகக் கால்நடைகள் செல்லும் வழித்தடங்களைக் கொண்டிருந்தது. ஆனால் அந்த நிலப்பரப்போ புலியின் கால்த் தடங்களை வெளிகாட்டாத அளவுக்குக் கடினத் தன்மையுடன் இருந்தது. இரண்டு முறை அந்தக் கிராமத்தைச் சுற்றி வந்து விட்டு, இறுதியாக நான் அந்த மழைநீர் வாய்க்காலைப் பார்க்க

வந்தேன். இங்கிருந்த ஈரம் மிகுந்த மிருதுவான நிலத்தில், பெரிய ஆண் புலியொன்றின் பாதச்சுவடுகளைப் பார்த்தேன். புலி இரையை உண்டபிறகு, அந்தக் கால்வாயை நோக்கிச் சென்றிருப்பதை இந்தத் தடங்கள் காட்டுகின்றன. அதனால் அது மறுபடியும் அந்தப் பாதையின் வழியேதான் திரும்பி வரக்கூடும் என்ற என் அனுமானம் சரியாக இருக்கும். குடிசை இருக்கும் வாய்க்காலின் கரையோரமாகவே சுமார் தொண்ணூறு அடி தொலைவில், தடித்த அடித்தண்டுடன் வெட்டப்பட்ட நிலையில் கருவாலி மரமொன்று இருந்தது. அதன்மேல் காட்டு ரோஜாக்கொடி ஒன்று படர்ந்து மரத்தின் அடிமூடை நிறைத்திருந்தது. கையிலிருந்த துப்பாக்கியைக் கீழே வைத்துவிட்டு, கால்வாயிலிருந்து இறங்கி, மரத்திற்குச் சென்று பார்த்தபோது, அது கால்வாயின் மீது தாழ்ந்து கிளைத்திருப்பது தெரிந்தது. அங்கே வசதியாக அமர்ந்துகொள்வதற்கான இடம் கொடி படர்ந்திருந்த மேல் பகுதியில் இருப்பது தெரிந்தது.

குடிசைக்குத் திரும்பிவந்தேன். நான் தங்கும் இல்லத்திற்குச் சென்று அதிகமான வெடிமருந்து கொண்ட, கனம் மிகுந்த என்னுடைய இரட்டைக்குழல் .500 எக்ஸ்பிரஸ் துப்பாக்கியை எடுத்துவருவதற்காகச் செல்கிறேன் என்று அவர்கள் இருவரிடமும் தெரிவித்திருந்தேன். என்னுடைய வழி காட்டியாக வந்தவர் தானே சென்று எடுத்துவருவதாகச் சொல்லி என்னுடைய வேலையைக் குறைத்தார். அவரிடம் அதற்கான வழிகளைச் சொல்லிவிட்டு நான் அந்தக் கிராமத்து மனிதருடன் அவருடைய குடிசையின் வாசலிலேயே அமர்ந்துகொண்டேன். பாவப்பட்ட, ஆனால் பயமறியாத மலைவாழ் மனிதர் அவர். இயற்கையின் சிரமங்களையும் காட்டு விலங்குகளையும் எதிர்த்துப் போராடியும் தலைக்கு மேல் ஒரு கூரையுடன் வாழ்ந்து வரும் தன்னுடைய வாழ்க்கையைப் பற்றிக் கதை கதையாக அவர் சொல்ல நான் கேட்டுக்கொண்டு அமர்ந்திருந்தேன். இந்தத் தனிமையான இடத்தை விட்டுச் சென்று, வேறு எங்காவது வாழலாமே என்று கேட்டதற்கு, அவர் எளிமையாய் ஒரு பதிலைச் சொன்னார்: 'இது என்னுடைய வீடு.'

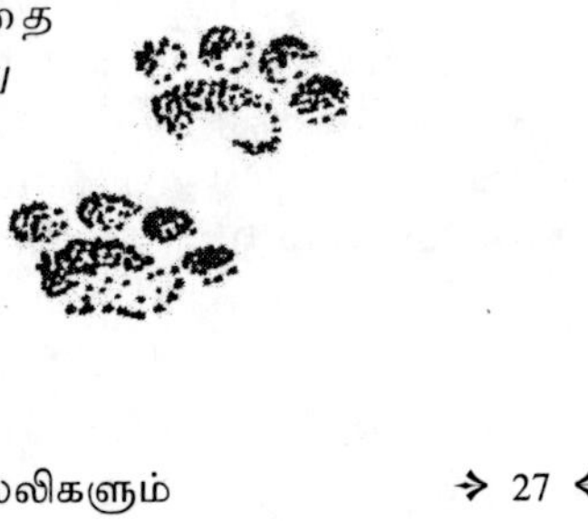

சூரியன் கிட்டத்தட்ட மறையும் நேரத்தில் இரண்டு ஆட்கள் குடிசையை நோக்கி வருவதைக் கண்டேன். அவர்கள் யாரிடமும் துப்பாக்கி இல்லை. ஆனால் பாலா சிங் – கார்வாலின் ஆகச் சிறந்த மனிதனான அவனைப் பற்றியும் சில வருடங்களுக்குப் பிறகான அவனுடைய இறப்பையும் ஏற்கெனவே சொல்லியிருக்கிறேன் – ஒரு கைவிளக்குடன் வந்துகொண்டிருந்தான். என் அருகில் வந்ததும், என்னுடைய பெரிய துப்பாக்கியை எடுத்து வரவில்லை என்று சொன்னான். அதனுடைய குண்டுகள் என்னுடைய பயணப் பெட்டிக்குள் இருப்பதாகவும் அதன் சாவியை நான் கொடுத்து விட மறந்துவிட்டதாகவும் சொன்னான். என்னுடைய புதிய துப்பாக்கியைக் கொண்டுதான் அந்த புலி சுடப்பட வேண்டும் என்று அந்தத் துப்பாக்கியின் தலையில் எழுதப்பட்டிருக்கிறது போலும் என்று நினைத்துக்கொண்டேன்.

மரத்தின் மீது ஏறி அமர்வதற்கு முன், அந்தக் குடியானவரிடம் அந்தப் புலியைச் சுடுவது என்பது அவரிடம்தான் உள்ளது என்றும், அவரின் குழந்தைகளான எட்டு வயதுப் பெண்ணையும் ஆறு வயதுப் பையனையும் அமைதியாக வைத்துக்கொள்ளும் படியும் கூறினேன். அவருடைய மனைவியை மாலைச் சமையலை, நான் புலியைச் சுட்டு வீழ்த்தும் வரையிலோ அல்லது புலி இனி வராது என்று நான் முடிவு செய்த பிறகோ வைத்துக் கொள்ளுமாறு சொன்னேன். பாலா சிங்கிடம் வீட்டில் இருப்போரை அமைதியாக இருக்கும்படி பார்த்துக்கொள்ளுமாறும் நான் விசில் ஊதியதும் கைவிளக்கை ஏற்றுமாறும் அதன் பிறகு என்னுடைய கூடுதல் ஆணைகளுக்காகக் காத்திருக்குமாறும் அறிவுறுத்திவிட்டு வந்தேன்.

அந்திப் பொழுதின் பலவகையான பறவைகளின் பாடல்கள் அந்தப் பள்ளத்தாக்கில் கேட்டுக்கொண்டிருந்தன. சூரியனின் சிவப்பு வண்ண ஒளி, மலைகளுக்குப் பின் மறையத் தொடங்கும்போது அந்தச் சத்தங்கள் அமைதியாகின. அந்திப் பொழுதின் இருட்டு அடர்ந்திருந்தது. கொம்பன் ஆந்தை ஒன்று அலறும் குரல் எனக்கு மேலிருந்த மலையில் கேட்டது. நிலவு வானில் தோன்றுவதற்கு முன்னர், சிறிது நேரத்திற்கு வெளிச்சமும் இல்லாமல் முழு இருளாகவும் இல்லாமல் அரை இருளாக இருக்கும். இப்போதுதான் சரியான நேரம். வீட்டில் இருப்போரின் சத்தம் முற்றிலும் அடங்கி அமைதியாக இருந்தது. நான் துப்பாக்கியை இறுகப் பிடித்துக்கொண்டு, எனக்குக் கீழே தெரியும் நிலப்பரப்பைக் கண்களை வருத்திக் கவனித்துக்கொண்டிருந்தேன். புலியானது நான் உட்கார்ந்திருக்கும் மரத்தின் கீழாகச் செல்லாமல் சுற்றிக்கொண்டு இரை கிடந்த இடத்திற்கு வந்திருந்தது. அங்கு

ஜிம் கார்பெட்

ஒன்றுமில்லாததைக் கண்டு கோபத்துடனும், சத்தம் குறைந்த முனகலுடனும் பாறுக் கழுகுகளைச் சபித்துக்கொண்டிருந்தது. கழுகுகள் சுமார் இரண்டு மணிநேரத்திற்கு முன்பே அங்கிருந்து சென்றிருந்தாலும் தரையில் அவை விட்டுச்சென்ற கழிவுகளி லிருந்து வந்த மக்கிய வாசனை புலிக்கு அவற்றை உணர்த்திவிடும். இரண்டு, மூன்று அல்லது நான்கு நிமிடங்களுக்குப் புலி தனக்குள் மெலிதாய் உறுமிக்கொண்டே இருந்தது. அதன் பிறகு அங்கு அமைதி நிலவியது. வெளிச்சம் மெதுவாய் அதிகரித்துக்கொண்டிருந்தது. அடுத்த சில நிமிடங்களில், நிலவு மலையின் மேல்வளைவைத் தாண்டி உயரே எழுந்ததும், நான் இருந்த பகுதி முழுமையும் வெளிச்சமாகியிருந்தது. நிலவு வெளிச்சத்தில், பாறுக் கழுகுகள் சுத்தமாகச் சாப்பிட்டு விட்டுச்சென்ற எலும்புகள் வெண்ணிறத்தில் தெரிந்தன. அப்போது புலியைத் தேடியதில், அதை எங்கும் காணப்படவில்லை.

பதற்றம் சற்றுத் தணிந்த நிலையில் உதடுகளை ஈரப் படுத்திக்கொண்டு சன்னமாக விசில் கொடுத்தேன். பாலா சிங் சுறுசுறுப்பாகி, வீட்டின் மனிதரிடம் விளக்கைப் பற்ற வைக்க நெருப்புக் கேட்பது கேட்டது. புல் வேயப்பட்ட கூரை இடுக்கின் வழியே சிறிதாய் வெளிச்சம் தெரிவதைப் பார்க்க முடிந்தது. கைவிளக்கு ஏற்றப்பட்டதும் அந்த வெளிச்சம் பெரிதாக விரிந்தது. வெளிச்சம் குடிசையின் குறுக்காக நகர்ந்து பாலா சிங் கதவைத் திறந்து அதன் நிலையருகே என்னுடைய சொல்லுக்காகக் காத்திருப்பது தெரிந்தது. சன்னமான அந்த விசில் சத்தத்திற்கு முன்புவரை, நான் மரத்தில் ஏறிய நேரத்திலிருந்து அந்த நேரம்வரை எந்தச் சத்தமோ அசைவோ கொடுக்க வில்லை. இப்போது நான் கீழே பார்த்தபோது, எனக்கு நேர் கீழே புலி நின்றுகொண்டிருந்தது. பளிச்சென்ற நிலவு வெளிச்சத்தில், தன் வலது தோள் பக்கமாகத் தலையைத் திருப்பி பாலா சிங்கைப் பார்த்தபடி நிற்பது தெரிந்தது. என்னுடைய துப்பாக்கியின் முகவாய் முனைக்கும் புலியின் தலைக்கும் இடையில் சுமார் ஐந்து அடி தூரம்தான் இருக்கும். நான் இப்போது அதை நோக்கிச் சுட்டால், அந்தத் தோட்டாவானது புலியின் ரோமங்களை உரசிப் பொசுக்கக்கூடும் என்று யோசித்தேன். நான் துப்பாக்கியின் விசையை அழுத்த ஆயத்தமானபோது, அதன் உலோகப் பார்வை வளையம் சரியாக அதனுடைய இருதயத்தின் நேர்வரிசையில் இருந்தது. அந்தக் குறிவைப்பில் துப்பாக்கிக் குண்டானது அதை அந்த நிமிடமே கொன்றுவிடும் என்று எனக்குத் தெரியும். அதனை நான் செய்தபோது, விசையானது அழுத்தத்தின் காரணமாக விடுபட்டது. ஆனால் ஒன்றும் நடக்கவில்லை.

கடவுளே! நான் எத்தனை மோசமாக, கவனக்குறைவாக இருந்துவிட்டேன். நான் இந்த மரத்தின் மீது ஏறி உட்கார்ந்ததும் ஐந்து தோட்டாக்களைச் சேர்த்து அதன் பிடிப்பு ஊக்குக்குள் போட்டுத் துப்பாக்கியில் இருக்கும் அதற்கான சன்னக்கூட்டில் போட்டது நன்றாக நினைவில் இருக்கிறது. ஆனால், விசையை அழுத்தி அந்தப் பிணைத்தண்டை விடுவிக்கச் செய்யும்போது அது பொதியுறையிலிருந்து ஒரு தோட்டாவை அதன் சன்னக் கூட்டிலிருந்து வெளியே தள்ளத் தவறியிருக்கிறது. நான் இதைக் கவனிக்கவும் தவறியிருக்கிறேன். துப்பாக்கி ஒருவேளை பழையதாகவும் அதிகம் பயன்படுத்தப்பட்டதாகவும் இருந்தால் இந்தப் பிழையை நான் சத்தம் அதிகம் எழாமல் சரிசெய்ய வாய்ப்பிருக்கிறது. ஆனால் இந்தத் துப்பாக்கி புதியது. நான் அதன் விசையைப் பின்னிழுத்துக் கொக்கியை விடுவித்த பொழுதில், உலோகம் உரசும் சத்தம் பெரிதாகக் கேட்டது. அந்தச் சத்தத்திற்குப் புலி ஒரே பாய்ச்சலில் வாய்க்காலின் கரையைக் கடந்து பார்வைக்குத் தெரியாத தூரத்திற்குச் சென்றுவிட்டது. நான் என் தலையைத் திருப்பி பாலா சிங் என்ன எதிர்வினை ஆற்றினான் என்று பார்த்தேன். அவன் குடிசைக்குள் திரும்பிச் சென்று கதவைச் சாத்திக்கொண்டது தெரிந்தது.

இனி அங்கே சத்தமிடாமல் இருப்பதற்கு எந்த அவசியமும் இல்லை. பாலா சிங் என்னுடைய அழைப்பிற்கு வெளியே வந்து, நான் மரத்திலிருந்து இறங்குவதற்கு உதவி செய்தான். சன்னக்கூட்டைத் திறந்து அதிலிருக்கும் பொதியுறைகளை எடுக்கும் பொருட்டு என் துப்பாக்கியின் பிணைத்தண்டை இழுத்துப் பார்த்தபோது, பிணைத்தண்டின் முடிவில் இருக்கும் விடுவிப்பானில் ஒரு தோட்டா அதனுடைய பொதியுறையில் இருப்பது தெரிந்தது. அதனால், துப்பாக்கியும் சுடுவதற்கு ஏற்ற நிலையில் இருக்கிறது. துப்பாக்கியின் பாதுகாப்புப் பிடியும் அணைத்துவைக்கப்பட்டிருக்கிறது. அதன் பிறகும் நான் விசையை இழுத்ததும் தோட்டா ஏன் வெளிப்படாமல் இருந்தது?

பின்னர் ஒருநாள் அதற்கான காரணம் தெரிந்தது. துப்பாக்கி வாங்கிய கடையான மாண்டனின் மேலாளர், இந்தத் துப்பாக்கி இரட்டை இழுப்பு விசை கொண்டது என்பதை மீண்டும் மீண்டும் அழுத்திச் சொன்னார். இந்த மாதிரியான மேம்பட்ட உத்தி கொண்ட துப்பாக்கியை நான் இதுவரை பயன்படுத்தியது இல்லையாதலால், தோட்டாவை வெடிக்கச் செய்ய ஒரு முறை இழுத்தும் விசை வேலை செய்யாதபோது, மீண்டும் ஒரு முறை அதை இழுக்க வேண்டிய தேவையுள்ளது என்பதை உணராமல் போனது என் பிழைதான். என் பக்கம் இருந்த தவறைப் பாலா சிங்கிடம் சொன்னபோது, அவன்

தன்னையே அதற்குக் கடிந்துகொண்டான். 'நான் உங்களுடைய பெரிய துப்பாக்கியையும் பயணப் பெட்டியையும் எடுத்து வந்து கொடுத்திருந்தால் இம்மாதிரி ஆகியிருக்காது' என்று சொன்னான். அந்த நேரத்தில் நான் அவனுடைய இந்தக் கூற்றுக்கு இணங்கினாலும், என்னால் அந்தப் பெரிய துப்பாக்கியை வைத்து அந்த மாலையில் புலியைக் கொன்றிருக்க முடியுமா என்று பல நாட்கள் கழித்தும் என்னால் உறுதியாகச் சொல்ல முடியாதிருந்தது.

4

மறுநாள் காலையில், ஆட்கொல்லிப் புலியைக் குறித்து மேலும் செய்திகளைத் தெரிந்துகொள்ளச் சென்ற மிக நீண்டதொரு நடைக்குப் பின், தங்கும் இல்லத்திற்குத் திரும்பி வந்தேன். அங்கே மிகவும் பதற்றமான நிலையில் இருந்த ஒரு மனிதர் எனக்கு வணக்கம் செய்து, அவருடைய மாடுகளில் ஒன்றைப் புலி கொன்றுவிட்டது என்று சொன்னார். முந்தைய நாள் நான் எங்கே அமர்ந்திருந்தேனோ, அதே பள்ளத்தாக்கின் மறுகோடியில்அவர் தன்னுடைய மாட்டை மேய்ச்சலுக்கு விட்டிருந்திருக்கிறார். அங்கே வந்த புலி, சிறிது நாட்களுக்கு முன்புதான் கன்று ஈன்றிருந்த அவருடைய சிவப்புநிற மாட்டைக் கொன்றுவிட்டதாகச் சொன்னார். 'ஆனால் இப்போது,' என்று ஆரம்பித்த அவர், 'என்னுடைய வேறு எந்தப் பசுவும் கன்று போடவில்லை என்பதால் இறந்துபோன பசுவின் இளம் கன்று, பால் இல்லாமல் இறந்து போகும்' என்று சொல்லி முடித்தார்.

முந்தைய இரவு வேண்டுமென்றால் அந்தப் புலிக்குத் தப்பிக்கும் அதிர்ஷ்டம் இருந்திருக்கலாம், ஆனால் அதன் அதிர்ஷ்டம் அதிக நாள் நீடிக்காது. இந்தப் பசுவைக் கொன்றதற்காக அது இறக்கத்தான் வேண்டும். மாடுகள் இங்கு மலைகளில் மிகக் குறைவாகவே காணப்படும். அதுவும் பால் கொடுக்கும் மாடுகளின் இழப்பு என்பது வறிய குடியானவனுக்குப் கவனப்படுத்த வேண்டிய முக்கியமான ஒன்றுதான். அந்த மனிதருக்குத் தன்னுடைய மீதியிருக்கும் சின்ன மந்தையைக் குறித்த கவலை இல்லை, ஏனென்றால் அவற்றைக் கிராமத்திற்குள் விரைவாகப் பத்திக்கொண்டு வந்துவிட்டார். அதனால் நான் சாப்பிட்டுவிட்டு வரும்வரை காத்திருப்பதாகச் சொன்னார். மதியம் ஒரு மணியளவில் நாங்கள் கிளம்பினோம். அந்த மனிதர் முன்னே நடக்க, நான் அவரைத் தொடர்ந்து சென்றேன். என்னுடைய இரண்டு ஆட்கள், மரத்தில் பரண் போன்ற மேடை அமைக்கத் தேவையான பொருட்களை எடுத்துக்கொண்டு என் பின்னே வந்தனர்.

என்னுடன் வந்த வழிகாட்டி மலைப்பரப்பில் திறந்த வெளி ஒன்றில் நின்று, புலி மாட்டைக் கொன்ற இடத்தைக் காட்டினார். அங்கிருந்த வரைமுகட்டின் கீழே சுமார் கால் மைல் தொலைவில் இருந்த சிறிய அளவிலான புல்வெளியைச் சுட்டிக்காட்டி, அங்குதான் தன்னுடைய மாடுகள் மேய்ந்துகொண்டிருந்ததாகச் சொன்னார். அப்போது அந்தப் புலி, பள்ளத்தாக்கின் பக்க மிருந்து வந்து அவரின் மாட்டைக் கொன்றிருக்கிறது. மீதியிருந்த மாடுகள் பதறியபடி ஓடி மலையின் வழியாக ஏறி, வரைமுகட்டின் வழி பள்ளத்தாக்கின் மறுபுறமிருந்த கிராமத்தை அடைந் திருக்கின்றன. பள்ளத்தாக்கைக் கடந்து மறுபக்கம் செல்வதே எங்களுக்கு அருகிலுள்ள ஒரே பாதை. ஆனால் அதே வழியாகச் சென்று அந்தப் புலியைத் தொந்தரவு செய்து சிக்கலில் மாட்டிக்கொள்ள நாங்கள் விரும்பவில்லை. ஆதலால் பள்ளத்தாக்கின் மேல்பக்கமாகச் சுற்றிச் சென்று, மாடு கொல்லப்பட்ட இடத்திற்கு நேர் மேலே இருக்கும் இடத்துக்கு வந்துசேர்ந்தோம். மாடுகள் பதறி ஏறி வந்த வரைமுகட்டுக்கும், அவை மேய்ச்சலில் இருந்த இடத்துக்கும் இடையில் சில மரங்கள் மட்டுமே இருந்த திறந்தவெளிக் காடு இருந்தது. மாடுகள் ஓடி வந்த குளம்புகளின் தடங்கள் மிருதுவான குழைந்த மண்ணில் ஆழமாய்ப் பதிந்திருந்தன. அவற்றைத் தொடர்ந்து அவை மேய்ந்து கொண்டிருந்த இடத்திற்குச் செல்வது எளிதாய் இருந்தது. இந்த இடத்தில் இரத்தம் பெரிய அளவிலான குட்டையாகத் தேங்கியிருந்தது. அதிலிருந்து எதிர்த்திசையில் உடல் இழுத்துச் செல்லப்பட்ட தடயமும் இருந்தது. அந்தத் தடயம் சுமார் அறுநூறு அடி தூரத்திற்கு மலையின் குறுக்காகச் சென்று, மரங்கள் அடர்ந்த குறுகலான, ஆனால் ஆழம் மிகுந்த மலையிடுக்குக்கு இட்டுச்சென்றது. அந்த மலையிடுக்குக்குள் மழைநீர் சொட்டிட்டு வடிந்துகொண்டிருந்தது. இந்த மலை யிடுக்கின் மேலே இரையைப் புலி எடுத்துச் சென்றிருந்தது.

காலையில் சுமார் 10 மணியளவில் அந்தப் பசு இந்தத் திறந்தவெளியில் கொல்லப்பட்டிருக்கிறது. புலியின் முதல் பதற்றம் என்னவாக இருந்திருக்கும் என்றால், தான் கொன்ற இரையை இங்கிருந்து அகற்றி, மற்ற மாமிச உண்ணிகளின் கண்களில் படாமல் ஏதாவது மறைவான இடத்தில் ஒளித்துவைக்க வேண்டும் என்பதாகதான் இருக்க முடியும். அதனால் மலையிடுக்கின் வழியே மேலே இழுத்துச் சென்று, அதற்கு மட்டுமே தெரிந்த இடத்தில் வைத்துவிட்டு, மீண்டும் மலையிடுக்கின் வழி இறங்கிக் கீழே இருக்கும் பள்ளத்தாக்கிற்குச் சென்றிருக்கிறது. அதனுடைய கால்த்தடங்களும் அவ்வாறுதான் சொல்கின்றன. மனிதர்களும் மாடுகளும் சென்றுகொண்டிருக்கும் காட்டின் இந்தப் பகுதியில்

புலி எங்கே படுத்திருக்கும் என்று யோசிப்பது புத்திசாலித்தனம் அல்ல. மேலும்அதற்கு நான் செய்யும் சிறு தொந்தரவுகூட அது தன் இருப்பிடத்தை மாற்றிச் சென்றுவிட வாய்ப்பாய் அமைய லாம். அதனால், புலியின் கால்த்தடங்கள் மலையிடுக்கைக் கடந்து கீழிறங்கியிருந்தாலும், நானும் மற்ற மூவரும் மிகுந்த கவனத்துடன் அந்த இரை இழுத்துச்செல்லப்பட்ட தடயத் தைத் தொடர்ந்து மேலேறினோம்.

நாங்கள் ஏறிவந்த வரைமுகட்டிலிருந்து அறுநூறு அடிக்குக் கீழே மழைநீரானது மலைப்பகுதியில் ஒரு பெரிய குழிவை உண்டாக்கியிருந்தது. இந்த இடத்திலிருந்துதான் குறுகலான மலையிடுக்கு தொடங்குகிறது. இந்தக் குழிவின் மேல்பகுதியில் பதினைந்து அடி ஆழத்திற்கு மிக செங்குத்தான சரிவு உள்பக்க மாக இறங்கியிருந்தது. இந்தக் குழிவு பல வருடங்களுக்கு முன்பே தோன்றியிருக்க வேண்டும். இப்போது அதன்மேல் கருவாலி, ஒதிய மரங்களின் கன்றுகள் பத்து முதல் பன்னிரண்டு அடி உயரம்வரை வளர்ந்திருந்தன. இந்த மரக்கன்றுகளுக்கும் பதினைந்து அடி மண்சரிவிற்கும் இடையில் சிறிதான வெளி இருந்தது. அதற்குள்தான் புலி, தான் இழுத்துவந்த இரையை ஒளித்துவைத்திருந்தது. இறந்துகிடந்த மாட்டைப் பார்த்ததும், அதை ஆசையாக வளர்த்த அவர் கண்களில் கண்ணீருடன், தனக்கு மிகவும் பிடித்தமான பசு அதுவென்றும் அதைச் சிறு வயதிலிருந்தே வளர்த்துவந்ததாகவும் சொன்னார். எனக்கு அவர்மீது அனுதாபம் ஏற்பட்டது. இறந்த மாட்டின் ஒரு பகுதியைக் கூடப் புலி தொட்டிருக்கவில்லை. இதை இங்கு கொண்டுவந்து வைத்துத் தனக்குத் தேவைப்படும்போது சாப்பிட்டுக்கொள்ளலாம் என்று அந்தப் புலி நினைத்திருப்பது தெளிவாய்த் தெரிந்தது.

நான் உட்காருவதற்கு வசதியாக ஓர் இடம் தேட வேண்டும். மலையிடுக்கின் இரு பக்கங்களிலும் பெரிய கருவாலி மரங்கள் நிறைய வளர்ந்திருந்தன. ஆனால் அவற்றிலிருந்து பார்த்தால் அந்த இரையை ஒளித்துவைத்திருக்கும் இடம் தெரியாது. அது மட்டுமில்லாமல் எல்லா மரங்களும் எளிதாய் ஏறக்கூடிய வகையில் இல்லை. இரை இருந்த இடத்திலிருந்து, தொண்ணூறு அடி கீழே, மலையிடுக்கின் இடதுபுறமாக ஒரு சிறிய தடிமனான சீமை ஆல் வகை மரமொன்று இருந்தது. அதன் அடிமரத்திலிருந்து வளர்ந்திருந்த கிளைகள் எல்லாம் அதன் தண்டிலிருந்து செங்கோணத்தில் நீண்டிருந்தன. நிலத்திலிருந்து சரியாக ஆறு அடி உயரத்தில், வலுமிக்க கிளை ஒன்று நான் அமர்ந்துகொள்ள வசதியாக இருந்தது. கால் நீட்டிக்கொள்ள வசதியாக மற்றொன்றும் இருந்தது. என்னுடன் வந்த மூவரும் தரைக்கு இத்தனை

அருகில் அமர்வதற்குக் கடும் ஆட்சேபம் தெரிவித்தார்கள். இருந்தும், அங்கு உட்காருவதற்கு இதைவிட வசதியான இடம் இல்லை என்பதால், அந்தச் சீமை ஆல் மரமே சரியாக ஆனது. அவர்களை நான் அனுப்பும் முன், முந்தைய மாலையில் தங்கியிருந்த குடிசையில் இன்றும் தங்கியிருக்குமாறும், நான் அவர்களைக் கூப்பிடும்வரை அல்லது நான் அவர்களுடன் வந்து சேரும்வரை அங்கேயே இருக்க வேண்டும் என்றும் அறிவுறுத்தினேன். பள்ளத்தாக்கைத் தாண்டிச் செல்லச் சுமார் அரை மைல் தூரம் இருக்கும். அவர்களால் அங்கிருந்து என்னையோ அல்லது அந்த இரையையோ பார்க்க முடியாதபோதிலும், என்னால் அந்தக் குடிசையை இந்தச் சீமை ஆல் மரத்தின் இலைகளினூடே பார்த்துக்கொள்ள முடியும்.

அவர்கள் என்னை அங்கே விட்டுவிட்டு மாலை நான்கு மணிக்குக் கிளம்பினர். நான் அந்தச் சீமை ஆல மரத்தின் கிளையில் அமர்ந்துகொண்டேன். நிச்சயமாக அதிக நேரம் காத்திருக்க வேண்டியிருக்கும் என்று யோசித்துவைத்திருந்தேன். அந்த மலை மேற்கு நோக்கி இருந்தது. அதனால் அந்தப் புலி சூரியன் மறைவதற்கு முன் வருவதற்கான வாய்ப்பு இல்லை. என்னுடைய பார்வையின் பரப்பில், இடதுபக்கமாய்ச் சீமை ஆல மரத்தின் இலைகளினூடே பார்த்தால் மலையிடுக்கில் சுமார் நூற்றைம்பது அடிவரை கண்ணுக்குத் தெரிந்தது. என் முன்னே இருந்த மலையிடுக்கு மிகத் தெளிவாய்த் தெரிந்தது. அந்த மலையிடுக்கு பத்து அடி ஆழமாகவும், இருபது அடி அகலத்திலும் நீண்டிருந்தது. எதிரில் என்னை நோக்கியிருந்த மலையில் பாறைப் பொதிவுகள் மலையின் மேல் நிறைந்திருந்தன. ஆனால் மரங்கள் ஏதுமில்லை. எனது வலதுபக்கமாகப் பார்த்தால் மலையிலிருந்த வரைமுகடு வரை தெளிவாய்த் தெரிந்தது. ஆனால், அங்கு அடர்த்தியாக முளைத்திருந்த இளம் செடிகளால் மறைக்கப்பட்டு, அந்த இரை மட்டும் என் பார்வைக்கான வியூகத்தில் இல்லாமல் இருந்தது. எனக்குப் பின்புறம் அடர்வு மிகுந்த மூங்கில் செடிகளின் வளைந்த தண்டுகள், நான் இருந்த மரத்தின் அடிவரை இறங்கி யிருந்தன. அதுவும் அந்த இரையை என் பார்வையிலிருந்து மறைக்க ஒரு காரணமாக இருந்தது எனலாம். புலி, தான் கொண்டுவந்த இரையை மழைநீரால் கடைந்து உருவாக்கப் பட்டிருந்த பொந்துக்குள் வைத்தபின் மலையிடுக்கின் வழி

ஜிம் கார்பெட்

கீழே சென்றிருப்பதால், அது மீண்டும் அதே வழியாகதான் திரும்பி அந்த இரையைத் தேடி வரும் என்பது என்னுடைய சரியான அனுமானமாக இருக்கக்கூடும். அதனால் நான் என்னுடைய கவனத்தை மலையிடுக்கின் பக்கமாய் வைத்திருந்தேன். அப்போதுதான் என் துப்பாக்கியின் சரியான கோணத்திற்குள் அந்தப் புலி வரும்போது, நான் அதைச் சுட வசதியாக இருக்கும். அத்தனை அருகில் இருப்பதால் என்னால் நிச்சயமாக அதைக் கொல்ல முடியும் என்பதில் சந்தேகம் இல்லாதபோதும், எதற்கும் தேவையிருப்பின், அடுத்த குறிக்கும் என்னைத் தயார்படுத்திக்கொள்ள, என் துப்பாக்கியின் இரண்டு பிடிப்பிரும்புகளையும் நிமிர்த்திய நிலையில் வைத்துக் கொண்டேன்.

அந்தக் காட்டுப் பகுதியில் கடமான், கேளையாடு, நெடுவாற்குரங்கு போன்றவையும், அதிக எண்ணிக்கையில் வண்ணக்கோழிகள், பூங்குருவிகள், சிலம்பன்கள், வண்ணாத்திக் குருவிகள், நீல அழகிப் பறவைகள் ஆகியவையும் இருந்தன. அவை பூனைப் பேரின வகை மிருகங்களைக் கண்டால் சத்தம் எழுப்பும் குணம் கொண்டவை. அதனால் புலியின் வருகையைத் தெரியப்படுத்தத் தேவையான எச்சரிக்கை ஒலிகள் என்னை வந்தடையும் என்று யோசித்திருந்தேன். ஆனால் இங்கே நான் நினைத்தது நடக்கவில்லை. ஒரு சின்ன எச்சரிக்கை ஒலிகூட எனக்குக் கேட்காமல், புலியின் சத்தம், அந்த இரையின் பக்க மிருந்து வருவதைக் கேட்டேன். மலையிடுக்கின் வழியாகப் புலியானது நீர் அருந்தி வரச் சென்றிருக்க வாய்ப்பு உண்டு. நான் இருந்த இடத்தைக் கடந்து செல்லாமல், அடர்த்தியாக வளர்ந்திருந்த மூங்கில் செடிகளைச் சுற்றிக்கொண்டு, அது தனது இரையைத் தேடி வந்திருக்க வேண்டும். இது என்னைப் பெரிதாய்க் கவலை கொள்ளச் செய்யவில்லை. பகல் பொழுதில் வேட்டையாடும் புலிகள் சிலநேரங்களில் இப்படி அமைதியில்லாமல் வழக்கமான பழக்கத்தை மாற்றிக்கொண்டு அலைவதும் உண்டு. உடனடியாகவோ அல்லது சற்று நேரம் கழித்தோ எனக்கு முன்னிருக்கும் அந்தத் திறந்த இடத்திற்கு அது வரக்கூடும் என்பது எனக்கு நிச்சயமாகத் தெரியும்.

பெரிய சதைத் துண்டங்களைக் கிழித்து எடுத்து, கிட்டத் தட்டப் பதினைந்து நிமிடங்களாக அது சாப்பிட்டுக்கொண் டிருந்தது. அப்போது கரடியொன்று மலை முகட்டின் உச்சிப் பகுதியில், இடமிருந்து வலமாக வந்துகொண்டிருப்பது தெரிந்தது. அது பெரிய கருப்புநிற இமாலயக் கரடி. அந்தப் பக்கமிருந்து இந்தப் பக்கமாக நடப்பதற்கு நேரம் ஒரு விஷயமே அல்ல

என்பதுபோல, மெதுவாக ஆடி அசைந்து நடந்து வந்தது. சட்டெனத் தன் நடையை நிறுத்திவிட்டு, கீழ்புறமாகப் பார்த்த படி கிடைமட்டமாகப் படுத்துக்கொண்டது. ஒன்றிரண்டு நிமிடங்களுக்குப் பின்னர், அது தன் தலையை நிமிர்த்தி, காற்றை முகர்ந்து பார்த்துவிட்டு மீண்டும் படுத்துக்கொண்டது. பகல் பொழுதுகளில் மலைக்காற்று எப்போதும்போல் மலையின் மேல்திசை நோக்கி வீசிக்கொண்டிருக்கும். அந்தக் கரடி இறைச்சி, இரத்தத்தின் வாடையையும் அதனுடன் புலியின் உடல் மணத்தையும் சேர்ந்து உணர்ந்திருக்கலாம். கொல்லப்பட்ட மாடு கிடந்த இடத்திலிருந்து சிறிது தள்ளி வலது பக்கமாக நானிருப்பதால், என்னுடைய மணம் அதனை அடையாமல் இருக்கக்கூடும். இப்போது, அந்தக் கரடி நிலத்தை ஒட்டிப் படுத்திருந்த நிலையிலிருந்து எழுந்து, வளைந்திருந்த கால்களை யும் உடலையும் நிமிர்த்திப் புலியை நோக்கி நகரத் தொடங்கியது.

கரடி மலையிலிருந்து இறங்கி வருவதைப் பார்த்தபோது தான், மிருகங்கள் ஒன்றையொன்று துரத்துவது அல்லது பின்தொடர்வது குறித்த ஒன்று எனக்குத் தெளிவாகியது. கரடி இன்னும் இறங்கிவர அறுநூறு அடி இருந்தன. அதனுடைய உடல்வாகு, புலிகளையோ சிறுத்தைகளையோபோல மற்ற மிருகங்களைத் துரத்துவதற்கான வாகுடன் இல்லாமல் இருந்தாலும், அந்தத் தூரத்தைக் கரடியானது, பாம்பைப் போலச் சீரான வேகத்திலும் நிழலைப் போல மௌனமாகவும் கடந்துவந்தது. அருகில் நெருங்கி வர வர, தனது நடையில் மிகுந்த கவனத்தைக் கொடுத்து வந்தது. என்னால் நானிருந்த இடத்திலிருந்து மலையிடுக்கின் உள்ளே இறக்கத்திலிருந்த பதினைந்து அடி குழியின் விளிம்பைப் பார்க்க முடிந்தது. அந்த இடத்திற்குச் சில அடிக் அருகில் கரடி வந்ததும், அடிவயிறு தரையில் படுமளவுக்குத் தன்னை உள்ளிழுத்துக்கொண்டது. புலி வேகவேகமாக அதிக ஆர்வத்துடன் சாப்பிடும்வரை காத்திருந்து, குழியின் விளிம்பின் ஓரமாய் வந்து மெதுவாய்த் தன் தலையை உயர்த்தி உள்ளே எட்டிப் பார்த்தது. பிறகு மெதுவாய்த் தலையைப் பழையபடி இழுத்துக்கொண்டது. இதையெல்லாம் பார்த்த நான் வியப்பின் எல்லைக்குப் போனபோதும், என்னுடைய முழு உடம்பும் நடுங்கிக்கொண்டிருந்தது. என்னுடைய வாயும் தொண்டையும் உலர்ந்துபோயிருந்தன.

இமாலயக் கரடிகள் புலிகளின் இரைகளைத் திருடுவதை இதுவரை நான் இரண்டு தடவைகள் பார்த்திருக்கிறேன். இரண்டு தடவைகளிலும் புலிகள் இல்லாத நேரம்தான் அவை நடந்தேறின. மேலும் அந்த இரண்டு நேரங்களிலும் கரடியானது

ஜிம் கார்பெட்

புலியின் இரையைச் சாப்பிட்டுக்கொண்டிருக்கும் சிறுத்தைகளை விரட்டிவிட்டு அந்த இரையை எடுத்துச்செல்வதைக் கண்டிருக்கிறேன். ஆனால் இந்த இடத்தில், புலி – அதுவும் பெரிய ஆண் புலி – தன் இரையுடன் இருக்கும்போது கரடி வந்திருப்பதைப் பார்க்கிறேன். புலி ஒன்றும் சிறுத்தையைப் போலத் துரத்திவிடுவதற்கு எளிதான மிருகம் அல்ல. நான் என்ன யோசித்துக்கொண்டிருந்தேன் என்றால், காட்டின் அரசனான புலியை அதனுடைய இரையின் அருகிலிருந்து விரட்ட முயற்சி செய்யுமளவிற்கு நிச்சயமாக இந்தக் கரடி அறிவில்லாதது அல்ல. ஆனால் அதைச் செய்யத்தான் அந்தக் கரடி முயற்சித்துக்கொண்

டிருந்தது என்பது எனக்குத் தெரிந்தது. புலி இரையில் உள்ள எலும்பொன்றை நொறுக்கிக்கொண்டிருந்தபோது, அந்த வாய்ப்பு அதற்குக் கிடைத்தது எனலாம். இந்த நேரத்திற்காகத்தான் அந்தக் கரடி காத்திருந்திருக்கிறது என்றால், அது எனக்குத் தெரியாது; இருப்பினும், புலி எலும்பைக் கடித்துக்கொண்டிருந்தபோது, கரடி குழியின் மேல் விளிம்பின் முனைக்குத் தன்னை இழுத்துக்கொண்டு, தன் பாதங்களை அடியில் நன்கு மண்ணில் பதித்து, குழியின் உள்ளே பெரும் அலறலுடன் குதித்தது. அந்த அலறலுக்கான காரணம், புலிக்குத் தன் வருகையை உணர்த்த வேண்டும் என்பதாக இருக்கலாம் என்று நான் நினைத்தேன். இத்தனை முயற்சியும் அந்தப் புலியைச் சீற்றம்கொள்ளச் செய்வதற்காக என்றும் தோன்றியது. ஏனென்றால், கரடியின் சத்தமான அலறலுக்குப் புலி அதைவிடப் பெரிதான உறுமலைப் பதிலாகத் தந்தது.

காடுகளில் மிருகங்களிடையே சண்டை நடப்பது என்பது மிக அரிது. எனக்குத் தெரிந்தவரை இது இரண்டாவது நிகழ்வு. வெவ்வேறு வகைப்பாடு உடைய மிருகங்களுக்குள் ஒன்றின் உணவை மற்றொன்று பயன்படுத்துவதால் வந்த சண்டையாக இல்லாமல், சண்டையிட வேண்டும் என்ற உத்வேகத்தில் சண்டையிடுவது இதுவே இரண்டாவது முறை. நான் மேலே சொன்ன காரணங்களால், இந்தச் சண்டையை நேரடியாகப் பார்க்க முடியவில்லை, ஆனால் என்னால் அதை நுணுக்க மாகக் கேட்க முடிந்தது. பொந்து மாதிரியான குறுகிய பகுதிக்குள் நடைபெறும் சண்டையாதலால், சத்தம் மிகவும் அச்சமூட்டுவதாக இருந்தது. இந்தச் சண்டையானது, தன்னைத் தானே பாதுகாத்துக்கொள்ளத் தகுதி வாய்ந்த இரண்டு போட்டியாளர்களுக்கிடையே நடக்கும் நேரடி மோதல் என்பதற்கும் என்னையும் சேர்த்து மும்முனை மோதலாக இல்லாமல் இருப்பதற்கும் ஒருவிதத்தில் நான் நன்றி சொல்லக் கடமைப்பட்டிருக்கிறேன். படபடவென அடித்துக்கொள்ளும் இதயத்துக்குள் வேகமெடுத்து ஓடும் ஒவ்வொரு துளி இரத்தமும் வியப்பில் ஆழ்ந்துபோனதில் நேரம் அப்படியே நின்றுவிட்டதுபோல் இருந்தது எனக்கு. அந்தச் சண்டை மூன்று நிமிடங்கள் நீடித்திருந்திருக்கும் அல்லது சற்று அதிகமாகக்கூட நேரம் எடுத்திருந்திருக்கலாம். எவ்வாறாயினும், தேவையான தண்டனையைக் கொடுத்துவிட்டதாகப் புலி நினைத்த கணத்தில், தொடரும் கரடியின் அலறல் சத்தத்துடன் சண்டையை முறித்துக்கொண்டு, என் கண் முன் இருந்த திறந்தவெளிக்குக் குழியினுள் இருந்து ஒற்றைத் தாவலில் மேலேறி வந்தது அந்தப் புலி. என்னுடைய துப்பாக்கியின் பார்வை வளையம் சரியாகப்

புலியின் இடது தோள்பட்டையைக் குறிபார்த்திருக்கும்போது, அது சட்டென இடது பக்கமாகத் திரும்பி, இருபது அடி அகலமுள்ள மலையிடுக்கை ஒரே தாவலில் தாண்டிக் குதித்து, சரியாக என்னுடைய பாதங்களுக்குக் கீழாக வந்து நின்றது. அது தாவி வரும்போதே, நான் துப்பாக்கியின் முகவாயை அழுத்திப் பிடித்துச் சுட்டேன். அந்தத் தோட்டா அதனுடைய முதுகைப் பதம் பார்க்கும் என்று நினைத்தேன். என்னுடைய துப்பாக்கிச் சூட்டுக்குப் பதிலாகக் கோபமான உறுமல் ஒன்றை அந்தப் புலி கொடுத்துவிட்டு என் பின்னிருந்த மூங்கில் தண்டுகளின் அடர்த்திக்குள் விழுந்துவிட்டது. ஒரு சில அடிக்கு அது இழுத்துச் செல்லப்படும் சத்தம் கேட்டது. பின் அங்கே அமைதி நிலவியது; அந்தத் தோட்டாவானது அதன் இருதயத்தைத் துளைத்துச் சென்றதால், அது இழுத்துச் செல்லப்பட்ட வழியிலேயே இறந்திருக்கும் என்று நான் நினைத்தேன்.

மாற்று எரிபொருள் கொண்ட .500 குழல் துப்பாக்கியானது எங்கிருந்து சுட்டாலும், அதிரும் சத்தத்தை உண்டு பண்ணியிருக்கும். ஆனால் இங்கேயோ, இந்த மலையிடுக்கில், பீரங்கி சுட்டால் வரும் சத்தத்தைப் போன்றதொரு அளவில் இருந்தது. துப்பாக்கியின் வெடிச் சத்தம், ஆக்ரோஷமாக இருந்த கரடியிடம் எந்த விளைவையும் ஏற்படுத்தவில்லை. புலியைத் தொடர்ந்து குழியிலிருந்து வெளிவந்த கரடி, புலி செய்தது போல அந்த மலையிடுக்கைத் தாவிக் கடக்க முயலவில்லை. கரையின் ஒரு ஓரமாக ஓடிவந்து, மறுபக்கம் நேராகத் திரும்பி என்னை நோக்கி வந்தது. ஒரு புலி தன் இரையைச் சாப்பிட்டுக்கொண்டிருக்கும்போது தைரியமாகத் துரத்திய ஒரு விலங்கைச் சுடுவதற்கு எனக்குத் துளி விருப்பமும் இல்லை. ஆனால் வெகு ஆக்ரோஷமாக வரும் மிருகத்தை அருகில் வரவிடுவது மடத்தனம் என்பதால், என்னிடமிருந்து சில அடி தூரத்தில் கரடி இருக்கும்போது, இடது குழலில் இருந்த மற்றொரு தோட்டாவை அதன் அகலமான நெற்றியில் இறக்கினேன். மெதுவாக அந்தக் கரடி, தன் வயிற்றுப் பகுதியால் கரையிலிருந்து உள்ளே வழுக்கிச் சென்று தன்னுடைய பின்பக்க இடுப்புப் பகுதி எதிர்க்கரையைத் தொட்டதும் நின்றது.

ஒரு சில நிமிடங்களுக்கு முன்புவரை அந்தக் காடு, மூர்க்கமான சண்டையின் சத்தத்தையும் துப்பாக்கிக் குண்டுகளின் வெடிப்புச் சத்தங்களையும் எதிரொலித்து முடிந்து, இப்போது அமைதியை ஏற்றுக்கொண்டிருந்தது. என்னுடைய இதயத் துடிப்பு இயல்புநிலைக்குத் திரும்பியதும் என்னுடைய எண்ணங்கள் புகைப்பிடித்தலின் ஆறுதலுக்காக ஏங்கியது.

துப்பாக்கியை என்னுடைய மூட்டுகளின் குறுக்காக வைத்துக் கொண்டு என்னுடைய சட்டைப்பைகளில் சிகரெட் பெட்டியும் தீப்பெட்டியும் இருக்கிறதா என்று இரண்டு கைகளாலும் தடவி உணர முற்பட்டேன். அந்த நிமிடத்தில், என்னுடைய பார்வையின் வியூகத்தில் என் வலது பக்கமாக ஓர் அசைவு கண்ணில் படவும், தலையைத் திருப்பியபோது அந்தப் புலி, ஒன்றிரண்டு நிமிடங்களுக்கு முன் ஒரே தாவலில் போய்விழுந்த அந்தத் திறந்தவெளியின் வழியாக அவசரமில்லாமல் ஓடி வருவது தெரிந்தது. அதன் பார்வை என்மீது இல்லாமல், இறந்துபோன அதன் எதிரியின் மீது இருந்தது.

இங்கு நடந்த நிகழ்வுகளை எல்லாம் நான் விவரிக்கும்போது, இதை அறியும் வேட்டை வீரர்கள், குறி தவறிச் சுட்டமைக்கும் மிகுந்த கவனக்குறைவுக்கும் என்மேல் பழி சொல்லவும் கூடும். மோசமான குறி பார்த்தலுக்கு என்மேல் சுமத்தப்படும் பழிக்கு என் தரப்பு வாதமாய் ஏதும் சொல்ல முடியாதபோதும், எனக்குக் கவனக்குறைவு இருந்ததாக நான் ஒப்புக்கொள்ள முடியாது. நான் அந்தப் புலியின் முதுகுக்குக் குறி வைக்கும்போது, நான் நினைத்த மாதிரி அது இறந்துவிடும் அளவிற்கான காயத்தைத்தான் உண்டு பண்ணினேன் என்று நம்பினேன். சுடப்பட்ட பிறகு புலியின் கோபமான உறுமலும் அது துள்ளிப்போய் விழுந்த விரைவும், அதன் பிறகு சட்டென நின்றுபோன சத்தமும், அது அந்த வேகத்திலேயே இறந்திருக்கும் என்ற என்னுடைய நினைப்பை நியாயப்படுத்தியது உண்மை. என்னுடைய இரண்டாவது குறிபார்த்தல், சரியாகக் கரடியை அந்த நிமிடத்திலேயே இறக்கச் செய்தது உண்மை. அதனால் – நான் இன்னும் மரத்தின் மீதே இருப்பதால் – என் முழங்கால்களின் குறுக்காகத் துப்பாக்கியை வைக்கும் முன், அதற்குள் தோட்டாக்களை மறுபடியும் நிரப்ப வேண்டிய எந்த அவசியமும் இல்லாமல் போனது.

புலி ஒரு காயமும் படாமல் உயிரோடு எழுந்து வந்ததைப் பார்த்தபோது, வியப்பில் ஒன்றிரண்டு வினாடிகள் அப்படியே அமர்ந்திருந்தேன். அதன்பின் வேகமாகச் செயல்படத் தொடங்கினேன். இந்தத் துப்பாக்கி கீழ் நோக்கிச் செலுத்தும் நெம்புகோல் கொண்டு தோட்டா அடைக்கும் வகையைச் சார்ந்தது; அந்த நெம்புகோல், விசைக் காப்பின் இரண்டு பொருத்துமுனைகளுக்கு இடையில் நிறுத்தப்பட்டிருக்கும். இந்த முறையில், துப்பாக்கிக்குள் தோட்டாவை விரைந்து அடைப்பது கடினம். மேலும் மீதமுள்ள தோட்டாக்கள் என்னுடைய காற்சராயின் பைக்குள் இருந்தன. நின்றுகொண்டிருக்கும்போது அவற்றை எடுப்பது சுலபம். ஆனால் இப்படி ஒரு மெல்லிய கிளையில் அமர்ந்திருக்கும்போது எடுப்பது

ஜிம் கார்பெட்

சிரமம். கரடி இறந்துவிட்டது என்பது அந்தப் புலிக்குத் தெரியுமா அல்லது அதைப் பார்த்துக்கொண்டே வருவது, தன்னை வேறு யாராவது பக்கவாட்டில் இருந்து தாக்குகிறார்களா என்று நோட்டம் இடுவதற்காகவா என்பது எனக்குத் தெரியவில்லை. எவ்வாறாயினும், அது தான் ஓடிக்கொண்டிருக்கும் சீரான ஓட்டத்தை நிறுத்தாமல், செங்குத்தான மலைப் பகுதியின் முகப்பில் ஏறி வந்து, என்னிடமிருந்து நூற்றியிருபது அடி தொலைவில் நின்றது. அப்போது நேரம் சரியாகப் பதினொரு மணி என்று சொல்ல என்னால் முடியும். அங்கேயிருந்து, பெரிய பாறையின் மேல்தளத்தைக் கடந்துகொண்டிருக்கும்போது, ஒரே ஒரு தோட்டாவைத் துப்பாக்கியில் ஏற்றியிருந்தபோதும், துப்பாக்கியை உயர்த்திக் குறிபார்த்து அதைச் சுட்டேன். நான் சுட்டதும், அது பின்னால் சற்று நகர்ந்து பக்கவாட்டாக மோசமான வகையில் விழுந்து, பின் தட்டுத் தடுமாறி எழுந்து நின்று, மலையின் வளைவொன்றின் பக்கமாய் வாலை உயர்த்தித் தூக்கியபடி சீராக ஓடத் தொடங்கியது. நிக்கல் உலோக அடைப்பானைக் கொண்ட மிருதுவான முனையை உடைய தோட்டா தன்னுடைய எஃகு அடிப்பாகத்துடன், புலியின் முகத்தில் படாமல் அதற்குச் சில அங்குலங்கள் தள்ளியிருந்த குன்றில் போய் மாட்டியிருந்தது. தோட்டா பாய்ந்ததன் பதிலடியான அதிர்வானது, புலியைச் சமநிலை இழக்கச் செய்திருக்க வேண்டும். மற்றபடி அதற்கு ஒன்றும் நேரவில்லை.

அமைதியாக அமர்ந்து சிகரெட் புகைத்தபின் சீமை ஆல மரத்தை விட்டுக் கீழிறங்கினேன். கரடியை அருகில் சென்று பார்க்க விழைந்தேன்; நான் முதலில் நினைத்ததைவிடப் பெரிதாக இருந்தது. கரடி தன் உரிமைக்காகப் புலியுடன் போராடியது மிக யதார்த்தமானது. அந்தப் போராட்டத்தில் அதன் கழுத்தில் ஏற்பட்ட ஆழமான காயங்களிலிருந்து இரத்தம் அடர்த்தியான உரோமங்களின் வழியாக வழிந்துகொண்டிருந்தது. அதன் உச்சந்தலையின் பல இடங்களில் வெட்டுக் காயங்கள், அதன் தலையில் உள்ள எலும்புகள்வரை சென்றிருந்தன. இந்தக் காயங்களைப் பொருத்தவரையில், கரடியைப் போன்ற முரடான மிருகங்களுக்குச் சிறிய விஷயம்தான் என்றாலும், அதை இத்தனை கோபப்பட வைத்தது என்றால் அதனுடைய மூக்கில் ஏற்பட்டிருந்த காயம்தான். பெரும்பாலான ஆண் மிருகங்கள் மூக்கில் அடிவாங்கும்போது ஆத்திரமடைவதுண்டு. இந்தக் கரடிக்கு மென்மையான இந்தப் பகுதியில் அடிபட்டிருக்கிறது என்பதற்கு மேல், அதனுடைய மூக்கு இரண்டாகவும் கிழிந்து பிளவுபட்டிருப்பது அதற்குக் காயத்தைவிட அவமானத்தை அதிகம் கொடுத்திருக்க வேண்டும். இந்தக் காரணத்தால்தான், புலியைக்

கொல்லும் நோக்கில் விரட்ட அது துணிந்திருக்கும். அந்தக் கோபத்தில் இருந்ததுதான், என்னுடைய பெரிய துப்பாக்கியின் வெடிப்பை அது உதாசீனப்படுத்தக் காரணமாகவும் அமைந்தது எனலாம்.

என்னுடைய ஆட்களை அழைத்துவந்து கரடியின் தோலை உரித்து எடுக்கச் சொல்ல என்னிடம் போதிய நேரமில்லாததால், நானே அவர்கள் இருந்த குடிசையை நோக்கி நடந்தேன். இந்தப் பகுதிக்குள்தான் அந்த ஆட்கொல்லி சுற்றிக்கொண்டிருக்கும் என்பதால் அங்கிருந்து கிளம்பி இரவாவதற்குள் தங்கும் இல்லம் சென்றடைந்துவிடலாம் என்று யோசித்தேன். என்னுடைய ஆட்களும், ஒரு டஜன் அல்லது அதற்கும் மேற்பட்ட கிராமத்து மனிதர்களும் அந்தக் குடிசையில் கூடியிருந்தார்கள். பள்ளத்தாக்கைத் தாண்டி நான் வருகிறேனா என்று அவர்கள் கூர்மையாகக் கவனித்துக்கொண் டிருந்தார்கள். நான் அவர்களிடையே வந்துசேர்ந்ததும், அவர்கள் வியப்பின் மிகுதியால் பேசாமல் இருந்தார்கள். பாலா சிங்தான் முதலில் பேசினான். அவன் சொன்ன கதையைக் கேட்ட பிறகுதான், அங்கு கூடியிருந்தவர்கள், என்னை ஏன் சாவிலிருந்து மீண்டு வந்தவன் போன்ற ஆச்சரியத்துடன் பார்த்தார்கள் என்று புரிந்தது.

'நாங்கள்தான் அறிவுறுத்தினோமே' என்று பாலா சிங் ஆரம்பித்தான், 'தரைக்கு மிக அருகில் உள்ள மரத்தில் உட்கார வேண்டாமென்று. உங்களுடைய முதல் அலறலையும் தொடர்ந்து புலியின் உறுமலையும் கேட்டபோதே, நீங்கள் மரத்திலிருந்து கீழிழுக்கப்பட்டுப் புலியுடன் உங்களின் உயிருக்காகப் போராடியிருப்பீர்கள் என்று நாங்கள் நம்பினோம். அதன் பிறகு, புலி உறுமுவதை நிறுத்தி, நீங்கள் மட்டும் அலறிக்கொண் டிருந்ததைக் கேட்டபோது உங்களைப் புலி இழுத்துச் செல்வ தாக நாங்கள் நினைத்தோம். பின்னர், உங்களின் துப்பாக்கியி லிருந்து இரண்டு வெடிச்சத்தங்கள் கேட்டதும், தொடர்ந்து மூன்றாவதும் வெடித்ததும் புலி இழுத்துக்கொண்டு போகும் போது, எவ்வாறு ஒரு மனிதன் துப்பாக்கியால் சுட முடியும் என்று எங்களுக்கு மிகவும் குழப்பமாக இருந்தது. நாங்கள் என்ன செய்யலாம் என்பது குறித்துப் பேசிக்கொண்டிருக்கும் போதுதான் நீங்கள் வருகிறீர்கள். உங்களைப் பார்த்ததும் எங்களுக்குப் பேச்சே வரவில்லை' என்று முடித்தான். காத்திருக்கும் சமயத்தில், சத்தங்கள் எது வந்தாலும் அவற்றைக் கூர்மை யாகக் கேட்டுக்கொண்டிருந்த இவர்கள் கரடியின் அலறலைத் தவறுதலாக மனிதனின் அலறலாகப் புரிந்துகொண்டிருப்பது

தெரிந்தது. அவை இரண்டுமே ஒரே மாதிரியாக இருப்பதும் தொலைவிலிருந்து கேட்கும்போது ஒன்றிலிருந்து மற்றதை வித்தியாசப்படுத்த முடியாததும் புரிந்தது.

பாலா சிங் எனக்காகத் தேநீர் தயாரித்துக்கொண்டிருந்த போது, நான் அங்கிருந்த ஆட்களிடம் அவர்கள் கேட்டுக்கொண் டிருந்த சண்டையைப் பற்றியும் கரடியைச் சுட்டது குறித்தும் சொன்னேன். கரடியின் கொழுப்பானது வாதநோய்க்கு அரிய மருந்து. எனக்கு அதன் கொழுப்பு வேண்டாமென்றும் அவர்கள் தங்கள் நண்பர்களுடன் அதைப் பங்கிட்டுக்கொள்ளலாம் என்றும் நான் சொன்னதும் அவர்கள் மிகவும் மகிழ்ந்து போனார்கள். மறுநாள் காலையில் என்னுடன் கூட்டமாய் வந்த ஆட்களுடன் இறந்த கரடியைத் தோலுரிக்கக் கிளம்பினேன். தங்களுக்குக் கரடியின் இறைச்சியில் ஒரு பங்கு கிடைக்கும் என்ற ஆர்வத்தில் மட்டுமல்லாமல் புலியை எதிர்த்துப் போரிட்ட அந்த மிருகத்தைக் காணும் ஆவல்கொண்டும் அவர்கள் என்னுடன் வந்தார்கள். நான் இதுவரை ஒரு கரடியை அளவெடுத்ததும் இல்லை, எடை பார்த்ததும் இல்லை. ஆனால் அவ்வாறு செய்வதைப் பார்த்திருக்கிறேன். அன்றைய காலையில் நான் தோலுரித்த கரடியானது, இதுவரை நான் பார்த்திராத மிகப்பெரியதும் பருமன் மிகுந்ததுமான இமாலயக் கரடி. அதனுடைய கொழுப்பையும் விலைக்குப் போகக்கூடிய மற்றப் பாகங்களையும் பிரித்துக் கொடுத்த பின், மிகவும் மகிழ்ச்சியாய் வந்திருந்தவர்கள் தபிதுரா செல்லத் திரும்பினார்கள். அவர்களை விட மிகவும் மகிழ்ச்சியாகவும் எல்லோரும் பொறாமைப்படும் படியாகப் பெருமையுடனும் நான் கொடுத்த கரடியின் தோலைப் பின்முதுகில் கட்டிக்கொண்டு, தூக்கி வந்தது பாலா சிங்தான்.

கரடியால் இடையில் நிறுத்தப்பட்ட தன்னுடைய இரை யைத் தேடிப் புலி அதன் பிறகு அங்கு வரவில்லை. மாலையில் மாடு, கரடி ஆகியவற்றின் எலும்புகளைச் சுத்தமாக்கிச் சாப்பிட்டுக்கொண்டிருந்தன பாறுக் கழுகுகள்.

5

கொழுப்புடன் இருக்கும் இறைச்சி நிறைந்த கரடியின் தோலை உரித்தெடுப்பது என்பது நம்மை அழுக்குப்படுத்திக்கொள்ளும் வேலை; வறட்டுத் தன்மையுடன் கூடிய வேலை. சோர்வுடன் நடந்து தங்கும் இல்லத்திற்குத் திரும்பியதும், சூடான குளியலை முடித்து, மிகத் தாமதமான காலை உணவை எடுத்துக்கொண்ட பின், மிகுந்த பதற்றத்துடன் வந்திருந்த காவலர் ஒருவரைச் சந்தித்தேன். அவர் தபிதுராவைத் தலைமையிடமாகக் கொண்ட

வனத்துறை அலுவலகத்திலிருந்து வந்திருந்தார். முந்தைய இரவு அவர் ஊரின் வெளிப்புறமாய் உள்ள புறக்காவல் நிலையத்தில் வேலை முடித்துவிட்டுக் காலையில் தபிதுராவுக்குத் திரும்பி வரும்போது கடைத்தெருவில் உள்ள வணிகரின் கடையில் கரடி ஒன்றை நான் சுட்டுக் கொன்றதைப் பற்றிக் கேள்விப் பட்டிருக்கிறார். கடுமையான வாதநோயால் அவதிப்படும் அவரின் அப்பாவுக்குக் கரடியின் கொழுப்பு தேவையாய் இருந்ததால், அந்த இடத்திற்கு அவரின் பங்கைப் பெற்றுக் கொள்ள அவசரமாகப் போனபோது, மாடுகளின் கூட்டம் ஒன்று பதறி ஓடி வந்ததையும் மாடு மேய்க்கும் சிறுவனும் அந்தக் கால்நடைகளின் பின்னே ஓடி வந்ததையும் கவனித் திருக்கிறார். அந்தச் சிறுவன் காவலரிடம் அவனுடைய மாடு களில் ஒன்றைப் புலி கொன்றுவிட்டதாகத் தெரிவித்திருக் கிறான். வனக் காவலருக்குப் புலி தாக்கும்போது மாடுகள் எங்கு மேய்ந்துகொண்டிருந்தன என்பது குறித்துத் தெரியாமல் இருந்தது. அதனால் பாலா சிங்கும் மற்ற ஆட்களும் தபிதுரா வுக்குத் செல்லும்போது மாட்டைப் புலி கொன்ற இடத்தைப் பற்றித் தெரிந்துகொள்ள நானும் வனக்காவலருடன் சென்றேன். மலை ஏறியும் இறங்கியும் இரண்டு அல்லது அதற்கு மேற்பட்ட மைல் தொலைவு நடந்து சிறு பள்ளத்தாக்கை அடைந்தோம். அந்த மாடு கொல்லப்பட்டிருந்த இடம் அதுவாகத்தான் இருக்குமென்று நினைப்பதாக வனக்காவலர் சொன்னார்.

சில நாட்களுக்கு முன்பு அல்மோராவில் உள்ள கூர்கா பணிமனையில் பழையதெனக் கழிக்கப்பட்ட பொருட்களை ஏலம் விடும் கடையில் இந்த வனக்காவலர் பழைய இராணுவக் கால் பூட்டணிகளை வாங்கியிருப்பார் போலும். அவருடைய கால் பாதங்களைவிட அவை மிகவும் பெரிதாக இருந்தன. அதை அணிந்துகொண்டு தடுமாறி எனக்கு முன்பாக நடந்து கொண்டிருந்தார். பள்ளத்தாக்கின் மேல் ஓரமாய் நடந்துவந்த சமயம், அவருடைய கால் பூட்டணிகளை நான் கழட்டிவிடப் பரிந்துரைத்தேன். அவருடைய கால்களைப் பார்த்தபோது, அதிசயித்துப் போனேன். வாழ்நாள் முழுவதும் வெறும் கால்களிலேயே நடந்து பழகிய ஒரு மனிதர், அழகுக்காகவும் பணிக்காகவும் இவற்றை அணிந்து சிரமம் அடைந்திருப்பதைக் காண முடிந்தது. 'நான் பெரிய கால் பூட்டணிகளை வாங்கி விட்டேன். அவை சுருங்கும் என்று நினைத்தேன்' என்றார்.

படகு போன்ற அமைப்பிலிருந்த அந்தப் பள்ளத்தாக்கு கிட்டத்தட்ட ஐந்து ஏக்கருக்குப் பரந்திருந்தது. அழகான பூங்கா ஒன்று கருவாலி மரங்களால் ஆங்காங்கே பொட்டு

வைத்துக்கொண்டதுபோல் இருந்தது. நானிருந்த பக்கமிருந்து அந்தப் பள்ளத்தாக்கின் நிலப்பரப்பானது, புதர்கள் ஏது மில்லாமல், லேசான சரிவுடன் கீழிறங்கியது. ஆனால் அதன் மறுபுறத்தில் மலை மிகவும் செங்குத்தாக ஏற்றம் கொண்டு ஆங்காங்கே சில புதர்களோடு காட்சியளித்தது. நான் அந்தப் பள்ளத்தாக்கின் மேல் ஓரமாகச் சில நிமிடங்கள் நின்று, என் முன்னே பார்வையில் தெரியும் நிலப்பரப்பைப் பார்வை யிட்டேன். எதுவும் என் கண்களுக்குப் புலப்படுகிறதா என்று ஒவ்வொரு அடியாகக் கவனித்துத் தேடிப் பார்த்தேன். ஒன்றும் புலப்படாததால், வனக்காவலர் பின்தொடர, புல்வெளிச் சரிவின் வழியாகக் கீழே இறங்கினேன். அவர் இப்போது கால் பூட்டணிகள் இல்லாமல் வெறும் காலில் சத்தமின்றி நடந்து வந்தார். பள்ளத்தாக்கில் உள்ள தட்டையான நிலப்பரப்பை நெருங்கியபோது, அங்கே சருகுகளும் காய்ந்த குச்சிகளும் கணிசமான பரப்பளவில் நிறைந்திருந்தன. அவை ஒரு பக்கமாக இழுக்கப்பட்டுப் பெரிய குவியலாகக் குவிக்கப்பட்டிருந்தது. மாட்டின் எந்தப் பகுதியும் வெளியே தெரியும்படி இல்லா திருந்தபோதிலும், இந்தச் சருகுகளின் குவியலுக்கு அடியில் தான் அந்தப் புலி தனது இரையை ஒளித்து வைத்திருக்கிறது என்பது எனக்குத் தெரியும். நான் இந்தத் தகவலை என்னுடன் வந்தவரிடம் சொல்லாமல் இருந்தது என் முட்டாள்த்தனம். புலிகள் இரையை ஒளித்துவைக்கும் பழக்கம் கொண்டவை என்பது தனக்குத் தெரியாது என்று பின்பு ஒரு முறை அவர் என்னிடம் சொன்னார். ஒரு புலி தன்னுடைய இரையை முழுவதுமாய் ஒளித்துவைத்திருக்குமானால், அது அதன் அருகில் இருக்க வேண்டிய அவசியமில்லை என்பதன் குறியீடே அந்தச் செயல். ஆனால் அப்படித்தான் அது நடந்து கொள்ளுமென்று நாம் நம்புவது நமக்குப் பாதுகாப்பானதல்ல. அதனால், நான் பள்ளத்தாக்கிற்குள் இறங்குவதற்கு முன்பாக எப்படி நிலப் பரப்பை ஆழ்ந்து கவனித்தேனோ அதுபோலவே அசையாமல் அங்கே நின்று மீண்டும் கவனித்துப் பார்த்தேன்.

சருகுகளாலும் காய்ந்த குச்சிகளாலும் உண்டாக்கப்பட்ட அந்தக் குவியலுக்குச் சிறிது தள்ளி, நாற்பத்தைந்து அளவு கோணத்தில் மலை உயர எழும்பியிருந்தது. அந்த மலைப் பகுதியில் சுமார் நூற்றி இருபது அடிக்கு அப்பால் சிறிய கொத்தாகப் புதர்கள் வளர்ந்திருந்தன. அதை நான் பார்த்துக் கொண்டிருக்கும் போதே என் கண்ணில் அந்தப் புலி தென்பட்டது. சிறிய சமதளப் பரப்பில் தன்னுடைய பாதங்களை என்னை நோக்கி நீட்டியபடி படுத்திருந்த புலி, திரும்பி

அதனுடைய முதுகை எனக்குக் காட்டியபடி படுத்தது. அதன் தலையின் ஒரு பகுதியையும் அதன் தோள்பட்டையிலிருந்து பின் தொடைப்பகுதிவரை மூன்று அங்குலம் அளவே தெரியும்படியான உடலையும் என்னால் பார்க்க முடிந்தது. அதன் தலையைக் குறிவைத்துச் சுடுவது என்பது இயலாத ஒன்று. அதன் உடலில் ஒருபக்கச் சதையில் மட்டும் காயத்தை உண்டுபண்ணுவதால் எந்தப் பயனும் இல்லை. எனக்கு முழு மதிய வேளையும் மாலை நேரமும் இருந்தன. விரைவிலோ அல்லது சிறிது நேரம் கழித்தோ அந்தப் புலி எழுந்துகொள்ளும். அதுவரை நான் பதுங்கியிருந்து காத்திருக்கலாம் என்று முடிவு செய்தேன். நான் இந்த முடிவுக்கு வந்தபோது, என்னுடைய இடது பக்கமாய் என் பார்வையில் ஓர்அசைவு தென்பட்டது. தலையைத் திருப்பிப் பார்த்தபோது, ஒரு கரடி சத்தமேற்படுத்தாமல் மெதுவாகப் பள்ளத்தாக்கின் மேல்பக்கமாக இரை இருக்கும் திசை நோக்கி வந்துகொண்டிருந்தது. முழுமையாய் வளர்ச்சியுறாத இரண்டு கரடிக் குட்டிகள் அதைத் தொடர்ந்து வந்தன. புலி மாட்டைக் கொன்றதை நிச்சயமாக இந்தக் கரடி கேட்டிருக்கலாம். புலி கொஞ்சம் ஆசுவாசப்படும்வரை காத்திருந்து – பல சந்தர்ப்பங்களின்போது நான் செய்வதைப் போல – இப்போது அதை ஆராய்ந்து பார்ப்பதற்காக வருகிறது. எந்த விசேஷக் காரணங்களும் இல்லாமல் கரடிகள் மத்தியான வேளைகளில் வெளியே சுற்றித் திரிவதில்லை. இரையிடமிருந்து நான் சில அடி தள்ளி நிற்காமல், பள்ளத்தாக்கின் விளிம்பில் போய் நின்றிருந்தேன் என்றால், அந்த இரையைக் குவியலின் உள்ளிருந்து கரடிகள் வெளியே எடுக்கும் வியப்புமிகு காட்சியை என் கண்களால் கண்டிருக்க முடியும் என நம்புகிறேன். தம்முடைய முகரும் திறனால் அவை தம் இரையை எளிதாகக் கண்டுபிடித்து விடுகின்றன. கரடியின் இந்தச் செயல் அந்தப் புலியைத் தூக்கத்திலிருந்து எழுப்பியிருக்கக்கூடும். சண்டை இல்லாமல் இரையை அது அனுபவித்துச் சாப்பிட முடியுமென நான் நினைக்கவில்லை. அதுவும் அந்தச் சண்டை காண்பதற்கு அரியது.

இத்தனை நேரமும் என்னுடைய பின்புறமாய், தன் கால்களின் அடியில் இருக்கும் தரையை மட்டும் பார்த்துக்கொண்டு, சத்தமின்றி அமைதியாய், எதையும் கவனிக்காமல் நின்றிருந்த வனக்காவலர், கரடிகளைக் கவனித்துவிட்டுச் சத்தமான குரலில், ‘பாருங்க ஐயா, கரடி, கரடி’ என்று வியப்புடன் கத்தினார். சத்தம் கேட்டதும் புலி சட்டென எழுந்து நொடிப்பொழுதில் ஓடியது. ஆனால் திறந்த வெளியில் சுமார் 60 அடி ஓடிய பிறகே அது பதுங்குவதற்கான இடத்தை அடைய முடியும். இந்த நேரத்தில் நான் அதைக் குறிபார்க்கத் தொடங்கித் துப்பாக்கியின்

விசையை அழுத்த, நான் வேறு திசையில் குறி வைக்கிறேன் என்று எண்ணி, அந்த வனக்காவலர் என் கையைப் பிடித்திழுக்க முனைய, துப்பாக்கியிலிருந்து வெளியேறிய தோட்டா குறி தவறி நான் நிற்கும் இடத்திலிருந்து சில அடி தள்ளியிருந்த மரத்தில் சிக்கிக்கொண்டது. எந்தச் சமயத்திலும் ஒருவர் தன் குணத்தை இழப்பது எந்தப் பயனும் தராது, அதுவும் அடர்ந்த இந்தக் காட்டுக்குள். குவியலாய் இருக்கும் சருகுகளுக்கு அடியில் என்ன இருக்கிறது என்பது அந்த வனக்காவலருக்குத் தெரியாது. அதுபோல புலியையும் அவர் கவனிக்கவில்லை. என்னுடைய உயிரைக் கரடிகளிடமிருந்து காப்பாற்ற வேண்டும் என்கிற எண்ணத்தில் என்னுடைய கவனத்தை அவற்றை நோக்கித் திருப்பியதைப் பெரிய விஷயமாக நினைத்து அவர், இவ்வாறு நடந்துகொண்டார் என்பதால், அது குறித்துச் சொல்வதற்கு ஒன்றுமில்லை. துப்பாக்கிக் குண்டு வெடித்த சத்தத்தில் கரடிகள் பெரிய தங்களது உடம்பைத் தூக்கிக்கொண்டு அசைந்து அசைந்து சென்றுவிட்டன. என்னுடன் வந்தவரோ, ‘சுடுங்க, சுடுங்க’ என்று பெரிதாகக் கத்திக்கொண்டிருந்தார்.

தபிதுராவுக்குத் திரும்பிச் செல்லும்போது என்னுடன் வந்த வனக்காவலர் மிகுந்த வருத்தத்துடன் இருந்தார். அவரை உற்சாகப்படுத்த அவரிடம், மலைக்காட்டாடை வேட்டையாட, அது இருக்குமிடம் ஏதாவது அவருக்குத் தெரிந்திருக்குமா என்று கேட்டேன். ஏனென்றால், என்னுடன் வந்த ஆட்கள், இன்னும் இறைச்சி உணவு கிடைக்காமல் இருக்கிறார்கள் என்று சொன்னேன். அவருக்கு அந்த வேட்டையாடும் இடம் தெரிந்திருந்தது மட்டுமல்லாமல், எனக்கு உதவி செய்வதாகவும், கால்களில் கொப்புளங்கள் இருந்தபோதிலும் என்னை அங்கு கூட்டிச்செல்வதாகவும் சொன்னார். ஒரு கோப்பைத் தேநீருக்குப் பின்னர், இரண்டு ஆட்கள் உடன்வர நாங்கள் கிளம்பினோம். வேட்டை முடிந்ததும் அந்தப் பையைத் தூக்கிக்கொண்டுவர இரண்டு ஆட்கள் தேவைப்படுவார்கள் என்று அந்த வனக்காவலர் சொன்னார்.

தங்கும் இல்லத்தின் முன்முற்றத்திலிருந்து மலையானது கீழ்பக்கமாகச் செங்குத்தாய் இறங்கியிருந்தது. வனக்காவலர் என்னை இந்த இறக்கத்தின் வழியாகக் கூட்டிச் சென்றார். சில நூறு அடியில் மலைக்காட்டாடுகள் செல்லும் ஒற்றையடி வழித்தடம் மலையின் பரப்பைக் கடந்து சென்றது. இப்போது நான் அவரின் முன் சென்றேன். வலதுபக்கமாக அரை மைல் தூரம் சென்ற பின், பாறைகள் நிறைந்த மலைக்குவடுக்கு வந்து சேர்ந்தோம். அங்கிருந்து எதிரிலிருந்த ஆழமான மலையிடுக்கைப்

பார்த்தபோது, அதன் மறுகோடியில் மலைக்காட்டாடு ஒன்று வெளியே நீட்டிக்கொண்டு நின்றிருந்த பாறை ஒன்றின்மீது நின்றுகொண்டு வெட்டவெளியைப் பார்த்தபடி இருந்தது. எல்லா வகையான ஆடுகளுக்கும் (வரையாடு, இபெக்ஸ் காட்டாடு, மார்க்கோர் காட்டு ஆடு போன்றவற்றிற்கு) இம்மாதிரியான பழக்கம் உண்டு. இங்கிருந்து அந்த ஆட்டுக்கும் எனக்கும் இடையிலான தூரம் சுமாராக அறுநூறு அடிக்குள் இருந்தாலும் அதனுடைய வெண்மை நிற வட்டமான தொண்டைப் பகுதியை இங்கிருந்து என்னால் பார்க்க முடிந்தது. அது ஓர் ஆண் என்பதை அது காட்டியது. என்னுடைய ஆட்களுக்கு இறைச்சி கிடைக்கும்படி செய்வதற்கும் என்னுடைய புதிய துப்பாக்கி நன்றாகக் குறிபார்த்துச் சுடுகிறதா என்பதைப் பரிசோதிக்கவும் இதுதான் சரியான சந்தர்ப்பம் என்று தோன்றியது. அதனால், கீழே படுத்துத் துப்பாக்கியின் அறுநூறு அடிக் காட்சித் தொலைவைக் காட்டும் பின்னிருக்கும் கண்ணோக்கியை மேலிழுத்துவிட்டு, மிகச்சரியாய்க் குறி வைத்துச் சுட்டேன். என்னுடைய துப்பாக்கியின் சரியான தாக்குதலில் அந்த மலைக்காட்டாடு, அது நின்று கொண்டிருந்த பாறையின் மீதிருந்து கீழே சரிந்து அங்கேயே விழுந்தது. அது நின்றிருந்த இடத்திலிருந்து நூறு அடிக்கும் மேலாக ஆழமான சரிவு இருந்தது. அந்தப் பக்கமாக விழாமல் இருந்தது பெரிய அதிர்ஷடம் என்றே சொல்ல வேண்டும். இரண்டாவதாய் இன்னொரு மலைக்காட்டாடு, என் பார்வையில் இதுவரை படாதது, அந்த மலையிடுக்கின் மறுகோடிக்கு ஓடத் தொடங்கியது. அதன் பின்னே இளம் கன்று ஒன்றும் தொடர்ந்தது. ஓடிக்கொண்டிருந்த அந்த ஆடு அமைதியாய் ஒரு கணம் நின்று, பல முறை எங்களைத் திரும்பிப் பார்த்துக்கொண்டே மீண்டும் ஓடி மலையின் வளைவுக்குள் சென்று மறைந்தது.

நானும் அந்த வனக்காவலரும் புகைத்துக் கொண்டிருந்த போது, என்னுடைய இரண்டு ஆட்களும் பையை நிரப்பிக் கொண்டு வருவதற்காகச் சென்றார்கள். கரடியின் கொழுப்பில் தனக்கான பங்கு கிடைக்காதது குறித்து வனக்காவலருக்கு இருந்த வருத்தம் நீங்கியது. இப்போது மலைக் காட்டாட்டின் இறைச்சியிலும் தோலிலும் பங்கு உண்டென்பதே மிகுந்த மகிழ்ச்சியை அவருக்கு உண்டாக்கியது. இதை வைத்து அவர் தனது தகப்பனாருக்கு ஒரு இருக்கை செய்து கொடுக்க முடியும் என்பதே காரணம். முதுமையும் முடக்குவாதமுமாகச் சிரமப் படும் அவருக்கு இந்த ஆசனமானது மீதி வாழ்நாளைச் சூரிய வெளிச்சத்தில் வெயிலுடன் வாழ வகைசெய்யும்.

ஜிம் கார்பெட்

6

மறுநாள் காலையில் வெகு சீக்கிரமாகப் பள்ளத்தாக்கிற்குச் சென்று பார்த்தபோது, என்னுடைய சந்தேகம் உறுதியானது. அந்தப் புலி தனது இரையைத் தேடி வரவில்லை என்பதும், மாறாக, கரடிகள் வந்திருக்கலாம் என்பதும் தெளிவானது. மூன்று கரடிகளும் சாப்பிட்ட பின், எலும்புகளுடன் சிறிதளவே இறைச்சி மீதமிருந்தது. அந்த மிச்சத்தையும் நான் அங்கு சென்ற சமயம், தனியாளாக நுணுக்கமாகப் பிரித்துச் சாப்பிட்டுக்கொண்டிருந்தது, கருங்கழுகு ஒன்று.

காலைப் பொழுது இன்னும் இளம் சூட்டுடன் இருக்க, நேற்று அந்தப் புலி சென்ற திசையில் நானும் மலையின் மீது ஏறத் தொடங்கினேன். மலைக்குவடுவரை சென்று இறக்கத்தில் இறங்கி மறுகோடியில் இருந்த லோகர்காட் சாலையை அடைந்து, அந்தப் பக்கம் ஆட்கொல்லிச் சிறுத்தையின் தடயங்கள் ஏதாவது கிடைக்குமா என்று தேடினேன். மதிய வேளையில் தங்கும் இல்லத்திற்குத் திரும்பியபோது மற்றுமொரு விலங்கைப் புலி அடித்துக் கொன்றிருப்பது தெரியவந்தது. தகவலைச் சொன்ன இளைஞன் அறிவு நிறைந்தவனாக இருந்தான். வழக்கொன்றின் தொடர்பாக அல்மோரோவுக்குச் சென்று கொண்டிருக்கும் வழியில், என்னிடம் தகவல் சொல்ல வந்திருந்தான். புலி மாட்டைக் கொன்ற இடத்தைக் காட்டுவதற் காக என்னுடன் வரும் அளவுக்கு அவனுக்கு நேரமில்லாததால், முன்முற்றத்தின் தரையில் கரித்துண்டு கொண்டு அந்த இடம் எங்கே உள்ளதென்று வரைந்து காட்டினான். காலை உணவை யும் மதிய உணவையும் சேர்ந்தாற்போல் சாப்பிட்டுவிட்டு அந்த இறந்த மாட்டைத் தேடி நான் கிளம்பினேன். அந்த இளைஞன் வரைந்து காட்டிய இடம் சரியாக இருந்தால், நேற்று நான் புலியைச் சுட்ட இடத்திலிருந்து சுமார் ஐந்து மைல் தூரம் இருக்கலாம். நான் பார்த்தவரை அங்கிருந்த பெரியதொரு பள்ளத்தாக்கின் இறக்கத்தில் ஓடும் ஓடையின் கரைகளின் அருகே மேய்ந்து கொண்டிருந்த மாடுகளின் சிறு மந்தையொன்றை அந்தப் புலியானது எதிர்கொண்டிருக்க வேண்டும். என்னுடைய கணிப்பில், மிருதுவான மண் நிறைந்திருந்த அந்த நிலப்பரப்பு புலிக்குத் தான் அடித்த மாட்டை இழுத்துச் செல்லச் சிறிது சிரமத்தைக் கொடுத்திருக்க வேண்டும். சுமார் முன்னூறு கிலோவுக்கு மேல் எடையுடைய மிகவும் துடிப்பான பெரிய உருவம் கொண்ட விலங்கைக் கொல்வது மிகவும் கடினமான காரியம். இந்தக் கடின வேலைக்குப் பின்னர் அந்தப் புலி சற்று

ஓய்வெடுக்கச் சென்றிருக்க வேண்டும். ஆனால், இந்த நிகழ்வில் அவ்வாறில்லாமல் புலியானது மாட்டைக் கொன்றதும் கீழே இரத்தம் எதுவும் இல்லாதிருப்பது தெரிவதால் கொன்ற இரையை உடனடியாக இழுத்துக்கொண்டு ஓடையைக் குறுக்கே கடந்து, மலையின் அடிவாரத்தில் உள்ள அடர்ந்த காட்டுக்குள் கொண்டு சென்றிருக்கிறது.

நேற்று அந்தப் புலி, தான் அடித்துக்கொன்ற இரையை அதே இடத்தில் மறைத்து வைத்திருந்தது. ஆனால் இன்று இரையைக் கொன்ற இடத்திலிருந்து முடிந்தவரை தள்ளி எடுத்துச்செல்லும் நோக்கில் இழுத்துச் சென்றிருக்கிறது. கிட்டத் தட்ட இரண்டு மைல்களுக்கு மேல், செங்குத்தாக ஏறுகிற மலையில் உள்ள மரங்கள் அடர்ந்த காட்டுக்குள் இரையைப் புலி இழுத்துச்சென்ற பாதையை நானும் தொடர்ந்தேன். மலையின் உச்சிக்கு முந்நூறு அடி இருக்கும் சமயத்தில், அது இழுத்துக்கொண்டு செல்லும்போது பெரும்பளுவான அந்தப் பசுவின் பின்னங்கால்களில் ஒன்று, இரண்டு கருவாலி மரக்கன்றுகளின் இடையில் சிக்கிக்கொள்ள, மலையேறும் வேகத்தில் புலி கொடுத்த அழுத்தமான விசையில், செடி களின் அடிமூட்டில் சிக்கிய அந்தக் காலானது, மாட்டின் பின்முழங்காலுக்குச் சற்றுக் கீழே பிய்ந்து, மரக்கன்றுகளின் நடுவே சிக்கி நிற்க, புலி மாட்டின் மீதி உடலை இழுத்துக் கொண்டு சென்றிருக்கிறது. புலி இரையை இழுத்துக்கொண்டு ஏறிவந்த மலையின் உச்சிப் பகுதியானது தட்டையாகவும் இளம் கருவாலி மரங்கள் நிறைந்தும் காணப்பட்டது. அந்த மரக்கன்றுகளின் அடிமரமானது, சுமார் ஒன்று அல்லது இரண்டு அடி அகலம் உள்ளவையாக இருந்தன. இந்த மரங்களின் அடியில், குத்துச் செடிகளோ எந்த விதமான மறைவிடமோ இல்லை. புலி தன்னுடைய இரையை மறைக்கும் முயற்சி எதையும் செய்யாமல், அங்கே அப்படியே விட்டுச் சென்றிருந்தது.

நான் மெதுவாகவே நடந்து புலி இழுத்துச்சென்ற தடத்தைத் தொடர்ந்து வந்திருந்தேன். என்னுடன் துப்பாக்கியும் சில தோட்டாக்களும் மட்டும் எடுத்துச் சென்றிருந்தேன். பளுவான எதுவும் என்னிடம் இல்லாதபோதும், நான் மலையின் உச்சிக்கு வந்து சேர்ந்தபோது, என்னுடைய சட்டை நனைந்தும் என் தொண்டை வறண்டும் போயிருந்தன. என்னுடைய அந்த நிலை என்னைப் போலவே புலிக்கு ஏற்பட்டிருக்கக்கூடிய தாகத்தைப் பற்றி யோசிக்கவைத்தது. எனக்கும் தண்ணீர் குடிக்க வேண்டிய அவசியம் இருந்ததால், அருகில் ஏதாவது நீர் கிடைக்குமா என்று அறிந்துவரக் கிளம்பினேன். புலியைக் கண்டுபிடிக்க அது ஒரு

வாய்ப்பாகவும் அமையலாம். நான் கரடியைச் சுட்டுக் கொன்ற அந்த மலையிடுக்கு இங்கிருந்து வலது பக்கமாக அரை மைல் தொலைவில் இருந்தது. அதில் தண்ணீர் உண்டு. ஆனால் இன்னொரு குறுகலான மலையிடுக்கு இடது பக்கமாகச் சென்றது. முதலில் அதில் முயற்சி செய்ய நான் முடிவு செய்தேன்.

அந்த மலையிடுக்கில் அதிகபட்சமாக ஒரு மைல் தூரம் நான் இறங்கிச் சென்றிருப்பேன். நான் வந்துசேர்ந்த இடத்தில், மலையிடுக்கு குறுகி இருபுறமும் செங்குத்தாய் இறங்கும் களிப்பாறைகளைக் கொண்டதாய் இருந்தது. அங்கிருந்த பெரிய பாறையைச் சுற்றி நடந்து செல்கையில் அறுபது அடி தொலைவில் என் முன்னே அந்தப் புலி படுத்திருப்பதைப் பார்த்தேன். அந்த இடத்தில் சிறு குளமாய்த் தண்ணீர் இருந்தது. குளத்துக்கும் வலது பக்கமாக இருந்த கரைக்கும் நடுவில் இருந்த குறுகலான நீள மணல்வெளியில் அது படுத்திருந்தது. அந்த இடத்தில் மலையிடுக்கானது, வலதுபக்கமாகக் கூராகத் திரும்பும் வளைவு ஒன்றைக் கொண்டிருந்தது. புலியின் பாதி உருவம் வளைவில் நான் நின்றிருந்த பாகத்திலும், மீதி உருவம் வளைந்து சென்றிருந்த மறுபாதியிலும் காட்சி தந்தது. இடதுபக்கமாக அது படுத்திருந்த நிலையில், அதனுடைய முதுகுப் பகுதி குளத்தைப் பார்த்தவாறு இருந்தது. இங்கிருந்து அதனுடைய வாலையும் பின்னங்கால்களின் ஒரு பகுதியையும் என்னால் பார்க்க முடிந்தது. எனக்கும் தூங்கிக்கொண்டிருக்கும் அந்த மிருகத்துக்கும் இடையில், காய்ந்த கிளைகள் பெரும் குவியலாகக் கிடந்தன. அவை எருமை மாடுகளுக்கான தீவனத்துக்காக, சில காலங்கள் முன்பாக மரங்களின் மேலிருந்து தொங்கும் கிளைகளைத் தறித்துப் போடப்பட்டிருந்திருக்க வேண்டும். தடங்கலாய்க் கிடக்கும் இந்தக் காய்ந்த மரக்கிளைகளைச் சத்தமின்றித் தாண்டிச் செல்ல என்னால் முடியாது. அல்லது, செங்குத்தாக இருபுறமும் செல்லும் கரைகளின் வழியே ஒரு சிறு சறுக்கலும் இல்லாமல் களிப்பாறைகளைக் கடந்து செல்வதும் இயலாது. அதனால் எனக்கிருக்கும் ஒரே வழி, அங்கேயே அமர்ந்து அது என் துப்பாக்கியின் குறிக்கு நேராக வரும்வரை காத்திருப்பதுதான்.

இத்தனை பெரிய கடினமான வேலைக்குப் பிறகு, நிறையத் தண்ணீரும் அருந்திவிட்டு, புலி ஆழ்ந்த உறக்கத்தில் இருந்தது. சுமார் அரை மணிநேரமாக அதனிடமிருந்து சிறு அசைவும் இல்லை. அதன்பிறகு வலதுபக்கமாகத் திரும்பியதில், அதனுடைய கால்களில் மேலும் அதிகமான பகுதி என் பார்வைக்குள் வந்தது. இந்த நிலையில் சில நிமிடங்கள் படுத்திருந்துவிட்டு, பின் எழுந்துகொண்டது. பிறகு நடந்து வளைவின் அந்தப்

பக்கமாகச் சென்றுவிட்டது. துப்பாக்கியின் சுடுவிசையின் மீது விரலை வைத்துக்கொண்டு, அதனுடைய இரை என் பின்னிருக்கும் மலையின் மேல் இருப்பதால், அது திரும்பி வருவதற்காக நான் காத்திருந்தேன். நிமிடங்கள் போய்க்கொண்டிருந்தன. அதன் பிறகு, முந்நூறு அடி தொலைவில் ஒரு கேளையாடு பெரும் பதற்றத்துடன் குரைத்தபடி மலையின் இறக்கத்தில் பாய்ந்தோடியது. சிறிது அவகாசத்தில், கடமான் ஒன்றும் சத்தமிட்டது. புலி சென்றுவிட்டது; ஏனென்று எனக்குத் தெரியவில்லை. ஒரு புலி மேற்கொள்ளும் உடல் உழைப்பைவிட அதிகமாக அது செய்திருக்கிறது. நானிருப்பதை என் உடல் வாசத்தின் மூலம் அது உணர்ந்திருக்கும் என்றும் சொல்ல முடியாது. ஏனென்றால் புலிகளுக்கு வாசனைகளை முகரும் உணர்வு கிடையாது. எவ்வாறாகினும், அது இத்தனை தூரம் மலையுச்சிவரை கஷ்டப்பட்டு இழுத்துக்கொண்டு வந்த இரையை உண்ண வரும், அதனை வரவேற்க நான் காத்திருக்கத்தான் வேண்டும். புலி தண்ணீர் குடித்த குளத்தில் நீரானது பனிக்கட்டியைப் போன்று குளிர்ந்திருந்தது. என்னுடைய தாகத்தைத் தணித்துக் கொண்டு, நெடுநேரமாக ஒத்திவைத்திருந்த சிகரெட் புகைத்தலைச் சுகமாய் அனுபவிக்க முடிந்தது.

சூரியன் மறைவதற்கான நேரம் நெருங்கியது. அந்த இரையின் கிழக்குப் பக்கமாக முப்பது அடியிலும், வலதுபக்க மாகச் சிறிது தூரத்திலும் இருந்த கருவாலி மரமொன்றின் மீது வசதியாக என்னை அமர்த்திக்கொண்டேன். புலி மலையின் மேற்குப் பக்கமாக ஏறி வரக்கூடும். அது வரும் திக்கில், எங்களுக்கிடையில் இரை இருப்பது சரியானதல்ல. ஏனென்றால் புலிகளுக்கு மிக நல்ல பார்வைத் திறன் உண்டு. மரத்தில் நான் அமர்ந்திருந்த இடத்திலிருந்து பள்ளத்தாக்கையும் அதன் பின்னிருக்கும் மலைகளையும் நோக்கிய கோணம் மிகத் தெளிவாகத் தெரிந்தது. மறைந்துகொண்டிருக்கும் சூரியன், பெரியதொரு தீக் கோளமாய் பூமியின் விளிம்பின் மேல் ஓய்வெடுத்தபடி, உலகத்தைச் சிவப்பால் குளிப்பாட்டிக் கொண்டிருந்தது. என் கீழிருந்த பள்ளத்தாக்கில் கடமான் ஒன்று சத்தமிட்டது. புலி நடந்து வந்துகொண்டிருக்கலாம். அது இரையை வந்தடைய நெடுநேரம் ஆகலாம். குறி தவறாமல் சுடத் தேவையான நல்ல பகல் வெளிச்சமும் இருந்தது.

சூரியனின் தீக் கோளம் தொடுவானத்திற்குக் கீழே இறங்கியது. சிவப்பு ஒளி பூமியிலிருந்து மெதுவாக அகன்றது. அந்தி வானம் கலைந்து இருளுக்கு வழிவிட்டது. காட்டில் எல்லாம் அமைதியாகின. நிலவானது அதனுடைய மூன்றாவது

கால் பகுதியில் இருந்தது. ஆனால், நட்சத்திரங்களோ – இமாலயத்தில் இருப்பதுபோல் எங்கும் இத்தனை ஒளிர்ந்தபடி இருக்காது – வெண்மை நிறத்திலிருந்த இரையைச் சரியாகப் பார்க்குமளவுக்கு வெளிச்சத்தைக் கொடுத்தன. இரையின் தலைப்பகுதி என்னைப் பார்த்தபடி இருந்தது. இப்போது புலி வந்து மாட்டின் பின்பகுதியைச் சாப்பிடத் தொடங்கினால் என்னால் அதனைப் பார்க்க இயலாதுபோகும். ஆனால், அந்த வெள்ளை இரையின் மீதான என் பார்வைக் கோணத்தைச் சற்று மாற்றியமைத்துத் துப்பாக்கியைச் சற்று உயர்த்தி விசையை அழுத்தினால், இரை என் பார்வையிலிருந்து மறைந்து, அந்தப் புலியின் மீது பட, பாதிக்கு பாதி வாய்ப்பு இருக்கிறது. ஆனால், இங்கு எப்படியாகினும் வேட்டையாட, அது ஒன்றும் ஆட்கொல்லி மிருகம் அல்ல. இங்கு, எந்த மனிதர்களையும் கொல்லாத ஒரு கோயில் புலி மட்டும் உள்ளது. இதுவரை தொடர்ந்து நான்கு நாட்களாக நான்கு மாடுகளை மட்டும் கொன்றிருந்தபோதிலும், அது காட்டின் சட்டத்திட்டங்களுக்கு எதிராக எந்தக் குற்றத்தையும் செய்திருக்கவில்லை. அதனைக் கொல்வது என்பது அந்தப் புலியின் அட்டூழியத்தால், பாதிக்கப்பட்டவர்களுக்கு மட்டும் நன்மை தரும் விஷயமாக இருக்கக்கூடும். இருந்தும் ஒரு வாய்ப்பாக இதை எடுத்துக் கொண்டு சுட நேர்ந்தால், இந்த இரவில் சரியானபடி குறி வைக்க இயலாத நிலையில், அதனைக் காயப்படுத்த மட்டுமே முடியும் வாய்ப்பு இருக்கிறது. அந்தக் காயத்தால் அது பல மணி நேரம் துன்புறவும்கூடும். ஒருவேளை அந்தக் காயத்தில் இருந்து புலியால் மீள முடியவில்லையென்றால் அது ஒரு மனிதர்களை கொல்லும் ஆட்கொல்லியாக மாறவும் வாய்ப்பிருக்கிறது. அதனால், எந்தச் சூழ்நிலையிலும் இந்தச் செயலை என்னால் நியாயப்படுத்த முடியாது.

வெளிச்சம் கிழக்கிலிருந்து வந்துகொண்டிருந்தது. அடிமரத் தண்டுகள் தெளிவில்லாத நிழல்களைப் பரப்பத் தொடங்கியிருந்தன. நிலவு வெளிவந்து, காட்டின் திறந்த வெளிகளை எல்லாம் வெளிச்சப்படுத்தியது. இந்த நேரத்தில் தான் அந்தப் புலி வந்தது. என்னால் அதனைப் பார்க்க முடியவில்லை. ஆனால் புலி அங்கிருப்பதை என்னால் உணர முடிந்தது. இரையின் பின்பக்கமாய் உட்கார்ந்துகொண்டு மலைமுகட்டின் வளைவின் மேல்பக்கமாய்த் தலையை உயர்த்தி வெறும் கண்களால் என்னைக் கவனித்துக் கொண்டிருக்கிறதோ? இருக்காது, அதற்கு வாய்ப்பில்லை. ஏனென்றால், நான் வசதியாக அமர்ந்துகொண்ட நேரத்திலிருந்தே அந்த மரத்தின் ஒரு பகுதியாக மாறியிருந்தேன்.

புலிகள் எப்போதும் காட்டையும் அவை போகும் பாதையிலுள்ள மரங்களையும் எந்தக் காரணமும் இன்றிக் கூர்மையாகக் கவனிக்காது. இருந்தும் புலி அங்கேதான் இருந்தது; என்னையும் கவனித்துக்கொண்டுதான் இருந்தது.

இப்போது தெளிவாய்ப் பார்ப்பதற்கான வெளிச்சம் அங்கே இருந்தது. என் முன்னால் இருக்கும் நிலப்பரப்பைக் கூர்மையாகவும் கவனமாகவும் பார்த்தேன். பிறகு பின்னால் இருப்பதைப் பார்ப்பதற்காக வலதுபுறமாக என் தலையைத் திருப்பியதில், புலி அங்கிருப்பதைக் கண்டேன். நிலவு ஒளியின் சிறு துண்டு வெளிச்சத்தில், இரையை நோக்கியவாறு தன்னுடைய பின்பகுதியில் உடலை இருத்தி அமர்ந்தவாறு தலையை என்னை நோக்கி மேலே பார்த்தபடி இருப்பது தெரிந்தது. நான் கீழ் நோக்கி அதனைப் பார்ப்பது தெரிந்ததும் தன் காதுகளைக் நேராக்கி வைத்துக்கொண்டது. நான் சிறு அசைவுகூடக் கொடுக்காமல் அமர்ந்திருந்ததால் அது தன்னுடைய காது களைப் பழையபடி மேல்நோக்கி வைத்துக்கொண்டது. அது தனக்குள் என்ன நினைத்துக்கொண்டிருக்கும் என்று என்னால் அனுமானிக்க முடிந்தது, 'சரி, நீ என்னைப் பார்த்துவிட்டாய், அதை வைத்து என்ன செய்ய போகிறாய்?' என்னால் சிறிதளவே ஏதாவது செய்யமுடியும். அதைச் சுட வேண்டுமானால், நான் அரை வட்டமளவு திரும்ப வேண்டும். பதினைந்து அடி தூரத்திலிருந்து புலி என்னைப் பார்த்துக்கொண்டிருக்கும்வரை, புலியைத் தொந்தரவு செய்யாமல் என்னால் அப்படிச் செய்யவியலாது. ஒரு வாய்ப்பு இருக்கிறது. என்னுடைய துப்பாக்கியை இடது தோள்பட்டைப் பக்கமாக மாற்றி வைத்துக்கொண்டு சுடுவது. இதை முயற்சி செய்யலாம் என்று முடிவுசெய்தேன். துப்பாக்கி, தன்னுடைய முகவாயை இடதுபக்கம் நீட்டியபடி, என்னுடைய கால் மூட்டுகளின் மீது பதிந்தபடி இருந்தது. அதைத் தூக்கி எடுத்து, வலதுபுறமாகத் திருப்ப முயற்சிக்கும்போது, புலி தன் தலையைத் தாழ்த்தி, காதுகளை மீண்டும் நேராக்கியது. நான் அசையாதிருக்கும்வரை, அது இதே நிலையில் இருந்தது. ஆனால் நான் என்னுடைய துப்பாக்கியை மாற்றிவைக்க முயன்றபோது, அது எழுந்து இருட்டின் நிழல்களின் பின்னால் ஓடி ஒளிந்தது.

நல்லது, அது அப்படித்தான், அந்தப் புலி இரண்டாவது ஆட்டத்திலும் நிச்சயமாக வெற்றி பெற்றுவிட்டது. நான் இந்த மரத்தில் இருக்கும்வரை அது திரும்பி வரப்போவதில்லை. ஆனால் நான் சென்ற பிறகு அது வரலாம். வந்து இரையை இங்கிருந்து அகற்றிவிடலாம். அதனால் ஓர் இரவுக்குள் முழு

மாட்டையும் சாப்பிட இயலாது என்பதால் எனக்கு அடுத்த நாள் இன்னொரு வாய்ப்புக் கிடைக்கலாம்.

இரவை எங்கே கழிப்பது என்பதே இப்போது எனக்கிருக்கும் கேள்வி. ஏற்கெனவே நான் இருபது மைல் நடந்து வந்திருக்கிறேன் என்பதுவும், தங்கும் இல்லத்திற்குச் செல்ல இன்னும் எட்டு மைல் நடக்க வேண்டும் என்பதுவும் – அதுவும் முழுவதுமாய்க் காட்டின் வழியாக – எனக்கு ஏற்புடையதாக இல்லை. வேறு ஏதாவது இடமாக இருந்தால், இரை கிடக்கும் இடத்திலிருந்து அறுநூறு அல்லது தொள்ளாயிரம் அடி தூரத்திற்காவது நடந்து சென்று அங்கே தரையில் நிம்மதியாகப் படுத்து உறங்கி யிருப்பேன். ஆனால் இந்தப் பகுதியில் ஏற்கெனவே ஒரு ஆட்கொல்லிச் சிறுத்தை நடமாடிக் கொண்டிருக்கும் வேளையில் அது சிரமம். ஆட்கொல்லிச் சிறுத்தைகள் பெரும்பாலும் இரவில்தான் வேட்டையாடும். சற்று முன்பான மாலை நேரத்தில், மரத்தில் உட்கார்ந்திருக்கும்போது, தூரத்தில் மாடுகளின் கழுத்து மணிகளின் தொடர் சத்தங்கள் கேட்டன. ஒன்று அவை கிராமத்திலிருந்து கேட்டிருக்க வேண்டும், அல்லது மாட்டுக் கொட்டகையிலிருந்து கேட்டிருக்க வேண்டும். எந்தத் திசை என்பதை நான் சரியாகக் குறித்திருந்தேன். இப்போது சத்தம் வந்த இடம் நோக்கி அதைக் கண்டுபிடிக்கக் கிளம்பினேன். இமயமலைப் பகுதியில் உள்ள மக்களுக்குக் கால்நடைகள் திருட்டு என்பது தெரியாத ஒன்று. குமாவுன் முழுமையும் மேய்ச்சல் நிலங்களுக்கு அருகில் உள்ள காட்டுப் பகுதியில் பொதுப் பகிர்வு மாட்டுக் கொட்டகைகள் உண்டு. நான் கேட்ட அந்த மணிச் சத்தங்களை வைத்து, அவற்றில் ஏதோ ஒரு கொட்டகைதான் என்று கணித்தேன். அங்கே வலுவான மரவேலிக்கு நடுவில் பெரிதான திறந்த கொட்டகையில் கிட்டத்தட்ட நூறு மாடுகளுக்கு மேல் இருந்தன. இந்தக் கொட்டகையானது காட்டின் உட்பகுதியில் இருந்தது. பாதுகாப்புக்கு யாரும் இல்லை. அதுவே அங்கிருக்கும் மலைவாழ் மக்களின் நேர்மைக்குச் சான்றாக இருந்தது. அந்த இடம் மற்றொன்றிற்கும் சான்றாக இருந்தது. அது என்னவென்றால், நான் வரும்வரை, தபிதுரா பகுதியில் உள்ள இந்தப் பொது மாட்டுக் கொட்டகைகளில் உள்ள மாடுகள் புலிகளால் சேதம் செய்யப்படவில்லை என்பதே.

இரவு நேரங்களில் காட்டில் உள்ள எல்லா மிருகங்களும் சந்தேகத்திற்கு ஆட்பட்டவையே. கொட்டகையின் உள்ளிருப்பவர் களின் பாதுகாப்போடு நான் இரவைக் கழிக்க வேண்டு மென்றால், என்னை நோக்கிய அவர்களின் இயற்கையான சந்தேகப் பார்வையை முதலில் உடைக்க வேண்டும். காலாடுங்கியில் உள்ள

எங்களின் கிராமத்தில் வசிப்பவர்கள் கிட்டத்தட்ட தொள்ளாயிரம் கால்நடைகள், பசுக்கள், எருமைகள் என்ற எண்ணிக்கையில் வைத்திருந்தனர். மிகச் சிறு வயதிலிருந்தே, நான் கால்நடைகளோடு தொடர்பில் இருந்திருப்பதால், அவை புரிந்துகொள்ளும் மனித மொழி எனக்குத் தெரியும். மிகவும் மெதுவாக நடந்துகொண்டே அவற்றுடன் பேசிக்கொண்டே நான் கொட்டகைக்கு வந்தேன். மரவேலியை அடைந்ததும் அதன் மேல் என் முதுகை வைத்து அமர்ந்து புகைக்கத் தொடங்கினேன். நான் உட்கார்ந்திருந்த இடத்தின் அருகில் நிறையப் பசுக்கள் நின்றுகொண்டிருந்தன. அவற்றுள் ஒன்று அப்போது முன்னேறி வந்து, மரவேலியின் சட்டங்களின் ஊடே தலையை வெளியே நீட்டி, என்னுடைய பின்னந்தலையில் நக்கியது; அது நட்பான குறிப்புணர்த்துதல். இங்கே, எட்டாயிரம் அடி மலையின் உயரத்தில் இரவுகள் மிகவும் குளிரானவை. என்னுடைய சிகரெட்டைப் புகைத்து முடித்ததும் துப்பாக்கியிலிருந்து தோட்டாக்களை எடுத்து விட்டு அதை வைக்கோல் கொண்டு மூடி வைத்துவிட்டு, மரவேலிமீது ஏறினேன்.

நான் தூங்குவதற்குச் சரியானதொரு இடத்தைத் தேர்ந் தெடுப்பதில் கவனம் கொள்ள வேண்டியிருந்தது. ஏனென்றால், இரவில் கேட்கும் ஏதாவது ஒரு அலறலுக்கு, மாடுகள் பதற்றத் துடன் நடக்க ஆரம்பித்துவிடும். அதுசமயம் நாம் தரையில் இருந்து மாட்டிக்கொள்வது பாதுகாப்பானதல்ல. கொட்டகையின் நடுப்பகுதியின் அருகில், கூரைக்கான பக்கபலமாய்க் கொடுக்கப்பட்டிருக்கும் கழிக்கு அருகில், படுத்திருந்த இரண்டு மாடுகளுக்கு இடையில், கொஞ்சம் திறந்த இடம் இருந்தது. ஏதாவது நேர்ந்தாலும் சட்டென அந்தக் கழியைப் பற்றி ஏறிக்கொள்ள வசதியாக இருக்கும். சாய்ந்த நிலையில் படுத்துக் கொண்டிருக்கும் விலங்குகளைக் குறுக்கே தாண்டி, நான் செல்வதற்கு வசதியாக நின்றுகொண்டிருக்கும் மாடுகளின் தலைகளைத் தள்ளிக்கொண்டு, ஒன்றுக்கொன்று முதுகைக் காட்டிக்கொண்டு படுத்திருக்கும் இரண்டு மாடுகளுக்கிடையே போய்ப் படுத்துக்கொண்டேன். இரவில் எந்த ஒரு விலங்கின் அலறலும் கேட்காததால், கூரைக் கழியின் மீது ஏறும் தேவை அமையவில்லை. இரவின் குளிருக்கு இதமாக மாடுகளின் சூடான உடல்கள் இருந்தன. தேனின் இனிப்பு மணத்தைப் போன்றதொரு மணத்தை உடைய நல்ல உடல் நலத்துடன் இருக்கும் மாடுகளின் வாசம் என்னுடைய மூக்கைத் தொட்டது. உலகம் முழுவதுடன் சமாதானம் செய்துகொண்ட நினைப்பில், புலிகள், ஆட்கொல்லிச் சிறுத்தைகளையும் சேர்த்துத்தான், மறந்துவிட்டு நிம்மதியாய்த் தூங்கினேன்.

ஜிம் கார்பெட்

மறுநாள் காலையில் சூரியன் விடியும் வேளையில், பேச்சுச் சத்தங்களைக் கேட்டு, கண்களைத் திறந்தேன். அங்கே மூன்று ஆட்கள் பால் வாளிகளை வைத்துக்கொண்டு மரவேலியின் சட்டங்களின் வழியே என்னைக் கூர்ந்து பார்த்தனர். முந்தைய நாள் காலை உணவுக்குப் பின், புலி தண்ணீர் குடித்த குளத்தில் குடித்திருந்த தண்ணீரைத் தவிர வேறு எதுவும் உள்ளே செல்ல வில்லை. அவர்களின் மாடுகளுடன் நான் படுத்திருப்பதைப் பார்த்த வியப்பு தீர்ந்ததும், அந்த ஆட்கள் கொடுத்த இளம் சூடான பசும்பால் மிகவும் இதமானதாய் இருந்தது. சாப்பாட்டுக்காகத் தங்களின் கிராமத்திற்கு வர வேண்டும் என்ற அவர்களின் அழைப்பை மறுத்துவிட்டு, அவர்கள் கொடுத்த தங்கும் இட வசதிக்காக நன்றி சொல்லிவிட்டுக் கிளம்பினேன். குளியலுக் காகவும், நிறைவான உணவுக்காகவும் தங்கும் இல்லத்திற்குத் திரும்பும் முன், அந்தப் புலி தன்னுடைய இரையை எங்கு எடுத்துச் சென்றிருக்கும் என்று தேடச் சென்றேன். நான் எங்கே விட்டு வந்தேனோ அங்கேயே அந்த இரை கிடப்பத்தைக் கண்டு வியந்தேன். அதைப் பாறுக் கழுகுகளிடமிருந்தும், பொன்னாங் கழுகுகளிடமிருந்தும் பாதுகாக்க, அங்கிருந்த் கிளைகளைக் கொண்டு மூடி வைத்துவிட்டு, தங்கும் இல்லத்திற்குத் திரும்பினேன்.

என்னுடைய பார்வையில், இந்தியாவில் இருப்பதுபோல உலகின் எந்த ஒரு பகுதியிலும் எஜமானர்களின் குண மாறுத லுக்குத் தக்கவாறு பொறுமையாய் இருக்கும் வேலையாட்கள் இருக்கவே முடியாது. தங்கும் இல்லத்திற்குக் கிட்டத்தட்ட இருபத்து நான்கு மணிநேரத்திற்குப் பிறகு நான் திரும்பியிருக்கிறேன். ஒரு ஆச்சரியம் கூட அவர்களிடம் ஏற்படவில்லை. ஒரு கேள்வியும் என்னை அவர்கள் கேட்கவில்லை. சூடான வெந்நீர் குளிய லுக்காகத் தயாராக இருந்தது மாற்றிக்கொள்வதற்குச் சுத்தமான ஆடைகள் எடுத்து வைக்கப்பட்டிருந்தன சிறிது நேரத்திற்குள் நான் காலை உணவைச் சாப்பிட உட்கார்ந்தபோது கஞ்சி, வறுத்த முட்டை, சூடான சப்பாத்தி, தேன் – முதியவரான பூசாரி கடைசியாக கொடுத்துச் சென்ற பரிசு – ஒரு கோப்பை முழுவதும் தேநீர் இவை யாவும் இருந்தன. காலை உணவு முடிந்ததும், தங்கும் இல்லத்தின் முன்னால் இருக்கும் புல்வெளியில் அமர்ந்து கொண்டு பிரமிப்பான இயற்கைக் காட்சியை ரசித்துக்கொண்டும் அடுத்து என்ன செய்வது என்று திட்டமிட்டுக்கொண்டும் இருந்தேன். நைனிதாலில் உள்ள என்னுடைய வீட்டிலிருந்து ஒரு குறிக்கோளுடன், ஒரே ஒரு குறிக்கோளுடன் மட்டும்தான் கிளம்பி வந்தேன். அது என்னவென்றால், பனார் ஆட்கொல்லிச் சிறுத்தையைச் சுட்டுவிட முயற்சிக்க வேண்டும் என்பதே. அது அந்த மந்தையாளனைக் கோவில் வெளிப்பிரகாரத்திலிருந்து

இழுத்துப் போட்டதைத் தவிர அதன் பிறகு அதுகுறித்து எதுவும் கேள்விப்படவில்லை. இந்த ஆட்கொல்லியானது இந்த நிலப்பரப்பை விட்டு நீண்ட நாட்கள் காணாமல் போவது ஏற்கெனவே நடந்திருக்கிறது என்பதைப் பூசாரி, வணிகர் அங்கு அருகிலும் தொலைவிலும் வசிக்கும் கிராமத்து மக்கள் ஆகியோரை விசாரித்ததில் நான் அறிந்துகொண்டேன். அவர்களுடைய கருத்துப்படி அப்படியான காலகட்டம் இப்போது தொடங்கியிருக்கிறது. ஆனால் இது எத்தனை நாட்களாகத் தொடரும் என்பதைச் சொல்ல முடியவில்லை என்றும் சொன்னார்கள். அந்த ஆட்கொல்லிச் சிறுத்தை புழங்கிவரும் பகுதியானது மிகவும் பரந்துபட்டது. அதற்குள் பத்து முதல் இருபது சிறுத்தைகள் இருப்பதற்கான வாய்ப்பு இருக்கிறது. அதில் ஒரு குறிப்பிட்ட சிறுத்தையை மட்டும் கொல்வது என்பது – அதுவும் இப்போது மனிதர்களைக் கொல்வதை நிறுத்தியிருக்கும் சமயத்தில் – அதை எங்குத் தேடுவது என்று தெரியாமல் தேடுவது நம்பிக்கையில்லாத செயலாகத் தோன்றுகிறது.

ஒரு ஆட்கொல்லியைப் பிடிப்பதற்காக வந்து என்னுடைய பணி தோல்வி அடைந்துள்ளது. தபிதுராவில் இனிமேல் என்னுடைய இருப்பை நீட்டிப்பது எந்த வகையான பயனையும் தராது. கோயில் புலி குறித்த கேள்வி மட்டும் எஞ்சி நிற்கிறது. அந்தப் புலியைக் கொல்வது என்பதை என்னுடைய பொறுப்பாக நான் நினைக்கவில்லை; நான் அதைத் தொடர்வது என்பது, சாதாரணமாக அது மாடுகளைக் கொல்வதைவிட இன்னும் அதிகமான கால்நடைகளைக் கொல்வதற்கான சாத்தியங்களை உண்டு பண்ணுகிறதோ என்று எனக்குத் தோன்றுகிறது. ஓர் ஆண் புலியானது நான் தபிதுராவுக்கு வந்துசேர்ந்த அன்றிலிருந்து மாடுகளைக் கொல்லத் தொடங்கியது ஏன் என்று என்னால் நிச்சயமாகச் சொல்ல முடியவில்லை. நான் இங்கிருந்து சென்ற பிறகு அது கொல்வதை நிறுத்துமா என்பதும் எனக்குத் தெரியவில்லை. எதுவாகினும், நான் அதைச் சுட்டுப் பிடிப்பதற்கு என்னாலான முயற்சிகளை எடுத்தேன்; அந்தப் புலியால் ஏற்பட்ட பாதிப்புகளுக்கான நிவாரணத் தொகையையும் முழுமையாகக் கொடுத்திருக்கிறேன். அந்தப் புலி மிகவும் வியக்கத்தகு வனம் சார்ந்த அனுபவங்களை எனக்குக் காட்டியிருக்கிறது. கடந்த நான்கு நாட்களாக எங்களுக்குள் நடந்த ஆர்வமிக்க, எழுச்சியூட்டுகிற விளையாட்டின் எல்லா நிலைகளிலும், அது என்னைத் தோற்கடித்து இருக்கிறது. இருந்தும், அதன்மேல் அதற்கு எதிரான எந்தக் கடினமான வருத்தங்களும் எனக்கு இல்லை. இந்த நான்கு நாட்களும் எனக்கு வேலைப்பளு மிகுந்த கடினமான நாட்களாக இருந்தன. அதனால் இன்று நன்றாக

ஜிம் கார்பெட்

ஓய்வு எடுத்துக்கொண்டு, நாளை அதிகாலையில் என்னுடைய முதல் கட்டப் பயணமாகத் திரும்பி நைனிதாலுக்குச் செல்லவிருக்கிறேன். நான் இந்த முடிவுக்கு வந்த அதே சமயம் என் பின்னாலிருந்து ஒரு குரல் என்னை அழைத்தது. 'வணக்கம் ஐயா . . . அந்தப் புலி என்னுடைய மாடுகளில் ஒன்றைக் கொன்றுவிட்டது என்பதை உங்களிடம் சொல்லிவிட்டுப் போவதற்காக வந்தேன்' என்றது அந்தக் குரல். மீண்டும் அந்தப் புலியைச் சுடுவதற்கு ஒரு வாய்ப்பு அமைந்திருக்கிறது. நான் அதில் வெற்றி பெற்றாலும் பெறாவிட்டாலும் நாளைக் காலையில் இங்கிருந்து கிளம்பும் என் திட்டத்தில் உறுதியாக இருந்தேன்.

7

மனிதர்கள், கரடிகளின் குறுக்கீடுகளால் எரிச்சலுற்ற அந்தப் புலி தன்னுடைய நிலப்பரப்பை மாற்றிக்கொண்டது. அதன் கடைசி இரையானது தபிதுரா மலைகளின் கிழக்குப் பக்கத்தில் கொல்லப்பட்டிருந்தது. அந்த இடம் முந்தைய மாலையில் அந்தப் புலிக்காக நான் அமர்ந்திருந்த இடத்திலிருந்து பல மைல் தூரத்தில் இருந்தது. அந்த நிலப்பரப்பு மேடு பள்ளங்களை உடையதாக ஆங்காங்கே சில புதர்க் கூட்டங்களையும் சில தனி மரங்களையும் அங்கொன்றும் இங்கொன்றுமாகக் கொண்டிருந்தது; காட்டுக் கௌதாரிகளுக்குச் சரியான நிலப்பரப்பாக அது இருந்தது. ஆனால் அங்கே ஒரு புலி வந்திருக்கும் என்பதை நான் எதிர்பார்க்கவில்லை.

மலையின் நிலப்பரப்பின் குறுக்காக ஆழமற்ற ஒரு பள்ளம் ஓடியது. அந்தப் பள்ளத்தில் புதர்ச் செடிகளின் கூட்டம் திட்டுத் திட்டாய்ப் பரவியிருந்தது. அதனிடையிடையே சிறிய உயரமான புற்கள் கொண்ட காட்டிடை வெளிகள் இருந்தன. அந்த இடைவெளிகளில் ஒன்றின் ஓரமாய் மாடு கொல்லப்பட்டு, அருகிலிருந்த சில புதர்களை நோக்கிச் சில அடி தூரம் இழுத்துச் செல்லப்பட்டுப் பின்னிருந்த திறந்தவெளியில் கிடந்தது. அந்த இரையிலிருந்து, காட்டிடை வெளியின் எதிர்ப்புறமாக அல்லது இறங்குமுகமாக ஒரு பெரிய கருவாலி மரம் இருந்தது. கிட்டத்தட்ட முன்னூறு அடி சுற்றளவில் இருந்த ஒரே மரமாகிய அதில் அமர்ந்துகொள்ள முடிவு செய்தேன்.

என்னுடைய ஆட்கள் ஒரு கெண்டியில் தேநீருக்காக நீரைச் சூடு பண்ணிக்கொண்டிருந்தபோது நான் அங்கே சுற்றிவந்து புலியை நடந்து சென்று சுடுவதற்கு வாய்ப்பு இருக்குமா என்று பார்த்துக்கொண்டிருந்தேன். அந்தப் புலி பள்ளத்தின் ஏதோ ஒரு இடத்தில் படுத்திருக்க வேண்டும் என்பது எனக்கு நிச்சய

ஜிம் கார்பெட்

மாகத் தெரிந்தது. ஆனால் ஒரு மணிநேரமாக ஒவ்வொரு அடியாக நான் தேடியபோதும் அது இருக்கும் அடையாளத்தை என்னால் பார்க்க முடியவில்லை.

எந்த மரம் எனக்கு உட்காருவதற்கான இடத்தைத் தருகிறதோ, அது அந்தத் திறந்தவெளியை நோக்கிச் சாய்ந்திருந்தது. அதிகமாக வெட்டப்பட்டுத் தறித்தலுக்கு உள்ளான கிளைகளிலிருந்தும் மரத்தின் தண்டிலிருந்தும் சிறுசிறு முளைகள் நிறைய கிளை விட்டிருந்தன. அவை மரம் ஏறுவதற்கு வசதியாக இருந்தன. ஆனால் மேலிருந்து பார்க்கும்போது அடிமரத்தை முழுமை யாகப் பார்க்க முடியாமல் அவை தடுத்தன. இருபது அடி உயரத்தில் ஒரு தனித்த பெரிய கிளை ஒன்று அந்தக் காட்டிடை வெளியின் மேலாக நீண்டிருந்தது. அது ஒன்று மட்டுமே எனக்குச் சரியான இருக்கையாக இருக்க முடியும். ஆனால் அது அத்தனை சௌகரியமாக இல்லை என்பதுடன், எளிதில் ஏற முடிந்ததாகவும் இல்லை. மாலை நான்கு மணிக்கு என்னுடைய ஆட்களை அனுப்பிவிட்டேன். மலையின் மேற்புறமாகத் தெரிந்த கிராமம் ஒன்றிற்குச் சென்று எனக்காகக் காத்திருக்குமாறு சொல்லி அனுப்பினேன். ஏனென்றால், சூரியன் மறைந்த பிறகு எனக்கு அங்கு உட்காரும் எண்ணமில்லை.

அந்த இரை, நான் சொல்லியிருந்தபடி திறந்த வெளியில் கிடந்தது. என்னிடமிருந்து முப்பது அடி தள்ளி இருந்தது. அந்த இரையின் பின்பகுதியானது அடர்ந்த புதர்க் கூட்டத்திலிருந்து சுமார் மூன்று அடி அல்லது அதற்கும் மேல் தள்ளியிருந்தது. ஒரு மணிநேரமாக நான் அதே நிலையில் உட்கார்ந்து, எனக்கு வலது முன்புறமாக இருந்த ராஸ்பெர்ரி செடியில் பழங் களைக் கொத்திக்கொண்டிருந்த செம்மீசைச் சின்னான்களைக் கவனித்துக்கொண்டிருந்தேன். கண்களைத் திருப்பி அந்த இரையைப் பார்த்தபோது புலியின் தலை அருகிலிருந்த புதர்க் கூட்டங்களின் மேலாகத் தெரிவதைப் பார்த்தேன். அது நிச்சயமாகப் படுத்திருக்கிறது. அதனுடைய தலை தரைக்கு மிக அருகில் இருக்கிறது. ஆனால் அதன் கண்கள் என்னையே பார்த்துக்கொண்டிருந்தன. இப்போது, மெதுவாக ஒரு கால் பாதத்தை மட்டும் சற்று முன் நோக்கி நகர்த்தியது. அதன் பிறகு அடுத்தது. பிறகு மெதுவாக வயிற்றை நிலத்தோடு ஒட்டி இழுத்துவந்து இரையை நெருங்கியது. எந்த அசைவும் இல்லாமல் அந்த இடத்தில் பல நிமிடங்களாக அப்படியே நின்றது. பிறகு, அதனுடைய பார்வையை என் மேலே இருத்திக்கொண்டு, வாயின் வழியாக இரையை உணர்ந்து, மாட்டின் வாலைக் கடித்து இழுத்து அதை ஒரு பக்கமாக வைத்தது. அதன் பிறகு சாப்பிடத் தொடங்கியது. மூன்று நாட்களுக்கு முன்பு கரடியுடன்

சண்டையிட்ட மறுநாளிலிருந்து ஒன்றும் சாப்பிடாமல் இருந்ததால் மிகுந்த பசியோடு இருந்தது அது. மனிதனொருவன் ஆப்பிளை எவ்வாறு சாப்பிடுவானோ அதுபோலத் தோலை ஒதுக்கிவிட்டு மாட்டின் பின் பகுதியிலிருந்து இறைச்சியைப் பெரிய பெரிய துண்டுகளாக அது கடித்துச் சாப்பிட்டுக்கொண்டிருந்ததைக் கண்டேன்.

துப்பாக்கி என்னுடைய கால் மூட்டுகளின் குறுக்கே இருந்தது. அதனுடைய குறியானது புலி இருக்கும் திசையை நோக்கி இருந்தது. அதை என்னுடைய தோளுக்கு உயர்த்துவதே நான் இப்போது செய்யவேண்டியது. அந்தப் புலி அதனுடைய பார்வையைக் கணநேரம் என் மேலிருந்து மாற்றினால் போதும், நான் துப்பாக்கியை உயர்த்திவிடுவேன். ஆனால் அந்தப் புலிக்கு அதற்கு நேரப்போகும் ஆபத்து தெரிந்திருக்கிறது. அதனால் என் மேலிருந்த பார்வையை அகற்றாமல், மிக நிதானமாகவும் அவசரமில்லாமலும் அது அந்த இரையைச் சாப்பிட்டுக்கொண்டிருந்தது. பதினைந்து முதல் இருபது பவுண்டு வரை எடையுள்ள இறைச்சியை அது சாப்பிட்ட முடித்த பின், அதற்குப் பின்னிருந்த புதரின் பக்கமிருந்த ராஸ்பெர்ரி செடிகளில் அமர்ந்திருந்த சின்னான் பறவைகள் பறந்துபோயின. அதன் பின் அங்கு இரண்டு கருப்புத் தொண்டை நீல அழகி பறவைகள் வந்தமர்ந்து சத்தமிட்டுக்கொண்டிருந்தன. இதுதான் நான் செயல்படுவதற்கான நேரம் என்று நினைத்தேன். பறவைகள் அதிகமாய்ச் சத்தமிட்டுக்கொண்டிருப்பதால் என்னுடைய துப்பாக்கியை மிக மெதுவாய் உயர்த்தும் செயலை அந்தப் புலி கவனிக்க வாய்ப்பில்லை என்பதால் நான் அதைச் செய்யத் தொடங்கினேன். ஆறு அங்குல அளவுக்குத் துப்பாக்கியின் முகவாயை நிமிர்த்தியிருப்பேன், உடனே புலி ஏதோ ஒரு வலிமையான சுருள்வில் தன்னை இழுப்பதுபோல மெதுவாகத் தனது உடலைப் பின்நோக்கித் தள்ளியது. துப்பாக்கியைத் தோளில் ஏற்றிக் கை மூட்டுகளைக் கால் மூட்டுகளில் வைத்துக்கொண்டு நான் இப்போது அந்தப் புலி இரண்டாவது முறையாகத் தன்னுடைய தலையை நிமிர்த்தும் என்று காத்திருந்தேன். இந்த முறை அது நிச்சயமாக அவ்வாறு செய்யும் என்று நினைத்தேன். சில நிமிடங்கள் கழிந்த பின்னர், அந்தப் புலியின் சத்தத்தைக் கேட்டேன். அது புதர்களைச் சுற்றிக்கொண்டு வந்து பின்புறமாக என்னை அணுக முயற்சித்தது. நான் இருந்த மரத்தைப் பிறாண்டத் தொடங்கியது. அந்த அடித் தண்டில் சிறு கிளைகளாக அடர்ந்து முளைத்திருந்ததால் என்னால் அந்தப் புலியைப் பார்க்க முடியாமல் இருந்தது. மெலிதாகக் குரல் எழுப்பிக்கொண்டே அது மீண்டும் அடிமரத்தை

வெறியுடன் பிறாண்டத் தொடங்கியது. நான் மரக்கிளையில் அமர்ந்துகொண்டே மனதுக்குள் சிரித்துக்கொண்டிருந்தேன்.

காகங்களுக்கும் குரங்குகளுக்கும் நகைச்சுவை உணர்வு அதிகம் உண்டு என்று எனக்குத் தெரியும். ஆனால் அன்றுவரை எனக்குத் தெரியாதது புலிகளும் நகைச்சுவை உணர்வுகொண்டவை தான் என்பது. மேலும் இந்தப் புலிக்கு இருப்பது போன்றதொரு அதிர்ஷ்டமும் துடுக்குத்தனமும் வேறு எந்த மிருகத்துக்காவது இருக்குமா என்றும் எனக்குத் தெரியாது. இந்த ஐந்து நாட்களில் அது ஐந்து மாடுகளைக் கொன்றிருக்கிறது. அதுவும் நான்கு மாடுகளைப் பட்டப்பகல் வெளிச்சத்தில் கொன்றிருக்கிறது. இந்த ஐந்து நாட்களில் நான் அதனை எட்டு முறை பார்த்திருக்கிறேன், நான்கு முறை துப்பாக்கி விசையைச் சரியாக அதன்மீது குறி வைத்து அழுத்தியிருக்கிறேன். இப்போதும் அரை மணிநேரமாக என்னை வெறித்துப் பார்த்தவாறே அந்தச் சமயத்தில் சாப்பிடவும் செய்துவிட்டுத் தற்சமயம் நான் அமர்ந்திருக்கும் இந்த மரத்தைப் பிறாண்டிக்கொண்டே என் மேலிருக்கும் வெறுப்பைக் காட்டுகிறது, மெலிதான சீறலுடன்.

முதியவரான பூசாரி என்னிடம் அந்தப் புலியைக் குறித்துச் சொன்னது நினைவுக்கு வருகிறது, 'அந்தப் புலியைச் சுடுவதற்காக நீங்கள் முயற்சி செய்வதில் எனக்கு ஆட்சேபணை ஒன்று உண்டு ஐயா. நீங்கள் என்று இல்லை, வேறு எவராலும் அதைக் கொல்வதில் நிச்சயம் வெற்றி பெற முடியாது.' அந்தப் பூசாரி சொன்னதை உறுதிசெய்யும் வகையில், புலி இப்போது அதற்கான தனி வழியில்தான் செல்கிறது. நல்லது, இந்த விளையாட்டில் புலி அதனுடைய கடைசிக் காயை நகர்த்தும் சமயம் வந்திருக்கிறது. இதில் எங்கள் இருவருக்கும் எந்தச் சேதாரமும் இல்லாமல் நாங்கள் விளையாடியிருக்கிறோம். ஆனால் கடைசியாகக் கிடைக்கும் வெற்றிச் சிரிப்பின் திருப்தியை அதற்குக் கொடுக்க என்னால் முடியாது. துப்பாக்கியைக் கீழே வைத்துவிட்டு என் கைகளைக் கட்டிக்கொண்டு மரத்தைப் பிறாண்டுவதை நிறுத்தும்வரை நான் காத்திருந்தேன். அதன் பிறகு தொண்டை கிழியும் அளவுக்குப் பெரியதொரு சத்தம் எழுப்பினேன். அது மலைகளின் மீது மோதிப் பெரிதாய் எதிரொலித்தது. அந்தச் சத்தம் புலியை முழுவேகத்தில் மலை இறக்கத்தில் ஓடவைத்தது. அந்தச் சத்தம் என்னுடைய ஆட்களையும் கிராமத்திலிருந்து ஒரே ஓட்டமாக இறங்கி வரவைத்தது. 'வாலை மேலே தூக்கியபடி அந்தப் புலி ஓடுவதை நாங்கள் பார்த்தோம்' என்று அவர்கள் வந்ததும் சொன்னார்கள். 'அது இந்த மரத்தை என்ன செய்திருக்கிறது என்று பாருங்கள்'

கோயில் புலியும் குமாவுன் ஆட்கொல்லிகளும்

மறுநாள் காலையில் நான் தபிதுராவில் இருக்கும் என்னுடைய எல்லா நண்பர்களுக்கும் பிரியாவிடை கொடுத்து, அந்த ஆட்கொல்லி எப்போது மறுபடியும் தன் வேலையைக் காட்டுகிறதோ அப்போது நான் இங்குத் திரும்பி வருகிறேன் என்ற உறுதியையும் அளித்துவிட்டுக் கிளம்பினேன்.

அதன்பின் வந்த வருடங்களில், ஆட்கொல்லி மிருகங்களை வேட்டையாடும் பொருட்டு நான் தபிதுராவுக்குப் பலமுறை வந்திருக்கிறேன். அந்தக் கோயில் புலியை எவரும் கொன்றதாக நான் கேள்விப்பட்டதில்லை. அதனால், இந்த நீண்ட காலகட்டத்தில் அந்தப் பழைய போராளி, ஒரு வயதான சிப்பாயைப் போல், காணாமல் போய்விட்டது.

ஜிம் கார்பெட்

முக்தேஸ்வர் ஆட்கொல்லி

வடக்கு, வடகிழக்கு நைனிதாலிலிருந்து பதினெட்டு மைல்களுக்கு அப்பால், எண்பதாயிரம் அடி உயரமும் பன்னிரெண்டு முதல் பதினைந்து மைல் நீளமும் கொண்ட மலையொன்று கிழக்கு மேற்காகப் பரந்து விரிந்திருந்தது. செங்குத்தாக உயர்ந்து நிற்கும் அம்மலையின் மேற்குப் பகுதியின் அருகில், முக்தேஸ்வர் கால்நடை ஆராய்ச்சி மையம் உள்ளது. அங்கே இந்தியக் கால்நடைகளைத் தாக்கக்கூடிய நோய்களுக்கான எதிர்ப்பாற்றல் கொடுக்கும் நிணநீரும் மருந்துகளும் தயாரிக்கப் படுகின்றன. அதன் ஆராய்ச்சிக் கூடமும் ஊழியர் களின் குடியிருப்புகளும் மலையின் வடக்குப் பகுதியில் இருக்கின்றன.எங்கேயிருந்து பார்த்தா லும் காணக் கிடைக்காத இமாலயப் பனிப்பிரதேசக் காட்சியைக் காண்பதற்கு அந்த இடமானது ஆகச்சிறந்ததாக விளங்குகிறது. இந்த மலைத் தொடரும், இதற்கும் இந்தியாவின் சமவெளி களுக்கும் இடையில் இருக்கும் மற்றப் பல மலை களும் கிழக்கும் மேற்குமாய்ப் பரந்து விரிந்திருக் கின்றன. இம்மலைத் தொடர்களில் எங்கிருந்து பார்த்தாலும் வடக்கில் பனிமலையின் காட்சியும், கிழக்கிலும் மேற்கிலும் இருக்கும் மலைகள், பள்ளத்தாக்குகளின் காட்சியும் கண்களுக்கு எட்டியவரை எந்தவொரு தடையுமின்றிக் காணக் கிடைக்கும். முக்தேஸ்வரில் வாழும் மக்களைக்

கேட்டால் குமாவுனில் இருக்கும் மிக அழகான இடம் இதுதான் என்றும் அதன் தட்பவெப்ப நிலைக்கு ஈடே இல்லை யெனவும் கூறுவார்கள்.

முக்தேஸ்வரில் வாழும் மனிதர்களைப் போலவே மிகுந்த சௌகரியங்களுடன் வாழ்வதாகத் தனக்குள் நினைத்துக் கொள்கின்ற புலியொன்று சிறிய குடியிருப்பு ஒன்றின் அருகி லிருக்கும் அடர்ந்த காடுகளில் தன் வசிப்பிடத்தை அமைத்துக் கொண்டு வாழ்ந்து வந்தது. அந்தப் பெண் புலியானது, முள்ளம் பன்றி ஒன்றை எதிர்க்கும் துரதிஷ்டம் ஒரு நாள் நிகழும்வரை, கடமான், கேளையாடு, காட்டுப் பன்றி போன்றவற்றை உண்டு மகிழ்வாய் இருந்துவந்தது. முள்ளம்பன்றியுடனான அந்தப் போராட்டத்தில் அது தனது ஒரு கண்ணை இழந்து விட்டிருந்தது. அது மட்டுமல்லாமல், ஒன்று முதல் ஒன்பது அங்குலம் வரை நீளம் கொண்ட சுமார் ஐம்பது முட்கள், வலது முன்னங்காலின் மேல் பகுதியிலும் பஞ்சு போன்ற பாதத்தி னுள்ளும், குத்தியதில் அந்தப் புலி சிரமப்பட்டுக்கொண்டிருந்தது. இந்த முட்களில் பல, கால் எலும்பில் குத்திஏறி, ‘U’ வடிவில் வளைந்து, அதன் கூர்முனையும் உடைந்த மறுமுனையும் ஒன்றாய்ச் சேர்ந்து நெருங்கியும் இருந்தன. பெண் புலி அந்த முட்களைத் தனது பல்லால் எடுக்க முயன்றபோதிலெல்லாம், முட்கள் குத்தியிருந்த இடம் மேலும் புண்ணாகிச் சீழ் வைக்கத் தொடங்கியிருந்தது.

ஒருமுறை அது அடர்த்தியாக வளர்ந்திருந்த புற்களின் மீது படுத்துக்கொண்டு பசியுடனும் வலியுடனும் தன்னுடைய காயங்களை நக்கிக்கொண்டிருந்தபோது ஒரு பெண்மணி தன்னுடைய கால்நடைகளுக்கான புற்களை வெட்டிக்கொண்டு செல்வதற்காகப் புலி படுத்திருந்த அந்த இடத்தினருகே வருகிறாள். புலியானது முதலில் அவளைக் கவனிக்கவில்லை. ஆனால் அந்தப் பெண்மணி புலியினருகில் வந்து புல்லை வெட்டிக் கொண்டு நிமிர்ந்தபோது கவனித்துவிட்ட பெண் புலி கனமான ஒற்றை அடியை அந்தப் பெண்ணின் தலையில் இறக்கியது. அந்த அடி, அப்பெண்ணின் மண்டையோட்டை நொறுக்கியது. அவள் அந்தக் கணத்திலேயே மரணம் அடைந்தாள்.

மறுநாள் அந்தப் புலி அவளைப் பார்த்தபோது, அவளைக் கொல்லும்போது, புல் அறுக்கும் அரிவாளை ஒரு கையில் இறுக்கிப் பிடித்தபடி, இன்னொரு கையில் கொத்தாய் வெட்டப் போகும் புல்லைப் பிடித்தவாறு எவ்வாறு இறந்து போனாளோ அவ்வாறே காட்சியளித்தாள். விழுந்த இடத்திலேயே அவளை

அவ்வாறே இருக்கவிட்டு அந்தப் புலி ஒரு மைல் தூரத்திற்கும் மேலே நொண்டியபடி சென்று வெட்டப்பட்டுக் கீழே விழுந்திருந்த ஒரு மரத்தின் அடியிலிருந்த சிறிய பொந்தில் அடைக்கலமாயிற்று. இரண்டு நாட்கள் கழித்துக் கீழே விழுந்திருந்த இந்த மரத்திலிருந்து விறகுக்காகக் கட்டைகளை வெட்டிப்போக ஒருவன் வந்தான். இந்த மரத்தின் மறுகோடியில் படுத்திருந்த அந்தப் பெண் புலி அவனையும் அடித்துக் கொன்றது. வெட்டப்பட்ட மரத்தின் குறுக்கே விழுந்து இறந்து கிடந்த மனிதன், மரம் வெட்டுவதற்காகத் தனது மேலங்கியையும் சட்டையையும் கழற்றி வைத்திருந்திருக்கிறான். அவனைக் கொல்லும்போது, புலி தனது கால் நகங்களைக் கொண்டு அவன் முதுகில் கீறியிருந்திருக்கிறது. அடிமரத்தின் மீது விழுந்து தொங்கிக் கிடந்த அவனுடைய உடலிலிருந்து இரத்தம் சொட்டிக்கொண்டிருந்த காட்சி, புலி தனது பசியை ஆற்றிக்கொள்ள அந்த உடலைப் பயன்படுத்தத் தூண்டியிருக்கக்கூடும். அங்கிருந்து அகலும் முன், அது அவனுடைய முதுகிலிருந்து சிறிய பகுதியை மட்டும் தின்றுவிட்டிருந்திருக்கிறது. ஒரு நாள் கழித்து, அது தனது மூன்றாவது பலியை, எந்தவொரு சீண்டலும் இல்லாதபோதும் நிகழ்த்தியிருக்கிறது. அதன் பிறகு அந்தப் பெண் புலி ஆட்கொல்லியாக மாறியது.

பெண் புலியானது மனிதர்களைக் கொல்லத் தொடங்கிய சிறிது காலத்திற்குள்ளே நான் அதனைப் பற்றிக் கேள்விப்பட்டேன். முக்தேஸ்வரில் நிறைய வேட்டை வீரர்கள் இருந்தனர். அவர்கள் எல்லோரும் தங்களின் சொந்த நிலப்பரப்பில் விளையாட்டுக் காட்டிக்கொண்டிருந்த அந்தப் புலியைக் கொல்வதில் நாட்டம் காட்டியதால், நான் ஒரு வெளியாளாக அதற்குள் புகுந்து குழப்பம் ஏற்படுத்த விரும்பவில்லை. அந்தப் புலியால் கொல்லப்பட்ட மனிதர்களின் எண்ணிக்கை இருபத்து நான்கைத் தொட்டு விட்டது. அங்கிருந்த குடியிருப்புப் பகுதிகளிலும் அருகிலுள்ள கிராமங்களிலும் வசிக்கும் மக்களின் வாழ்க்கை ஆபத்தில் இருந்ததாலும், ஆராய்ச்சி மையத்தின் வேலைகளில் தடை ஏற்பட்டதாலும், நிறுவனத்தின் பொறுப்பிலிருந்த கால்நடை மருத்துவர் என்னுடைய உதவியை அரசாங்கத்திடம் வேண்டியிருந்தார்.

நான் கவனித்தவரையில் அங்கு என்னுடைய பணி அத்தனை எளிதாய்த் தோன்றவில்லை. அந்தச் சமயத்தில் ஆட்கொல்லிப் புலிகளோடான என் அனுபவம் குறைவு என்றாலும், அதைத் தவிர்த்து அந்தப் பெண்புலி நடமாடிக்கொண்டிருக்கும் விசாலமான காட்டுப்பகுதி

கோயில் புலியும் குமாவுன் ஆட்கொல்லிகளும்

எனக்குப் பழக்கமானதாகவும் இல்லை. அதனை நான் எந்த இடத்திலிருந்து தேடத் தொடங்கப் போகிறேன் என்பது தெரியாமல் இருந்தேன்.

துணைக்கு ஒரு பணியாளும், சுற்றியெடுத்த படுக்கையையும் கைப்பெட்டி ஒன்றையும் தூக்கிக்கொண்டு வர இரண்டு ஆட்களுமாய் நான் நைனிதாலை விட்டு மதியத்தில் கிளம்பினேன். அங்கிருந்து பத்து மைல் நடந்து ராம்கார் பயணியர் விடுதியை அடைந்து இரவை அங்கே கழித்தேன். அந்தப் பயணியர் விடுதியின் மேற்பார்வையாளர் (சமையல்காரர், பாத்திரம் கழுவுபவர் எல்லாம் அவர்தான்) எனது நண்பர்தான். நான் முக்தேஸ்வரில் ஆட்கொல்லிப் புலியை வேட்டையாடும் பணிக்காகத்தான் வந்திருக்கிறேன் என்று அறிந்துகொண்டார். முக்தேஸ்வர் வரும் பாதையில் கடைசி இரண்டு மைல்களைக் கடக்கும்போது அதிகக் கவனமாக இருக்கும்படியும், சாலையின் அந்தப் பகுதியில்தான் சமீபத்தில் அதிகமான மனிதர்கள் புலியால் கொல்லப்பட்டதாகவும் கூறினார்.

என்னுடன் வந்தவர்களைப் பொருட்களை எல்லாம் அடுக்கி எடுத்துக்கொண்டு பின்தொடருமாறு சொல்லிவிட்டு என்னைத் தயார்படுத்திக்கொள்ளத் தொடங்கினேன். மாற்றியமைக்கப்பட்ட புகையற்ற வெடிமருந்தான கார்டைட் கொண்ட இரட்டைக் குழல் *500* எக்ஸ்பிரஸ் மரைகுழல் துப்பாக்கியுடன் மறுநாள் அதிகாலையில் கிளம்பி, முக்தேஸ்வர் சாலையும் நைனிதால் /அல்மோரா சாலையும் இணையும் சந்திப்புக்கு வந்துசேர்ந்தேன். அப்போதுதான் வெளிச்சம் பரவத் தொடங்கியிருந்தது. நான் இப்போது வந்திருப்பது ஆட்கொல்லிப் புலி இருக்குமிடம் என்பதால், இந்த இடத்திலிருந்து மிகுந்த கவனத்துடன் பார்த்து நடக்க வேண்டியிருந்தது. மலையானது மிகுந்த செங்குத்தான வளைவுகளுடன் ஏறுவதற்கு முன்புவரை, அந்தச் சாலை சிறிது தூரம் சமதளமாய் விரிந்திருந்தது. அந்தச் சமதளத்தில் அதிகமாய் ஆரஞ்சு வண்ண லில்லிப் பூக்களைக் காண முடிந்தது. அவற்றின் உருண்டை வடிவிலான கடினமான விதைகளை, முகப்பு வழியாக வெடிமருந்து ஏற்றும் துப்பாக்கிகளில் ரவைகளாகப் பயன்படுத்தலாம். இந்தச் செங்குத்தான மலையில் ஏறுவது எனக்கு இதுதான் முதல் முறை. சாலையைப் பார்த்தவாறு தொங்கியவாறு அமைந்திருந்த செங்குத்தான மணற்பாறைகளில், காற்றினால் குடைந்தெடுக்கப்பட்டுக் காணப்பட்ட குகைகளைப் பார்க்க எனக்குப் பெருத்த விருப்பம் இருந்தது. இயற்கையாக அமைந்திருந்த இந்தக் குகைகள் ஒவ்வொன்றும் ஒவ்வொரு அளவில்

இருந்தன. சில ஆழம் அதிகமில்லாமலும், சில மணற்பாறையை உள்நோக்கிவாறு ஆழமாய்க் குடைந்தும் சென்றிருந்தன. கடுங்காற்று வீசும்போது வெவ்வேறு வடிவிலான அந்தக் குகைகள் உண்டாக்கும் வித்தியாசமான சத்தங்களை என்னால் கற்பனை செய்து பார்க்க முடிந்தது.

மலையின் வழியே சென்ற சாலை முடிவடைந்த மலையிடை வழி தட்டையான சிறு பகுதியும், அதன் மறுகோடியில் முக்தேஸ்வர் தபால் அலுவலகமும் சிறு சந்தையும் இருந்தன. அந்தத் தபால் அலுவலகம் அத்தனை காலையில் திறந்திருக்கவில்லை. ஆனால் அங்கிருந்த கடைகளில் ஒன்று மட்டும் திறந்திருந்தது. அதன் கடைக்காரர் மிகுந்த பணிவுடன் எனக்கு அங்கிருக்கும் பயணியர் மாளிகைக்குச் செல்லும் வழியைச் சொன்னார். அது அங்கிருந்து அரை மைல் தூரத்தில் மலையின் வடக்குப் பக்கத்தில் இருப்பதாக வழி சொன்னார். முக்தேஸ்வரில் இரண்டு பயணியர் மாளிகைகள் இருந்தன. ஒன்று அரசாங்க அதிகாரிகளுக்கானது, மற்றொன்று பொதுமக்களின் பயன்பாட்டுக்கானது. இந்த விவரம் எனக்குத் தெரியாது. அந்தக் கடைக்கார நண்பரும் என் தொப்பியின் அளவை வைத்து என்னை அரசாங்க அதிகாரியாகத் தவறாகப் புரிந்துகொண்டார்போலும். அதனால் என்னிடம் அரசாங்கப் பயணியர் மாளிகைக்கு வழிசொல்லி விட்டார். மாளிகையின் மேலாளரும் எனக்கு அரசாங்க அதிகாரிக்குக் கொடுக்கும் மரியாதைகளைக் கொடுத்தார். எனக்குக் காலை உணவு அளித்து நன்றாகக் கவனித்துக்கொண்டார். அது எனக்கு அசௌரியத்தைக் கொடுத்தாலும் என்னை அறியாமல் நேர்ந்தது என்பதால் நானும் அதில் மகிழ்ச்சியுடன் பங்கெடுத்துக்கொண்டேன் என்று சொல்ல வேண்டும். பிற்பாடு இது எனக்குத் தெரியவந்த போது, என்னுடைய தவறுக்காக அவருக்கு எந்தச் சங்கடங்களும் நேராமல் பார்த்துக்கொள்வதை என் கடமையாகக் கொண்டேன்.

வரிசையான பனிமலைகளின் வியத்தகு காட்சியை வெகுவாய் ரசித்துக்கொண்டே காலைச் சிற்றுண்டிக்காகக் காத்திருந்தபோது, பன்னிரண்டு ஐரோப்பியர்கள் அடங்கிய குழுவொன்று கைகளில் ராணுவப் பணியின் நிமித்தம் கொடுக்கப் பட்டிருக்கும் மரைகுழல் துப்பாக்கிகளை ஏந்தியபடி என்னைக் கடந்துசென்றது. சில நிமிடங்கள் கழித்து, சார்ஜெண்ட் ஒருவரும், அவரின் பின்னே சுடுவதற்கான இலக்குகளையும் கொடிகளையும் தூக்கிக்கொண்டு இரண்டு ஆட்களும் சென்றனர். சார்ஜெண்ட் என்னிடம் தோழமையுடன் பேசினார். அவர் எனக்குக் கொடுத்த தகவலின்படி, தற்சமயம் கடந்துசென்ற குழு வீரர்கள் துப்பாக்கிச் சுடும் பயிற்சிக் களத்திற்குச் செல்வதாகவும்,

அந்த ஆட்கொல்லிப் புலிக்குப் பயந்து தனியாகச் செல்லாமல் எங்கும் ஒரு குழுவாகக் கூட்டாகவே செல்வதாகவும் கூறினார். முக்தேஸ்வருக்கு நான் வந்துகொண்டிருப்பதாக அரசாங்கத்திடமிருந்து ஆய்வு மையத்தின் பொறுப்பு அதிகாரிக்கு நேற்றுத் தந்தி வந்ததாக அவரிடமிருந்து நான் தெரிந்துகொண்டேன். அந்த ஆட்கொல்லி வேட்டையில் நான் வெற்றிபெறுவேன் என்ற நம்பிக்கை தனக்கு இருப்பதாகத் தெரிவித்த அவர், குடியிருப்புப் பகுதிகளில் நிலைமை கடினமாகிவருவதாகவும் கூறினார். பகல் நேரத்திலும்கூடத் தனியாகச் சென்றுவர யாருக்கும் தைரியம் இல்லையென்றும், பகல் சாய்ந்த வேளையில் பூட்டிய கதவுகளுக்குப் பின்பு இருக்க வேண்டிய நிலைமை உள்ளதாகவும் கூறினார். அந்த ஆட்கொல்லியைக் கொல்லப் பலமுறை முயற்சிகள் மேற்கொள்ளப்பட்டிருந்தன. ஆனால் அது, தான் கொன்ற இரைகளில் ஒன்றைக்கூடத் தேடி மீண்டும் வரவில்லை.

நல்லதொரு சிற்றுண்டியை முடித்துக்கொண்டு, என்னுடைய ஆட்கள் வந்ததும், நான், ஆட்கொல்லிப் புலி குறித்த தகவல்களை அறிந்துகொள்ளுவதற்காக வெளியே சென்றிருப்பதாகவும், திரும்பிவரும் நேரம் சொல்ல இயலாது இருப்பதாகவும் அவர்களிடம் தெரிவிக்குமாறு அங்கிருந்த மேலாளரிடம் கூறினேன். அதன் பிறகு என்னுடைய மரைகுழல் துப்பாக்கியை எடுத்துக்கொண்டு அஞ்சல் நிலையம் சென்று நான் பத்திரமாக வந்துசேர்ந்துவிட்டதாக என் தாயாருக்குத் தந்தி கொடுத்தேன்.

அஞ்சல் நிலையமும் கடைகளும் இருந்த சந்தையின் முன்புறம் இருந்த சமதளத்திலிருந்து பார்க்கும்போது முக்தேஸ்வர் மலையின் தெற்குப் பகுதி தெரிந்தது. அது செங்குத்தாகக் கீழிறங்கிச் சென்றிருந்தது. அந்த இறக்கத்தில் மலைமுகடுகளும் அடர்ந்த புதர்கள் நிறைந்த மலையிடுக்குகளும் அங்கொன்றும் இங்கொன்றுமாய்ச் சில மரங்களும் கண்ணில்பட்டன. நான் அந்த மலையின் விளிம்பில் நின்றுகொண்டு கீழே இருக்கும் பள்ளத்தாக்கையும் அதன் பின்புறமிருந்த மரங்கள் அடர்ந்த ராம்கார் மலையையும் பார்த்துக்கொண்டிருந்தபோது அஞ்சல் நிலைய அதிகாரியும் வேறு பல கடைக்காரர்களும் என்னோடு சேர்ந்துகொண்டனர். அஞ்சல் நிலைய அதிகாரி அரசாங்கத்திடமிருந்து வந்த என்னைக் குறித்த தந்தியை நேற்றுத்தான் வாசித்திருக்கிறார். நான் என் தாயாருக்குத் தந்தி கொடுப்பதற்காகக் கொடுத்த விண்ணப்பப் படிவத்தில் என்னுடைய கையெழுத்தைப் பார்த்த பிறகுதான் அரசாங்கத்தில் குறிப்பிட்டு அனுப்பியிருந்த மனிதர் நான்தான் என்று தெரிந்துகொண்டதாகச் சொன்னார். எனக்கு உதவி செய்யவே அவரும் அங்கிருக்கும் நண்பர்களும் வந்திருப்பதாகவும் சொன்னார்.

அவர்களின் இந்த அணுகுமுறை எனக்கு மகிழ்ச்சி அளித்தது. ஏனென்றால் அவர்கள் தாம் முக்தேஸ்வருக்கு வந்துசெல்லும் பலருடன் பேசிப் பழகக்கூடிய இடத்தில் இருப்பவர்கள். இரண்டு அல்லது மூன்று பேர் சேரும்போது, அந்த ஆட்கொல்லிப் புலியைக் குறித்த பேச்சுத்தான் முக்கியமாய் இடம் பிடித்திருக்கக்கூடும் என்பதால், அதன்வழியே அவர்கள் நிறையத் தகவல்களைச் சேகரித்து வைத்திருக்கக்கூடும்; அவை எனக்கு மிகுந்த உதவியாக இருக்கவும் கூடும் என்பதால் அவர்களுடன் பேசுவது எனக்குப் பயனுள்ளதாக இருக்கும். மற்ற ஊர்களில் வசிக்கும் மக்களுக்கு, மது அருந்தும் விடுதிகளும், மனமகிழ் மன்றங்களும் கூடிப்பேச எவ்வாறு பயன்படுமோ, அதுபோலவே கிராமப்புற இந்தியாவில் அஞ்சல் நிலையமும் வியாபாரம் செய்யும் கடைகளும் கிராமத்து மக்களின் கூடுமிடமாக இருக்கும். ஏதாவது ஒரு விஷயம் குறித்துத் தகவல் தேவைப்பட்டால், அங்கிருக்கும் அஞ்சல் நிலையமும் வணிகம் செய்யும் கடைகளும்தான் அவற்றைத் தெரிந்துகொள்வதற்குச் சிறந்த இடம்.

நாங்கள் நின்றிருந்த இடத்தின் இடதுபுறமாய் இரண்டு மைல் தொலைவிலிருந்த மலையின் ஒரு மடிப்பில், ஓராயிரம் அடி கீழேயிருந்த சிறு நிலப்பரப்பில் சாகுபடி செய்யப்பட்டிருந்தது. அது பத்ரி சா (Badri Sah) என்பவரின் ஆப்பிள் பழத்தோட்டம் என்று சொன்னார்கள். பத்ரி என்னுடைய பழைய நண்பர் ஒருவரின் மகன். அவர் என்னை நைனிதாலில் சில மாதங்களுக்கு முன்பு சந்தித்திருந்தார். அவருடைய விருந்தினர் மாளிகையில் வந்து தங்கியிருந்து, அந்த ஆட்கொல்லிப் புலியைக் கொல்ல வேண்டும் என்றும் அதற்கு எல்லா உதவிகளையும் செய்துதருவதாகவும் சொல்லியிருந்தார். ஏற்கெனவே குறிப்பிட்டிருந்த காரணத்தால் அவருடைய அழைப்பை நான் ஏற்றுக்கொள்ளவில்லை. இருந்தும், இப்போது முக்தேஸ்வருக்கு அரசாங்கத்தின் அழைப்பின் பேரில் வந்திருப்பதால், பத்ரியை அழைத்து அவருடைய உதவியை ஏற்றுக்கொள்வதாகச் சொல்ல நினைத்தேன். குறிப்பாகக் கடைசியாகக் கொல்லப்பட்ட மனிதன் இறந்திருந்தது அவரின் ஆப்பிள் தோட்டத்தின் நேர் கீழே அமைந்திருக்கும் பள்ளத்தாக்கில்தான் என்று என்னுடன் இருப்பவர்கள் சொன்னதால் அவரை அழைக்க நினைத்தேன்.

என்னைச் சுற்றி நின்றிருந்த மனிதர்களிடம் நன்றி சொல்லிவிட்டு, வேறு ஏதேனும் கூடுதல் விவரம் தேவைப் பட்டால், அவர்களைத் தொடர்புகொள்வதாகக் கூறிவிட்டு தாரி (Dhari) சாலையின் வழியாக இறங்கத் தொடங்கினேன். அன்றைய தினம் இன்னும் காலைப் பொழுதில் இருந்ததால், பத்ரியை அழைப்பதற்கு முன் மலையின் கிழக்கில் சற்றுத் தள்ளி

அமைந்திருந்த கிராமங்களைப் பார்த்துவிட்டு வர நேரமிருந்தது. சாலை நெடுகிலும் மைல்கற்கள் எதுவும் இல்லை. கிட்டத்தட்ட ஆறு மைல் தூரம் கடந்திருப்பேன் என்று நினைக்கிறேன். அங்கு இடைப்பட்ட இரண்டு கிராமங்களையும் பார்த்துவிட்டுத் திரும்பி நடக்கத் தொடங்கினேன். நடந்து வந்த பாதையிலேயே திரும்ப மூன்று மைல் தூரம் கடந்து வந்தபோது, காளை மாடு ஒன்றுடன் சிரமப்பட்டுக்கொண்டிருந்த சிறு பெண்ணைத் தாண்டி நடந்தேன். அந்தச் சிறுமிக்கு எட்டு வயதிருக்கலாம். முக்தேஸ்வர் போகும் பாதையில் அதை இழுத்துச்செல்ல முயன்றுகொண்டிருந்தாள். ஆனால் அந்த மாடோ அதற்கு எதிர்ப்புறமாக அவளை இழுத்துக்கொண்டிருந்தது. நான் அவர்கள் இருந்த இடத்தை அடைந்த சமயம், இருவர் நினைப்பதும் நடக்காத ஒரு நிலையை எட்டியிருந்தது.

அந்தக் காளை மாடு மிகவும் வயதான விலங்கு. சிறுமி அதன் கழுத்தில் கயிறு கட்டி இழுத்துக்கொண்டு முன்னே செல்ல நான் அங்கே சென்று அதன் பின்னிருந்து முடுக்கிவிட்டேன். அதன் பின் அந்த மாடு தொல்லை கொடுக்காமல் முன் நகர்ந்தது. சிறிது தூரம் சென்றதும் நான் அவளிடம்,

"நாம் இந்தக் கல்வாவைத் திருடிச்செல்ல வில்லையே?" என்று கேட்டேன், அவள் அந்தக் கருப்பு மாட்டைக் கல்வா (Kalwa) என்று அழைப்பதைக் கேட்டிருக்கிறேன்.

"இல்-லை" என்றுசட்டெனத் திரும்பி தன்னுடைய பெரிய பழுப்புநிற கண்களைக் கொண்டு என்னைப் பார்த்தபடி உடனே பதில் சொன்னாள்.

"அப்போது இது யாருடையது?" என்று அடுத்ததாய்க் கேட்டேன்.

"என் அப்பாவுடையது" என்றாள் அவள்.

"இதை நாம் எங்கே கூட்டிச் செல்கிறோம்?"

ஜிம் கார்பெட்

“என்னுடைய சித்தப்பாவிடம்.”

“எதற்கு உன் சித்தப்பாவிற்குக் கல்வா தேவை?”

“அவர் நிலத்தை உழுவதற்கு.”

“ஆனால் கல்வாவால் தனியாக உன் சித்தப்பாவின் நிலத்தை உழமுடியாதே.”

“ஆமாம்” என்றாள் தெரிந்த மாதிரி.

நான் கொஞ்சம் முட்டாளாய்த் தெரிந்தேன் போலும். ஒரு மதிப்பிற்குரிய மனிதருக்குக் காளைகளைப் பற்றியும் நிலம் உழுவதைப் பற்றியும் தெரிந்திருக்க வாய்ப்பில்லைதான்.

“உன் சித்தப்பாவிடம் ஒரே ஒரு மாடுதான் இருக்கிறதா?” என்று அடுத்ததாய்க் கேட்டேன்.

“ஆமாம்” என்றாள் அவள், “இப்போது அவரிடம் ஒரு மாடு தான் உள்ளது. இதற்கு முன்பு இரண்டு இருந்தது.”

“அந்த மாடு எங்கே?” என்று கேட்டேன். கடனை அடைக்க மாட்டை அவர் விற்றிருக்கலாம் என்று நான் எண்ணினேன்.

“புலி அந்த மாட்டை நேற்று கொன்றுவிட்டது” என்று சொன்னாள். இது ஒரு முக்கியச் செய்திதான். நான் அதை உள்வாங்கிக்கொள்ள நேரம் கொடுத்து இருவரும் அமைதியாக நடந்து வந்தோம். அவ்வப்போது சிறுமி என்னைத் திரும்பிப் பார்த்துக்கொண்டே வந்து, சற்றுத் தைரியத்தை வரவழைத்து என்னிடம் கேட்டாள், “நீங்க அந்தப் புலியைக் கொல்ல வந்திருக்கீங்களா?”

“ஆமாம். அதைக் கொல்லும் முயற்சியாகத்தான் வந்திருக்கிறேன்” என்றேன் நான்.

“அப்படியானால் அது மாட்டைக் கொன்ற இடத்தை விட்டுவிட்டு இங்கே ஏன் வறீங்க?” என்று கேட்டாள்.

“கல்வாவை உங்க சித்தப்பாகிட்ட கொண்டுவிடத் தான்” என்றேன். என்னுடைய பதில் அவளைத் திருப்தி செய்தது என்று நம்பினேன். இருவரும் மெதுவாக நடந்தோம்.

நான் மிக முக்கியமான விஷயத்தை அவளிடமிருந்து பெற்றிருந்தாலும் இன்னும் சில விவரங்கள் தெரிய வேண்டி

யிருந்ததால் அவளிடம், "உனக்கு அந்தப் புலி ஒரு ஆட்கொல்லி என்று தெரியும்தானே?" என்று கேட்டேன்.

"ஓ, தெரியுமே" என்றாள், "அது குந்தியுடைய அப்பாவையும் போன்ஷி சிங்கின் அம்மாவையும் இன்னும் நிறையப் பேரையும் சாப்பிட்டுவிட்டது."

"அப்படியானால் உங்கப்பா ஏன் உன்னைத் தனியாக கல்வாவுடன் அனுப்பினார்? அவரே ஏன் வரவில்லை?"

"ஏன்னா, அவருக்குப் பாபரி புக்கார் (மலேரியா காய்ச்சல்)."

"உனக்குச் சகோதரர்கள் இல்லையா?"

"இல்லை. ஒரு சகோதரன் இருந்தான். அவன் ரொம்ப வருசத்துக்கு முன்னாடியே இறந்துட்டான்."

"அம்மா?"

"அம்மா இருக்கா. அவள் சாப்பாடு சமைத்துக்கொண்டிருக்கிறாள்."

"சகோதரி?"

"இல்லை. எனக்குச் சகோதரி இல்லை."

ஆக, இந்தச் சிறு பெண்ணின் தலையில், அப்பாவின் மாட்டைச் சித்தப்பாவிடம் கொண்டுசேர்க்கும் இத்தனை பெரிய ஆபத்தான வேலை சுமத்தப்பட்டிருக்கிறது. அதுவும் ஆண்களே பகலில் தனியாக நடக்கப் பயந்து, பலராகச் சேர்ந்து செல்லும் இந்தச் சாலையில் இவள் மட்டும் தனியாக நடந்து செல்லப் பணிக்கப்பட்டிருக்கிறாள். அது மட்டுமல்லாமல், நான் நடந்து வரும் இந்தப் பாதையில் கடந்த நான்கு மணிநேரமாக வேறு எந்தவொரு மனிதரையும் எதிர்கொள்ளவில்லை.

நாங்கள் இப்போது ஒரு பாதைக்கு வந்திருந்தோம். அங்கிருந்து சிறுமி முன்னே நடக்க, காளை மாடு பின்னே செல்ல, அதன் பின்னே நானும் சென்றேன். இப்போது நாங்கள் வந்துசேர்ந்த இடத்தில் வயலொன்றும் அதன் கடைக்கோடியில் சிறு வீடு ஒன்றும் இருந்தன. நாங்கள் அந்த வீட்டை நெருங்கியதும் அந்தச் சின்னப் பெண் சித்தப்பாவை அழைத்துத்தான் கல்வாவைக் கூட்டிக்கொண்டு வந்திருப்பதாகச் சொன்னாள்.

"சரி" என்று வீட்டின் உள்ளிருந்து ஒரு மனிதரின் குரல் கேட்டது, "அங்கிருக்கும் கம்பத்தில் மாட்டைக் கட்டிவிட்டு

ஜிம் கார்பெட்

நீ வீட்டுக்குப் போ புட்லி (பொம்மை). நான் சாப்பிட்டுக் கொண்டிருக்கிறேன்" என்றார்.

நாங்கள் கல்வாவைக் கம்பத்தில் கட்டிவிட்டு மீண்டும் சாலைக்கு வந்தோம். இப்போது எங்களிடையே இணைப்பாய் இருந்த கல்வா இல்லாமல் புட்லி கொஞ்சம் வெட்கத்துடன் என் பக்கமாய் நடக்காமல் பின்னே வந்தாள். நான் அவளின் நடைக்கு ஏற்ப மெதுவாய் நடந்தேன். சிறிது நேரம் பேசாமல் நடந்த பின், "உன்னுடைய சித்தப்பாவின் மாட்டைக் கொன்ற புலியை நான் கொல்ல நினைக்கிறேன். ஆனால் மாட்டை அது எங்கே கொன்றது என்று எனக்குத் தெரியவில்லை. நீ எனக்கு அந்த இடத்தைக் காட்டுகிறாயா?" என்று கேட்டேன்.

"ஓ, காட்டுகிறேன்" என்றாள் மகிழ்ச்சியுடன்.

"இறந்த அந்த மாட்டை நீ பார்த்தாயா?"

"இல்லை. ஆனால் சித்தப்பா என் அப்பாவிடம் எந்த இடம் என்று சொன்னதைக் கேட்டேன்."

"அது சாலைக்கு வெகு பக்கமாகவா?"

"எனக்குத் தெரியாது."

"புலி அதைக் கொல்லும்போது, அந்த மாடு மட்டும் தனியாக மேய்ந்துகொண்டிருந்ததா?"

"இல்லை. அது கிராமத்தில் இருக்கும் மற்ற மாடுகளுடன் இருந்தது."

"அது கொல்லப்பட்டது காலையிலா, மாலையிலா?"

"காலையில் மற்ற பசுக்களுடன் மேய்ச்சலுக்குப் போன போது கொல்லப்பட்டது."

அவளுடன் பேசிக்கொண்டு வரும்போது நான் சுற்றும் முற்றும் கவனமாகப் பார்த்துக்கொண்டே வந்தேன். சாலையின் இடதுபுறம் அடர்ந்த மரங்கள் கொண்ட காட்டுப் பகுதியால் சூழப்பட்டிருந்தது. வலதுபுறம் அடர்த்தியான முட்புதர்கள். தொடர்ந்து நாங்கள் ஒரு மைல் தூரம் கடந்திருப்போம். அங்கு சாலையிலிருந்து இடதுபுறமாக, நன்கு புழக்கத்தில் இருந்த கால்நடைகள் நடந்து செல்லும் பாதையொன்று காட்டுக்குள் சென்றது. இந்த இடத்தில் அந்தச் சிறுமி நின்றாள். இந்தப் பாதையில்தான் காளைமாட்டைப் புலி கொன்றதாகச் சித்தப்பா

அப்பாவிடம் சொன்னதாகக் கூறினாள். புலியால் கொல்லப்பட்ட இரையைக் கண்டுபிடிக்கத் தேவையான அனைத்துத் தகவல்களையும் நான் இப்போது பெற்றுக்கொண்டேன்.

சிறுமி தன் வீட்டிற்குப் பத்திரமாகச் செல்வதை உறுதி செய்தபின் அந்தக் கால்நடைகள் செல்லும் தடத்திற்குத் திரும்பினேன். அந்தத் தடமானது, ஒரு பள்ளத்தாக்கின் குறுக்காகச் சென்றுகொண்டிருந்தது. அதன் வழியே ஒரு கால் மைல் தூரம் சென்றிருப்பேன், அங்கு ஓரிடத்தில் மாடுகளின் கால்த்தடங்கள் இருந்தன. அவசரமாக அவை கலைந்து செல்லும்போது ஏற்பட்டவைகளைப் போல இருப்பதைக் கண்டேன். தடத்திலிருந்து விலகிக் காட்டுக்குள் நடந்தேன். அந்தத் தடத்தின் பக்கவாட்டிலும், சுமார் நூற்றியைம்பது அடி தூரம் கீழ்வாக்கிலுமாக நடந்துகொண்டிருந்தேன். சிறிது தூர நடையில், இரையை இழுத்துச் செல்லும் தடமொன்று தெரிந்தது. அந்த இழுதடம் நேராகப் பள்ளதாக்கிற்குள் இறங்கியது. சில நூறு அடி அந்தத் தடத்தை நான் பின்தொடர்ந்தபோது இறந்த அந்தக் காளையைப் பார்த்தேன். அந்தக் காளையின் பின்பகுதியின் சிறுபகுதி மட்டுமே உண்ணப்பட்டிருந்தது. காளையின் உடல், இருபது அடி உயரமான மணற்திட்டு ஒன்றின் அடியிலும், ஆழம் நிறைந்த மலையிடுக்கின் தலைப் பகுதியிலிருந்து சுமார் நாற்பது அடி தூரத்திலும் கிடந்தது. அந்த மலையிடுக்கிற்கும் இரைக்கும் இடையில் வளர்ச்சி குன்றிய மரமொன்றும் அதை முழுவதுமாக மூடியவாறு காட்டுரோஜாச் செடியொன்றும் வளர்ந்திருந்தது. கொல்லப் பட்ட இரைக்குச் சரியான தூரத்தில், இது மட்டுமே தனி மரமாக நின்றிருந்ததால், நான் அமர்ந்துகொண்டு புலியை எதிர் கொள்ள வாகாக அமைந்திருந்தது. அன்று வானத்தில் நிலவும் இல்லாததால் இருட்டியதற்குப் பிறகு புலி அங்கு வந்தால் – நிச்சயமாய் வருமென்று நம்பினேன் – நான் அந்த இரையின் அருகில் இருந்தால் மட்டுமே என்னால் அதைச் சரியாகப் பார்த்துக் கொல்லும் வாய்ப்பு கிடைக்கும்.

இப்போது மதியம் இரண்டு மணி ஆகியிருந்தது. இதுதான் நான் பத்ரியை அழைக்கச் சரியான நேரம். அவரிடம் ஒரு கோப்பைத் தேநீர் கேட்கலாம். அன்று காலை நான்கு மணிக்கு ராம்காரிலிருந்து புறப்பட்டு அதிகமான தூரத்தை நடந்தே கடந்து வந்ததால் எனக்கு அது அவசியத் தேவையாகவும் இருந்தது. பத்ரி யின் பழத்தோட்டத்திற்குப் போகும் சாலையானது, கால்நடைகள் நடக்கும் வழித்தடம், சாலையைச் சென்றடையும் இடத்திலிருந்து மிக அருகில் இருந்தது. பழத்தோட்டத்திற்குச் செல்லும் அந்தச்

சாலை செங்குத்தான மலையின் இறக்கத்தின் வழியே அடர்ந்த புதர்க்காடுகளுக்கு நடுவே ஒரு மைல் தூரம் சென்றது. பத்ரி, தன்னுடைய விருந்தினர் மாளிகையின் அருகில் நின்றிருந்தார். நான் அங்கு வந்துசேர்ந்தபோது, மோசமான நிலையில் இருந்த ஒரு ஆப்பிள் மரத்தைப் பராமரித்துக்கொண்டிருந்தார். நான் வந்த காரணத்தை அறிந்துகொண்ட அவர் விருந்தினர் மாளிகையின் உள்ளே என்னை அழைத்துச் சென்றார்.

அந்த மாளிகை பழத்தோட்டத்தைப் பார்த்தவாறு ஒரு வட்டக்குன்றின் மீதிருந்தது. தேநீருக்காகவும் எனக்காகத் தன்னுடைய வேலையாளைத் தயாரிக்கச் சொல்லியிருந்த பலகாரத்திற்காகவும் வாராந்தாவில் நாங்கள் காத்திருந்தபோது நான் அவரிடம் முக்தேஸ்வருக்கு வந்ததன் காரணத்தைச் சொல்லிக்கொண்டிருந்தேன். சிறுமி குறிப்பிட்ட புலியின் இரை குறித்தும் கூறினேன். முக்தேஸ்வரில் உள்ள வேட்டை வீரர்களிடம் ஏன் இந்தச் சிறுமி கூறிய இரை குறித்துச் சொல்லப்படவில்லை என்னும் என் கேள்விக்கு, அந்தப் புலியைப் பிடிப்பதில் இங்கிருக்கும் வேட்டை வீரர்கள் தவறியதால் மக்களுக்கு அவர்கள் மீதிருந்த நம்பிக்கை குறைந்துவிட்டது என்றும் அதன் காரணமாகவே புலி வேட்டையாடிய இரைகள் குறித்து அவர்களிடம் ஒன்றும் சொல்வதில்லை என்றும் பத்ரி கூறினார். புலியைச் சுட வாகாக அந்த இரையின் அருகில் அமர, அவர்கள், பெரிய அளவில் தங்களைத் தயார்படுத்திக் கொள்வதுதான் புலியைப் பிடிப்பதில் அவர்கள் தோற்பதற்கான காரணம் என்று பத்ரி சொன்னார். எந்த இடத்தில் இரை கொல்லப்பட்டதோ அந்த இடத்தைச் சுற்றிலும் உள்ள எல்லாத் தடைகளும், அதாவது, புதர்கள், சிறு மரங்கள்வரை அகற்றப்படுவதும், அங்கு பெரிய அளவில் மரமேடைகள் கட்டப்படுவதும், அவற்றில் பலர் போய்த் தங்குவதும்தான் அந்த முன்தயாரிப்புகள். இந்தக் காரணங்களால்தான் அந்தப் புலி, தான் வேட்டையாடி விட்டுச்சென்ற இரையை மறுபடியும் தேடிவருவதில்லை என்னும் பெயரைப் பெற்றிருக்கிறது. முக்தேஸ்வரில் ஒரே ஒரு புலிதான் இருப்பதாகவும், அது சற்று ஊனமான வலது முன்காலைக் கொண்டிருப்பதாகவும் பத்ரி உறுதிப்படுத்தினார். ஆனால் அதன் காலில் எப்படி ஊனமேற்பட்டது என்பதும் அது ஆண் புலியா, பெண் புலியா என்பதும் தனக்குத் தெரியவில்லை என்றும் சொன்னார்.

வராந்தாவில் அமர்ந்திருந்த எங்களுடன் ஒரு பெரிய ஏர்டேல் டெரியர் *(Airedale Terrier)* நாயும் அமர்ந்திருந்தது. நாங்கள் பேசிக்கொண்டிருந்த இந்த நேரத்தில் அந்த நாய்

உறுமத் தொடங்கியது. நாய் பார்த்துக்கொண்டிருக்கும் திசையில் நாங்களும் பார்த்தபோது அங்கு நெடுவால் குரங்கு ஒன்று தரையில் அமர்ந்து அங்கிருந்த ஆப்பிள் மரத்தின் கிளையைத் தரையின் பக்கமாகப் பிடித்திழுத்து, விளையாத ஆப்பிளைச் சாப்பிட்டுக்கொண்டிருந்தது. உடனே பத்ரி, வராந்தாவின் கம்பி அழியில் சாத்தி வைக்கப்பட்டிருந்த சிறிய ரக வேட்டைத் துப்பாக்கியை எடுத்து நான்காம் எண் ரவையை அதனுள் அடைத்துச் சுட்டார். துப்பாக்கியின் இந்த வகை ரவை குண்டுகளுக்கு அது மிகச் சரியான சுடும் தூரம்தான் என்றாலும், சரியாகப் பட்டிருந்தால், நெடுவால் குரங்கை வீழ்த்தியிருக்கும். சுட்டதும் குரங்கு மலையை நோக்கிக் குதித்து ஓடியது. நாயும் அதன் பின்னே துரத்திக்கொண்டு ஓடியது. நாய்க்கு ஏதாவது ஆகிவிடுமோ என்ற பயத்தில் நான் பத்ரியிடம் அதைத் திரும்ப அழைக்குமாறு கூறினேன். ஆனால் பத்ரியோ, கவலைப்படத் தேவையில்லை, நாய் எப்போதும் இந்தக் குறிப்பிட்ட குரங்கைத் துரத்திவிட்டு வந்துவிடுவதாகவும் கூறினார். இந்தக் குரங்கு தான் அவருடைய தோட்டத்து இளம் மரங்களைப் பாழ் படுத்துவதாகவும் மேலும் கூறினார். நாய் இப்போது நெடுவால் குரங்கின் அருகில் சென்றுவிட்டது. குரங்கின் அருகில் நாய் நெருங்கியதும், நெடுவால் குரங்கு சுழன்று திரும்பி, நாயை அதனுடைய காதைப் பற்றிப் பிடித்து அதன் தலையின் பக்கவாட்டில் சிறு சதையைக் கடித்துவிட்டது. அது பெரிய காயம். நாங்கள் அதன் காயத்திற்கு மருந்திட்டு முடிக்கும்போது தேநீரும் ஒரு தட்டில் சூடான பூரிகளும் எனக்காக வந்தன.

நான் இன்றிரவு உட்காரவிருக்கும் மரம் குறித்து பத்ரியிடம் சொன்னேன். நான் அங்கு செல்லும்போது அவரும் அவருடன் இரண்டு ஆட்களும் என்னுடன் வந்து சின்னதாக மரமேடை ஒன்றை அமைக்கத் தேவையான பொருட்களை எடுத்து வந்தார்கள். பத்ரியும் மற்ற இருவரும் ஒரு வருடத்திற்கு மேலாக அந்தப் புலியைப் பற்றிய அச்சம் சூழ்ந்த நிழலில் வாழ்ந்துவருகிறார்கள். அதுபற்றி அவர்கள் எதையும் கற்பனை யாகப் பேசவில்லை என்பதையும் அறிவேன். நான் தேர்ந் தெடுத்த மரமொன்றைத் தவிர, இரை கிடந்த இடத்தின் அருகில் வேறு மரம் ஏதுமில்லாததைக் கண்டதும் அதில் மட்டுமே மரமேடை கட்ட வேண்டியிருக்கும் என்று உணர்ந்தார்கள். அன்றைய இரவு அந்த மரத்தில் தங்க வேண்டாம் என்று வலியுறுத்தினார்கள். நாளை எப்படியும் அந்தப் புலி தான் கொன்ற இரையை வேறு இடத்துக்கு இழுத்துச் செல்லும். தங்குவதற்கு அந்த இடத்திலுள்ள மரங்கள் சற்று வசதியாக இருக்கலாம் என்று அவர்கள் கருதினார்கள். அந்தப் புலி

மட்டும் மனிதர்களைக் கொன்று தின்னும் ஆட்கொல்லி யாக இல்லாமல் இருந்திருந்தால் நானும் இதையேதான் செய்திருப்பேன். ஆனால் அது ஆட்கொல்லியாக இருப்பதால் நான் அவர்களின் யோசனையை மறுத்துவிட்டேன். அந்த மரத்தில் தங்குவது சற்று ஆபத்தானதுதான் என்றாலும், இன்றைக்குக் கிடைத்திருக்கும் வாய்ப்பு நாளை மீண்டும் அமையாமல் போகலாம் என்பதால் நான் அவர்களின் யோசனையைக் கேட்க மறுத்தேன். அந்தக் காட்டில் கரடிகளும் உண்டு. அவற்றில் ஒன்று இங்கு இரை இருப்பதை முகர்ந்துகொண்டு சாப்பிட வந்தால், புலியைக் கொல்ல நினைக்கும் வாய்ப்பை நான் தவறவிட நேரிடும். ஏனென்றால், இமாலயக் கரடிகள் புலிகளை ஒரு பொருட்டாய் மதிப்பதில்லை. புலிகளிடமிருந்து இரையைப் பறித்துக்கொள்வதில் அவை தயக்கம் காட்டாதவை. காட்டு ரோஜாச் செடியால் சூழப்பட்ட அந்த மரத்தின் மீதேறுவது கடினமானதாக இருந்தது. முட்கள் அதிகமிருந்ததால் அவை அனுமதிக்கும் இடத்தில் நான் என்னை வசதியாக இருத்திக் கொண்டேன். என்னுடைய ரைபிள் துப்பாக்கியை என்னிடம் கொடுத்துவிட்டு பத்ரியும் அவருடைய ஆட்களும் மறுநாள் அதிகாலை வருவதாக வாக்குறுதி கொடுத்துவிட்டுச் சென்றார்கள்.

மலையைப் பார்த்தவாறு மரத்தில் அமர்ந்திருந்த என் பின்னே, இந்த மலையிடுக்கு இருந்தது. எந்த மிருகம் மேலிருந்து கீழே இறங்கி வந்தாலும் எனக்குத் தெரியும்படியான இடத்தில் அமர்ந்திருந்தேன். ஆனால் அந்தப் புலி கீழிலிருந்து மேலே ஏறி வந்தால், அது இரையின் அருகில் வரும்வரை, நான் நினைத்ததுபோல், அது என்னைப் பார்க்க வாய்ப்பில்லை. வலது புறமாகச் சாய்ந்து கிடந்த, இறந்த வெள்ளை நிறக் காளை மாட்டின் கால்கள் என்னை நோக்கியவாறு இருந்தன. காளை மாடு என்னிலிருந்து பதினைந்து அடி தூரத்திலிருந்தது. நான் அங்கு வந்து அமர்ந்தபோது, சுமார் 4 மணி இருக்கலாம். ஒரு மணிநேரம் கழித்து, என் பின்னாலிருந்த குறுகலான மலையிடுக்கின் பக்கமிருந்து சுமார் அறுநூறு அடி கீழே ஒரு கேளையாடு தொடர்ந்து குரைக்கும் சத்தம் கேட்டது. புலி வந்துகொண்டிருக்க வேண்டும். அதைப் பார்த்துவிட்டுத்தான் அந்த கேளையாடு தான் நின்றிருந்த இடத்தில் அசையாமல் நின்றுகொண்டிருக்கிறது. வெகு நேரமாக அது குரைத்துக்கொண்டிருந்துவிட்டு அதன் பிறகு அது மெதுவாக நகரத் தொடங்க, அதன் குரைப்புச் சத்தம் குறைந்துகொண்டே சென்று மலைச்சரிவின் வளைவு தாண்டி முற்றிலுமாய்க் கேட்காமல் போய்விட்டது. அந்தப் புலியானது இரையின் அருகில் வந்து, அதைப் பார்த்துக்கொண்டே இருக்கும் தொலைவில் அமர்ந்துவிட்டது என்பதையே இது

உணர்த்துகிறது. புலியைச் சுட முடியாமல் பலர் தோற்றுப் போனதற்கான காரணங்கள் குறித்து பத்ரி சொன்னதிலிருந்து நான் இதை எதிர்பார்த்திருந்தேன். அந்தப் புலி அருகில் எங்கோ அமர்ந்து கொண்டு, தன்னுடைய கண்களையும் காதுகளையும் நன்கு கூர்மையாக வைத்தபடி காத்திருக்கிறது என்பது எனக்குத் தெரியும். அது தன் இரையை அணுகும் முன் அதனருகில் மனித நடமாட்டம் ஏதும் இல்லையென்பதை உறுதிசெய்துகொள்ள நினைக்கிறது போலும்.

ஒவ்வொரு நிமிடமும் நீண்டுகொண்டே சென்றது. அந்தி நேரமும் வந்தது. என் முன்னால் இருந்த மலையில் தெளிவாய்த் தெரிந்தவையெல்லாம் மங்கலாகிக்கொண்டேவந்து மறையவும் ஆரம்பித்தன. மசமசப்பான வெள்ளைத் திட்டாக இறந்து கிடந்த காளைமாட்டை என்னால் இப்போதும் பார்க்க முடிந்தது. சிறு குச்சியொன்று நொறுங்கும் சத்தம் மலையிடுக்கின் விளிம்பின் பக்கமாகக் கேட்டது. என்னை நோக்கிச் சத்தமெழுப்பாமல் வரும் காலடிகளின் அசைவை உணர முடிந்தது. எனக்குக் கீழே கேட்ட அந்த மெல்லிய சத்தமும் சட்டென நின்றுபோனது. ஒன்றிரண்டு நிமிடங்கள் அங்கு மயான அமைதி நிலவியது. அதன் பிறகு அந்தப் புலி மரத்தின் நேர் கீழே வந்து காய்ந்து கிடந்த இலைச் சருகுகளின் மீது படுத்துக்கொண்டது.

அடர்த்தியான மேகங்கள் சுருண்டபடி, மறைந்துகொண் டிருக்கும் சூரியனை நெருங்கின. கருப்பு வனமாய் அவை விண்மீன்களை மறைத்திருந்தன. புலி எழுந்து தனது இரையை நோக்கி நகரத் தொடங்கிய நேரம், இரவும் காரிருளாய்த் தன்னைத் தயார்படுத்திக்கொண்டது. என்னால் முடிந்த அளவு கண்களைச் சுருக்கிக்கொண்டு பார்த்தபோதும் அந்தக் காளையின் வெண்மை உருவத்தைப் பார்க்கவே இயலவில்லை. அதைவிடக் குறைவாகவே அந்தப் புலியைப் பார்க்க முடிந்தது. இரையின் அருகில் சென்ற புலி அதன்மேல் அடிக்கத் தொடங்கிய சத்தம் கேட்டது. இமாலய மலைப்பகுதிகளில், அதுவும் கோடை காலத்தில் இறந்து கிடக்கும் இரைகள் மலைக்குளவிகளை ஈர்க்கும். அவற்றுள் பெரும்பான்மை யானவை இருட்டத் தொடங்கியதும் இரையின் மேலிருந்து பறந்துவிடும். சில பிடிவாதமாய் இரையின் மேல் ஒட்டிக் கொண்டிருக்கும். புலிக்கு – இது நிச்சயமாய்க் கசப்பான அனுபவத்தைக் கொடுத்திருக்குமாதலால் – தோலால் மறைக்கப் படாமல் திறந்திருக்கும் சதைகளின் மேல் ஒட்டிக்கொண் டிருக்கும் குளவிகளை அடித்து விரட்டிவிட்டுத்தான் சாப்பிடத்

தொடங்கும். புலி எனக்கு மிக அருகில் இருந்தபோதும், இப்போது அதைச் சுடுவதற்கு எனக்கு எந்த அவசரமும் இல்லை.நானாக அசைந்தோ சிறு சத்தமேற்படுத்தியோ புலியின் கவனத்தை என்மேல் திருப்பாதவரை புலி என்னைக் கவனிக்காது என்பது உறுதி. வானத்தில் நட்சத்திரங்கள் இருந்தால் என்னால் ஓரளவுக்கு இருட்டிலும் பார்க்க முடியும். ஆனால் இன்று நட்சத்திரங்கள் எதுவும் கண்ணுக்குத் தெரியவில்லை. அடர்ந்த மேகங்கள் இருந்தும் ஒரு மின்னல் கீற்றுக்கூடக் காணப்பட வில்லை. புலி சாப்பிடத் தொடங்கும் முன் அந்தக் காளை மாட்டை அசைத்துத் திருப்பிப் போடவும் இல்லை. அதனால் என் அனுமானத்தில் புலியானது என் பக்கமாய் அதன் பெரிய உடம்பைக் காட்டிக்கொண்டும் இரைக்கு வலது பக்கமாகவும் அமர்ந்திருக்கக்கூடும்.

புலி இருட்டுவதற்கு முன்பாக இரையைத் தேடிவருவது சந்தேகமென நான் நினைத்திருந்ததால், புலியைக் கொல்வதற்காக நான் எடுக்கும் முயற்சிகளை மாலையில் சரிபார்த்துக் கொண்டுதான் இருந்தேன். நட்சத்திரங்களின் வெளிச்சத்தில், புலியை நோக்கித் துப்பாக்கியை எவ்வாறு குறி பார்ப்பதென்றும் துப்பாக்கியின் முகப்பை வேண்டியமட்டும் இழுத்து, அதன் ரவை சரியாக இரைக்கு ஒன்று அல்லது இரண்டு அடி தூரத்தில் பாயும்படி செய்வதற்குமாகப் பழக்கப்படுத்திக்கொண்டேன். ஆனால் இப்போது மேகங்கள் என்னுடைய பார்வையின் கூர்மையைப் பயனற்றுச் செய்துவிட்டன. அதனால் என்னுடைய காதுகளை நம்ப வேண்டியதாக இருந்தது (அந்த நேரத்தில் என் கேட்கும் திறன் அபாரமாய் இருந்தது). துப்பாக்கியைச் சற்றுத் தூக்கி என் முழங்கைகளைக் கால்மூட்டுகளின் மீது வைத்துப் புலி ஏற்படுத்திக் கொண்டிருக்கும் சத்தத்தை அனுமானித்துக் கவனமாக குறி வைத்தேன். துப்பாக்கியை அசையாமல் பிடித்துக்கொண்டு வலது காதின் வழியாகச் சத்தம் வரும் பக்கமாகத் தலையைத் திருப்பிக் கூர்மையாகக் கவனித்துவிட்டுப் பின் பக்கம் திரும்பினேன். துப்பாக்கியின் குறி சற்று மேல் பார்த்து இருப்பதாக எனக்குத் தோன்றியது. அதனால் துப்பாக்கியின் முகவாயை ஒரு அங்குலம் அளவைவிடச் சற்றுக் குறைத்துத் தலையை மீண்டும் சத்தத்தின் பக்கமாய்த் திருப்பிக் கவனித்தேன். இப்படியாகச் சில தடவைகள் செய்தபின், நான் சத்தம் வரும் இடத்தை நோக்கித்தான் குறி வைக்கிறேன் என்று உறுதிசெய்துகொண்டேன். மெதுவாகத் துப்பாக்கியின் முகவாயை வலதுபக்கமாக நகர்த்தி விசையை அழுத்தினேன்.

இரண்டே தாவலில் புலி இருபதடி உயரத்திலிருந்த மணற்குன்றின் மீதிருந்தது. அந்த உச்சியில் சிறுதுண்டுக்குச் சமமான நிலப்பரப்பு இருந்தது. அதன் பிறகு அந்தக் குன்று செங்குத்தாய் மேலேறியிருந்தது. புலியானது காய்ந்த இலைகளின் மீது விழுந்து அந்தச் சமப்பரப்பு முடியும்வரை இழுத்துச்செல்லப்படும் சத்தத்தை என்னால் கேட்க முடிந்தது. அதன் பிறகு அமைதி நிலவியது. இந்த அமைதியை எப்படி எடுத்துக்கொள்ளலாம் என்றால், ஒன்று அந்தப் புலி சமப்பரப்பை அடையும்போது இறந்திருக்க வேண்டும் அல்லது அது காயம் ஏதும் படாமல் தப்பித்திருக்க வேண்டும். என்னுடைய துப்பாக்கியைத் தோளில் இருத்திக்கொண்டு மூன்று அல்லது நான்கு நிமிடங்களுக்கு ஏதாவது சத்தம் வருகிறதா என்று கூர்மையாகக் கவனித்தேன். அதன்பின் சத்தம் ஏதும் வராததால் என்னுடைய துப்பாக்கியைத் தோளிலிருந்து கீழிறக்கினேன். என் செயலுக்குப் பதில் உரைப்பதுபோல மணற்குன்றின் மேல் பகுதியிலிருந்து ஒரு ஆழமான உறுமல் சத்தம் கேட்டது. அதிலிருந்து அந்தப் புலிக்கு அடிபடவில்லை என்பதும் அது என்னைப் பார்த்திருக்கும் என்பதும் புரிந்தது. நான் மரத்தில் அமர்ந்திருந்த இடமானது தரையிலிருந்து முதலில் பத்தடி உயரத்தில் இருந்தது. ஆனால் அதில் அமர்ந்துகொள்ளத் திடமான பகுதி இல்லாததால் அதைச் சுற்றியிருந்த காட்டு ரோஜாச் செடியானது என் எடையினால் அழுத்தப்பட்டுத் தொய்ந்துபோனது. அதனால் இப்போது தரையிலிருந்து எட்டடி உயரத்தில்தான் நான் அமர்ந்திருக்கிறேன் என்பது மட்டுமல்லாமல், கீழே தொங்கியபடி இருக்கும் என் பாதங்கள் முதலில் இருந்ததைவிட அதிகமாய்க் கீழிறங்கி இருந்தன. இந்தச் சூழலில் நான் இருந்த இடத்திலிருந்து கொஞ்சம் உயரத்திலும் சுமார் இருபதடி என்னிலிருந்து தள்ளியும் ஒரு புலி, அதுவும் ஒரு ஆட்கொல்லிப் புலி என்று எல்லாக் காரணத்தாலும் என்னால் நம்பப்படுவது, அதன் தொண்டையின் அடியிலிருந்து உறுமிக் கொண்டிருக்கிறது.

பகல் பொழுதில் ஒரு புலி உங்கள் அருகில் இருப்பது என்பது, அது உங்களைக் கவனிக்காதபோதும், இரத்த நாளங்களில் பதற்றத்தை ஏற்படுத்தக் கூடியது. அதுவும், அந்தப் புலி சாதாரண ஒன்றாய் இல்லாமல் ஆட்கொல்லிப் புலியாக இருந்து, நேரமும் இருள் சூழ்ந்த இரவு பத்துமணியாக இருந்து, அந்தப் புலி உங்களையே பார்த்துக்கொண்டிருப்பது தெரிந்திருந்தால் நிச்சயமாக உங்களின் இரத்த நாளங்களில் உண்டாகும் பதற்றம் கொதிநிலையை அடைந்திருக்கும். புலியைத் தொந்தரவு செய்யாதவரையில் அது அதன் தேவைக்கு மேல் எதையும் கொல்லாது என்று எனக்குள் ஓர் எண்ணத்தை

ஜிம் கார்பெட்

உருவாக்கிக்கொண்டேன். ஏற்கெனவே என்னைப் பார்த்து உறுமிக்கொண்டிருக்கும் புலிக்கு அது அடித்துப்போட்ட இரையே இரண்டு மூன்று நாட்களுக்குப் போதும் என்பதால் என்னைக் கொல்லும் அவசியமும் அதற்கில்லை. இருந்தும் இந்தச் சூழ்நிலையில், இந்தக் குறிப்பிட்ட புலி அந்த விதிக்கு விதிவிலக்காய் இருக்கலாமென்று அமைதியற்ற ஓர் உணர்வு என்னுள் சொல்லிக்கொண்டிருந்தது. ஒரு முறை சுடப்பட்ட பிறகும், தான் கொன்ற இரையை உண்ணச் சில சமயங்களில் புலி மீண்டும் வருவதுண்டு. ஆனால் இந்தப் புலி அவ்வாறு செய்யாது என்பது எனக்குத் தெரிந்திருந்தது. எனக்குள் இருக்கும் அமைதியற்ற நிலையைக் கடந்து யோசித்துப் பார்த்தால் நான் உட்கார்ந்திருக்கும் இந்த இடத்தில் விழாமல் பிடித்துக் கொள்ள ஏதும் இல்லாதபோதும், சரியாகச் சமன்செய்து அமர்ந்துகொண்டால் நான் பாதுகாப்பாக இருக்க முடியும் என்பது எனக்குத் தெரியும். அல்லது அங்கிருந்தபடியே தூங்கினால் மரத்திலிருந்து கீழே விழுந்தும் விடலாம். சிகரெட் புகைக்க நினைக்கும் என் விருப்பத்திற்கு மறுப்புத் தெரிவிக்க எந்த ஒரு காரணமும் என்னிடம் இல்லை. அதனால் என்னுடைய சிகரெட் பெட்டியை எடுத்துத் தீக்குச்சியை உரசும்போது அந்தப் புலி மணற்குன்றின் ஓரத்திற்கு நகர்வது தெரிந்தது. இப்போது அது திரும்பி வந்து மீண்டும் உறுமியது. நான் மூன்று சிகரெட்டுகளைப் புகைத்து முடித்துவிட்டேன். அந்தப் புலியும் அந்த இடத்திலேயே நின்றுகொண்டிருந்தது, மழை சிறிதாய் விழத் தொடங்கும்வரை. சில பெரிய துளிகளாக மெதுவாக ஆரம்பித்துப் பிறகு கடும் மழையாய்க் கொட்டியது. இன்று காலையில் ராம்காரிலிருந்து புறப்படும்போது நான் இலகுவான துணிகளையே உடுத்தியிருந்தேன். மழையின் வேகத்தை என் மீது படாமல் தடுக்க எனக்கு மேல்பக்கமாய் அந்த மரத்தில் இலைகளும் இல்லாததால் சில நிமிடங்களிலேயே என் உடம்பு முழுமையும் நனைந்துவிட்டிருந்தது. எனக்குத் தெரிந்து அந்தப் புலி நிச்சயமாக ஒரு மரத்தின் அடியிலோ அல்லது பாறையின் பக்கவாட்டிலோ மழை ஆரம்பித்ததும் ஒதுங்கியிருக்க வேண்டும். மழை இரவு 11 மணிக்குப் பெய்யத் தொடங்கி அதிகாலை 4 மணிக்கு நின்றது. வானமும் தெளிவானது. இப்போது காற்றும் வீசத் தொடங்கியது என் அசௌகரியத்தை அதிகப்படுத்தியது. ஏற்கெனவே மழையினால் குளிர்ந்துபோயிருந்த நான் இப்போது காற்றுக்கு உறைந்து போனேன். வாதத்தால் சிறு தசைப்பிடிப்பும் ஏற்பட, நான் அந்த இரவை நினைவில் வைத்துக்கொண்டேன். அந்த இரவு இந்தச் சிறு உபாதையோடு முடிந்ததே என்று நன்றி சொல்லிக்கொண்டேன்.

சூரியன் உதிக்கும் சமயம் நல்ல நண்பரான பத்ரி மற்றுமொரு மனிதருடன் சூடான தேநீர் கொண்ட கெண்டியை எடுத்து வந்தார். என்னிடமிருந்து துப்பாக்கியை வாங்கிகொண்ட பின் கால்களில் ஏற்பட்ட தசைப்பிடிப்பால் மரத்திலிருந்து வழுக்கிக்கொண்டு இறங்கிய என்னை அவர்கள் இருவருமாய்ப் பிடித்துக்கொண்டனர். நான் தரையில் அமர்ந்துகொண்டு தேநீரை அருந்த அவர்கள் இருவரும் என் கால்களைப் பிடித்துவிட்டு இரத்த ஓட்டத்தை மீட்டெடுத்துத் தசைப்பிடிப்பை சரிசெய்தனர். என்னால் எழுந்து நிற்க முடிந்ததும், பத்ரி தன்னுடன் வந்த மனிதரை விருந்தினர் மாளிகையில் இருந்த கணப்படுப்பில் தீ மூட்டச்சொல்லி அனுப்பினார். இதுவரை வேட்டையாட நான் எனது காதுகளைப் பயன்படுத்தியதில்லை. இரவு அந்தப் புலியின் தலையைச் சில அங்குலங்களில் தவறவிட்டிருக்கிறேன் என்பதே எனக்கு வியப்பாய் இருந்தது. துப்பாக்கியைச் சரியாகத் தான் தூக்கிப் பிடித்திருந்திருக்கிறேன். ஆனால் இன்னும் சற்று வலது புறமாய்த் துப்பாக்கியின் முகவாயைத் தள்ளி வைத்திருக்க வேண்டும். அப்படிச் செய்யாததால், துப்பாக்கியின் ரவை புலி சாப்பிட்டுக்கொண்டிருந்த இடத்திலிருந்து ஆறு அங்குலம் தள்ளி அந்தக் காளை மாட்டின் மீது பட்டிருக்கிறது.

தேநீரும், சாலைவழியான அரை மைல் தூர நடையும் என்னுடைய தளர்வுகளை எல்லாம் நீக்கியிருந்தன. பத்ரியின் பழத்தோட்டத்தை நோக்கிய ஒரு மைல் தூர நடையில் ஈரமான உடையும் வெறும் வயிறும் மட்டுமே அசௌரியத்தைக் கொடுத்தன. கால்நடைகள் செல்லும் வழித்தடத்தை முழுவதும் மறைத்திருந்த சிவப்புநிறக் களிமண்ணானது நேற்றைய மழையால், நாங்கள் நடக்கும்போது வழுக்கியபடி இருந்தது. இந்தக் களிமண் பாதையில் மூன்று கால்த்தடங்களின் வரிசைகள் தெரிந்தன: பத்ரியும் அவருடன் வந்த மனிதரும் மேலேறி வந்த கால்த்தடங்கள், அந்த மனிதரின் கீழ் நோக்கிச் செல்லும் கால்த்தடங்கள். நூற்றைம்பது அடி தூரம்வரை, இந்த மூன்று கால்த்தடங்களின் வரிசைகள் மட்டுமே அந்த ஈரமான களிமண் பாதையில் இருந்தன. அதன் பிறகு வழிதடத்திலிருந்து வளைந்துசென்ற பாதையில், ஒரு பெண் புலி வலதுபுறமிருந்த மணற்குன்றிலிருந்து இந்தக் களிமண் தடத்தில் குதித்துச் சென்ற கால்த்தடங்கள் இருந்தன. பத்ரியுடன் வந்த மனிதன் சென்ற கால்த்தடங்களைத் தொடர்ந்தாற்போல் அதனுடைய கால்த்தடங்களும் சென்றன. அந்த மனிதரின் கால்த்தடங்களும் புலியின் பாதத் தடங்களும் ஒரே மாதிரியான வேக ஓட்டத்தில் இருந்தன. என்னாலும் பத்ரியாலும் ஒன்றும் செய்யமுடியாத நிலை. அந்த மனிதர் இருபது நிமிடங்கள்

எங்களுக்கு முன்னதாகச் சென்றுவிட்டிருந்தார். அவர் அதற்குள் பழத்தோட்டத்திற்குச் சென்று பத்திரமாகச் சேர்ந்திருக்காவிட்டால் எங்கள் உதவி அவருக்குப் பயன்படக்கூடிய கட்டத்தை விட்டு வெகு தொலைவு போயிருப்பார். சங்கடமான எண்ணங்கள் எங்களை ஆக்ரமிக்க, எத்தனை விரைவாக அந்த வழுக்கும் பாதையில் இறங்க முடியுமோ அத்தனை விரைவாக இறங்கினோம். பழத்தோட்டத்துக்குச் செல்லும் நடைபாதையை நெருங்கியதும், அங்கு வேலை செய்யும் மற்ற மனிதர்கள் தூரத்தில் கண்ணில்பட்ட பிறகுதான் கொஞ்சம் நிம்மதியானோம். புலி பாதையிலிருந்து விலகிக் கீழ்ப்புறமாகச் சென்றிருக்கலாம் என்றும் அவர் பழத்தோட்டத்திற்குள் சென்றிருப்பார் என்றும் நினைத்தோம். பிறகு அவரிடம் கேட்டபோது, புலியானது தன்னைத் தொடர்ந்து வந்தது தனக்குத் தெரியாது என்றார்.

விருந்தினர் மாளிகையில் சத்தமிட்டு எரியும் கணப்பு அடுப்பின் முன் என்னுடைய ஈரமான துணிகளை உலர்த்தியிருந்த சமயத்தில் பத்ரியிடம் அந்தப் பெண் புலி சென்ற காட்டைப் பற்றி வினவிக்கொண்டிருந்தேன். புலி சென்ற பாதை, ஆழமான, அடர்த்தியான காடுகளைக் கொண்ட குறுகலான மலையிடுக்குப் போன்றது என்று பத்ரி சொன்னார். குறுகலான அந்த மலையிடுக்கு, செங்குத்தான மலையின் ஓரிரு மைல்கள்வரை பரந்து விரிந்து சென்று, பின் வலது பக்கத்திலிருந்து வரும் இன்னொரு மலையிடுக்குடன் சென்று இணைகிறது என்று சொன்னார். இரண்டு மலையிடுக்குகளும் இணையும் இடத்தில் ஓர் ஓடை இருப்பதாகவும் அதனையொட்டித் திறந்தவெளி ஒன்று இருப்பதாகவும் பத்ரி சொன்னார். அந்தப் பகுதிதான் இரண்டும் முடிவடையும் இடம் என்றார். அந்த மலையிடுக்கின் பக்கமாக அது சென்றிருப்பதற்கான காரணங்களை நாங்கள் நம்புவதால் அந்தப் பெண் புலி அங்குதான் இன்று பகல் முழுவதும் படுத்திருக்கக்கூடும். இந்த இடம்தான் சத்தமெழுப்பிப் புலியை வெளிவரச் செய்வதற்குச் சரியான இடமெனத் தோன்றியதால், அதைச் சுடுவதற்கு இந்த வழிமுறையை முயற்சி செய்வது என முடிவுசெய்தோம்.

சத்தம் எழுப்ப எங்களுக்கு அதிகமான மனிதர்கள் தேவைப் பட்டார்கள். பத்ரியின் தோட்டத்துத் தலைமை தோட்டக்காரர் கோவிந்த் சிங் வரவழைக்கப்பட்டார். அவரிடம் எங்கள் திட்டத்தை எடுத்துரைத்தோம். கோவிந்த் சிங், மதியத்திற்குள் முப்பது ஆட்களைத் திரட்டிக்கொண்டு வருவதாகச் சொன்னார். இந்த வேலையுடன் அவருடைய முதலாளியின் உத்தரவின்படி,

ஐந்து மணங்கு (நானூற்று பத்து பவுண்ட்) எடையுள்ள பட்டாணியையும் சேகரித்து வருவதாகவும் சொல்லிச் சென்றார். பத்ரியிடம் ஆப்பிள் பழத்தோட்டம் தவிர்த்து விசாலமான காய்கறித் தோட்டம் ஒன்றும் உண்டு. முந்தைய மாலை நேரத்தில்தான் நைனிதால் சந்தையில் முதிர்ந்து செடியிலேயே காய்ந்த பட்டாணியின் விலை அரை கிலோவுக்கு நான்கு அணாவாக உயர்ந்திருந்தது. இந்த நல்ல சந்தர்ப்பத்தைப் பயன்படுத்திக்கொள்ள பத்ரி விரும்பினார். அதனால் அவருடைய ஆட்கள் பட்டாணிகளைப் பறிக்கத் தொடங்கியிருந்தனர். இரவில் அவற்றைப் பொதியாகக் குதிரைகளின் மீது ஏற்றி அனுப்பிவிட்டால் அதிகாலையில் அவை நைனிதால் சந்தையைச் சென்றடைந்துவிடும் என்று எண்ணினார்.

என்னுடைய ரைபிள் துப்பாக்கியைச் சுத்தப்படுத்திவிட்டுச் சிறிது நேரம் பழத்தோட்டத்தைச் சுற்றி நடந்துவிட்டுக் காலைச் சிற்றுண்டிக்காகப் பத்ரியுடன் இணைந்துகொண்டேன். சிற்றுண்டியை ஒரு மணிநேரம் முன்னதாகவே தயார் செய்திருந்தார்கள். மதிய வேளையில் கோவிந்த் தனது முப்பது ஆட்களுடன் வந்துசேர்ந்தார். பட்டாணி அறுவடை செய்பவர்களைக் கவனிக்க யாராவது இருக்க வேண்டிய கட்டாயம் இருந்ததால் பத்ரி அங்கே இருப்பதாகவும் கோவிந்த் சத்தமெழுப்பிப் புலியை வெளிக்கொணரும் வேலைக்கு வருவதாகவும் முடிவாயிற்று. கோவிந்தும் அவருடன் வந்த முப்பது பேரும் உள்ளூர் ஆட்களாக இருந்ததால் அவர்களுக்கு அந்த ஆட்கொல்லிப் புலியால் நேரவிருக்கும் ஆபத்தை உணர முடியும். இருந்தும், நான் அவர்களிடம், அவர்கள் என்ன செய்ய வேண்டும் என்று சொன்னபோது என்னுடைய உத்தரவுகளைச் சரியாக செயல்படுத்துவதற்கு விருப்பம் தெரிவித்தனர். அந்த மலையிடுக்குப் பிரதேசம் முழுமையும் தேட வேண்டியிருப்பதால் பத்ரி என்னை ஒரு மணிநேரம் முன்னதாகக் கிளம்பச் சொன்னார். ஒருவேளை சுடுவதில் நான் தோல்வி அடைந்தால் ஓடையின் அருகில் உள்ள திறந்தவெளிக்கு நான் வந்துவிட வேண்டும் என்பதே எங்களின் திட்டம். கோவிந்த் தன்னுடன் வந்தவர்களை இரண்டு குழுக்களாகப் பிரித்து, அதில் ஒன்றுக்குத் தான் தலைமை ஏற்றுக்கொண்டு மற்றொன்றுக்கு நம்பிக்கையான இன்னொருவரை நியமித்தார். நான் புறப்பட்டுச் சென்ற ஒரு மணிநேரத்திற்குப் பிறகு, பத்ரி தன்னுடைய துப்பாக்கியால் ஒரு குண்டை முழங்கச் செய்து இரண்டு குழுவினரையும் மலையிடுக்கின் இரு பக்கங்களிலுமாகப் பாறைகளை உருட்டிவிட்டுக்கொண்டும் சத்தமிட்டுக்கொண்டும் கைகளைத் தட்டிக்கொண்டும் புறப்பட்டுப் போகச்செய்ய வேண்டும். இது கேட்பதற்கு மிக எளிதாக

இருக்கிறது. இதற்கு முன் இதுபோல நிறையத் தாளத்தட்டுகளுடன் வேட்டைக்குச் செல்லுவது தவறாக முடிந்திருப்பதைப் பார்த்திருப்பதால் எனக்குள் நிறைய சந்தேகங்கள் எழுந்தன.

அன்று காலையில் கீழிறங்கி வந்த பாதையில் மேல் நோக்கி நடக்கத் தொடங்கினேன். பெண் புலி காலையில் பயணம் மேற்கொண்ட பாதையில் பின்தொடர்ந்து சென்றேன். அதில் சிறிது தூரம் நடந்த பிறகுதான் கவனித்தேன், அந்தப் பாதை குறுகிச் சென்று புதர்கள் அடர்ந்த காட்டுக்குள் முடிந்தது. அதன் வழியாகச் சிரமப்பட்டுப் பல நூறு அடி நடந்து வந்த பிறகு அந்த மலைப் பகுதி ஆழமான பல மலையிடுக்குகளாலும் மலைகளின் வரம்புகளாலும் ஆங்காங்கே பிளவுபட்டிருந்ததைக் காண முடிந்தது. சத்தமெழுப்பிக்கொண்டு செல்லவிருக்கும் மலை யிடுக்கின் வலதுபக்க எல்லையாக இருக்கக்கூடும் என நான் நினைத்த ஒரு மலையின் வரம்பு வழியாகக் கீழே இறங்கத் தொடங்கினேன். அங்கு அதன் முடிவில் பெரிய சரிவான பள்ளமொன்று இறங்கியிருந்தது. அங்குதான் எனது வலது பக்கமிருந்தும் இடது பக்கமிருந்தும் மலையிடுக்குகள் வந்துசேர்ந்திருந்தன. இரண்டும் சேருமிடத்தில் ஓடையொன்று ஓடிக்கொண்டிருந்தது. நான் புலியைச் சுட வசதியான இடம் என்று பத்ரி சொன்ன திறந்தவெளி எங்கே இருக்குமெனத் தேடிக்கொண்டும் யோசித்துக்கொண்டும் இருந்தபோது தேனீக்கள் ரீங்காரமிடும் சத்தம் என் அருகிலிருந்து கேட்டது. அந்தச் சத்தத்தைத் தொடர்ந்து சென்றபோது அங்கே ஒரு பசு மாட்டின் மிச்ச உடல் பகுதிகள் கிடந்தன. அது கொல்லப்பட்டு ஒரு வாரம் இருக்கலாம். அந்த விலங்கின்தொண்டைப் பகுதியில் பதிந்திருந்த பற்களின் தடம் ஒரு புலியினுடையது என்பதைச் சொல்லியது. புலி அந்தப் பசுமாட்டின் தோளின் ஒரு பகுதி, கழுத்து, தலையைத் தவிர மற்ற அனைத்தையும் சாப்பிட்டிருந்தது.

இறந்துகிடந்த மாட்டு உடலின் மிச்சத்தை, எந்த ஒரு காரணமும் தோன்றாமல் குன்றின் ஓரத்திற்கு இழுத்துக்கொண்டு போய்ச் செங்குத்தான மலையுச்சியிலிருந்து கீழே தள்ளிவிட்டேன். சுமார் முன்னூறு அடிவரை கீழ் நோக்கி உருண்டு, பின் ஓடைக்குச் சிறு தொலைவில் இருந்த சிறு மலைப்பொந்துக்குள் அது சிக்கிக்கொண்டது. இடதுபக்கமாகச் சுற்றி வந்தபோது திறந்தவெளி ஒன்று மலையின் விளிம்பொன்றில் தென்பட்டது. அது, நான் இப்போது வீசிய மாட்டின் மிச்ச உடல் சென்று விழுந்த பொந்திலிருந்து சுமார் தொள்ளாயிரம் அடி தொலைவில் இருந்தது. அந்த நிலப்பரப்பானது நான் நினைத்ததைவிட மிகவும் வித்தியாசமாய் இருந்தது. எந்த மலைப்பக்கமாய்

அவர்கள் சத்தமிட்டுக்கொண்டிருக்கிறார்களோ அந்த மலைப்பக்கத்தை வசதியாக நின்று பார்க்க இங்கு இடமில்லாமல் இருந்தது. நான் நிற்கும் இடத்திலிருந்து பெண் புலி வருவதைப் பார்க்கும் வசதியில்லை. அதனால் அது எந்தப் பக்கமிருந்தும் வரலாம். இருந்தும் இப்போது அதையெல்லாம் யோசித்து ஏதாவது செய்வதற்கு எனக்கு நேரமில்லை. அவர்கள் சத்தமெழுப்பிக்கொண்டு கிளம்புவார்கள் என்பதை எனக்குத் தெரியப்படுத்தும் வேட்டைத் துப்பாக்கியின் வெடிச் சத்தத்தை ஏற்படுத்தி பத்ரி எனக்குத் தெரியப்படுத்திவிட்டார். இப்போது வெகு தூரத்தில் ஆட்கள் ஓசையெழுப்பும் சத்தம் எனக்குக் கேட்டது. சிறிது நேரம் அந்தச் சத்தம் என்னை நோக்கி வருவது போல இருந்தது. பிறகு சத்தம் மெதுவாய்க் குறையத் தொடங்கி முற்றிலுமாக நின்றுவிட்டது. ஒரு மணிநேரத்துக்குப் பிறகு, அவர்களின் சத்தம் கேட்கத் தொடங்கியது. அவர்கள் இப்போது, மலையின் இறக்கத்தில், என்னுடைய வலதுபுறமாய் வரும் சத்தம் கேட்டது. எனக்கு நேராக அவர்களின் சத்தம் கேட்டபோது, சத்தத்தை நிறுத்திவிட்டு என்னுடன் நான் நிற்கும் மலையின் விளிம்புக்கு வந்துசேர்ந்துகொள்ளுமாறு கத்திச் சொன்னேன். அந்தச் சத்தமெழுப்பும் வழிமுறை தவறாகப் போனதில் யாருடைய குற்றமுமில்லை. அந்த நிலப்பரப்பு குறித்த முழுமையான தெரிதலும் இல்லாமல் முன்கூட்டியே பயிற்சியும் இல்லாத எண்ணிக்கையில் குறைந்த அளவிலான ஆட்களை வைத்துக்கொண்டு இந்த வேலையில் இறங்கியது, அதுவும் பரந்து விரிந்திருக்கும் புதர்கள் நிறைந்த காட்டில் என்பது மிகவும் கடினமான காரியம்தான். நூற்றுக்கணக்கான தேர்ச்சி பெற்ற ஆட்களால்கூட இது முடியாது என்பது எனக்குத் தெரியும்.

இந்தப் புதர்களும் குத்துச்செடிகளும் நிறைந்த காட்டில் தாளம் தட்டிக்கொண்டே நடந்துவருவது என்பது அவர்களுக்குக் கடினமான ஒன்றுதான். அவர்கள் வந்துசேர்ந்து கூட்டமாய் அமர்ந்து கைகளிலும் பாதங்களிலும் குத்தியிருந்த முட்களை எடுத்துக்கொண்டிருந்தனர். என்னுடைய சிகரெட்டுகளை வாங்கிப் புகைத்துக்கொண்டிருந்தனர். நானும் கோவிந்தும் நேருக்கு நேர் நின்று நாளை முக்தேஸ்வரிலும் சுற்றியிருக்கும் கிராமங்களி லிருந்தும் அங்கு வசிக்கும் மனிதர்களை அழைத்துக்கொண்டு மீண்டும் சத்தமெழுப்பும் வேலையைத் தொடங்கலாமெனச் சொன்ன அவரின் கருத்தைப் பற்றிப் பேசிக்கொண்டிருந்தோம். திடீரென கோவிந்த் தான் பேசிக்கொண்டிருந்த வாக்கியத்தைப் பாதியில் நிறுத்தினார். அவருடைய கவனத்தை என் பின்னால் இருந்த ஏதோவொன்று திசை திருப்பியதை என்னால் காண

முடிந்தது. அவர் கண்கள் சுருங்கி, நம்ப முடியாத ஒன்றைப் பார்த்ததுபோல் முகம் மாறியது. சட்டென நானும் திரும்பி, அவர் பார்த்த திசையில் கவனித்தேன். அங்கே, விளைச்சலில்லாமல் கிடந்த வயல்வெளி ஒன்றில் அந்தப் பெண் புலி அமைதியாய் நடந்துகொண்டிருந்தது. நாங்கள் இருந்த மலையிலிருந்து சரியாக ஆயிரத்து இருநூறு அடி தூரத்தில் ஓடையின் எதிர்க்கரையோரமாக எங்களைப் பார்த்தவாறு இருந்த திசையில் நடந்து வந்துகொண்டிருந்தது.

காட்டில் இருக்கும்போது உங்களை நோக்கி ஒரு புலி வந்துகொண்டிருந்தால், அதுவும் நீங்கள் மக்கள் வசிக்கும் குடியிருப்புகளிலிருந்து தொலைவில் இருந்தாலும், நீங்கள் நினைத்திருந்தபடி அதைக் கொல்ல கிடைக்கும் அல்லது புகைப்படம் எடுக்கும் சந்தர்ப்பத்தைக் கொடுக்கும் எண்ணங்களாக, உங்களின் மனதில் பலவகையான எண்ணங்கள் ஓடும். ஒரு முறை இப்படிதான் நான் வேட்டைப் பாதையைப் பார்த்தவாறு இருக்கும் மலைப்பகுதியில் புலி ஒன்றுக்காகக் காத்திருந்தேன். அந்தப் பாதை மிகப் புனிதமான காட்டுக் கோவிலான பரம் கா தன் *(Baram Ka Than)* போகும் வழியில் இருந்தது. பரம் என்பதுதான் அந்த வனக்கடவுளின் பெயர். காட்டில் வாழும் மனிதர்களைப் பாதுகாப்பவர் அவர் என்பது ஐதீகம். அவர் பாதுகாக்கும் அந்தப் பகுதியில் மிருகங்களைக் கொல்வதை அனுமதிக்க மாட்டார். ஆனால், இந்தக் கோவில் நடுநாயகமாக இருக்கும் காடுதான் வேட்டைக்கான களமாகவும், சுற்றியிருக்கும் பல மைல் தூரமானது வேட்டைக்காரர்களின் மிக விருப்பத்திற்குரிய இடமாகவும் இருந்துவந்தது. இந்தியாவின் எல்லாப் பகுதிகளிலிருந்தும் வேட்டை வீரர்கள் அங்கு வருவதை வாடிக்கையாகக் கொண்டிருந்தனர். இருந்தும், அந்தக் காட்டுடன் எனக்கு இருக்கும் வாழ்நாள் அனுபவத்தில் ஒன்று சொல்ல முடியும். ஒரு மிருகமும் அந்தக் கோவிலின் அருகில் இருக்கும் இடத்தில் சுடப்பட்டதாக எனக்குத் தெரிந்து இல்லை. அதனால் நான் அங்கே கிராமத்து எருமைகளைக் கொன்று தின்னும் ஒரு புலியைக் கொல்லச் சென்றிருந்தபோது இந்தப் பரம் கோயிலிலிருந்து ஒரு மைல் தூரத்தில் உள்ள இடத்தைத் தேர்ந்தெடுத்திருந்தேன். மாலை 4 மணியிருக்கும். ஒரு புதருக்குப் பின்னால் நான் மறைந்திருந்தேன். ஒரு மணிநேரம் கழித்து, நான் புலியை எதிர்பார்த்திருந்த பாதையின் வழியாக, ஒரு கடமான் சத்தமிட்டுக்கொண்டே வந்தது. சிறிது நேரத்தில் என்னுடைய மிக அருகிலேயே ஒரு கேளையாடு குரைக்கத் தொடங்கியது. நான் அமர்ந்திருந்ததன் அருகில் இருந்த பாதையில் அந்தப் புலி வந்துகொண்டிருந்தது.

அந்தக் காடு அடர்த்தியாக இல்லாமல் இரண்டு அல்லது மூன்று அடி சுற்றளவு கொண்ட இளம் நாவல் மரங்களைக் கொண்டிருந்தது. அறுநூறு அடி தொலைவில் அந்தப் பெரிய ஆண் புலியைப் பார்த்தேன். அது மெதுவாய் நடந்து வந்துகொண்டிருந்தது. எங்களிடையே இருந்த தூரம் குறைந்து முன்னூறு அடியாக ஆகியிருந்த சமயத்தில், 'சுவிஷ்' எனக் காற்றில் ஆடும் இலைகளின் சத்தம் கேட்டது. நிமிர்ந்து பார்த்தபோது ஒரு நாவல் மரத்தின் கிளையானது அருகிலிருந்த மற்றொரு நாவல் மரத்தின் கிளையோடு உராய்ந்து கீழ் நோக்கித் தாழ்ந்து வந்தது. மிக மெதுவாக அந்த மரம் இன்னும் தழைந்து அதன் வகையைச் சேர்ந்த அதே அளவிலிருந்த மற்றொரு மரத்தைத் தொடும் முனைப்பில் இருந்தது. சில நொடிகளுக்குள் அந்த இரண்டாவது மரமும் முதல் மரத்தின் எடையைத் தாங்கிக்கொண்டு தாழ்ந்து வந்தது. இரண்டு மரங்களும் செங்குத்துக் கோணத்தில் இருந்து முப்பது டிகிரிக்கு வளைந்து வந்தபோது, அவை இரண்டும் சேர்ந்து மூன்றாவதாய் மற்றுமொரு சிறிய மரத்தைப் பற்றிக்கொண்டன. ஒன்றிரண்டு நொடிகள் அங்கே ஓர் அமைதி நிலவியது. அதன் பிறகு மூன்று மரங்களும் நிலத்தில் திடீரென விழுந்தன. சில அடி தொலைவில் இருந்த மரங்களைக் கவனித்துக்கொண்டிருந்தபோதும் நான் அந்தப் புலியின் மீதும் ஒரு கண் வைத்திருந்தேன். முதன்முதலில் கேட்ட இலைகளின் பெரும் அசைவுச் சத்தத்திற்குப் புலி நின்றிருந்தது. மரங்கள் கீழே சடசடவென விழுந்த சத்தத்திற்கு அது எந்தவிதப் பதற்றமும் காட்டாமல் தான் வந்த திசையிலேயே திரும்பி நடக்கத் தொடங்கியது. நான் பார்த்த மரங்கள் உடைந்து விழும் நிகழ்வு மிகவும் வித்தியாசமானது. மரங்கள் மிகவும் இளமையும் திண்மையும் உடையவையாக இருந்தன. அவற்றின் வேர்களை இளக்கிப் பெயர்த்தெடுக்க, சமீபத்தில் எந்த மழையும் பெய்யவும் இல்லை. மேலும் அந்த நேரத்தில் எந்த ஒரு பலமான காற்றும் அடிக்கவில்லை அந்த காட்டில். அந்தப் புலியைக் கொல்லக் காத்திருந்த எனக்கும் புலிக்கும் இடையில் சுமார் இருநூற்றுப் பத்து அடி தூரமே இருந்த நிலையில் கோயிலை நோக்கிச் செல்லும் அந்தப் பாதையின் குறுக்கே மரங்கள் விழுந்திருந்தன.

இப்போது புலி நடந்து வந்துகொண்டிருக்கும் இந்த இடத்தில் அதைச் சுட முடியாமல் போவதற்கான வாய்ப்புகள் மிகவும் அதிகம். ஏனென்றால், கற்பாறைகள் அதிகமாக இருக்கும் இந்த இடம் குடியிருப்புப் பகுதி அல்ல. ஆனால் இதன் வழியே, கூட்டமாய் மனிதர்கள் ஒரு கிராமத்திலிருந்து மற்றொன்றுக்குப்

பயணப்படுவதும் அல்லது சந்தைகளுக்குப் போவதும் வருவதுமாக இருப்பார்கள். அல்லது ஆப்பிள் பழத்தோட்டங்களுக்கு வரும் நெடுவால் குரங்குகளைப் பயமுறுத்துவதற்காகச் சுடப்படும் துப்பாக்கி வெடிச் சத்தங்களும், புலியைச் சுடுவதற்கான வாய்ப்புகளைக் குறைக்கக்கூடும். அந்தப் பெண் புலி ஓடையை அடைவதற்கு இன்னும் தொள்ளாயிரம் அடி தூரம் நடக்க வேண்டியிருந்தது. அதில் அறுநூறு அடி திறந்தவெளியாகவும் ஒரு மரமோ அல்லது புதரோகூட இல்லாதிருந்தது. எங்களை நோக்கி அந்தப் பெண் புலி சற்றுச் சரிவான கோணத்தில் நடந்து வந்துகொண்டிருந்தது. நாங்கள் சிறிது அசைந்தால்கூட அதன் பார்வையில் பட்டுவிடக்கூடும். அதனால் என்னால் எதுவும் செய்ய இயலாத நிலையில் அதனைக் கவனித்துக்கொண்டிருந்தேன்.

எந்த ஒரு பெண்புலியும் இத்தனை மெதுவாக நடந்துவர முடியாது. இங்கு முக்தேஸ்வரில் இருக்கும் மக்கள் இந்தப் பெண்புலியை நொண்டிப் புலியாகவே அறிவார்கள். ஆனால் எனக்கு அது ஊனமாய் இருப்பதற்கான எந்தவொரு அறிகுறியும் தெரியவில்லை. அதனைப் பார்த்துக்கொண்டிருக்கும்போதே என் சிந்தனைக்குள் ஒரு திட்டம் உருவாகியது. புதர்கள் அடர்ந்திருக்கும் பகுதிக்குள் அது செல்லும்வரை சற்றுப் பொறுமையாகக் காத்திருந்து, அது மறைவுக்குள் சென்றதும் ஓடிச்சென்று, சரியாகக் குறி பார்த்து வைத்திருந்து, அந்த ஓடையை அது கடப்பதற்கு முன்பாகவோ அல்லது கடந்த பிறகோ சுட வேண்டியது. எனக்கும் அந்தப் புலி செல்லவிருக்கும் இடத்துக்கும் இடையில் ஒளிந்துகொள்ளச் சரியான மறைவு இருக்க வேண்டும் என்று தோன்றியது. நான் அதனைப் பார்த்ததும் சற்று முன்னே சென்று எதிர்கொள்ள வேண்டும். அவ்வாறு செய்வதாய் இருந்தால், ஒன்று, அது திறந்தவெளியில் நடந்து வரும்போதே நான் சுட முயற்சிக்க வேண்டும் அல்லது, அதில் தோற்றால் அது ஓடையைக் கடக்கும்போது இடைமறித்துச் சுட வேண்டும். ஆனால் துரதிருஷ்டவசமாக என் அசைவுகளை மறைத்துக்கொள்ள அங்கு சரியான மறைவுகள் இல்லை. அதனால் புலி திறந்தவெளிக்கும் ஓடைக்கும் நடுவில் இருக்கும் புதர்ப் பகுதிக்குள் செல்லும்வரை, நான் காத்திருக்க வேண்டியிருந்தது. நான் திரும்பி வரும் வரை என்னுடன் இருந்த மனிதர்களை அசையாமலும் சத்தம் ஏற்படுத்தாமலும் இருக்குமாறு சொல்லிவிட்டுப் புலி பார்வையிலிருந்து மறைந்ததும் நானும் ஓடிச்சென்றேன்.

அந்த மலைப்பகுதி மிகவும் செங்குத்தாக இருந்தது. அந்த நிலப்பரப்பின் வழியே ஓடும்போது காட்டு ரோஜாப் புதர் ஒன்றை

எதிர்கொள்ள வேண்டியிருந்தது. அது பல அடி தூரத்துக்கு அங்கு மேலும் கீழுமாய்க் கிளைவிட்டு நின்றிருந்தது. அந்த ரோஜாப் புதரின் நடுவே தாழ்ந்த வாயிலுடைய பாதையொன்று இருந்தது. நான் குனிந்து அது வழியாக ஓட முயல என் தொப்பி தட்டிவிடப்பட்டுக் கீழே விழுந்தது. அந்தச் சுரங்கம் முடிவதற்கு முன்பாகவே நான் என் தலையை உயர்த்திவிட ரோஜாவின் முட்கள் என் தலையில் குத்தி ஏறி, அதனால் கால்கள் இழுபட்டுச் சிறிது தொலைவு இழுத்துச் செல்லப்பட்டேன். காட்டு ரோஜாச் செடிகளின் முட்கள் வளைந்தும் திண்ணமாகவும் இருந்தன. மலைப்பாதையில் இழுத்துச் செல்லப்படுவதை என்னால் தடுக்க முடியாததால் சில முட்கள் என்னுடைய தலைக்குள்ளே சென்று தைத்திருந்தன. சில உடைந்து தலைக்குள் குத்தியிருந்தன. (நான் வீட்டுக்குச் சென்ற பிறகு, அவற்றை எடுக்க என் சகோதரி மேகி மிகுந்த சிரமப்பட்டாள்). மற்றவை என்னுடைய சதையில் குத்திக் கிழித்திருந்தன. என்னுடைய முகத்தின் மீது சிறு தாரைகளாக இரத்தம் ஒழுகிக்கொண்டிருக்க நான் ஓட்டத்தில் இருந்தேன். நான் மலையின் மேலிருந்து தூக்கிப்போட்ட பசு மாட்டின் இறந்த உடலின் பகுதிகள் விழுந்திருந்த மறைவுக்கு வரும்வரை நான் ஓடியிருந்தேன். இந்தக் குழிபோன்ற மறைவு கிட்டத்தட்ட ஆயிரத்து இருநூறு அடி நீளமும் தொள்ளாயிரம் அடி அகலமும் கொண்டதாய் இருந்தது. அந்த மாட்டின் மிச்சங்கள் கிடந்த நிலப்பரப்பின் மீதும், அந்த இரை கிடந்த இடத்தின் மேலேயிருந்த மலைப்பகுதியிலும், அதற்கும் தள்ளியிருந்த மணல்மேட்டுக் கரையிலும் அடர்வாகப் புதர்க்காடுகள் நிறைந்திருந்தன. அந்தக் குழிந்த மறைவின் கீழ்ப்பாதியும் என் பக்கமிருந்த மணல்மேடும் குத்துச் செடிகள் ஏதுமில்லாமல் இருந்தன. குழிந்த மறைவின் விளிம்பிற்குச் சென்று எட்டிப் பார்த்தபோது எலும்பொன்று முறியும் சத்தம் கேட்டது. அந்தப் பெண் புலியானது எனக்கு முன்பாகவே அந்தக் குழிவிற்கு வந்துவிட்டிருந்தது தெரிந்தது. முந்தைய இரவிலிருந்து அது உணவு ஏதுமின்றி இருந்ததால் தான் முன்பு கொன்ற இரையில் மிச்சம் இருப்பதைப் பார்த்ததும் அதைத் தனது உணவாகக் கொள்ளத் தொடங்கியிருந்தது.

மிகச் சிறிய அளவே இறைச்சி இருந்த அந்த இரையை உண்டு முடித்து அந்தப் பெண் புலி திறந்தவெளிக்கு வந்தால் என்னால் அதனைச் சுடுவதற்கு முடியும். ஆனால் அது மலையின் மேல்பக்கமாய் ஏறிவிட்டாலோ அல்லது ஓடையின் மறுகரையின் பக்கமாய்ச் சென்று ஏறினாலோ என்னால் அதனைப் பார்க்க இயலாமல் போய்விடும். அடர்ந்த புதர்க்காட்டின் பக்கமிருந்து என்னால் புலியின் சத்தத்தைக் கேட்க முடிந்தது. மூன்று அடி தூரத்தில் என் இடதுபுறமாகக் குறுகிய பாதையொன்று என்

ஜிம் கார்பெட்

பக்கமிருந்து ஓடைக்கரை வழியாகச் சென்றது. பாதையைக் கடந்து சென்றால் மூன்று அடியில் அதன் நேர் கீழே ஐம்பது அடியில் ஓடையொன்று ஓடிக்கொண்டிருந்தது. அந்தப் பெண் புலியை எப்படியாவது புதர்க்காட்டை விட்டுத் திறந்தவெளிக்கு விரட்டிக் கொண்டுவரும் வழியைப் பற்றி யோசித்தேன். புதர்க்காட்டுக்கு மேலிருக்கும் மலைப்பகுதியில் கல்லை வீசலாம் என்று யோசித்துக்கொண்டிருந்தபோது எனக்குப் பின்புறம் ஒரு சத்தம் கேட்டது. திரும்பிப் பார்த்தபோது கோவிந்த் என் தொப்பியைக் கையில் வைத்துக்கொண்டு என் பின்னே நிற்பது தெரிந்தது. அந்தக் காலகட்டத்தில் இந்தியாவில் இருந்த எந்தவொரு ஐரோப்பியரும் தொப்பியின்றி இருந்துவிட முடியாது. அதனால் என்னுடைய தொப்பி ரோஜாப் புதர்களால் தட்டிவிடப்பட்டுக் கீழே விழுந்ததைப் பார்த்து கோவிந்த் அதையெடுத்து என்னிடம் கொடுக்க வந்துள்ளார்.

எங்கள் அருகில், மலையில் உட்புறமாய்ப் பொந்து ஒன்று இருந்தது. விரலை உதடுகளில் வைத்துச் சத்தமெழுப்ப வேண்டாம் என்று சைகை செய்து, கோவிந்தைக் கைகளைப் பற்றி இழுத்து அருகில் இருந்த அந்தப் பொந்துக்குள் அமரவைத்தேன். பின்பகுதியை உள்ளடக்கிக் குத்திட்டு உட்கார்ந்து மடிந்திருந்த மூட்டுகளில் முகவாயை வைத்துக்கொண்டு கைகளில் என்னுடைய தொப்பியையும் பிடித்துக்கொண்டு, அந்தப் பொந்துக்குள் இறுக்கிப் பொருந்தி கோவிந்த் அமர்ந்திருப்பதைப் பார்ப்பதற்கு விசித்திரமான ஜந்துவைப் போலிருந்தார். அவருக்கும் சில அடி

தூரத்தில், அந்தப் பெண் புலி எலும்புகளை நொறுக்கித் தின்னும் சத்தம் கேட்டிருக்கக்கூடும். நான் சற்று நிமிர்ந்து மணற்குன்றின் ஓரமாய் நகர்ந்து அமரும்போது, பெண் புலியானது சாப்பிடுவதை நிறுத்தியிருந்தது. ஒருவேளை என்னை அது கவனித்திருந்ததால் நிறுத்தியிருக்கலாம். அல்லது அதற்கு அந்தப் பழைய இறைச்சி பிடிக்காமல் போயிருக்க வாய்ப்பு அதிகம் உள்ளது. முழு நீள நிமிடத்திற்கு அசைவோ சத்தமோ இல்லை. அதன் பிறகு என்னால் அதனைப் பார்க்க முடிந்தது. ஓடையின் எதிர்க்கரையோரமாய் ஏறி, மேலிருக்கும் மலையுச்சி ஏறிக்கொண்டிருந்தது. அது சென்றுகொண்டிருந்த பாதையில் ஆறு அங்குல திண்ணம் உடைய அநேக நெட்டிலிங்க மரக்கன்றுகள் முளைத்திருந்தன. அவற்றின் இடையே அது செல்லும்போது என்னால் அதனுடைய வெளிவடிவத்தை மட்டுமே பார்க்க முடிந்தது. என்னுடைய தோட்டாக்கள், மரக்கன்றுகளை விட்டுப் புலியை நேரடியாகத் தாக்கும் என்ற கடைசி நம்பிக்கையுடன் என்னுடைய ரைபிள் துப்பாக்கியை எடுத்து அவசரமாகச் சுட்டேன். அந்த ரவை வெடித்த சத்தத்திற்குப் பெண் புலியானது சட்டெனத் திரும்பி மணல்மேட்டின் கரையின் வழியே திரும்பி வந்து குழிவான மறைவைக் கடந்து நான் இருந்த இடத்தை நோக்கி வந்தவாறு எங்கு செல்வது என்று தெரியாமல் என் பக்கமாய் வந்து நின்றது. நான் சுட்ட குண்டானது அந்தப் புலியின் தலைப்பக்கமாய் இருந்த ஒரு மரக்கன்றில் பட்டு அதன் ஒரு கண்ணைக் குருடாக்கிவிட்டது என்பது அப்போது எனக்குத் தெரியவில்லை. அதன் விளைவாக துப்பாக்கியின் வெடிச்சத்தத்தால் பயந்த ஒரு மிருகம் ஆபத்துக்குப் பயந்து ஓடுவதைப் போல, அதுவும் குறுகிய அந்த இடத்திற்குள் எங்கிருந்து துப்பாக்கி வெடிச்சத்தம் வந்திருக்கும் என்பதறியாமல் இங்கு வந்து நின்றிருப்பது புரிந்தது எனக்கு. அப்படியே நானும் அனுமானித்துக்கொண்டு காயம்பட்ட கோபமான பெண்புலி என்னை நோக்கி வருவதை எதிர்கொள்ளத் தயாரானேன். அது ஆறு அடி இடைவெளியில் என்னிடம் வரும்வரை காத்திருந்தேன். கொஞ்சம் முன்னே நகர்ந்து என்னிடம் மீதமிருந்த ஒற்றைக் குண்டை ரைபிள் துப்பாக்கிக்குள் போட்டு, அதிர்ஷ்டம் நன்றாக இருக்க, புலியின் கழுத்தும் தோள்பட்டையும் சேரும் இடத்தில் இருக்கும் குழிவான பகுதியில் சுட்டேன். சக்தி மிகுந்த 500 தோட்டாவின் வெடிப்பின் விளைவானது அந்தப் புலியை அதிரவைத்து, என் இடதுதோளின் மேல் அது விழுந்து விடாமல் தவிர்த்தது எனலாம். அந்த அதிர்வின் காரணமாய்ப் புலியை ஐம்பது அடி கீழே இருக்கும் ஓடையின் பக்கமாய் இழுத்துச்சென்று பெரும் சத்தத்துடன் விழ வைத்தது அந்தத் தோட்டா. ஓர் அடி முன்வைத்து மலை விளிம்பின் ஓரத்திற்கு நகர்ந்து எட்டிப்பார்த்தேன். பெண்

புலி தன் கால்களை மேலே தூக்கியபடி குட்டைத் தண்ணீருக்குள் மூழ்கிக் கிடந்தது. அந்தக் குட்டையின் நீர் மெதுவாக அதன் இரத்தத்தால் சிவப்பாகிக்கொண்டிருந்தது.

கோவிந்த் இன்னும் அந்தப் பொந்துக்குள் உட்கார்ந்து கொண்டிருந்தார். என் சைகைக்குப் பின்னர்தான் அவர் என்னுடன் இணைந்துகொண்டார். அந்தப் பெண் புலியைப் பார்த்த பிறகு திரும்பி மலையுச்சியில் இருந்த தனது ஆட்களிடம், ‘புலி இறந்துவிட்டது. புலி இறந்துவிட்டது’ என்று சத்தமாகச் சொன்னார். அங்கிருந்த முப்பது ஆட்களும் இப்போது சத்தமிடத் தொடங்கினார்கள். இதைத் தொலைவில் இருந்து கேட்டுவிட்ட பத்ரி அவருடைய சிறு வேட்டைத் துப்பாக்கியை எடுத்துப் பத்து முறை சுட்டார். இந்தத் துப்பாக்கி வெடிகளின் சத்தம் முக்தேஸ்வர் மட்டுமல்லாமல் சுற்றுவட்டாரக் கிராமங்களுக்கும் கேட்டுவிட்டது. எல்லாப் பக்கங்களிலிருந்தும் மனிதர்கள் அந்த ஓடை அருகே கூடிவிட்டனர். கூடியிருந்த ஆட்களில் சிலர் குட்டையிலிருந்து புலியைத் தூக்கியெடுத்து மரக்கன்று ஒன்றால் சுற்றிக் கட்டி வெற்றிக் களிப்புடன் பத்ரியின் பழத்தோட்டத்திற்குத் தூக்கிச் சென்றனர். அங்கே அதனை வைக்கோல் படுக்கையின் மீது எல்லோரும் பார்க்கப் படுக்க வைத்திருந்தனர். அந்தச் சமயத்தில் நான் விருந்தினர் மாளிகைக்குள் ஒரு கப் தேநீர் குடிக்கச் சென்றேன்.

ஒரு மணிநேரம் கழித்துக் கையில் ஏந்தும் கண்ணாடி லாந்தர் விளக்கின் ஒளியில் முக்தேஸ்வரில் உள்ள வேட்டை வீரர்கள் உட்பட மாபெரும் கூட்டத்தினர் முன்னிலையில் நான் அந்தப் பெண் புலியின் தோலை உரித்தெடுத்தேன். குண்டடி பட்டதில் அதற்கு ஒரு கண் தெரியாமல் போனது அப்போதுதான் எனக்குத் தெரிந்தது. மேலும் சுமார் ஒன்று முதல் ஒன்பது அங்குலம் நீளமுடையதாக இருந்த ஐம்பதுக்கும் மேற்பட்ட முள்ளம்பன்றி முட்கள் புலியின் மேற்கையிலும் வலது முன்னங்காலின் பஞ்சுபோன்ற பகுதியிலும் குத்தியிருப்பதும் தெரிந்தது. இரவு பத்து மணியளவில் என்னுடைய வேலை முடிந்தது. இரவு தன்னுடனே தங்குமாறு சொன்ன பத்ரியின் பணிவான விண்ணப்பத்தை நிராகரித்துவிட்டு முக்தேஸ்வரில் இருந்து வந்திருந்த மனிதர்களின் பேச்சுத் துணையுடன் மலையேறத் தொடங்கினேன். அவர்களுள் இருவர் என்னுடைய ஆட்கள். அவர்கள் புலியின் தோலைச் சுமந்து வந்தனர். அஞ்சல் நிலையத்தின் முன்பாக இருந்த திறந்தவெளியில் அஞ்சல் நிலைய அதிகாரியும் அவருடைய மற்ற நண்பர்களும் பார்த்துச் செல்வதற்காக அந்தப் புலியின் தோலை விரித்து வைத்தனர்.

நடுராத்திரிப் பொழுதில் தான் நான் அந்தப் பயணியர் மாளிகையில், அதுவும் பொதுமக்கள் தங்கும் விடுதியில், சில மணிநேரம் படுத்து உறங்கினேன். நான்கு மணி நேரம் கழித்து நான் கிளம்பி நைனிதாலில் உள்ள என்னுடைய வீட்டைச் சென்றடைந்தேன்.

மனிதர்களை வேட்டையாடும் ஆட்கொல்லிப் புலிகளை வேட்டையாடுவது என்பது பெரும் திருப்தியைக் கொடுப்பது. அதிகப்படியான தேவையிருக்கும் வேலையை முடித்துக் கொடுத்தால்தான் இந்தத் திருப்தி ஏற்படும். தந்திரமாய், எதிரியின் தீய செயலை முறியடித்து, அதனுடைய பலம் வாய்ந்த தளத்திலேயே செய்து முடித்தல் என்பது பெரிய திருப்திதான். இதையெல்லாம் விட மிக உன்னதமான திருப்தியாக நான் நினைப்பது என்னவென்றால், துணிச்சலான ஒரு சிறு பெண்ணுக்கு இந்தப் பெரிய பூமியில் ஒரு சிறு பகுதியில் அச்சமின்றிப் பாதுகாப்பாய் நடக்க வழிசெய்தது.

பனார் ஆட்கொல்லி

1

சம்பாவத் ஆட்கொல்லியை 1907இல் நான் வேட்டையாடிக்கொண்டிருக்கும்போது, ஒரு ஆட்கொல்லிச் சிறுத்தையானது, அல்மோரா மாவட்டத்தின் கிழக்கு எல்லையில் உள்ள கிராமங்களில் வசிப்போரைப் பயமுறுத்திக் கொண்டிருப்பதாகக் கேள்விப்பட்டேன். அந்தச் சிறுத்தையைப் பற்றி இங்கிலாந்து மக்களவையில் கேள்விகள் எழுப்பப்பட்டிருந்தன. அந்தச் சிறுத்தை பல பெயர்களால் அழைக்கப்பட்டது. அது நானூறுக்கும் மேற்பட்ட மனிதர்களைக் கொன்றதாகப் பெயர் பெற்றது. எனக்கு அந்த மிருகத்தைப் பனார் ஆட்கொல்லி என்ற பெயரில் தான் தெரியும். அதனால் அந்தப் பெயரையே இந்தக் கதை எழுதும்போது பயன்படுத்துகிறேன்.

1905க்கு முந்தைய ஆண்டுகளில் அரசாங்கப் பதிவேடுகளில் குறிப்பிடப்பட்டிருக்கும் ஆட்கொல்லிகளின் பட்டியலில் இதைக் குறித்த எந்தத் தகவலும் இல்லை. சம்பாவத் புலியும் பனார் சிறுத்தையும் வருகை தரும்வரை ஆட்தின்னி மிருகங்கள் பற்றி குமாவுன் பகுதியில் எதுவும் தெரிந்திருக்கவில்லை என்றே நமக்குத் தோன்றுகிறது. இந்த இரண்டு

மிருகங்களும் சேர்ந்து 836 மனிதர்களைக் கொன்றிருக்கின்றன. இந்த மிருகங்களைப் பற்றிய தகவல்கள் வெளிவந்த பிறகுதான் அரசாங்கம் கடினமான சூழலைச் சந்திக்க வேண்டியிருந்தது. ஏனென்றால் இவற்றைப் பிடிக்க எந்த நிர்வாக அமைப்பும் அந்தக் காலகட்டங்களில் ஏற்படுத்தப்பட்டிருக்கவில்லை. வேட்டையாடும் வீரர்களிடம் தனிப்பட்ட முறையில் வேண்டுகோள் வைத்து அவர்களை மட்டுமே நம்பிக்கொண்டிருந்தார்கள். துரதிருஷ்ட வசமாக அந்தக் காலகட்டத்தில் குமாவுன் பகுதியில் இந்தப் புதுவிதமான வேட்டையாடுதலில் பழக்கப்பட்ட வேட்டை வீரர்கள் மிகச் சிலரே இருந்தனர். இந்த முறையிலான வேட்டையாடுதல் சரியோ தவறோ மிகவும் ஆபத்தானது என்று சொல்லப்பட்டது. சில வருடங்களுக்குப் பிறகு எவரெஸ்ட் மலையின் உச்சியைத் தனியே சென்றடைய முயற்சி மேற்கொண்ட வில்சனின் (Wilson) ஆபத்தான முயற்சியைப் போன்றதே இதுவும். எவரெஸ்ட் மலையைக் குறித்து ஏதுமறியாத வில்சனைப் போல நானும் ஆட்கொல்லி மிருகங்கள் குறித்து ஒன்றும் தெரியாது இருந்தேன். நான் இந்த வேட்டை முயற்சியில் வெற்றி பெற்றதும் அவர் வெளிப்படையாகத் தோல்வியுற்றதும் முழுவதுமாக அதிர்ஷ்டம் சார்ந்ததே.

சம்பாவத் புலியைக் கொன்ற பிறகு நைனிதாலில் இருக்கும் என்னுடைய வீட்டிற்குத் திரும்பிவிட்டேன். அதன் பிற்பாடு அரசாங்கம் என்னிடம் பனார் சிறுத்தையைச் சுடும் வேலையை ஏற்றுக்கொள்ளும்படி கேட்டுக்கொண்டது. அது நான் என்னுடைய வருமானத்திற்காக மிகவும் கடினமாக உழைத்துக்கொண்டிருந்த காலம். குறிப்பிட்ட இந்தப் பணியை ஏற்றுக்கொள்வதற்கான நேரத்தை ஒதுக்குவதற்கு முன் பல வாரங்கள் கடந்துவிட்டன. அந்தச் சிறுத்தை நடமாடிக் கொண்டிருக்கும் அல்மோரா மாவட்டத்தின் சுற்றுவட்டாரப் பகுதிக்குக் கிளம்ப நான் தயாராகிக்கொண்டிருந்தேன். அப்போது நைனிதாலின் துணை ஆணையரான பெர்தட்டிடமிருந்து (Berthoud) அவசரமான வேண்டுதல் ஒன்று வந்தது. முக்தேஸ்வரில் பயமுறுத்திக்கொண்டிருக்கும் ஆட்கொல்லிப் புலியிடமிருந்து அங்கு வாழும் மக்களைக் காப்பாற்றுவதற்காக என்னைப் போகச் சொல்லி வேண்டியிருந்தார். அந்தப் புலியை வேட்டையாடியதைக் குறித்துக் கடந்த அத்தியாத்தில் சொல்லியிருக்கிறேன். அந்த வேட்டை முடிந்ததும் இந்தப் பனார் சிறுத்தையைத் தேடிப் புறப்பட்டேன்.

அந்தச் சிறுத்தை நடமாடிக்கொண்டிருக்கும் மிகப்பெரிய அளவிலான நிலப்பரப்பிற்கு நான் இதுவரை வந்ததில்லை.

அதனால் நான் அல்மோரா வழியாகச் சென்றேன். ஏனென்றால் அங்கிருக்கும் துணை ஆணையரான ஸ்டிஃப் (Stiffe) அவர்களிடமிருந்து அந்தச் சிறுத்தை குறித்துத் தெரிந்து கொள்ளலாம் என்ற எண்ணத்தில் சென்றேன். அவர் மிகுந்த அன்புடன் என்னைத் தன்னுடன் மதிய உணவு உண்ண அழைத்திருந்தார். எனக்குத் தேவையான வரைபடங்களைத் தந்து உதவினார். பிறகு எனக்கு விடை கொடுக்கும்போது என்னை அதிரவைக்கும் வகையில் ஒரு விஷயமும் சொன்னார். இதில் இருக்கும் அபாயங்களை நான் உணர்ந்து இருக்கிறேனா என்று கேட்டுவிட்டு, அதற்குத் தயாராக என்னுடைய உயிலை எழுதிக்கொள்ளுமாறும் கூறினார்.

என்னிடம் இருந்த வரைபடங்கள் பாதிக்கப்பட்ட பகுதிக்குச் செல்வதற்கு இரண்டு வழிகள் இருப்பதைக் காட்டின. ஒன்று, பித்தோராகர் (Pithoragarh) சாலையில் இருக்கும் பன்வாநவ்லா (Panwanaula) வழியாகச் செல்வது, மற்றது தபிதுரா (Dabidhura) சாலையில் இருக்கும் லம்காரா (Lamgara) வழியாகச் செல்வது. பிந்தைய வழியை நான் தேர்ந்தெடுத்தேன். உயில் குறித்து அவர் சொன்னதில் மனம் சற்றுச் சோர்வுற்றிருந்த போதிலும் மதிய உணவு முடிந்ததும் நல்லதொரு மனநிலையுடன் கிளம்பினேன். என்னுடன் துணைக்கு ஒரு வேலையாளும் என் பயணப் பைகளைச் சுமந்துவர நான்கு ஆட்களுடனும் புறப்பட்டேன். நானும் என் ஆட்களும் கைர்னாவிலிருந்து (Khairna) கிளம்பிக் கிட்டத்தட்டப் பதினான்கு மைல் சோர்வில்லாமல் விறைப்புடன் வேகமாக நடந்தோம். இளமையாகவும் உடல் வலுவுடனும் இருந்தமையால் அன்றைய நாள் முடிவதற்குள் அங்கு சென்றடைய மற்றுமொரு நீண்ட நடைக்கும் தயாராக இருந்தோம்.

வானத்தில் முழு நிலவு வந்திருந்தபோது நாங்கள் தனித்திருந்த சிறியதொரு கட்டிடத்தை அடைந்தோம். அதன் சுவர்களில் இருந்த கிறுக்கல்களில் இருந்தும் கிழிந்த துண்டுத் தாள்கள் தரைகளில் கிடந்ததைக் கொண்டும் அது ஒரு பள்ளிக்கூடமாக இருந்திருக்க வேண்டும் என்று நினைத்துக்கொண்டோம். இந்த முறை நான் எந்தக் கூடாரமும் எடுத்துவரவில்லை. அந்தக் கட்டிடத்தின் கதவு மூடப்பட்டிருந்ததால், என்னுடன் வந்த ஆட்களுடன் இரவை அந்தப் பள்ளியின் வெளிப்பிரகாரத்தில் செலவழிக்க முடிவுசெய்தேன். நாங்கள் அந்த ஆட்கொல்லியின் வேட்டையாடும் நிலப்பரப்பிலிருந்து பல மைல் தூரத்தில் இருந்ததால் அந்த இடத்தைப் பாதுகாப்பானதாக உணர்ந்தோம். அந்த வெளிப்பிரகாரம் சுமார் இருபது அடியில் சதுரமாகவும் பொதுவழிச் சாலையின் கடைசியாகவும் இருந்தது. அதன்

மூன்று பக்கங்களிலும் இரண்டு அடி உயரம் கொண்ட சுவர் கட்டப்பட்டிருந்தது. நான்காவது பக்கம் பள்ளியின் கட்டிடம் இருந்தது.

அந்தப் பள்ளியின் பின்புறம் இருந்த காட்டில் எரி பொருளுக்கான சுள்ளிகள் அதிகம் இருந்தன. அவற்றைப் பயன்படுத்தி என் ஆட்கள் வெகுவிரைவில் வெளிப் பிராகாரத்தின் ஒரு மூலையில் நெருப்பை மூட்டியிருந்தனர். என் வேலையாள் எனக்கான இரவு உணவை அதில் சமைத்துக் கொடுப்பதற்காக அவர்கள் அதை ஏற்பாடு செய்திருந்தனர். பூட்டிய கதவு ஒன்றின் மேல் முதுகைச் சாய்த்தவாறு அமர்ந்து புகைத்துக் கொண்டிருந்தேன். என்னுடைய வேலையாள் சாலையின் அருகில் இருந்த தாழ்வான அந்தச் சுவரின் மீது இறைச்சியின் கால் பகுதியை வைத்துவிட்டு நெருப்பைச் சரிசெய்யத் திரும்பினார். அப்போது சுவரின் மேல் பகுதியின் பக்கமாக இறைச்சியின் கால் பகுதி வைக்கப்பட்டிருந்த இடத்துக்கு அருகில் சிறுத்தை ஒன்றின் தலை நகர்வதைக் கண்டேன். ஆச்சரியத்துடன் நான் அதைப் பார்த்துக்கொண்டே அசையாமல் உட்கார்ந்திருந்தேன். அந்தச் சிறுத்தை என்னைப் பார்த்தவாறே நகர்ந்தது. அந்த வேலையாள் சில அடி நகர்ந்ததும் சிறுத்தை அந்த இறைச்சியை எடுத்துக்கொண்டு சாலையைக் கடந்து அதன் பின்புறம் இருந்த காட்டுக்குள் ஓடிவிட்டது.

இறைச்சி ஒரு பெரிய காகிதத்தாளின்மீது வைக்கப் பட்டிருக்க வேண்டும். அந்தக் காகிதமானது இறைச்சியுடன் ஒட்டிக்கொண்டு இருந்திருக்க வேண்டும். காகிதத்தாள் கசங்கும் சத்தம் கேட்டதும் திரும்பிப் பார்த்த என்னுடைய வேலையாள் நாய் ஒன்று இறைச்சியை எடுத்துக்கொண்டு ஓடுகிறது என்று நினைத்து அதைத் துரத்தும் எண்ணத்தில் முன்னே ஓடிப்போய்ச் சத்தமிட்டார். தான் துரத்துவது நாயை அல்ல சிறுத்தையை என்று உணர்ந்த கணம, இன்னும் அதிக வேகத்துடன் என்னை நோக்கி ஓடி வந்தார். கிழக்கத்திய நாடுகளில் இருக்கும் வெள்ளைக்கார மனிதர்கள் சில சமயங்களில் மூளைப் பிறழ்வு கொண்டவர்கள் போல் நடப்பார்கள் என்று சொல்வதுண்டு. அது உச்சிவெயிலில் நடப்பது தவிர்த்த மற்றக் காரணங்களுக்காக இருக்கலாம். நான் சிரித்துக்கொண்டிருப்பதை அவர் பார்த்தபோது நல்ல மனிதரான என்னுடைய அந்த வேலையாள் என் இனத்தைச் சேர்ந்த மனிதர்களைவிட நான் அதிகமாக மூளைப் பிறழ்வு கொண்டவன் என்று என்னைப் பற்றி நினைத்திருப்பாரோ என்று எனக்குத் தோன்றியது. அதனால்தான் அவர் மிகவும் வருத்தமான குரலில், 'அந்தச் சிறுத்தை எடுத்துப் போனது உங்களுடைய

இரவு உணவு. அதைத் தவிர என்னிடம் உங்களுக்குச் சாப்பிடக் கொடுக்க வேறு எதுவும் இல்லை' என்றார். இருந்தாலும் எனக்காகப் பாராட்டத் தகுந்த ஒரு உணவைச் சமைத்திருந்தார். பசி நிறைந்த அந்தச் சிறுத்தைக்கு அந்த மாமிசத்தின் கால் எத்தனை நிறைவு தருமோ அந்த நியாயத்தை இந்த உணவு எனக்குக் கொடுத்தது என்பேன்.

மறுநாள் காலையில் வெகுசீக்கிரமாகவே கிளம்பி லம்காராவில் சாப்பாட்டுக்காக நின்றோம். மாலை நேரத்தில் அந்த ஆட்கொல்லி ஆக்கிரமித்திருக்கும் நிலப்பரப்பின் எல்லையை ஒட்டியிருக்கும் டோல் (Dol) விருந்தினர் இல்லத்தை அடைந்தோம். என்னுடைய ஆட்களை விருந்தினர் இல்லத்தில் விட்டுவிட்டு மறுநாள் காலையில் நான் மட்டும் அந்த ஆட்கொல்லிச் சிறுத்தை குறித்துச் செய்தி ஏதும் கிடைக்குமா என அறிந்துகொள்ளக் கிளம்பினேன். கிராமம் கிராமமாக நடந்து சென்று, அவற்றினிடையே தொடர்புக்காக இருக்கும் ஒற்றையடிப் பாதைகளில் சிறுத்தையின் பாதத் தடங்கள் இருக்கிறதா என்று ஆராய்ந்தேன். அந்தி மாலையில் தனியாக இருந்த தோட்டத்து வீடு ஒன்றைக் கண்டடைந்தேன். அது ஒரே கல்லால் கட்டப்பட்ட கல் கூரையிடப்பட்ட வீடாக இருந்தது. அந்த வீட்டைச் சுற்றிச் சில ஏக்கர் பரப்பளவில் சாகுபடி செய்யும் நிலமும் அதைச் சுற்றிப் புதர்களாலான காட்டுப் பகுதியும் இருந்தது. தோட்டத்து வீட்டுக்குச் செல்லும் நடைபாதையில் பெரிய ஆண் சிறுத்தை ஒன்றின் பாதத் தடங்களைப் பார்த்தேன்.

நான் அந்த வீட்டை அடைந்தபோது ஒரு மனிதர் அதனுடைய குறுகிய முகப்பு மாடத்தில் தோன்றினார். அங்கிருந்த சில மரப் படிக்கட்டுகளில் இறங்கி வந்து முன் முற்றத்தை குறுக்காகக் கடந்து என்னைச் சந்திக்க வந்தார். அவர்

இளைஞர். சுமார் 22 வயது இருக்கலாம். மிகுந்த துயரத்தில் இருப்பதுபோல் இருந்தார். முந்தைய இரவு அவரும் அவருடைய மனைவியும் அந்த வீட்டில் இருக்கும் ஒற்றை அறையில் தரையில் படுத்து உறங்கிகொண்டிருந்தனர். அது ஏப்ரல் மாதம் ஆதலால் மிகவும் வெப்பமாக இருந்த காரணத்தால் கதவைத் திறந்து வைத்தபடி தூங்கி இருக்கிறார்கள்போலும். இந்த ஆட்கொல்லிச் சிறுத்தை மேலிருக்கும் முகப்பு மாடத்தின்மீது ஏறி அவருடைய மனைவியின் தொண்டையில் பற்களால் அழுத்தமாகப் பிடித்துக்கொண்டு அவளுடைய தலையைப் பற்றியபடி அறையை விட்டு வெளியே இழுத்துச்செல்ல முற்பட்டிருக்கிறது. மூச்சு அடைத்த நிலையில் அந்தப் பெண்மணி அலறித் தன் கணவனை நோக்கித் தன் கையை வீசியிருக்கிறாள். என்ன நடக்கிறது என்பதை ஒரு வினாடிக்குள் புரிந்துகொண்ட அவர் அவளுடைய கையைத் தன் ஒரு கையால் பிடித்துக்கொண்டு, பிடிப்புவிசைக்காக மறுகையைக் கதவின் நிலையின் மீது வைத்து அழுத்திப் பிடித்துச் சிறுத்தையிடமிருந்து அவளைப் பிடுங்கிக் கதவை மூடியிருக்கிறார். மீதி இரவு முழுவதும் அவரும் அவருடைய மனைவியும் அந்த அறையின் ஒரு ஓரமாகப் பதுங்கியபடி இருந்திருக்கிறார்கள். அந்தச் சமயம் அந்தச் சிறுத்தை, கதவைப் பிறாண்டிக் கிழித்துத் திறக்க முயற்சித்துக்கொண்டிருந்திருக் கிறது. சூடான காற்றில்லாத அந்த அறைக்குள் அந்தப் பெண்மணியின் காயங்கள் புரையோடத் தொடங்கியிருக்கின்றன. காலையில் அவளுடைய வலியும் அச்சமும் சேர்ந்து அவளை மயக்கமடையச் செய்துவிட்டன.

அன்றைய நாள் முழுவதும் அந்த மனிதர் அவரின் மனைவியுடனே இருந்திருக்கிறார். அவளைத் தனியாக விட்டுச் சென்றால் அந்தச் சிறுத்தை திரும்பிவந்து அவளை இழுத்துச் சென்றுவிடுமோ என்ற அச்சத்தில் அவளை விட்டுவிட்டு எங்கும் செல்லவில்லை. அவருக்கும் அவரின் பக்கத்து வீட்டுக்காரருக்கும் இடையில் இருக்கும் ஒரு மைல் தூரத்தை, புதர்க்காட்டைக் கடந்துசெல்ல அவர் மிகவும் பயந்து இருக்கிறார். அன்றைய நாளும் முடியத் தொடங்க அதிர்ஷ்டம் இல்லாத அந்த மனிதர் மற்றொரு இரவின் பயங்கரத்தைச் சந்திக்கக் காத்திருந்தபோது தான் நான் வீட்டை நோக்கி வருவதைப் பார்த்திருக்கிறார். நான் அவருடைய கதையைக் கேட்டபிறகு அவர் ஏன் என்னை நோக்கி ஓடிவந்து என் காலடியில் விழுந்து அழத் தொடங்கினார் என்பதைத் தெரிந்துகொண்டேன். எனக்கு அவர் செய்த அச்செயலில் முதலில் இருந்த ஆச்சரியம் இப்போது இல்லை.

நான் ஒரு சங்கடமான சூழலைச் சந்தித்துகொண்டிருக்கிறேன். அந்த நிமிடம்வரை அரசாங்கத்திடம் ஆட்கொல்லிகள் நடமாடும் பகுதிகளில் வசிக்கும் மக்களுக்கு முதலுதவிச் சாதனங்களைக் கொடுக்கச் சொல்லி நான் விண்ணப்பித்ததில்லை. அதனால் அல்மோராவைத் தவிர அதன் சுற்றுப்புறங்களில் எந்த மருத்துவ உதவியோ அதுச் சார்ந்த முதலுதவிகளோ கிடைப்பதில்லை. அல்மோராவும் சுமார் இருபத்தைந்து மைல் தள்ளி இருந்தது. அந்தப் பெண்மணிக்கு உதவி கிடைக்க நான்தான் செல்ல வேண்டியிருந்தது. பித்துப் பிடித்த நிலையில் இருக்கும் அந்த மனிதரை அப்படியே விட்டுவிட்டுச் செல்கிறேன் என்பது பாவம்தான். ஏற்கெனவே அவர் எந்த மனிதனும் தாங்க முடியாத அளவுக்குத் துயரத்தைத் தாங்கி நிற்கிறார். மேலும் இன்னொரு ராத்திரியும் அதே அறையில், அந்தச் சிறுத்தை திரும்பிவந்து வீட்டுக்குள் நுழைய முற்படுவதற்கான வாய்ப்பு இருக்கும் சூழலில், அந்த மனிதர் இந்தத் துயரம் மிகுந்த வீட்டுக்குள் இருந்தாகவேண்டிய நிலையை எண்ணிப்பார்க்கிறேன்.

அந்த மனிதரின் மனைவி சுமார் பதினெட்டு வயதான பெண். அவள் மல்லாந்து படுத்திருந்தபோது அந்தச் சிறுத்தை அவளுடைய தொண்டையில் தன்னுடைய பற்களால் இறுகப் பற்றியிருக்கிறது. அந்த நேரத்தில்தான் அந்த மனிதர் அவளுடைய கையைப் பற்றி அவளைப் பின்பக்கமாக இழுக்கத் தொடங்கியிருக்கிறார். அந்தச் சிறுத்தை – தனக்கான கொள்முதலைத் தொடங்கியிருக்கிறது – அதனுடைய ஒரு பாதத்தில் உள்ள நகங்களை அவளுடைய மார்பில் இறக்கியிருக்கிறது. அந்தக் கடைசிப் போராட்டத்தில் அதனுடைய நகங்கள் சதையைக் கிழித்துச் சென்றதில் நான்கு ஆழமான காயங்கள் உண்டாகியிருந்தன. ஒரே ஒரு கதவும் ஒற்றைச் சன்னல்கூட இல்லாத அந்தச் சின்ன அறையில், சூட்டில், கூட்டமாய் ஈக்கள் சுற்றிக்கொண்டிருந்தன. அந்தப் பெண்ணின் தொண்டையிலும் மார்பிலும் உள்ள காயங்கள் புரையோடியிருந்தன. மருத்துவ உதவி தருவித்தாலும், இல்லை என்றாலும் அவள் பிழைத்துக் கொள்ளும் வாய்ப்புகள் மிகக் குறைவாகவே இருந்தன; அதனால், உதவிக்காகச் செல்வதைவிட நான் அந்த மனிதருடன் அன்றைய இரவு அங்கேயே கழிக்க முடிவெடுத்தேன். சிறுத்தை அல்லது புலியால் தொண்டையில் கடிக்கப்பட்டு அல்லது வேறு எந்த வழியிலாவது – துப்பாக்கித் தோட்டாவைத் தவிர – துரதிருஷ்டத்தை அனுபவிக்கும் ஒரு மனிதனின் அல்லது விலங்கின் வேதனைகளைத் தணிப்பதற்கும் தீர்ப்பதற்கும்

முயலாமல் இருப்பதை, இந்தக் கதையைப் படிக்கும் யாரும் கண்டனத்துக்குரியதாக நினைக்க மாட்டீர்கள் என்று நான் மிகவும் மனதார நம்புகிறேன்.

முன்புறத்து மேல்மாடம், வீட்டின் முழுநீளத்திற்கும் நீண்டு சென்றிருந்தது. அதனுடைய இரண்டு புறங்களிலிருந்தும் படிகளால் ஏறிச் செல்லக்கூடியதாக அமைந்திருந்தது. அந்த மாடம் பதினைந்து அடி நீளமும் நான்கு அடி அகலமும் கொண்டது. பைன் மரக்கன்றில் வெட்டப்பட்ட பலகைகளைப் படிகளாகக் கொண்டிருந்தது. அந்தப் படிகளுக்கு நேர் எதிராக வீட்டின் ஒற்றைக் கதவு இருந்தது. மேல்மாடத்தின் கீழே நான்கு அடி அகலம், நான்கடி உயரம் கொண்ட திறந்த ஒதுக்கிடம் ஒன்று இருந்தது. அந்த இடத்தில் எரிபொருளுக்கான விறகுகள் சேமித்து வைக்கப்பட்டிருந்தன.

அந்த மனிதர் அவருடனும் அவர் மனைவியுடனும் அந்த அறையில் என்னைத் தங்குமாறு வேண்டிக் கேட்டுக் கொண்டிருந்தார். ஆனால் என்னால் அதைச் செய்ய முடியாது. ஏனென்றால், நான் அத்தனை வெறுப்படைகிறவன் இல்லை என்றாலும், அந்த அறையில் இருந்த நாற்றம் அளவுக்கு அதிகமாகவும் என்னால் தாங்க முடியாததாகவும் இருந்தது. அதனால் எங்களின் இடையில் இருந்த விறகுகளை மேல் மாடத்தின் கீழே இருந்த திறந்த ஒதுக்கிடத்தில் ஓர் ஓரத்தி லிருந்து அகற்றி மாற்றிவைத்தோம். அதில் கிடைத்த சிறிய இடத்தில் நான் என்னுடைய முதுகைச் சுவரில் சாய்த்தவாறு அமர்ந்துகொள்ள வசதி செய்துகொண்டேன். அருகிலிருந்த நீரூற்றுக்குச் சென்று மேலுக்கு அலம்பிக்கொண்டு தண்ணீரை யும் குடித்துவிட்டு எனக்கான மூலையில் போய் இருந்து கொண்டேன். அந்த மனிதரிடம் அவருடைய மனைவி யுடன் போய் இருக்குமாறும் அறையின் கதவைத் திறந்து வைக்குமாறும் சொன்னேன். படிகளில் ஏறிக்கொண்டே அந்த மனிதர் சொன்னார், 'சிறுத்தை நிச்சயமாக உங்களைக் கொன்றுவிடும் ஐயா, அதன் பிறகு நான் என்ன செய்வேன்?' 'கதவை மூடிக்கொள்ளுங்கள். காலை விடியும்வரை அங்கே காத்திருங்கள்' என்று நான் பதிலுரைத்தேன்.

பௌர்ணமிக்கு இரண்டு நாட்களை மிச்சம் வைத்திருந்தது நிலவு. நிலவு வானில் வருவதற்கு முன்பாகச் சிறிது நேரம் மிகுந்த இருட்டாக இருக்கும். இந்த இருட்டான நேரம்தான் எனக்குச் சற்றுக் கவலையைக் கொடுத்தது. விடியற்காலம்வரை அந்தச் சிறுத்தை கதவைப் பிறாண்டிக் கொண்டே இருந்திருப்பதால் நிச்சயமாக அது இந்த இடத்தை விட்டு வெகு தொலை

ஜிம் கார்பெட்

வுக்குச் சென்றிருக்க முடியாது. இப்போதும்கூட அருகில் இருக்கும் புதர்களில் சுற்றிக்கொண்டு என்னைக் கவனித்துக் கொண்டிருக்கலாம். அரை மணிநேரமாக அசையாமல் அமர்ந்திருக்கிறேன். இருள் சூழ்ந்திருக்கும் அந்த இரவில் கண்களை வருத்திக்கொண்டு பார்த்தவாறும், கிழக்குத் திசையில் மலைகளின் பக்கமிருந்து நிலவு எப்போது மேலெழும்பி வருமென்று வேண்டிக்கொண்டும் காத்திருக்கிறேன். அச்சமயம் குள்ளநரி ஒன்றின் ஊளைச் சத்தம் கேட்டது. மிருகம் அடிவயிற்றிலிருந்து முழு விசையுடன் கத்தியதால் நிச்சயமாக வெகுதொலைவு வரை அந்தச் சத்தம் கேட்டிருக்கக்கூடும். இம்மாதிரியான சத்தத்தை ‘ஃப்யான், ஃப்யான்’ என்பார்கள். சத்தமிடும் குள்ளநரியின் கண்களில் அந்த ஆபத்து தெரிந்து கொண்டிருக்கும்வரை அந்தச் சத்தம் மீண்டும் மீண்டுமாகக் கேட்டுக்கொண்டே இருக்கும். சிறுத்தைகள் வேட்டையாடும் போதோ அல்லது இரையை அணுகும்போதோ மெதுவாக நடந்து அதிகமான நிமிடங்களை எடுத்துக்கொள்ளும். அதுவும் இந்த மிருகம் ஒரு ஆட்கொல்லி என்று எடுத்துக்கொண்டால் அந்தக் கூற்று உண்மைதான். எங்களிடையே இருந்த அரை மைல் தூரத்தைக் கடப்பதற்கு அதிக நேரம் எடுத்துக்கொள்ளும். இந்த நேரத்துக்குள் நிலவு மேலெழும்பாமல் இருந்தபோதிலும் சுடுவதற்குத் தேவையான வெளிச்சத்தை அது கொடுத்துக் கொண்டிருப்பதால் நான் கொஞ்சம் ஆசுவாசப்படுத்திக்கொண்டு மூச்சை நன்றாக இழுத்துவிட்டுக்கொண்டு இருக்க முடிந்தது.

நிமிடங்கள் நீண்டுகொண்டே போயின. குள்ளநரியின் சத்தம் நின்றுபோனது. நிலவு மலைகளைத் தாண்டி மேலெழுந்து வந்தது. என் முன்னால் இருக்கும் நிலப்பரப்பை அதிகமாய் வெளிச்சமிட்டுக் காட்டிக்கொண்டிருந்தது. எந்த இடத்திலும் சிறு அசைவுகூட இல்லை. சுற்றியிருக்கும் உலகம் முழுவதிலுமிருந்து ஒரே சத்தம் கேட்கிறது என்றால், அது, எனக்கு மேலிருந்து வந்த, துரதிருஷ்டம் நிறைந்த அந்தப் பெண்ணின் மூச்சுவிட முடியாத வேதனையான போராட்டத்தைக் காட்டும் சத்தம் மட்டுமே. நிமிடங்கள் மணிநேரங்களாகக் கடந்துகொண்டிருந்தன. நிலவு உச்சி வானத்திற்கு ஏறிச்சென்று அதன் பிறகு மேற்கு நோக்கிக் கீழிறங்கத் தொடங்கியது. அதனால் அந்த வீட்டின் நிழல் நான் பார்த்துக்கொண்டிருக்கும் என் முன்னால் இருந்த நிலப்பரப்பில் விழத் தொடங்கியது. இது அடுத்த ஆபத்துக்கான நேரம். ஏனென்றால் ஒரு சிறுத்தையின் பொறுமையுடன், அது இத்தனை நேரம் என்னைக் கவனிக்க முடிந்திருந்தால், அதனுடைய வருகையை மறைத்துகொள்ள இந்த நிழலின் நீள்இருட்டுக்காகக் கூட அது காத்திருந்திருக்கலாம். ஆனால் ஒன்றும் நடக்கவில்லை.

நான் இதுவரை காத்திருந்த மிக நீண்ட இரவுகளில் ஒரு இரவாக இருந்த அது முடிவுக்கு வந்தது. பன்னிரெண்டு மணிநேரத்திற்கு முன்பு நிலவு உதித்திருந்த வானத்தை சூரிய வெளிச்சம் மெதுவாக நிறைக்கத் தொடங்கியிருந்தது.

அந்த மனிதர் முந்தைய இரவில் விழித்திருந்து காவல் காத்ததால் இப்போது அசந்து தூங்கிக்கொண்டிருந்தார். கட்டாந்தரையில் பல மணிநேரமாக அசையாமல் அமர்ந் திருப்பவர்களுக்குத்தான் தெரியும் எலும்புகளில் வலி எவ்வாறு மிகுந்திருக்கும் என்பது. சுவரின் மூலையோரமாய் நான் அமர்ந்திருந்த இருப்பிடத்தை விட்டு வெளியே வந்து வலியில் இருந்த உடலின் எலும்புகளை எல்லாம் இலகுவாக்கிக்கொண்டிருந்தபோது அவர் படிகளின் வழியாகக் கீழே இறங்கிவந்தார். இருபத்து நான்கு மணிநேரமாக ஒரு சில காட்டு ராஸ்பெர்ரி பழங்களைச் சாப்பிட்டதைத் தவிர வேறு எதுவும் நான் எடுத்துக்கொள்ளவில்லை. இனியும் இங்கே இருந்து கொண்டிருப்பதில் எந்தவிதமான பயனும் இருக்கப் போவதில்லை. அந்த மனிதரிடம் விடைபெற்றுக்கொண்டு டோல் பயணியர் விடுதிக்கு என்னுடைய ஆட்களுடன் சேர்ந்துகொள்ளக் கிளம்பினேன். அது கிட்டத்தட்ட எட்டு மைல் தொலைவில் இருந்தது. அங்கு சென்ற பிறகு இந்தப் பெண்ணிற்கு வேண்டிய உதவியை அனுப்புவதாகக் கூறினேன். நான் சில மைல் தூர நடையில் வழியில் என் ஆட்களைச் சந்தித்தேன். நெடுநேரமாக என்னைக் காணாததால் பயந்து என் பொருட்களையும் எடுத்துக்கொண்டு பயணியர் விடுதியில் தங்கியதற்கான பணத்தையும் கட்டிவிட்டு என்னைத் தேடியவாறு வந்துகொண்டிருந்தார்கள். நான் அவர்களிடம் பேசிக்கொண்டிருந்தபோது, சாலைக் கண்காணிப்பு மேற்பார்வையாளர் – அவரைப் பற்றிக் கோயில் புலியின் கதையில் குறிப்பிட்டிருக்கிறேன் – வந்துசேர்ந்தார். வலுவான பூட்டியா குதிரையின் (Bhootia Horse) மீது அவர் சௌகரியமாக அமர்ந்திருந்தார். அவர் அல்மோராவுக்குப் போய்க்கொண்டிருந்ததால் ஸ்டீஃப் அவர்களுக்கு நான் எழுதிய கடிதத்தை எடுத்துச்செல்ல ஒப்புக்கொண்டார். என்னுடைய கடிதம் கிடைத்தவுடன் அந்தப் பெண்ணிற்கான மருத்துவ உதவியை ஸ்டீஃப் அனுப்பிவைத்தார். ஆனால் அது வந்துசேரும்போது அந்தப் பெண்ணின் வேதனைகள் முடிந்துவிட்டிருந்தன.

இந்தச் சாலை மேற்பார்வைக் கண்காணிப்பாளர்தான் மனிதர்கள் கொல்லப்படுவது குறித்து எனக்குத் தகவல் சொன்னவர். அதன் பொருட்டே நான் தபிதுராவுக்கு

வந்தேன். அங்குதான் நான் இதுவரை கண்டிராத, மிகவும் வேடிக்கையானஆச்சரியப்படுத்தக் கூடியதுமான வேட்டை அனுபவங்களைச் சந்தித்தேன். அந்த அனுபவத்திற்குப் பிறகு நான் தபிதுராவின் வயதான கோயில் பூசாரியிடம், இந்த ஆட்கொல்லியும் நான் சுடுவதற்குத் தோற்றுப்போன அந்தக் கோயில் புலியைப் போல கோயிலின் மூலமாகப் பலமான பாதுகாப்பில் இருக்கிறதா என்ற கேள்வியை எழுப்பினேன். அவர் அதற்கு, 'இல்லை, இல்லை, ஐயா. இந்த சைத்தான் என்னுடைய கோயிலில் வழிபடும் நிறைய மனிதர்களைக் கொன்றிருக்கிறது. நீங்கள் எப்போதும் சொல்வதைத்தான் செய்வீர்கள் என்பது எனக்குத் தெரியும். அதைக் கொல்வதற்காக நீங்கள் இங்கு திரும்பி வந்திருப்பதால், நான் உங்களின் வெற்றிக்காகக் காலையும் மாலையும் பிரார்த்தனை செய்வேன்.'

2

நம்முடைய வாழ்க்கை எவ்வளவு மகிழ்ச்சியாக இருந்தாலும், அதில் இருக்கும் சில காலகட்டங்கள் நாம் மிகுந்த ஆனந்தத்துடன் திரும்பிப் பார்க்கும்படியாக அமைந்திருக்கும். 1910 ஆவது வருடம் எனக்கு அந்த மாதிரியான ஒரு காலகட்டம்தான். அந்த வருடத்தில்தான் நான் முக்தேஸ்வர் ஆட்கொல்லிப் புலி, பனார் ஆட்கொல்லிச் சிறுத்தை இரண்டையும் சுட்டு வீழ்த்தியிருக் கிறேன். என்னைப் பொருத்தவரை இந்த இரண்டு மிகப்பெரிய நிகழ்வுகளின் நடுவில், என்னுடைய ஆட்களும் நானும் மொகாமா காட் *(Mokameh Ghat)* பகுதியில், எல்லா காலத்துக்குமான உச்சப் பதிவாகச் சில காரியங்களைச் செய்திருப்பதைப் பெருமையாக நினைக்கிறேன். ஐயாயிரத்து ஐநூறு டன் எடையுள்ள பொருள்களை ஒரே வேலை நாளில் எந்த விதமான இயந்திர உதவிகளும் இல்லாமல் கையாண்டிருக்கிறோம் என்பதே அது.

பனார் சிறுத்தையைச் சுடும் என் முதல் முயற்சி 1910 ஏப்ரலில் தொடங்கியது. அந்த வருடத்து செப்டம்பர் மாதம்வரை என்னால் இரண்டாவது முயற்சிக்கான நேரத்தை ஒதுக்க இயலவில்லை. ஏப்ரல் மாதத்துக்கும் செப்டம்பர் மாதத்துக்கும் இடையில் எத்தனை மனிதர்கள் கொல்லப்பட்டிருப்பார்கள் என்பதற்கு எந்தக் குறிப்பும் என்னிடம் இல்லை. அரசாங்க ஏடுகளிலும் அதுபற்றிய குறிப்புகள் இல்லை. மக்களவையில் கேள்விகள் எழுப்பப்பட்ட குறிப்பைத் தவிர அந்தச் சிறுத்தையைப் பற்றி – எனக்குத் தெரிந்தவரை – இந்திய ஊடகங்களில் எதிலும் குறிப்பிடப்பட வில்லை. நூற்றி இருபத்தைந்து பேரைக் கொன்ற ருத்ரபிரயாக் சிறுத்தையுடன் ஒப்பிடும்போது, நானூறு மனிதர்களைக் கொன்ற அந்த பனார் சிறுத்தை அதிகமான பெயரைப் பெற்றிருந்தது.

இருந்தபோதிலும், பனார் சிறுத்தை செய்திகளில் அதிகம் இடம்பெறவில்லை. ருத்ரப்ரயாக் சிறுத்தை இந்தியா முழுவதும் தலைப்புச் செய்தியில் இடம்பெற்றது. பனார் சிறுத்தையின் புழக்கத்திலிருந்த பகுதி, மக்களின் பழக்கப்பட்ட சத்தம் மிகுந்த பாதையில் இல்லாமல் தொலைதூரத்தில் இருந்ததும், ருத்ரபிரயாக் சிறுத்தை புழங்கிய பகுதியானது வருடத்துக்கு அறுபதாயிரம் யாத்திரீகர்கள் வந்துபோகிற இடமாக இருந்ததும்தான் இதற்குக் காரணம். அந்த நிலப்பரப்பின் பாவப்பட்ட மனிதனிலிருந்து உயர்ந்த மனிதர்கள்வரை அந்த ஆட்கொல்லியின் வீச்சுக்குள் வந்திருந்தனர். பனார் சிறுத்தையை விட அது மனித இனத்துக்குக் குறைவான துன்பத்தைக் கொடுத்திருந்த போதிலும் இந்த யாத்திரீகர்களும் அரசாங்கத்தால் வெளியிடப்பட்ட தினசரி அறிக்கைகளும் ருத்ரபிரயாக் சிறுத்தையைப் புகழ் பெறச்செய்தன.

ஒரு வேலையாள், என்னுடைய பயணப் பெட்டியையும் சாப்பாட்டுக்குத் தேவையான பொருட்களையும் எடுத்துவர உதவிக்கென்று நான்கு ஆட்கள் ஆகியோருடன் இரண்டாம் முயற்சியாய் நைனிதாலிலிருந்து செப்டம்பர் 10ஆம் தேதி அன்று பனார் சிறுத்தையை வேட்டையாடக் கிளம்பினேன். காலை 4 மணியளவில் வீட்டை விட்டு நாங்கள் கிளம்பும்போது வானம் மந்தாரமாக இருந்தது. சில மைல் தூரமே சென்றிருப்போம். பிரளயமாய் மழை கொட்டியது. அன்று முழுவதும் மழை பெய்துகொண்டேயிருந்தது. இருபத்து எட்டு மைல் நடைக்குப் பின் எலும்புவரை நனைந்துபோய் நாங்கள் அல்மோரா வந்துசேர்ந்தோம். அன்றைய இரவு ஸ்டீஃபுடன் நான் தங்க வேண்டியதாக இருந்தது. ஆனால் நான் உடுத்திக்கொள்ளக் காய்ந்த உடை வேறு எதுவும் என்னிடம் இல்லாததால் அவரிடம் மன்னிப்புக் கேட்டுக்கொண்டு விருந்தினர் இல்லத்தில் தங்கினேன். அங்கே அன்று வேறு எந்தப் பயணியும் இல்லாத தால் அதன் மேற்பார்வையாளர் இரண்டு அறைகளைத் தாராளமாகக் கொடுத்திருந்தார். ஒவ்வொன்றிலும் பெரிய மரத்தினாலான கணப்படுப்பு இருந்தது. காலைக்குள் என்னுடைய உடுப்புகள் பயணத்தைத் தொடரும் அளவுக்குக் காய்ந்திருந்தன.

அல்மோராவிலிருந்து நான் ஏப்ரலில் சென்ற வழியையே இந்த முறையும் பின்பற்றிச் செல்ல வேண்டும் என்பது என்னுடைய எண்ணமாக இருந்தது. கடிபட்ட காயங்களால் இறந்துபோன அந்தப் பெண்ணின் வீட்டிலிருந்தே நான் சிறுத்தையை வேட்டையாட புறப்பட எண்ணினேன். நான் காலை உணவு எடுத்துக்கொண்டிருந்தபோது பன்வா *(Panwa)* என்னும் கொத்தனார் என்னைப் பார்க்க வந்தார். அவர் நைனிதாலில் எங்களுக்குச் சில வேலைகளைச் செய்துதருபவர். பன்வாவின்

வீடு பனார் பள்ளத்தாக்கில்தான் உள்ளது. என்னுடைய ஆட்களின் வழியாக நான் ஆட்கொல்லியைச் சுடுவதற்காக வந்துகொண்டிருக்கிறேன் என்பதை அறிந்து எங்களின் குழுவில் சேர்ந்துகொள்ள அவர் அனுமதி கேட்டிருந்தார். அது மட்டுமல்லாமல் அவருக்குத் தன் வீட்டிற்குச் செல்ல விருப்பம் இருந்தும் தனியாகப் பயணத்தைத் தொடங்க அவர் பயந்திருந்தார். பன்வா அவருடைய இந்த நிலப்பரப்பை நன்கு அறிவார். அவருடைய அறிவுரையின்படி என்னுடைய திட்டத்தைச் சற்று மாற்றியிருந்தேன். என்னுடைய இரவு உணவைச் சிறுத்தை எடுத்துச்சென்ற அந்தப் பள்ளியின் வழியாகத் தபிதுராவுக்கு செல்வதற்குப் பதிலாக பித்தோராகாருக்குச் செல்லும் சாலையைத் தேர்ந்தெடுத்திருந்தேன். இரவைப் பன்வாநவ்லா (Panwanaula) பயணியர் மாளிகையில் கழித்துவிட்டு மறுநாள் அதிகாலையில் நாங்கள் கிளம்பினோம். சில மைல் தூரம் கடந்ததும் பித்தோராகார் சாலையிலிருந்து நீங்கி வலது பக்கமாகச் செல்லும் தடத்தின் வழியாகச் சென்றோம். இப்போது நாங்கள் அந்த ஆட்கொல்லி யின் பிரதேசத்திற்குள் இருக்கிறோம். அங்கே எந்தச் சாலையும் இல்லை. கிராமத்திற்குக் கிராமம் செல்லும் வழித்தடங்கள் மட்டுமே தொடர்பிற்கான ஒரே வழி.

எங்கள் பயணத்தின் முன்னேற்றம் மிகவும் மெதுவாகவே நிகழ்ந்தது. ஏனென்றால் அந்த நிலப்பரப்பில் இருந்த கிராமங்கள் பல நூறு சதுர மைல் பரப்பளவில் ஆங்காங்கே தொலைதூரத்தில் பரந்து விரிந்திருந்தன. ஆட்கொல்லிச் சிறுத்தையின் நடமாட்டத்தின் பகுதியைச் சரியாக என்னால் கண்டுபிடிக்க முடியவில்லை. அதற்காக ஒவ்வொரு கிராமத்திற்கும் சென்று அதுகுறித்து விசாரிக்க வேண்டிய தேவை இருந்தது. சலன் (Salan), ரங்கோட் (Rangot) பட்டிகளின் (பட்டி என்பது சில கிராமங்களின் தொகுப்பு) வழியாகச் சென்று, நான்காம் நாளின் மாலைப் பொழுதின் அந்திநேரத்தில் சக்கதி (Chakati) கிராமத்துக்கு வந்து சேர்ந்தேன். அங்குதான் எனக்கு அந்தக் கிராமத்துத் தலைவர் ஒரு தகவலைச் சொன்னார். சில நாட்களுக்கு முன் பனார் நதியின் மறுபக்கத்தில் இருக்கும் சனௌலி (Sanouli) கிராமத்தில் ஒரு மனிதன் கொல்லப்பட்டதாகச் சொன்னார். சமீபத்திய கடும் மழையினால் பனார் ஆற்றில் வெள்ளம் வந்திருப்பதாகவும் அதனால் அவருடைய கிராமத்தில் இரவைக் கழித்துவிட்டுச் செல்லுமாறும் அறிவுறுத்தினார். மறுநாள் காலையில் ஒரு வழிகாட்டியை உடன் அனுப்புவதாகவும் உறுதியளித்தார். பனார் நதியில் பாலங்கள் இல்லாததால், நதியில் ஆழமற்ற இடங்களின் வழியாகப் பாதுகாப்பாக நதியைக் கடக்க அந்த வழிகாட்டி எங்களுக்கு உதவுவார் என்று சொன்னார்.

இரட்டை அடுக்கு மாடிகள் கொண்ட கட்டிடத்தின் நீண்ட நடைபாதையின் ஒரு மூலையில் நின்று நானும் கிராமத்துத் தலைவரும் பேசிக்கொண்டிருந்தோம். அவருடைய அறிவுரையின் பேரில் அந்தக் கிராமத்தில் இரவைக் கழிப்பதென முடிவெடுத்தேன். எனக்கும் என்னுடைய ஆட்களுக்கும் கட்டிடத்தின் மேல் தளத்தில் இரண்டு அறைகளைக் காலி செய்து கொடுப்பதாகச் சொன்னார். நான் அவருடன் பேசிக்கொண்டிருந்தபோது கீழ்த்தளத்தில் கடைசி அறையில் வாடகைக்கு யாரும் இல்லாமலிருந்ததைக் கவனித்தேன். அதனால் நான் அவரிடம் அதில் நான் தங்கிக் கொள்வதாகவும் என்னுடைய ஆட்களுக்காக மேல்த்தளத்தில் ஓர் அறையை மட்டும் காலி செய்துகொடுத்தால் போதுமென்றும் சொன்னேன். அன்றைய இரவைக் கழிப்பதற்காக நான் தேர்ந்தெடுத்த அறைக்குக் கதவு ஏதும் இல்லை. ஆனால் அது பெரிய விஷயமும் இல்லை. சிறுத்தை கடைசியாகக் கொன்ற இரை நதியின் மறுபக்கம் இருப்பதாகத் தெரிவித்திருந்தார்கள். அந்த ஆட்கொல்லிச் சிறுத்தை வெள்ளம் அதிகப்பட்டிருக்கும் நதியை இந்தச் சமயத்தில் கடப்பதற்கு முயற்சிக்காது என்பது எனக்குத் தெரியும்.

அந்த அறையில் மனித உபயோகத்துக்கான எந்த வகையான பொருள்களும் இல்லாமல் இருந்தது. என்னுடைய ஆட்கள் அந்த அறையில் மண்டிக் கிடந்த துரும்புகளையும் கந்தல் குப்பைகளையும் பெருக்கிச் சுத்தம் செய்த பிறகு அங்கு தங்கியிருந்த மனிதர் மிகுந்த அசுத்தமானவர் என்று என்னிடம் புகார் செய்தனர். மண் தரையில் என்னுடைய தரைவிரிப்பை விரித்துப் படுக்கையை ஏற்படுத்திக் கொடுத்தனர். என்னுடைய வேலையாள் அந்த நீண்ட முற்றத்தில் மூலையில் உண்டாக்கிய நெருப்பில் சமைத்துக் கொடுத்த இரவு உணவைச் சாப்பிட்டு விட்டுப் படுக்கையில் அமர்ந்திருந்தேன். கடந்த பன்னிரெண்டு மணி நேரமாக நான் நின்றிருக்கிறேன். நிறைய நடக்கவும் செய்ததால் தூங்குவதற்கு வெகு நேரம் ஆகவில்லை. மறுநாள் காலையில் சூரியன் உதயமாகிக்கொண்டிருந்த நேரம் அறை முழுமையும் வெளிச்சம் நிறைந்திருந்தது. அறையில் கேட்ட சிறு சத்தத்தில் நான் என் கண்களைத் திறந்து பார்த்தபோது தரையில் என்னுடைய படுக்கையின் அருகில் ஒரு மனிதர் உட்கார்ந்திருந்தார். அவருக்கு ஐம்பது வயதிருக்கலாம். தொழுநோயினால் பாதிக்கப்பட்டு அதன் கடைசிக் கட்டத்தில் இருந்தார். நான் விழித்துக்கொண்டேன் என்று தெரிந்ததும், என்னுடைய அறையில் நன்றாகத் தூங்கியிருப்பீர்கள் என நம்புகிறேன் என்று துரதிருஷ்டம் பிடித்த அந்த நோயாளி சொன்னார். அருகிலிருக்கும் கிராமத்திற்கு அவருடைய நண்பர்களைப்

ஜிம் கார்பெட்

பார்க்க இரண்டு நாட்கள் போனதாகவும், அவர் திரும்பிவந்து பார்க்கையில் நான் அவர் அறையில் உறங்கிக் கொண்டிருப்பதைக் கண்டு, என் படுக்கையின் அருகில் அமர்ந்து நான் விழிக்கக் காத்திருப்பதாகவும் தொடர்ந்து சொன்னார்.

கீழைநாடுகளில் தொழுநோயானது மற்ற எல்லா நோய்களை விடவும் மிகவும் கொடியதும் விரைவில் பரவக் கூடியதுமாகும். குமாவுன் பகுதியில் அது பரவலாகக் காணப்படும் நோய். அதுவும் அல்மோரா மாவட்டத்தில் மிகவும் மோசம். எதையும் ஏற்றுக்கொள்ளும் தன்மை கொண்ட இம்மக்கள் இந்த நோயைக் கடவுளின் கொடையாக நினைத்துப் பாதிக்கப்பட்டவரைத் தனிமைப்படுத்துவதோ அல்லது அந்த நோய்ப் பாதிப்புக்காகத் தடுப்பு நடவடிக்கைகள் எடுத்துக்கொள்வதோ கிடையாது. அதன் காரணமாகதான், நான் தேர்ந்தெடுத்த அந்த அறையானது, சில வருடங்களாக ஒரு தொழுநோயாளரின் இருப்பிடமாக இருந்திருப்பதைச் சொல்லி என்னைக் கவனப்படுத்த வேண்டிய தேவையில்லையென அந்தக் கிராமத்துத் தலைவரும் நினைத் திருக்கிறார் என்பது தெளிவாகியது. அந்தக் காலையில் என் ஆடையை உடுத்திக்கொள்ள எனக்கு அதிக நேரம் தேவைப்படவில்லை. எங்களுடைய வழிகாட்டி வந்தவுடன், நாங்கள் அந்தக் கிராமத்தை விட்டுக் கிளம்பினோம்.

குமாவுனுக்குள் சுற்றித் திரியும் சமயங்களில் நான் தொழுநோய்க்கு அதிகமாய்ப் பயந்திருக்கிறேன். பாவப்பட்ட துரதிருஷ்டம் மிக்க அந்த அறையில் இரவு தங்கியமையால் இதுவரை நான் உணர்ந்திராத சுத்தமின்மையை உணர்ந்தேன். எங்களின் நடைப்பயணத்தில் எதிர்ப்பட்ட முதல் ஓடையில் என்னுடைய வேலையாள் காலை உணவு தயாரிக்கவும் என்னுடைய ஆட்கள் உணவருந்தவும் பயணத்தைச் சற்று நிறுத்துமாறு சொன்னேன். அதன் பின் என் ஆட்களிடம் என்னுடைய தரைவிரிப்பானை அலசிப்போடவும் என் மெத்தையை வெயிலில் உலர்த்துமாறும் சொன்னேன். கார்போலிக் சோப் கட்டி ஒன்றை எடுத்துக்கொண்டு ஓடையில், பெரிய பாறைத் திட்டுகளின் நடுவே கட்டியிருந்த சிறு குளத்தில் உள்ளிறங்கினேன். அந்த அறையில் நான் உடுத்தியிருந்த துண்டு, துணிவரைக்கும் களைந்து அந்தக் குளத்தில் நன்றாக அலசினேன். பாறைத் திட்டுகளில் அவற்றை உலரவைத்துவிட்டு மீதமிருந்த சோப்பை என்மீது அழுந்தத் தேய்த்துக்கொண்டேன். இதுவரை இதுபோல நான் தேய்த்துக் குளித்ததில்லை. இரண்டு மணிநேரம் கழித்துப் பார்த்தால், என்னுடைய ஆடைகள் என், முரட்டுத்தனமான செய்கையால்ச் சற்றுச் சுருங்கிப் போயிருந்தன. முழுவதுமாய்

சுத்தமாகிவிட்ட உணர்வுடனும் காலை உணவுக்கான வேட்டைக்காரனின் பசியுடனும் என் ஆட்கள் இருக்குமிடத்திற்குத் திரும்பினேன்.

எங்களுடைய வழிகாட்டியாக வந்திருந்தவர் நான்கு அடி ஆறு அங்குலம் உயரமுள்ள மனிதராக இருந்தார். பெரிய தலையின் மேல் நீளமான முடியைக் கொண்டையாய் வைத்திருந்தார்; பெரிய பீப்பாயைப் போன்ற உடலும் குட்டையான கால்களும் கொண்டிருந்தார். குறைவாகவே பேசினார். நான் அவரிடம், கடினமான மலையேற்றம் எங்காவது இருக்குமாவெனக் கேட்டதற்குத் தனது கைகளை விரித்துக் காட்டி, 'இதைப் போலத் தட்டையானது' என்றார். இதைச் சொல்லி முடித்ததும், எங்களை மிகவும் செங்குத்தாய் இறங்கக்கூடிய மலையின் வழி இறக்கி ஒரு ஆழமான பள்ளத்தாக்கிற்குக் கூட்டிவந்தார். இந்த இடத்தில் அவர் திரும்பிப் பள்ளத்தாக்கில் தொடர்ந்து நடந்துசென்று, அது நதியைச் சேரும் சந்திப்புக்குச் செல்வாரென்று எதிர்பார்த்தேன். ஆனால் இல்லை. ஒரு வார்த்தைகூடப் பேசாமல் அல்லது தலையைக்கூடச் சற்றும் திருப்பாமல் அவர் அந்தத் திறந்தவெளியைக் கடந்து கொண்டிருந்தார். அவ்வாறே நடந்து மறுகோடியில் இருந்த மலையை நோக்கிச் சென்றார். இந்த மலை மிகுந்த செங்குத்தாக மட்டுமல்லாமல் முட்புதர்களும் நிறைந்ததாய் இருந்தது. அதன் மேலிருந்த மண் மிகுந்த இலகுத் தன்மையுடையதாய் இருந்ததால் அதன்மேல் ஏறுவது கடினமாக இருந்தது. சூரியனும் நடுவானுக்கு வந்துவிட்டிருந்ததால் மிகுந்த சூடாகவும் இருந்தது. நாங்கள் மேலேறி வந்து சேர்ந்தபோது முழுவதும் வியர்வையில் குளித்திருந்தோம். எங்களுடைய வழிகாட்டியின் கால்கள் மலையேற்றத்திற்காகவே உருவானதுபோல் தோன்றியது. அவர் எங்களைச் சிறு கவனிப்புக்காகக்கூடத் திரும்பிப் பார்க்கவில்லை.

மலையின் உச்சியில் பரந்து விரிந்திருந்தது இயற்கைக் காட்சி. எங்கள் வழிகாட்டி எங்களிடம், பனார் ஆற்றுக்குச் செல்ல இன்னும் இரண்டு உயரமான மலைகள் இருப்பதாகக் கூறினார். கொத்தனார் பன்வா ஒரு மூட்டை நிறைய தனது குடும்பத்துக்கான பரிசுப் பொருட்களையும், பளுவான அடர்ந்த நிறத்திலான பெரிய மேல்சட்டை ஒன்றையும் தூக்கி வந்திருந்தார். அந்தக் கனமான மேல்சட்டையை வழிகாட்டியிடம் கொடுத்தார். குமாவுனில் இருக்கும் எல்லா மலைகளிலும் எங்களை ஏற்றி இறக்குவதால் இந்தக் கனமான அங்கியை மீதமிருக்கும் வழிக்கு அவரே தூக்கிவருமாறு பணித்தார். அந்த வழிகாட்டி தனது உடம்பைச் சுற்றிக் கட்டியிருந்த ஆட்டின் முடியிலான நீளமான

கயிற்றை அவிழ்த்து, அந்த அங்கியைச் சுற்றிக்கட்டி அதைத் தன்னுடைய முதுகின் பின் இறுக்கமாகக் கட்டிக்கொண்டார். இறங்கியும் ஏறியும், மீண்டும் இறங்கியும் ஏறியும் நடந்து பின்னர் ஆழமான பள்ளத்தாக்கில் இறங்கியபோது அந்த ஆற்றை நாங்கள் பார்த்தோம். இதுவரை நாங்கள் பாதைகள் ஏதுமில்லாத நிலப்பரப்பின் வழியாக வந்தோம். வழியில் ஒரு கிராமம்கூடக் கண்ணில் படவில்லை. ஆனால் இப்போது நாங்கள் வந்தடைந்த குறுகிய பாதை நேராக நதிக்குள் சென்று இறங்கியது. நதியின் அருகே செல்லச் செல்ல அதன் காட்சியை நான் அவ்வளவாக விரும்பவில்லை. நதியின் நீருக்குள் செல்லும் வழியும் அதன் மறுபுறம் நிலத்திற்கு ஏறும் வழியும் ஆழமில்லாத நீர்த்துறையாக இருந்தன. ஆனால் அந்த நதி இப்போது பெரும் வெள்ளத்தில் இருந்தது. எனவே அதைக் கடப்பது என்பது ஆபத்தானதாய்த் தோன்றியது. அந்த வழிகாட்டி, அதைக் கடப்பது பாதுகாப்பானது தான் என்று உறுதியளித்தார். அதனால், என்னுடைய காலணிகளையும் அரைக் காலுறைகளையும் கழட்டிக்கொண்டு பன்வாவின் கைகளுடன் என் கைகளைக் கோர்த்துக்கொண்டு ஆற்றினுள் இறங்கினேன். அந்த ஆறு கிட்டதட்ட நூற்றியிருபது அடி அகலம் இருக்கலாம். அது தன்னை மாற்றிக்கொண்டு செல்லும் பகுதியைக் காணும்போது மிகவும் கரடுமுரடான ஆற்றுப் படுகையின்மீது அந்த நதி பாய்ந்தோடுவதாக என்னால் கணிக்க முடிந்தது. நான் நினைத்தது சரிதான். என்னுடைய பாத விரல்கள் சில இடங்களில் தடுக்கியது. ஆற்றின் போக்கில் கால்கள் இழுத்துச் சென்றுவிடாமல் மயிரிழையில் தப்பித்துப் போராடி ஆற்றின் மறுகரைக்கு வந்துசேர்ந்தோம்.

வழிகாட்டியாக வந்தவர் எங்களுக்குப் பின்பாக நதியில் வந்துகொண்டிருந்தார். மறுகரை வந்து திரும்பிப் பார்த்தபோது அந்தக் குட்டை மனிதர் சிரமத்தில் இருப்பது தெரிந்தது. ஆற்றின் தண்ணீர் எங்களுக்குத் தொடை அளவு இருந்தால் அவருக்கு இடுப்பளவு இருந்தது. ஆற்றின் முக்கிய நடுப்பகுதிக்கு வந்ததும் அவருடைய முதுகுப் பக்கத்தை ஆற்றின் ஓட்டத்துக்கு இணையாய் வைத்துக்கொள்ளாமல் நண்டைப் போன்றதொரு நடையுடன் எதிர்முகமாய் வரும் ஆற்றுநீரை முட்டாள் தனமாக எதிர்கொண்டார். அதன் விளைவாகப் பின்பக்கமாகத் தண்ணீரில் இழுத்துச் செல்லப்பட்டு வேகமாய் ஓடும் சுழலுக்குள் மூழ்கிவிட்டார். நான் வெறும் காலில் இருப்பதாலும், அங்கிருக்கும் கூர்முனையுடைய கற்களுக்கு நான் பழக்கப்படாததாலும் உதவ முடியாமல் நின்றிருந்தேன். ஆனால் பன்வாவுக்குக் கூர்மையான கற்கள் பெரிய தடைகளாக இல்லை. கையிலிருந்த மூட்டையைக் கீழே வீசிவிட்டுக் கணநேரம்கூட யோசிக்காமல் கரையிலிருந்து

குதித்துவிட்டார். அந்த இடத்திலிருந்து சுமார் நூற்றியைம்பது அடி கீழ்ப்பக்கமாகத் தட்டையான பெரிய பாறைத் திட்டு ஒன்று ஆபத்தாய்ச் சுழித்து ஓடும் ஆற்றுக்குள் இறங்கியிருந்தது. ஈரமாகவும் வழுக்கும் தன்மையுடனும் இருந்த அந்தப் பாறையின் வழியே ஓடிச் சென்று அதன் ஓரத்தில் பன்வா படுத்தார். நீரில் மூழ்கிய அந்த மனிதர் பன்வாவைக் கடந்து நீரால் அடித்துச் செல்லப்பட்டபோது, அவருடைய நீண்ட தலைமுடியைப் பற்றியிழுத்துக் கடினமாகப் போராடி அவரை இழுத்துப் பாறையின்மீது போட்டார் பன்வா. கரைக்கு வந்தபோது, அந்த வழிகாட்டி தண்ணீரில் மூழ்கியெழுந்த எலியைப் போன்றிருந்தார். நான் பன்வாவை அவருடைய உன்னதமான வீரச்செயலுக்காகப் பாராட்டினேன். தன்னுயிரைப் பணயம் வைத்து அந்தக் குள்ளமான மனிதரைக் காப்பாற்றியதற்காகப் பாராட்டினேன். என்னை ஆச்சரியமாகப் பார்த்த பன்வா, 'இதை நான் அவருடைய உயிரைக் காப்பாற்ற வேண்டிச் செய்யவில்லை, ஆனால் அவருடைய முதுகில் கட்டியிருக்கும் என்னுடைய புது மேல்அங்கியைக் காப்பாற்றவே செய்தேன்' என்றார். என்ன நோக்கமாக இருந்தாலும் அந்த வகையில் ஒரு துயரம் தவிர்க்கப்பட்டது. என்னுடைய ஆட்களும் தங்களின் கைகளை இணைத்துக்கொண்டு ஆற்றைக் கவனமாகக் கடந்த பின் நான் அந்த நாளைப் பெருநாளாக நினைத்தேன். இரவை அந்த நதியின் கரையிலேயே கழித்தோம். பன்வாவின் கிராமம் நதியிலிருந்து ஐந்து மைல் தொலைவிலேயே இருந்ததால் அவர் என்னிடமிருந்து விடைபெற்றுக்கொண்டார். இரண்டாவது தடவையாக ஆற்றைக் கடக்கப் பயந்த அந்த வழிகாட்டியையும் தன்னுடன் கூட்டிக்கொண்டு சென்றார் பன்வா.

3

மறுநாள் காலையில் கடைசி மனித வேட்டை நடந்த இடமான சனௌலி ஊரைக் கண்டுபிடிக்கக் கிளம்பினோம். அன்றைய மாலை நேரத்தின் இறுதியில் நாங்கள் பரந்து விரிந்திருந்த திறந்த சமவெளிக்கு வந்திருந்தோம். பார்வைக்கு எட்டியவரை எந்த மனிதக் குடியிருப்பும் தென்படாததால், திறந்த வெளியிலேயே இரவைக் கழிக்க முடிவு செய்தோம். ஓர் ஆட்கொல்லியின் இருப்பிடத்தின் இதயப் பகுதியில் இப்போது நாங்கள் இருக்கிறோம். குளிர்ந்த ஈரமான நிலப்பரப்பில் கழிந்த, சரியாகத் தூக்கமில்லாத இரவுக்குப் பின்னர் மதியத்தை ஒட்டி சனௌலிக்கு வந்துசேர்ந்தோம். அந்தச் சிறிய கிராமத்தில் குடியிருந்தவர்களுக்கு எங்களைக் கண்டதில் மிகுந்த மகிழ்ச்சி. என்னுடைய ஆட்களுக்காக ஓர் அறையை ஒதுக்கிக் கொடுத்து,

ஓலைக் கூரையிட்ட திறந்த நடைமேடை ஒன்றை என்னுடைய பயன்பாட்டிற்காகக் கொடுத்தார்கள்.

அந்தக் கிராமம் ஒரு மலையின் பக்கவாட்டில் அமைந்திருந்தது. அது படிமட்ட வயல்களைக் கொண்ட பள்ளத்தாக்கு ஒன்றைப் பார்த்தவாறு அமைந்திருந்தது. வயல்களில் ஒன்றில் சமீபத்தில் தான் நெல் அறுவடை செய்யப்பட்டிருந்தது தெரிந்தது. அந்தப் பள்ளத்தாக்கின் மறுபுறத்திலிருந்த மலை படிப்படியாகச் சரிவான ஏற்றத்தைக் கொண்டிருந்தது.

கோயில் புலியும் குமாவுன் ஆட்கொல்லிகளும்

அங்குப் பயிரிடப்பட்டிருந்த நிலம் ஒன்றிலிருந்து சுமார் முன்னூறு அடியில், கிட்டத்தட்ட இருபது ஏக்கர் பரப்பளவில் அடர்த்தியான புதர்கள் கொண்ட காடு இருந்தது. மலையின் மேல் விளிம்பில் புதர்க்காட்டின் மேற்புறமாக, ஒரு கிராமம் இருந்தது. மலைச்சரிவின் வலதுபக்கமாக மற்றுமொரு கிராமமும் இருந்தது. படிமட்ட வயல்களின் இடது பக்கமாகப் பள்ளத்தாக்கு செங்குத்தாய் ஏறும் புல்வெளி நிறைந்த மலையுடன் முடிவுற்றது. அதனால், அடர்ந்திருந்த அந்தப் புதர்க்காடு மூன்று பக்கங்களிலும் விளைச்சல் நிலங்களாலும் நான்காம் பக்கம் திறந்த புல்வெளியாலும் சூழ்ந்திருந்தது.

காலை உணவு தயாராகிக்கொண்டிருந்த வேளையில், கிராமத்து ஆண்கள் என்னைச் சுற்றி அமர்ந்து பேசிக்கொண்டிருந்தனர். மார்ச் மாதத்தின் இரண்டாம் பாதியிலும் ஏப்ரல் மாதத்தின் முதல் பாதியிலும் அந்தப் பகுதியில் நான்கு பேர் கொல்லப்பட்டிருக்கிறார்கள் அந்த ஆட்கொல்லிச் சிறுத்தையால். முதலாவதாகக் கொல்லப்பட்ட மனிதரின் இறப்பு, மலைச்சரிவில் இருக்கும் கிராமத்தில் நடந்திருக்கிறது. இரண்டாவதும் மூன்றாவதும் மலையின் விளிம்பில் இருந்த கிராமத்திலும் நான்காவது சனௌலியிலும் நடந்திருக்கின்றன. இறந்த நால்வருமே கொல்லப்பட்டது இரவு நேரத்தில்தான். அவர்கள் சுமார் ஆயிரத்து ஐநூறு அடி அந்தப் புதர்க்காட்டின் திட்டுப் பக்கமாக இழுத்துச் செல்லப்பட்டிருக்கிறார்கள். சிறுத்தை தனக்கு விருப்பமான நேரத்தில் அங்கு வைத்து அவர்களைச் சாப்பிட்டிருக்கிறது. இந்த மூன்று கிராமங்களில் குடியிருப்போரிடம் எந்த விதமான துப்பாக்கியும் இல்லாததால் அந்த உடல்களை மீட்டெடுக்கும் முயற்சியில் இறங்க மிகவும் பயந்திருக்கிறார்கள். கடைசியாக இறப்பு நடந்தது ஆறு நாட்களுக்கு முன்பு என்னிடம் தகவல் சொன்னவர்கள் அந்தச் சிறுத்தை மரக்கழிவுகள் அடங்கிய புதர்க்காட்டுத் திட்டுக்குள்தான் இப்போதும் இருக்குமென்று உறுதியாகச் சொன்னார்கள்.

இதற்கு முந்தைய தினம் கடந்துவந்த ஒரு கிராமத்திலிருந்து இரண்டு இளம் ஆட்டுக் கிடாக்களை விலைக்கு வாங்கினேன். மாலை நேரம் நெருங்கும்போது அவற்றுள் சிறியதைப் பிடித்துப் புதர்க்காட்டுக்குள் செல்லும் பாதையின் ஓரத்தில் கட்டிவைத்தேன்.சிறுத்தை அந்த மறைவுக்குள்தான் இருப்பதாகக் கிராமத்தார் உறுதியாய்ச் சொல்லியதைப் பரிசோதிப்பதற்காக இதைச் செய்தேன். நான் அந்த ஆட்டின் அருகில் காத்திருக்கவில்லை. ஏனென்றால் அதனருகே அமர்வதற்குச் சரியான மரம் ஏதும் அருகில் இல்லை. அதுவுமில்லாமல்

கருமேகங்கள் வேறு சூழ்ந்திருந்தன. இரவில் மழைபெய்யும் என்பதுபோல் தோற்றமளித்தது. என்னுடைய பயன்பாட்டுக்காகக் கொடுக்கப்பட்டிருந்த நடைமேடை எல்லாப் பக்கங்களிலும் திறந்திருந்தது. அதனால் நான் அந்த இரண்டாம் ஆட்டை நடைமேடையின் அருகில் கட்டிவைத்தேன். ஒருவேளை சிறுத்தை இரவில் கிராமத்திற்கு வந்தால், கடினமான மனித உடலைவிட இளம் ஆட்டை விரும்பலாம் என்ற நம்பிக்கையில் அவ்வாறு செய்தேன். இரவில், இரண்டு ஆடுகளும் ஒன்றையொன்று அழைக்கும் சத்தத்தைக் கேட்டேன். இந்த விளிப்பு, அந்தச் சிறுத்தை கேட்கும் தூரத்துக்குள் இல்லையென்பதை எனக்கு உறுதிசெய்தது. இருந்தும் அது மீண்டும் அந்த இடத்திற்குத் திரும்பி வராமல் இருப்பதற்கு எந்த விதமான காரணமும் இல்லை. அதனால் நல்லதே நடக்குமென நம்பிக்கையுடன் தூங்கச் சென்றேன்.

இரவில் சிறிதாய் மழை தூறிக்கொண்டிருந்தது. மேகமில்லாத வானத்தில் சூரியன் உதித்தபோது ஒவ்வொரு இலையும் புல்லின் இதழும் மழைத் துளிகளால் ஒளிர்ந்தன. ஒவ்வொரு பறவையும் தனக்கான ஒரு பாட்டுடன் அன்றைய நாளை மகிழ்வாய் வரவேற்றது. என் நடைமேடையின் அருகே கட்டப்பட்டிருந்த ஆடு திருப்தியுடன் அருகிலிருந்த புதரை மேய்ந்துகொண்டும் இடைக்கொருமுறை கத்திக்கொண்டும் இருந்தது. பள்ளத்தாக்கின் மறுபக்கம் கட்டியிருந்த மற்றொன்றிடமிருந்து சத்தமில்லை. என் வேலையாளிடம் என்னுடைய காலை உணவைச் சூடாக்கும்படிச் சொல்லிவிட்டு பள்ளத்தாக்கைக் கடந்துசென்று சிறிய ஆட்டைக் கட்டிவைத்திருந்த இடத்தை அடைந்தேன். அங்கே, மழை வருவதற்குச் சற்று முன்பாகவே சிறுத்தை அந்த ஆட்டைக் கொன்று, கயிற்றை அறுத்து, இழுத்தும் சென்று விட்டிருந்தது. மழை அது இழுத்துச் சென்ற தடங்களைச் சுத்தமாய்க் கழுவியிருந்தது. ஆனால் இது ஒன்றும் பெரிய விஷயமில்லை. ஏனென்றால், அந்தச் சிறுத்தை இரையை எடுத்துச்செல்ல ஒரே இடம்தான் உண்டு. அதுதான் அந்த அடர்த்தியான காய்ந்த மரக்கிளைகளைக் கொண்ட புதர்க்காடு.

ஒரு சிறுத்தையை அல்லது ஒரு புலியை, அதன் இரையைத் தொடர்ந்து செல்வது என்பது மிகவும் சுவாரசியமான விளையாட்டு என்பது எனக்குத் தெரியும். ஆனால் சந்தர்ப்பங்கள் நமக்குச் சாதகமாக இருந்தால் மட்டுமே அவ்வாறு தொடர்வது வெற்றி வாய்ப்பைக் கொடுக்கும். இங்கு சந்தர்ப்பங்கள் சாதகமாக இல்லை. ஏனென்றால் அந்தக் காய்ந்த புதர்க்காடு மிகவும் அடர்த்தியாக இருந்தது. சத்தமில்லாமல் அதற்குள் நுழைய இயலாது. கிராமத்திற்குத் திரும்பிவந்து, காலை உணவை முடித்த

பிறகு, கிராமத்து ஆட்களை வரச்சொல்லி அனுப்பினேன். சுற்றியிருக்கும் நிலப்பரப்பின் தன்மை குறித்து அவர்களிடம் ஆலோசிக்க விரும்பினேன். ஆட்டைக் கொன்ற இடத்தைப் பார்த்துவர வேண்டிய தேவையும் இருந்தது. அந்தச் சிறுத்தை, தான் கொன்ற இரையில் கொஞ்சமாவது விட்டுச்சென்றிருந்தால் நான் அங்கு அமர்ந்து பார்க்க இயலும். அப்படிச் செய்யும்போது, நான் அந்தச் சிறுத்தையைத் தொந்தரவு செய்யாமலும் இருக்க வேண்டும். அருகில் வேறு ஏதாவது அடர்த்தியான மறைவான பகுதி இருக்கிறதா என்பதையும் அந்தக் கிராமத்து ஆட்களிடம் தெரிந்துகொள்ள வேண்டியிருந்தது. நான் சிறுத்தையைத் தொந்தரவு செய்ய நேர்ந்தால் அது சென்று பதுங்கிக்கொள்ள வேறு இடம் இருக்குமா என்பதற்காகவே இந்தக் கேள்வி. அப்படி எந்த மறைவான பகுதியும் கிட்டத்தட்ட இரண்டு மைல் தூரத்திற்கு இல்லையென்று சொன்னார்கள். சிறுத்தை அந்த இடத்திற்குச் செல்வதற்கு இடையிலிருக்கும் விளைச்சல் பகுதியான பரந்த நிலப்பரப்பைக் கடக்க வேண்டும்.

மதியத்தை ஒட்டி நான் அந்தப் புதர்க்காட்டுப் பகுதிக்குத் திரும்பினேன். ஆட்டைக் கொன்ற இடத்திலிருந்து முன்னூறு அடிப் பரப்பில் அந்தச் சிறுத்தை, ஆட்டின் மிச்சங்களை — அதன் குளம்புகள், கொம்புகள், அதன் வயிற்றின் சில பகுதிகளை — விட்டுச் சென்றிருந்தது. அந்தப் பகல் நேரத்தில் சிறுத்தை, மறைவை விட்டு வெளியே வந்து, இரண்டு மைல் தொலைவில் இருக்கும் காட்டை நோக்கிச் செல்லும் என்ற அச்சம் இல்லாததால் நான் அதைத் தொந்தரவு செய்து பின்தொடரப் பல மணிநேரமாக முயற்சி செய்தேன். எனக்கு உதவியாகக் கொண்டைக் குருவிகள், கருங்குருவிகள், பூங்குருவிகள், வளைந்த அலகுச் சிலம்பன்கள் சத்தமிட்டுச் சிறுத்தையின் ஒவ்வொரு அசைவையும் தெரிவித்துக்கொண்டிருந்தன. அந்த மூன்று கிராமங்களில் இருக்கும் ஆட்களைத் திரட்டிக்கொண்டு வந்து சத்தமெழுப்பி அந்தப் புதரிலிருந்து சிறுத்தையைத் திறந்த வெளிக்கு விரட்டி அடித்து, அங்கு வைத்து அதை நான் சுட்டிருக்கக் கூடாதா என்று கேள்வி உங்களுக்கு எழலாம். அப்படிச் செய்வது சத்தமெழுப்ப வரும் மக்களுக்கு மிகவும் ஆபத்தான முடிவைக் கொடுக்கும். தன்னைத் திறந்தவெளி நோக்கி விரட்டு கிறார்கள் என்பதை அந்தச் சிறுத்தை புரிந்துகொண்டால், அது பயத்தில் உடைந்துபோய் அதனுடைய வழியில் குறுக்கிடும் எல்லாரையும் தாக்கத் தொடங்கும்.

சிறுத்தையைக் கொல்ல நான் மேற்கொண்ட வெற்றி யடையாத முயற்சிகளுக்குப் பிறகு கிராமத்திற்குத் திரும்பினேன்.

ஜிம் கார்பெட்

என்னுடைய உடல்நிலை மலேரியா நோயால் பீடிக்கப்பட்டு அடுத்த இருபத்து நான்கு மணி நேரத்துக்கு நான் அந்த நடைமேடையில் அரைமயக்க நிலையில் கிடந்தேன். மறுநாளில் மாலைப் பொழுதில் காய்ச்சல் என்னை விட்டுப் போயிருந்தது. எனக்கு வேட்டையைத் தொடர்ந்து மேற்கொள்ளும் வலு இருந்தது. முந்தைய இரவில், என்னுடைய ஆட்கள் அவர்களுடைய சொந்த முயற்சியில், முதல் ஆடு கொல்லப்பட்ட அதே இடத்தில் இரண்டாவது ஆட்டைக் கட்டி வைத்திருந்திருக் கிறார்கள். ஆனால் அந்தச் சிறுத்தை அதைத் தொடவில்லை. இதுவும் நல்லதுக்குத்தான். ஏனென்றால் இப்போது அந்தச் சிறுத்தை பசியுடன் இருக்கும். நான் மூன்றாம் நாள் மாலையில் முழு நம்பிக்கையுடன் கிளம்பிச் சென்றேன்.

புதர்க்காட்டுத் திட்டின் பக்கமாய் இரண்டு இரவுகளுக்கு முன்பு கொல்லப்பட்ட ஆடு கட்டப்பட்டிருந்த இடத்திலிருந்து முன்னூறு அடி தள்ளி முதிய கருவாலி மரமொன்று இருந்தது. இரண்டு படிமட்ட வேளாண்மை செய்யப்பட்டிருந்த வயல்களுக்கு இடையிலிருந்த ஆறடி உயரமான வரப்பிலிருந்து அது முளைத்து வளர்ந்திருந்தது. மலையிலிருந்து ஒரு கோணத்தில் வெளியே சாய்ந்திருந்தது. ரப்பர் அடிப்பாகத்தை உடைய என்னுடைய காலணியால் அதன் அடிமரத்தின் வழியே மேலே ஏற வசதியாக இருந்தது. அடிமரத்தின் கீழ்ப்பக்கத்தில் தரையி லிருந்து பதினைந்து அடி உயரத்தில் ஒரு கிளை கீழிருக்கும் வயலை நோக்கி நீண்டிருந்தது. இந்தக் கிளை சுமார் ஒரு அடி தடிமனில் இருந்தது. அது உளுத்தும், குடைவு விழுந்தும் போயிருந்ததால் மிகவும் அசௌரியமான, மிகவும் பாதுகாப்பில்லாத இருக்கையாக இருந்தது. எவ்வாறாகினும் அந்த மரத்தில் இருந்த ஒரே கிளை அது மட்டுமே என்பதாலும், சுற்றிலும் பல நூறு அடி ஆரத்திற்கு வேறு மரங்கள் ஏதும் இல்லாததாலும் நான் அந்தக் கிளையில் அமர்ந்து ஆபத்தை எதிர்கொள்ள முடிவு செய்தேன்.

புதர்க்காட்டில் நான் கண்ட கால்த்தடங்களும் ஏப்ரல் மாதத்தில் ஒரு பெண் கொல்லப்பட்ட பண்ணை வீட்டுக்குச் செல்லும் பாதையில் இருந்த கால்த்தடங்களும் ஒரே மாதிரியானவை என்பது, நான் இப்போது கையாளும் சிறுத்தையானது பனார் ஆட்கொல்லி என்று நான் நம்புவதற்குக் காரணமாய் இருந்தது. கருப்புநிற முட்செடியின் நீண்ட தளிர்க் கிளைகள் பலவற்றை என்னுடைய ஆட்களைக் கொண்டு வெட்டச் சொன்னேன். என்னுடைய முதுகை மரத்தில் இருத்திக்கொண்டு என்னுடைய கால்களை மரக்கிளையின்மீது நீட்டிக்கொண்டு மரத்தின் மீது

என் இடத்தில் அமர்ந்த பிறகு, என் ஆட்களை, வெட்டிய அந்தத் தளிர்க் கிளைகளை ஒன்றாகக் கட்டி, அடிமரத்தின் மீது வைத்துப் பலமான கயிறு கொண்டு இறுக்கமாக அதனுடன் சேர்த்துக் கட்டுமாறு பணித்தேன். இந்தச் சின்னச் சின்ன விஷயங்களைக் கவனத்துடன் செய்துகொண்டதால் என் உயிரை நான் காப்பாற்றிக் கொண்டதாக எனக்குள் திருப்திப்பட்டுக்கொண்டேன்.

பத்து முதல் இருபது அடி நீளம் கொண்ட அந்த முட்செடியின் பல தளிர்க் கிளைகள் மரத்தின் இரு பக்கங்களிலும் துருத்தி நின்றன. நான் அமர்ந்திருந்த கிளையில் சமன்படுத்தி அமர்வதற்கும் பிடித்துக்கொள்ளவும் எதுவும் இல்லாததால், நான் அந்தத் தளிர்க் கிளைகளை என்னுடைய இரண்டு பக்கங்களுக்கும் இழுத்துவிட்டு, என் கைகளுக்கும் உடம்புக்கும் இடையில் இறுக்கமாய் அழுத்தி வைத்துக்கொண்டேன். ஐந்து மணிவாக்கில் என்னுடைய முன் தயாரிப்புகள் நிறைவுற்றன. என் தொண்டையைப் பாதுகாக்கும் வண்ணம் மேலங்கியின் கழுத்துப் பட்டையை முன்பக்கமாய் நன்றாக மேலிழுத்து விட்டுக்கொண்டு மரக்கிளையில் அழுந்த அமர்ந்துகொண்டேன். என்னுடைய பின் கழுத்தைப் பாதுகாக்கும் பொருட்டு மிருதுவான என் தொப்பியைப் பின்பக்கமாகக் கீழிழுத்து விட்டுக்கொண்டேன். எனக்கு முன்பாகத் தொண்ணூறு அடியில், வயலை நோக்கி இருக்கும் ஒரு கட்டுத்தறியில் அந்த ஆட்டைக் கட்டியிருந்தார்கள். என்னுடைய ஆட்கள் வயலில் அமர்ந்து புகைத்துக்கொண்டும் சத்தமாய்ப் பேசிக்கொண்டும் இருந்தனர்.

இந்த நிமிடம்வரை புதர்க்காட்டின் திட்டில் எல்லாம் சத்தமில்லாமல் இருந்தன. ஆனால் இப்போது, வளைந்த அலகுச் சிலம்பன் குருவி ஒன்று காதைத் துளைக்கும் எச்சரிக்கைச் சத்தம் கொடுத்தது. அதைத் தொடர்ந்து ஒன்று அல்லது இரண்டு நிமிடங்கள்கழித்துப் பலவெண்தொண்டை சிரிப்பான்களின் கீச்சுக்குரல் சத்தம் கேட்டது. இந்த இரண்டு வகையான பறவைகள் தான் மலைகளில் இருப்பவற்றுள் மிகவும் நம்பத்தகுந்த தகவலாளிகள். அவற்றின் சத்தம் கேட்டதும் நான் என்னுடைய ஆட்களைக் கிராமத்திற்குத் திரும்புமாறு சைகை செய்தேன். இது அவர்களுக்கு மிகுந்த மகிழ்ச்சியைக் கொடுத்திருக்கும் என்று நினைக்கிறேன். சத்தமாகப் பேசிக்கொண்டே அவர்கள் நடந்து செல்லும்போதே ஆடு கத்தத் தொடங்கியது. அடுத்த அரை மணிநேரத்துக்கு ஒன்றும் நடக்கவில்லை. அதன் பிறகு கிராமத்தின் மேல்புறமாக இருந்த

மலையின் பக்கம் சூரியன் மறையத் தொடங்கும்போது, எனக்கு மேலாக, மரத்தில் உட்கார்ந்திருந்த இரண்டு கரிச்சான் குருவிகள் பறந்துபோய், எனக்கும் புதர்க்காட்டுத் திட்டுக்கும் இடையில் இருந்த திறந்த நிலப்பரப்பில் இருந்த ஏதோ ஒரு விலங்கிடம் வம்பிழுக்கத் தொடங்கின. ஆடு சத்தமிட்டுக்கொண்டே கிராமத்தை நோக்கிய திசையைப் பார்த்தபடி இருந்தது. இப்போது அது திரும்பி, நானிருந்த திசையை நோக்கி நின்றபடி சத்தமிடுதலை நிறுத்திக்கொண்டது. ஆட்டைக் கவனித்தபடி என்னால் கரிச்சான்கள் வம்பிழுக்கும் அந்த மிருகத்தின் நகர்வுகளைக் கவனிக்க முடிந்தது. அந்த ஆடும் அந்த மிருகத்தை நோக்கித் தன் சுவாரசியத்தைக் காட்டுவதால், அந்த மிருகம் நிச்சயமாகச் சிறுத்தையாகத்தான் இருக்க முடியும்.

நில தேய்பிறையின் கடைசிப் பாதியில் இருந்தது. பல மணிநேரம் நிச்சயமாய் இருள் இருக்கலாம். இந்த மாதிரி வெளிச்சமில்லாத சந்தர்ப்பங்கள் எனக்குச் சாதகமாக இல்லாதபோது, சிறுத்தையை எதிர்கொள்ளவும் என்னைக் காத்துக்கொள்ளவும் பன்னிரெண்டு போர் வட்ட அளவுள்ள இரட்டைக் குழல் வேட்டைத் துப்பாக்கியில் வேட்டைக்கான குண்டுகளை ஏற்றித் தயார் நிலையில் வைத்திருந்தேன். துப்பாக்கியின் ஒரு தோட்டாவைவிட, வேட்டைத் துப்பாக்கி யின் இந்த வகை எட்டு குண்டுகள் ஒரு சிறுத்தையைத் தாக்க எனக்குப் போதுமானது. இரவு வேட்டைக்கு உதவும் மின் விளக்குகள், கை மின் விளக்குகள் போன்றவை நான் இதை எழுதும் காலங்களில் இந்தியாவில் உபயோகத்தில் இல்லை. துல்லிய மாகக் கணிக்க நம்பத்தகுந்த ஒன்று எதுவென்றால் ஒரு துண்டு வெள்ளைத் துணியை ஆயுதத்தின் முகவாயில் கட்டிக் கொள்வதுதான்.

மீண்டும் பல நிமிடங்களுக்கு எதுவும் நடக்கவில்லை. பிறகு, நான் பிடித்திருக்கும் முட்செடியின் தளிர்க் கிளைகள் மெதுவாக இழுக்கப்படுவதை உணர்ந்தேன். சாய்ந்திருக்கும் மரத்தில் முட்செடியினைக் கட்டச் சொன்ன என்னுடைய முன்யோசனைக்குப் பலன் இருந்தது. ஏனென்றால் நான் அமர்ந்திருக்கும் நிலையில் என்னைப் பாதுகாத்துக்கொள்ளக் கூட என்னால் திரும்ப இயலாது. என்னுடைய கழுத்துப் பட்டையும் என் தொப்பியும் முடிந்தவரை எனக்குக் கொடுப்பது குறைவான பாதுகாப்பே. நான் ஒரு ஆட்கொல்லியை எதிர்த்து நிற்கிறேன் என்பதில் எந்தக் கேள்வியும் இல்லை. அதுவும் மிகவும் கடுமையான போராட்டக் குணமுடைய ஆட்கொல்லி. தன்னால் அந்த முட்செடியின் மீது ஏற முடியாது என்பதைத்

தெரிந்துகொண்ட பின் அந்தச் சிறுத்தையானது தளிர்க் கிளைகளை இழுக்கும் முயற்சியைக் கைவிட்டு முட்செடியின் தளிர்களின் கீழ்முனைகளைத் தனது பற்களுக்கு இடையில் பிடித்துக்கொண்டு கடுமையாக ஆட்டத் தொடங்கியது. அந்தச் செயல் என்னை மரத்தின் அடித்தண்டினை நோக்கி இழுத்தது. அப்போது, பகல் நேரத்தின் கடைசி வெளிச்சமும் வானத்திலிருந்து விடைபெற்றுக்கொண்டிருந்தது. அந்தச் சிறுத்தை, இதுவரை செய்த அத்தனை மனிதத் தாக்குதல்களையும் இரவிலேயே செய்திருப்பதால் சந்தர்ப்பம் தனக்கானது என்னும் மகிழ்வில் இருந்தது. நானோ என்னிலையில் இல்லை. இரவுப் பொழுதுகளில் ஒரு மனிதன் விலங்குகளையும்விட பலமற்றவனாக, உதவியற்ற நிலைக்குத் தள்ளப்படுகிறான். மனிதனின் தைரியம் வடிந்து வலுக் குறைந்துபோகும் தருணமிது. நானூறு மனித உயிர்களை இரவு நேரங்களிலேயே கொன்ற அந்தச் சிறுத்தைக்குச் சிறிதளவும் என்னைக் கண்டு அச்சமில்லை. தளிர்களைக் கூட்டாகப் பிடித்து இழுத்துக்கொண்டே அது மிகச் சத்தமாக உறுமிக்கொண்டிருந்ததில் இருந்தே அந்த நிலை எனக்கு நன்றாகப் புரிந்தது. இந்தச் சத்தமானது கிராமத்திலிருந்து இங்கு நடப்பதைச் சத்தங்கள் மூலம் கவனித்துக்கொண்டிருந்த ஆட்களுக்குக் கேட்கக்கூடிய அளவுக்கு இருந்தது. இந்த உறுமல் அவர்களைப் பயமுறுத்தியதாகப் பிற்பாடு என்னிடம் சொன்னார்கள். இந்தச் சத்தம், இப்போது அது எங்கே நிற்கிறது, என்ன செய்துகொண்டிருக்கிறது என்பதைத் தெரியப்படுத்த உதவியது. அது எப்போது அமைதியாக இருந்ததோ அப்போது நான் மிகவும் பயந்துபோயிருந்தேன். ஏனென்றால் அதனுடைய அடுத்த செய்கை என்னவாக இருக்குமென்பது எனக்குத் தெரியாது. அது அந்த முட்செடியின் தளிர்க் கிளைகளை வேகமாக இழுத்ததன் காரணமாக நான் பலமுறை இருந்த இடத்திலிருந்து கிட்டத்தட்டக் கீழே சரியும் அளவுக்குத் தள்ளப்பட்டேன். அதன் பிறகு திடீரென இழுப்பதை நிறுத்தியிருப்பது தெரிந்தது. இப்போது மிகவும் இருட்டாக இருந்தது. எனக்குப் பிடிமானத்திற்கென்று அசையாப் பொருள் எதுவும் இல்லை. அது தாவி என்னைப் பிடிக்க முயற்சிக்கும் போது என்னைத் தொட்டுவிட்டாலே போதும், அந்தச் செயல் என்னைக் கீழே தள்ளிவிடும் என்பது எனக்கு நிச்சயமாகத் தெரியும்.

உயிரை உலுக்கும் அமைதிக்குப் பிறகு, அந்தச் சிறுத்தை உயர்ந்திருந்த மணற்மேட்டின் விளிம்பைத் தாண்டிக் குதித்து அந்த ஆட்டை நோக்கி ஓடியது. சுடுவதற்குப் போதுமான வெளிச்சம் இருக்கும்போதே சிறுத்தை, ஆட்டை வேட்டையாட வருமென்ற நம்பிக்கையில், அந்த ஆட்டை நானிருக்கும் மரத்திலிருந்து

தொண்ணூறு அடி தொலைவில் கட்டியிருந்தேன். அது அந்த ஆட்டைக் கொல்வதற்காகச் செல்லும் வழியிலேயே அதனைக் கொன்றுவிடலாம் என்று எண்ணியிருந்தேன். ஆனால் இப்போது, இந்த இருட்டில், அந்த ஆட்டைக் காப்பாற்ற முடியாது. ஆடு வெள்ளை நிறமாக இருந்தும், அதை ஒரு தெளிவில்லாத பிம்பமாகதான் இப்போது என்னால் பார்க்க முடிந்தது. அதனால், அது சிறுத்தையுடனான தன்னுடைய போராட்டத்தை நிறுத்தும்வரை நான் காத்திருந்தேன். அதன் பிறகு சிறுத்தை எங்கிருக்குமென்று நான் அனுமானித்தேனோ அந்த இடத்தைக் குறிவைத்து விசையை அழுத்தினேன். என்னுடைய குறியானது கோபமான உறுமலால் ஏற்றுக்கொள்ளப்பட்டது. சிறுத்தை பின்னோக்கிச் சென்றபோது வெள்ளையாய் ஒளித்திட்டு ஒன்றைக் கண்டேன். அடுத்து இருந்த மணல்மேட்டின் உயர்ந்த கரையின் வழியாகப் பின்புறமிருந்த வயலுக்குள் மறைந்து போனதையும் பார்த்தேன்.

சுமார் பத்து அல்லது பதினைந்து நிமிடங்களுக்குச் சிறுத்தையிடமிருந்து மேற்கொண்டு ஏதாவது சத்தம் வருகிறதா என்று கவனமாய்க் கேட்டுக்கொண்டிருந்தேன். பின்னர் என் ஆட்கள் என்னை அழைக்கும் சத்தம் கேட்டது. அவர்கள் என்னிடம் வருவதற்கான சம்மதத்தைக் கேட்டார்கள். உயரமான நிலப்பரப்பின் வழியாக மட்டும் அவர்கள் வருவதாக இருந்தால், என்னிடம் அவர்கள் வருவதற்கான பாதுகாப்பான சமயம்தான். அதனால் நான் அவர்களிடம் தேவதாரு மரத்தின் கட்டையில் ஏற்றப்பட்ட கைவிளக்குகளை எடுத்துக்கொள்ளவும், அதன் பிறகு என்னுடைய உத்தரவுகளைச் செயல்படுத்தவும் சொன்னேன். இந்தக் கைவிளக்குகள், உயிருடன் இருக்கும் தேவதாரு மரத்திலிருந்து பன்னிரெண்டு முதல் பதினெட்டு அங்குலம் நீளமுள்ள, மரப்பிசினை உள்ளடக்கிய மரத்துண்டுகளை வெட்டி எடுத்து அவற்றைப் பிளந்து செய்யப்பட்டவை. அவை பிரகாசமான வெளிச்சத்தைக் கொடுப்பவை. குமாவுனின் தொலைதூரக் கிராமங்களில் இருக்கும் மக்களுக்குத் தெரிந்த ஒரே ஒளியூட்டும் சாதனம் இதுதான்.

மிகுந்த சத்தத்துடனும் அங்குமிங்குமான ஓட்டத்துடனும் அவர்கள் இருப்பது தெரிந்தது. அதன் பின்னர் இருபது பேராகச் சேர்ந்து ஒவ்வொருவர் கையிலும் ஒரு கைவிளக்கு ஏந்திக் கொண்டு கிராமத்தை விட்டுக் கிளம்பினர். என்னுடைய அறிவுறுத்தலின்படி, படிமட்ட வயல்களை மேல்புறமாகச் சுற்றிவந்து நானிருந்த மரத்தைப் பின்புறமிருந்து நெருங்கினர்.

கோயில் புலியும் குமாவுன் ஆட்கொல்லிகளும்

முட்செடியின் தளிர்க் கிளைகளை மரத்துடன் சேர்த்துக் கட்டியிருந்த கயிற்றின் முடிச்சுகளை அந்தச் சிறுத்தை பிடித்திழுத்ததில் அவை இறுக்கமாக முடிச்சிட்டுப் போயிருந்தன. அவற்றை அறுத்து எடுக்க வேண்டியிருந்தது. முட்செடிகளை நீக்கிய பின், ஆட்கள் மரத்தின் மீதேறி நான் கீழிறங்க உதவினார்கள். அமர்வதற்கு வசதியில்லாத அந்த மரத்தின் இருக்கை என் கால்களில் தசைப் பிடிப்பைக் கொடுத்திருந்தது.

கைவிளக்குகளின் பிரகாசமான ஒட்டுமொத்த வெளிச்ச மானது, ஆடு இறந்துகிடந்த வயல்வெளியை ஒளிர்வுபடுத்திக் காட்டியது. ஆனால் பின்புறமிருந்த படிமட்ட வயல்வெளி நிழலில் இருந்தது. சிகரெட்டுகளை எல்லோருக்கும் பரிமாறிக் கொண்டே நான் அந்த ஆட்களிடம், அந்தச் சிறுத்தையை நான் காயப்படுத்திவிட்டேன், ஆனால் எந்தளவுக்கு மோசமாக காயப்படுத்தினேன் என்பது தெரியவில்லை என்று சொன்னேன். அதனால் இப்போது நாம் உடனடியாகக் கிராமத்திற்குத் திரும்பிவிட வேண்டும் என்றும், காயம்பட்ட அந்த மிருகத்தை நான் காலையில் வந்து தேடிக்கொள்வதாகவும் சொன்னேன். இவ்வாறு சொன்னதும் அவர்கள் பெருத்த ஏமாற்றத்துக்கு ஆளானார்கள். 'நீங்கள் அந்தச் சிறுத்தையைக் காயப்படுத்தி இருந்தால், அது இந்த நேரத்திற்குள் நிச்சயமாக இறந்திருக்கும். இங்கே நாம் நிறையப் பேர் இருக்கிறோம். உங்களிடம் துப்பாக்கியும் இருக்கிறது. அதனால் ஒரு ஆபத்தும் இல்லை. முடிந்த வரை வயல்வெளியின் வரப்பு வரையாவது சென்று சிறுத்தை ஏதாவது குருதித் தடத்தை விட்டுச் சென்றிருக்கிறதா என்று பார்க்கலாம்' என்று சொன்னார்கள். சிறுத்தையை உடனடியாகத் தேடி போவதற்கான தீவிரமான விவாதங்கள் முடிவுற்ற பின் நான், நாளைக் காலை வந்து தேடலாம் என்றெண்ணியிருந்த என்னுடைய முடிவுக்கு எதிராய் ஒப்புதல் கொடுத்தேன். அதுவும் வயலின் விளிம்புவரை மட்டுமே செல்ல வேண்டுமென்றும் அங்கிருந்து கீழேயிருக்கும் வயல்வெளியை எட்டிப் பார்க்கலாம் என்பதற்கும் ஒப்புக்கொண்டேன்.

அவர்களின் வேண்டுகோளை ஏற்றுக்கொண்டு அவர்களிடம் ஓர் உறுதி வாங்கிக்கொண்டேன். அவர்கள் தங்களிடம் உள்ள கைவிளக்குகளை உயர்த்திப்பிடித்தபடி என் பின்னே வரிசையாக வர வேண்டும் என்றும் ஒருவேளை அந்தச் சிறுத்தை பாய்ந்துவந்தால் என்னை இருட்டில் விட்டுவிட்டு ஓடக் கூடாது என்றும் சொன்னேன். இந்த உறுதிமொழிக்கு அவர்கள் முழுமனதுடன் இசைவளித்தார்கள். நாங்கள் கிளம்பும் முன் கைவிளக்குகளில் மீண்டும் எண்ணெயை நிரப்பப்பட்ட பின்,

ஜிம் கார்பெட்

அவை மிகுந்த வெளிச்சத்துடன் எரியத் தொடங்கின. நான் முன்பாகச் செல்ல, மற்றவர்கள் பதினைந்து அடி இடைவெளியில் பின்தொடர்ந்தார்கள்.

தொண்ணூறு அடியில் ஆடும் அடுத்த அறுபது அடியில் வயலின் வரப்பும் இருந்தன. மிகவும் மெதுவாகவும் அமைதியாகவும் நாங்கள் முன்னேறினோம். நாங்கள் அந்த ஆட்டை அடைந்ததும் குருதித் தடத்தைப் பார்க்கக்கூட நேரம் அமையவில்லை. அங்கிருந்தே கீழேயிருக்கும் வயலின் மறுகோடி வரப்பு பார்வைக்கு வந்தது. வரப்பை நெருங்கிச் செல்லச் செல்ல இந்த வயல்வெளியின் மேலும் அதிகமான பகுதிகள் வெளிச்சத்துக்குள் வந்தன. அதன் பிறகு, கைவிளக்குகளின் வெளிச்சத்துக்குள் வராமல் குறுகிய நீள் துண்டு நிலம் மட்டுமே நிழலுக்குள் எஞ்சியிருந்த சமயத்தில், அந்தச் சிறுத்தை தொடர்ச்சியான உக்கிரமான உறுமல்களுடன், வரப்பைக் குதித்து ஏறி முழுவதுமாய்ப் பார்வைக்கு வந்தது.

பாய வரும் சிறுத்தையின் உக்கிரமான உறுமல்களில் நம்மைப் பயம்கொள்ள வைக்கும் ஏதோ ஒன்று இருக்கும். புலியை உறுதியாய் எதிர்த்து நிற்கும் யானைகளின் அணிவகுப்புகூடப் பாயும் சிறுத்தையைக் கண்டால் மிரண்டு கலைந்தோடும் காட்சியை நான் பார்த்திருக்கிறேன். அதனால், ஆயுதங்கள் ஏதுமின்றி என்னுடன் வந்தவர்கள் அனைவரும் ஒற்றை மனிதர்களாக மாறி ஓடத் தொடங்கியதைக் கண்டதில் எனக்கு வியப்பேதுமில்லை. தப்பித்து ஓட நினைக்கும் அவர்களுடைய பதற்றம் எனக்கு ஒருவகையில் நல்லதையே செய்தது. அவர்கள் ஒருவர் மேல் ஒருவர் மோதிக்கொண்டதில், சிலரின் கைகளில் தளர்வாய்ப் பற்றியிருந்த, எரிந்துக்கொண்டிருந்த தேவதாரு மர விளக்குகள் சில கீழே விழுந்து விட்டுவிட்டு எரிந்துகொண்டிருந்தது. அவை, வேட்டைக் குண்டுகளைத் தொடர்ச்சியாக அந்தச் சிறுத்தையின் நெஞ்சுப் பகுதியில் செலுத்தத் தேவையான வெளிச்சத்தை எனக்குக் கொடுத்தன.

நான் சுடும் சத்தம் கேட்டதும் ஆட்கள் ஓடுவதை நிறுத்தினார்கள். பின், அவர்களில் ஒருவர் சொன்னது எனக்குக் கேட்டது. அவர் கோபப்பட மாட்டார். இந்தச் சைத்தான் நம்முடைய தைரியத்தைத் தண்ணீராய் மாற்றக்கூடியது என்று அவருக்குத் தெரியும்.' ஆமாம், அவர்கள் சொல்வது உண்மை. மரத்தின் மீதிருந்தபோது எனக்கு ஏற்பட்ட சமீபத்திய அனுபவத்திலிருந்து ஆட்கொல்லி மிருகத்தை நேரில் பார்க்கும்போது வரும் பயம் மனிதனின் தைரியத்தைத் திருடிக்கொள்ளும் என்பது எனக்குத் தெரியும். ஓட வேண்டிய நிர்ப்பந்தம் எனக்கு

ஏற்பட்டால், நான்தான் ஆகச்சிறந்த ஓட்டம் ஓடி அதில் முக்கியமானவனாக இருந்திருப்பேன். அதனால் கோபம் கொள்ள எனக்கு ஒன்றுமில்லை. இப்போது நான் அந்தச் சிறுத்தையைப் பரிசோதிப்பதுபோல நடந்துகொண்டு அவர்களை நம்பவைப்பதுதான், அவர்களின் சங்கடத்தை எளிதாக்கக் கூடியதாக இருக்கும். அவர்களும் என்னை நோக்கி இருவர், மூவராக வரத் தொடங்கினர். அவர்கள் எல்லோரும் கூடியதும், தலை நிமிர்த்திப் பார்க்காமலே நான் அவர்களிடம், 'மூங்கில் கோலும் கயிறும் கொண்டுவந்திருக்கிறீர்களா, சிறுத்தையைக் கிராமத்திற்குத் தூக்கிச் செல்ல?' என்று கேட்டேன். 'ஆமாம், அவற்றை அந்த மரத்தின் அடியில் விட்டுவிட்டு வந்திருக்கிறோம்' என்று உற்சாகத்துடன் பதில் சொன்னார்கள். 'போய் அதை எடுத்து வாருங்கள். கிராமத்திற்குச் சென்று எனக்குச் சூடாக ஒரு தேநீர் குடிக்க வேண்டும்' என்று சொன்னேன். வடக்கிலிருந்து வீசும் குளிரான இரவுக் காற்று மீண்டும் எனக்கு மலேரியா காய்ச்சலை உண்டு பண்ணியது. இப்போது எல்லா விதமான உற்சாகங்களும் முடிந்துவிட்ட நிலையில், என்னால் நிற்கக்கூட முடியாத நிலையில் இருந்தேன்.

இத்தனை வருடங்களில் முதல் முறையாக அன்றைய இரவுதான் சனௌலி மக்கள் அச்சத்திலிருந்து விடுதலையாகி நன்றாக உறங்கினார்கள் எனலாம். அன்று மட்டுமல்லாமல் அதன் பிறகும் அச்சமின்றித் தூங்கினார்கள்.

சுக்கா ஆட்கொல்லி

1

சுக்கா *(Chuka)* என்னும் ஊர் தன் பெயரை லதியா பள்ளத்தாக்கின் ஆட்கொல்லிப் புலிக்குக் கொடுத்திருக்கிறது. சுக்கா, சார்தா நதி லதியா நதியை நெருங்கும் சந்திப்பின் வலது பக்கத்துக் கரையோரமாகச் சில பத்து உழவு நிலவளவைக் கொண்ட சிறு கிராமம். அதன் வடமேற்கு மூலையின் வழியாக ஒரு கிராமத்துச் சாலையானது சுமார் கால் மைல் தூரத்திற்குப் போகிறது. அது பிரிந்து அதன் ஒரு பாதை மலை முகட்டின் வழியாக நேராக ஏறி தக் *(Thak)* கிராமத்திற்குச் செல்கிறது. மற்றொன்று குறுக்காகச் சென்று மலைகளைக் கடந்து சுக்கா கிராமத்து மக்களுக்குச் சொந்தமான கோட்கிந்த்ரி *(KotKindri)* கிராமத்திற்குச் செல்கிறது.

1936ஆம் ஆண்டின் குளிர்காலத்தின்போது, இந்தப் பிந்தைய பாதை வழியே, ஒருவர் தன்னுடைய இரண்டு எருதுகளை ஓட்டிக்கொண்டு சென்றார். அவர் சுக்காவை நெருங்கும்போது, ஒரு புலி கிராமத்துச் சாலையில் திடீரென்று தோன்றி யிருக்கிறது. மிகுந்த தைரியத்துடன் அந்த மனிதர்

புலிக்கும் எருதுகளுக்கும் இடையில் தன்னை நிறுத்திக்கொண்டு புலியை விரட்டும் முயற்சியில் தன் கையிலிருந்த குச்சியை ஆட்டிச் சத்தமிடவும் தொடங்கினார். எருதுகள் இந்தக் கவனத் திருப்புதலைப் பயன்படுத்திக்கொண்டு, கிராமத்தை நோக்கி ஓடத் தொடங்கின. புலி தனது இரையை விட்டுவிட்டுத் தன் கவனத்தை அந்த மனிதரின் மீது திருப்பியது. புலியின் இந்தச் செயலைக் கண்ட அவர் திரும்பி ஓடத் தொடங்கினார். அவர் ஓட ஆரம்பித்தபோது, புலி அவரின் மீது பாய்ந்தது. அவரின் தோள்களின் குறுக்காகக் கனமான மரத்தால் ஆன கலப்பையை வைத்திருந்தார். அவர் தன் முதுகில் சுக்காவில் தங்குவதற்குத் தேவையான பொருட்களைக் கொண்ட பை ஒன்றையும் வைத்திருந்தார். புலி அவருடைய பையின் மீதும் கலப்பையின் மீதும் தன் பற்களையும் நகங்களையும் வேகமாய்ப் பதித்தபோது அந்த மனிதர் தன்னுடைய சுமைகளைச் சட்டெனக் கழட்டிவிட்டுக் கிராமத்தைப் பார்த்து உதவிக்காகக் கத்திக்கொண்டே தலைதெறிக்க ஓடியிருக்கிறார். அவருடைய கதறல்களைக் கேட்ட உறவுக்காரர்களும் நண்பர்களும் அவரின் உதவிக்கு ஓடிவந்தனர். மேற்கொண்டு எந்த அசம்பாவிதமும் நடக்காமல் அவர் ஊரை வந்தடைந்தார். புலியின் நகம் அவர் வலது கையில் தோளிலிருந்து மணிக்கட்டுவரை கிழித்ததில் ஆழமான காயம் ஏற்பட்டிருக்கிறது.

சில வாரங்கள் கழித்து, இரண்டு மனிதர்கள் தனக்பூர் *(Tanakpur)* சந்தைக்குப் போய்விட்டுத் திரும்பிக்கொண்டிருந்தனர். கோட் கிந்த்ரியை நோக்கிச் செல்லும் செங்குத்தான பாதையில் ஏறி வந்துகொண்டிருந்தனர். அவர்களுக்கு முன் நூற்றைம்பது அடியில் ஒரு புலி அவர்களின் முன்னிருந்த பாதையைக் குறுக்காகக் கடந்து சென்றது. அந்தப் பாதையிலிருந்து புலி சற்று நகர்ந்து செல்லும்வரை சில நிமிடங்கள் காத்திருந்துவிட்டு அவர்கள் நடக்கத் தொடங்கினார்கள். நடக்கும்போது சத்தமிட்டுக்கொண்டே நடந்திருக்கின்றனர். இருந்தும் புலி அங்கிருந்து நகர்ந்து செல்லவில்லை. முன்னால் நடந்துவந்த மனிதர் புலிக்கு நேராக வந்ததும், அது அவர்மேல் பாய்ந் திருக்கிறது. அந்த மனிதர் ஒரு மூட்டை சர்க்கரையைச் சுமந்து வந்திருக்கிறார். அந்த மூட்டையின் பாதி அவரின் தலை மீதும், மீதிப் பாதி அவரின் முதுகிலுமாக இருந்திருக்கிறது. புலியின் பற்கள் அந்த மூட்டையின் மீது சிக்கிக்கொண்டுவிட, அது அந்த மூடையை இழுத்தவாறே மலைப்பாதையில் போயிருக்கிறது. அந்த மனிதருக்குக் காயங்கள் ஏதுமில்லை. அந்தப் புலி தான் இதுவரை பிடித்துக்கொண்டு போனவை – ஒரு கலப்பையும் ஒரு மூட்டை சர்க்கரையும் – குறித்து என்ன நினைத்தது என்பதற்கு

எந்தக் குறிப்பும் இல்லை. ஆனால் அந்தப் பைகளினால் அதற்கு எந்தத் திருப்தியும் ஏற்பட்டிருக்க வாய்ப்பில்லை. அதன் பிறகு அது கலப்பையையோ மூட்டைகளையோ சுமக்காத மனிதர்களை மட்டும் தேர்ந்தெடுக்கத் தொடங்கியிருக்கலாம்.

சுக்காவிலிருந்து மூவாயிரம் அடி மேலே இருக்கும் தக் கிராமம் ஒரு மலைக் கிராமத்திற்கான ஜனத்தொகையைவிட மிகவும் அதிகமான மக்களைக் கொண்டது. கூர்க்காக்களின் படையெடுப்புக்கு முன்பு, குமாவுனை ஆண்ட சந்த் (Chand) ராஜாக்கள், தக் கிராமத்தில் உள்ள நிலங்களை அவற்றின் இப்போதைய உரிமையாளர்களின் மூதாதையர்களுக்கு அவற்றைப் பராமரிக்கும் உரிமையைக் கொடுத்துச் சென்றனர். பூர்ணாகிரி கோயில்களைத் தலைமுறைகளாகப் பராமரித்துக் கொள்ளவும் அவர்களையே அமர்த்தியிருந்தனர். வளமான நிலங்களும் கோயில்களிலிருந்து வரும் நல்ல வருமானமும் தக் மக்களைத் தரமான வீடுகளைக் கட்டிக்கொள்ளவும் பெரிய மந்தை கால்நடைகளைச் சம்பாதித்துக்கொள்வதற்கும் வழிவகை செய்தன.

1937, ஜூன் மாதத்தின் தொடக்கத்தில் ஒருநாள், தக் கிராமத்தின் மேற்கிலிருந்து அறுநூறு அடி தூரத்தில் ஏழு ஆண்களும் இரண்டு சிறுவர்களும் சேர்ந்து கிராமத்துக் கால்நடைகளை மேய்த்துக்கொண்டிருந்தனர். பத்து மணி அளவில் சில மாடுகள் திறந்தவெளியை விட்டுக் காட்டுக்குள் நுழைவதைக் கண்டதும், அதிலிருந்த சிறுவர்களில் ஒருவனை, அவற்றைத் திருப்பிப் பத்திக்கொண்டு வர அனுப்பினார்கள். வெயிலின் தாக்கத்தில் தூங்கிக்கொண்டிருந்த மற்றவர்கள் ஆறு மணிநேரம் கழித்துத் திறந்தவெளியை ஒட்டியிருந்த காட்டிலிருந்து கேளையாடு ஒன்றின் குரைப்புச் சத்தத்திற்குத் தூக்கம் கலைந்து பார்த்தனர். இந்தச் சமயத்திற்குள் மற்ற சில மாடுகளும் கலைந்து சென்றிருக்கப் பதினான்கு வயதுள்ள மற்றுமொரு சிறுவன் அவற்றைத் திருப்பிக் கொண்டுவர அனுப்பப்பட்டான். அவன் காட்டுக்குள் நுழைந்த சிறிது நேரத்திற்குள் அங்கிருந்த கால்நடைகள் எல்லாம் பதை பதைப்புடன் தெறித்து ஓடியிருக்கின்றன. கிராமத்தை நோக்கிச் செல்லும் பாதையில் இருந்த திறந்த மலையிடுக்கைக் கடக்கையில், புலியொன்று ஒரு மாட்டின்மீது பாய்ந்து ஏழு மனிதர்களின் கண் முன்பே அதைக் கொன்றிருக்கிறது. மாடுகளின் பரிதவிப்பான கூச்சலும் ஆட்களின் கத்தலும் கிராமத்திலிருந்த மக்களின் கவனத்தை ஈர்த்தன. மலையிடுக்கை நோக்கியபடி இருந்த அந்த உயர்ந்த வெளியில் மக்கள் கூட்டமாகக் கூடினர். இரண்டாவதாக

அனுப்பப்பட்ட சிறுவனின் விதவைத் தாய் அவர்களில் ஒருவர். தன்னுடைய மகனை அந்த ஆட்கள் அழைப்பதைக் கேட்ட அந்தத் தாய் அவர்களின் அருகே ஓடிச்சென்று என்ன நடந்தது என்று வினவினார். மாடுகளை விரட்டிக் கொண்டுவரக் காட்டுக்குள் சென்ற தன் மகன் திரும்பவில்லை என்று தெரிந்துகொண்டதும் அவனைத் தேடிக்கொண்டு காட்டுக்குள் சென்றார். இந்தச் சமயத்தில் முதலில் சென்ற சிறுவனின் பெற்றோர்களும் அந்த இடத்திற்கு வந்துசேர்ந்தனர். தங்களின் மகன் எங்கே என்று அவர்கள் கேட்ட பிறகுதான் அங்கிருந்த ஏழு பேருக்கும் அவர்கள் அவனைக் காலை 10 மணிக்குப் பிற்பாடு பார்க்கவே இல்லையென்பது நினைவுக்கு வந்தது.

மலையிடுக்கில் இறந்துகிடந்த பசுவின் அருகில் கூடிய கூட்டத்தில் இருந்த ஆட்கள் பின்தொடர, நிலைகுலைந்து போயிருந்த அந்தத் தாய் காட்டுக்குள் சென்றார். அங்கே தன் மகனை அந்தப் புலி கொன்றுபோட்டுவிட்டுச் சென்றிருப்பதைப் பார்த்தார். அதன் பக்கத்தில் இருந்த புதரில் முதலில் சென்ற சிறுவனும் இறந்து கிடப்பதையும் அவனைச் சிறிதளவு அது சாப்பிட்டு இருப்பதையும் அவனின் பெற்றோர்கள் கண்டனர். அவனுக்கு மிக அருகில் பசுவின் கன்று ஒன்று இறந்துகிடந்தது. மாடுகள் மேய்ந்துகொண்டிருந்த அந்த நிலத்தைப் பார்த்தபடி இருக்கும் காட்டுப்பகுதியில் அந்தப் புலி படுத்திருந்திருக்க வேண்டும் என்பதை அவர்கள் அன்றைய தினத்தின் கொடூரமான சம்பவங்களைத் தொடர்ச்சியாக விவரித்ததிலிருந்து நான் புரிந்துகொண்டேன். பசுவின் கன்று மேய்ச்சலில் இருந்த ஆட்களுக்குத் தெரியாமல் காட்டுக்குள் வந்தபோது அதைப் புலி கொன்றிருக்க வேண்டும். அதை இழுத்துச் செல்வதற்கு முன்பாகத் தெரிந்தோ தெரியாமலோ அந்தச் சிறுவன் அந்தக் கன்றுக்கு என்னவாயிற்று என்று பார்க்கும் ஆவலில் அருகில் வந்திருந்திருக்க வேண்டும். அவனையும் அது கொன்று புதரின் உள்ளே இழுத்துச் சென்று அவனைச் சிறிதளவு தின்றிருக்க வேண்டும். மாலை 4 மணிவரை, அது அந்த இரண்டு இரைகளுக்கு அருகில்தான் படுத்திருந்திருக்க வேண்டும். கேளையாடு ஒன்று அந்த வழியாக, அங்கு இருந்த சிறு வெளியின் ஓரத்தில் இருந்த குளத்தில் நீர் அருந்த வந்தது இதைப் பார்த்ததாலோ அல்லது நுகர்வின் வழியாகவோ தெரிந்துகொண்டு குரைக்கத் தொடங்கியிருக்கிறது. இதுதான் அந்த ஆட்களை விழிக்கச் செய்து, மாடுகள் காட்டுக்குள் சென்றதை உணர்ந்து, அவற்றைத் திருப்பிக் கொண்டுவர அனுப்பிய இரண்டாவது சிறுவன் எந்த இடத்தில் அந்தப் புலி அதன் இரைகளைக் காவல் காத்துக்கொண்டிருந்ததோ அந்த இடத்திற்கே சென்றிருக்கிறான்.

அந்த இரண்டாவது சிறுவனைப் புலி கொன்றதை மாடுகள் நிச்சயமாகப் பார்த்திருக்கலாம். அதனாலும் அவை அவனைக் காப்பாற்றும் பொருட்டு ஒன்றாய்ச் சென்றிருக்கலாம். பசுக்களும் எருமைகளும் இதுபோலச் செய்வதைக் கண்டிருக்கிறேன். அந்தப் புலியை அந்தச் சிறுவனின் அருகிலிருந்து துரத்திய பிறகு அவை பதைப்புடன் அங்குமிங்கும் ஓடியிருக்கலாம். தன்னுடைய இரைகளிடமிருந்து தான் விரட்டப்படுவதைத் தாங்க முடியாத கோபத்தில் இருந்த புலி மாடுகளால் கிடைத்த முரட்டுத்தனமான தாக்குதல்களால் மேலும் வெகுண்டுபோய்ப் பதறியோடும் மாடுகளைத் துரத்தியிருக்கிறது. அதனால் முதலில் கைப்பற்ற முடிந்த மாட்டை அடித்துக் கொன்று வஞ்சம் தீர்த்திருக்கிறது. மாடுகளின் கூட்டம் கிராமத்தை நோக்கி நேராக ஓடாமல் இருந்திருந்தால் அது தன்னைத் தாக்கிய மாடுகளில் ஒன்றை மட்டும் கொன்று நிச்சயமாய்த் திருப்திப் பட்டிருக்காது. முன்பொருமுறை, கோபமான புலியொன்று காப்பாற்ற வந்த எருமை மாடுகளை எதிர்த்துக் கடுமையாகச் சண்டையிட்டு ஐந்து எருமைகள் கொண்ட மொத்தக் கூட்டத்தையும் அழித்தொழித்தது. அந்தப் புலி முதலில் ஒரு மாட்டைக் கொன்றது. மற்ற நான்கு மாடுகளும் அதை எதிர்த்துச் சண்டையிட்டுப் போராடி இறக்கின்றன. அந்தச் சண்டையில் அந்தப் புலிக்குப் பலமாய் அடிபட்டிருக்கக்கூடும். போராட்டக் களத்தை விட்டு அது வெளியேறிய சமயத்தில் அது பெரியதொரு குருதித் தடத்தை விட்டுச் சென்றிருந்தது.

கொன்ற இரையை உண்ணும்போது ஏற்பட்ட தொந்தரவால் அந்தப் புலி ஆத்திரத்திற்கு உள்ளாகித் தொடர்ச்சியாகக் கொன்றிருக்கலாம் என்று நம்புகிறேன். ஒரே நாளில் இரு மனிதர்கள், இரண்டு விலங்குகள் கொடூரமாகக் கொல்லப்பட்ட சம்பவத்தால் நைனிதால், அல்மோரா மாவட்டங்களில் மக்கள் பெரிதாகக் கண்டனக் குரலை எழுப்பினார்கள். அதனால் அந்தப் புலியைக் கொல்ல எல்லாவிதமான முயற்சிகளும் எடுக்கப்பட்டிருந்தன. பல நேரங்களில் மாவட்ட அதிகாரிகள் கொல்லப்பட்ட இரையின் அருகில் மரமேடைகள் அமைத்து இரவு முழுவதும் அதில் இருந்திருக்கின்றனர். அந்தப் புலி இரண்டு முறை காயம்பட்டபோதும் – அவை இரண்டும் சின்ன ரவைத் தோட்டாவால் சுடப்பட்டவை – அது தொடர்ந்து மனிதர்களைக் கொன்று தின்றுகொண்டிருந்தது. பெரும் பாதிப்புக்குள்ளான தக் கிராமத்திலேயே இன்னொருவரும் அந்தப் புலிக்குப் பலியானதாகச் சொல்லப்பட்டது.

தக் கிராமத்திற்கு மேல்பக்கமாய் அறுநூறு அடி உயரத்திலிருந்தது கோதுமை பயிரிடும் வயலொன்று. அந்த

வயலில் கதிர்கள் அறுக்கப்பட்டுவிட்டதால் இரண்டு சிறுவர்கள் சில மாடுகளை அறுவடைக்குப் பின்னாக அங்கே கிடக்கும் கதிர்த்தாள்களை மேய்ந்துகொள்ள விட்டிருந்தனர். இரண்டு சிறுவர்களும் சகோதரர்கள்; அனாதைகள். ஒருவனுக்குப் பத்து வயது. இன்னொருவனுக்குப் பன்னிரெண்டு. இருவரும் பாதுகாப்பு கருதி, வயலின் நடுவில் அமர்ந்திருந்தனர். கிராமத்திலிருந்து வரும் பகுதியில், வயலின் மறுகோடியில், சின்னதாகப் புதர்கள் விளிம்பிட்டு நின்றிருந்தன. அந்த இடத்திலிருந்து ஆயிரம் அடிக்கு மலைப்பரப்பு செங்குத்தாக ஏறியிருந்தது. அந்த மலையின் எந்த இடத்திலிருந்து பார்த்தாலும் இரு சிறுவர்களும் திறந்தவெளியில் உட்கார்ந்திருப்பது தெரியும். மதிய வேளையை ஒட்டி மாடுகள் அந்தப் புதரின் பக்கமாய்ச் சென்று மேய்ந்துகொண்டிருந்தன. அந்தச் சிறுவர்கள் நெருக்கமாகச் சேர்ந்தாற்போல் நடந்து, அவற்றை வயலின் பக்கமாய்த் திருப்பிவிடச் சென்றனர். மூத்தவன் சற்று முன்னே செல்ல, ஒரு புதரை அவன் தாண்டும்போது, அங்கே காத்திருந்த புலி அவன்மீது பாய்ந்து அவனை இழுத்துக்கொண்டு சென்றது. சின்னவன் கிராமத்தை நோக்கித் திரும்பி ஓடிக் கூட்டமாய் நின்றிருந்த ஆட்களைப் பார்த்ததும் அழுதுகொண்டே அவர்களின் காலடியில் விழுந்தான். அதிர்ச்சியிலிருந்து மீண்டு அவனால் தொடர்ச்சியாகப் பேசமுடிந்ததும் அவர்களிடம் சொன்னான், ஒரு பெரிய சிவப்பு மிருகம் தன்னுடைய சகோதரனைக் கொண்டுபோய்விட்டது என்று. அவன் பார்த்த முதல் புலி அதுதான். உடனடியாகத் தேடுவதற்கான குழு ஒன்று கூட்டப்பட்டு, மிகுந்த தைரியத்துடன் அவர்கள் குருதித் தடத்தைப் பின்தொடர்ந்து ஒரு மைல் தூரத்திற்குக் கிராமத்தின் கிழக்கில் இருந்த அடர்ந்த காட்டுப் பகுதியான சுவர்கத் (SuwarGadh) மலையிடுக்குவரை சென்றிருக்கின்றனர். இரவுப் பொழுது அப்போது நெருங்கிக்கொண்டிருந்ததால், அந்தக் குழுவினர் தமது தேடலை முடித்துக்கொண்டு தக் கிராமத்துக்குத் திரும்பிவிட்டார்கள். அதைத் தொடர்ந்து மறுநாள், அருகிலிருக்கும் கிராமங்களில் இருந்த ஆட்களின் உதவியுடன் ஒரு நாள் முழுமையான தேடல் நடந்திருக்கிறது. ஆனால் அந்தச் சிறுவனுடையதாகக் கண்டுபிடிக்கப்பட்டவை அவனது சிவப்புக்குல்லாவும் கிழிந்தும் இரத்தக் கறை படிந்திருந்ததுமான அவனுடைய உடைகளும்தான். அதுதான் சுக்காஆட்கொல்லியின் கடைசி மனிதப் பலி.

ஆபத்தின் அருகிலிருக்கும்போது அந்த அனுபவத்தின் காரணமாய் வரும் தைரியத்தை மட்டுமே பாராட்ட முடியும். அந்தச் சூழலில் சிக்காத எவரின் தைரியத்தையும் பாராட்டுவது

ஜிம் கார்பெட்

சாத்தியமில்லை. ஆட்கொல்லிப் புலி புழங்கும் பகுதியில் இதுவரை வாழ்ந்தறியாத ஒருவர், காட்டுக்குள் ஒரு தாய் தன் மகனைத் தேடிச்செல்வதோ, இரு சிறுவர்கள் காட்டின் பக்கமாய் மாடு மேய்த்துக்கொண்டிருப்பதோ, அல்லது தொலைந்துபோன சிறுவனைத் தேடிக்கொண்டு ஒரு குழுவாகக் காட்டுக்குள் செல்வதோ வீரமான செயல்கள் அல்ல என்றுதான் நினைக்க முற்படுவார். ஆனால் அந்த மாதிரிப் பகுதியில் வசிப்பவர் களுக்குத்தான் தெரியும், அவை எத்தனை தைரியத்தை வேண்டி நிற்கும் செயல்கள் என்பது. அடர்ந்த புதர்க் காட்டுக்குள் நுழையும் அந்தத் தாய்க்குத்தான் தெரியும் அங்கே ஒரு சினம் கொண்ட புலியொன்று உண்டென்பது; இரு சிறுவர்கள் பயத்துடன் பாதுகாப்புக் கருதி ஒருவருக் கொருவர் நெருக்கமாய் அமர்ந்திருப்பது; கையில் ஆயுதங்கள் ஏதுமில்லாமல் மனிதர்கள் ஆட்கொல்லிப் புலி விட்டுச்சென்ற குருதியின் தடத்தைத் தொடர்ந்து செல்வது போன்றவையெல் லாம் மிகவும் பாராட்டத்தக்க துணிவுமிக்க செயல்களாகும்.

2

லத்யா பள்ளத்தாக்கில் வாழும் மக்களுடைய இயல்பு வாழ்க்கையைச் சுக்கா ஆட்கொல்லிப் புலி ஒழுங்கற்றதாக மாற்றியிருக்கிறது. நைனிதால், அல்மோரா, கார்வால் என்ற மூன்று மாவட்டங்களுக்கும் இபாட்சன் (Ibbotson) துணை ஆணையராகக் கூடுதல் பொறுப்பு ஏற்றுக்கொண்டதும், குறுகிய காலகட்டத்துக்குள் நாங்கள் மற்ற வேட்டையாளர்களுடன் சேர்ந்து அவருடைய எல்லைக்குள் நடக்கும் ஆட்கொல்லியின் இந்த அச்சுறுத்தலைக் களைய முயற்சி எடுக்கத் தொடங்கினோம்.

1937 ஏப்ரல் மாதத்தில், முன் மதியவேளையின் புழுக்கம் நிறைந்த வெப்பமான நாளொன்றில் நான், இபி, அவர் மனைவி ஜீன் ஆகிய மூவரும் எங்களுடைய மோட்டார் பேருந்திலிருந்து பரம்தேவ் (Baramdeo) ஊருக்கு மேலேயிருந்த பூம் (Boom Range) என்னும் கிராமத்திற்கு வந்து இறங்கினோம். நாங்கள் நைனிதாலை விட்டு விடியற்காலையில் கிளம்பியிருந்தோம். ஹல்துவானி (Haldwani), தனக்பூர் (Tanakpur) வழியாகப் பயணம் செய்து, அந்த நாளின் மிகவும் வெப்பமான மதிய நேரத்தில் பூம் என்னும் ஊரை வந்தடைந்தோம். தலை முதல் கால்வரை புழுதியில் குளித்திருந்தோம். உடலின் மிருதுவான வியர்வை பூக்கும் இடுக்குகளில் எல்லாம் அரிப்பும் தடிப்புகளும் ஏற்பட்டிருந்தன. சார்தா நதியின் மிருதுவான மணல்வெளியில் அமர்ந்திருந்தபோது குடித்த ஒரு கோப்பைத் தேநீர் எங்களின் சுறுசுறுப்பை உயிர்ப்பிக்க உதவியாய் இருந்தது. அந்த நதிக்

கரையை ஒட்டிச் செல்லும் குறுக்குப் பாதையின் வழியாக நடந்து துளி கத் (*Thuli Gadh*) என்னும் கிராமத்திற்குச் சென்றோம். அங்கு எங்களுக்காகக் கூடாரங்கள் போடப்பட்டிருந்தன.

அடுத்த நாள் காலையில் காலை உணவுக்குப் பின் கிளம்பி காலாதுங்காவை (*Kaladhunga*) அடைந்தோம். துளி கத்துக்கும் காலாதுங்காவுக்கும் இடையில் சார்தா நதியை ஒட்டிய மலைகளுக்கு இடையேயான ஒடுக்கமான பாதையின் வழியே செல்வதாக இருந்தால் எட்டு மைல் தொலைவும், பூர்ணாகிரியின் வழியே சென்றால் பதினான்கு மைல்கள் தொலைவும் இருந்தன. இப்போட்சன் குடும்பத்தினரும் நானும் மலைகளுக்கிடையே செல்லும் ஒடுக்கமான பாதை வழியாகச் செல்ல, வேலையாட்களும் எங்களின் பொருட்களைச் சுமந்து வந்த ஆட்களும் பூர்ணாகிரியின் வழியாகச் சென்றனர். அந்த ஒடுக்கமான பாதை கிட்டத்தட்ட நான்கு மைல் நீளம் இருந்தது. அது ஒரு காலத்தில் டிராம் வண்டிகள் போய்வரும் பாதையாக இருந்தது. பாறை ஒன்றின் செங்குத்தான உயரத்தைத் தகர்த்து ஜே.வி. காலியரால் (*J. V. Collier*) போடப்பட்டது. முதல் உலகப் போருக்கு பின் நன்றியை வெளிப்படுத்தும் பொருட்டு நேபாள அரசவை இந்திய அரசாங்கத்துக்குக் கொடுத்த மில்லியன் கன அடி வெண் குங்கிலிய மரக்கட்டைகள எடுத்துச் செல்வதற்காகப் போடப்பட்ட டிராம் வழிப்பாதை அது. அந்த டிராம் ரயில் செல்லும் பாதை, வெகு காலத்துக்கு முன்பே மண்சரிவுகளாலும் வெள்ளத்தாலும் அடித்துச் செல்லப்பட்டுவிட்டது. அதனால் இந்த நான்கு மைல் தூரமும் நிறைய மலைகளில் ஏற வேண்டியிருந்தது. ஒரு சிறு தவறான அடி அல்லது ஒரு கைப்பிடிச் சறுக்கல்கூடக் கீழே ஓடிக்கொண்டிருக்கும் குளிர்ந்த நதிக்குள் ஒருவரைத் தள்ளிவிடும் சாத்தியம் உண்டு. ஒடுக்கமான அந்த மலைப்பாதையை எந்த இடையூறும் இல்லாமல் கடந்து வந்தோம். மலைப்பாதையின் மேற்புறத்தில் காலியருடைய டிராம் தடம் காட்டுக்குள் நுழையவிருந்த புள்ளியில், நதியிலிருந்து வெளிப்புறமாக நீட்டிக்கொண்டிருந்த, வீடு ஒன்றின் அளவை ஒத்த, பாறையின் அருகே நீரில் ஓடிய இரண்டு மீன்களை நாங்கள் பிடித்தோம்.

அந்தப் பகுதியில் பணிபுரியும் கிராம நிர்வாக அலுவலர்களுக்கும் வனத்துறைப் பணியாளர்களுக்கும் எங்களைக் காலாதுங்காவில் வந்து சந்திக்கும்படியும் ஆட்கொல்லிப் புலியைப் பற்றிய சமீபத்தியச் செய்திகள் இருந்தால் தெரிவிக்கும்படியும் முன்னதாகவே தகவல் சொல்லியனுப்பியிருந்தோம். பயணியர் மாளிகையில் எங்களின் வருகைக்காக நான்கு பேர் காத்திருப்பதைப் பார்த்தோம். அவர்கள் கொடுத்த அறிக்கைகள்

எங்களுக்கு ஊக்கமளிப்பதாகவே இருந்தன. கடந்த சில தினங்களாக எந்த மனிதரும் அங்கு கொல்லப்படவில்லை. அவர்களின் தகவல்படி, தக் கிராமத்தைச் சுற்றியிருக்கும் பகுதிக்குள் அந்தப் புலி இருக்கலாம் என்றே தோன்றியது. ஏனென்றால், மூன்று நாட்களுக்கு முன்பு அந்தப் பகுதிக்குள்தான் அது ஒரு கன்றுக்குட்டியைக் கொன்றிருக்கிறது.

காலாதுங்கா ஊரானது சுமார் நான்கு மைல் நீளத்திலும் ஒரு மைல் குறுக்களவிலும் முக்கோண வடிவில், நீருக்கு மட்டாக எழும்பியிருந்த ஒரு தீபகற்பம். அதன் மூன்று பக்கங்களும் சார்தா நதியால் சூழப்பட்டும் நான்காம் பக்கம் ஐந்தாயிரம் அடி உயரமான மலைகளின் வரைமுகடுகளால் வரம்பிடப்பட்டும் இருந்தன. பயணியர் மாளிகை, கிழக்கு நோக்கியவாறு அமைந் திருந்தது. முன்பகுதியில் அகலமான முற்றத்தையும், மூன்று அறைகளையும் உடைய வீடாக அது இருந்தது. அந்தத் தீபகற்பத்தின் வடக்குப்புறமாக அல்லது மேற்பக்கமாக அந்தப் பயணியர் மாளிகை அமைந்திருந்தது. தூரத்து மலைகளின் மீது காலைச் சூரியன் உதிக்கும் காட்சியும் மூடுபனி விலகும் காட்சியும் முற்றத்திலிருந்து பார்க்கும்போது கற்பனைக்கு எட்டாத வகையில் மனதை மயக்குவதாக இருந்தது. மாளிகையின் நேர் முன்பாக சார்தா நதியைத் தாண்டிப் பரந்து விரிந்திருந்த திறந்த பள்ளத்தாக்கு ஒன்று நேபாளத்திற்குள் உட்குழிந்து இறங்கியிருந்தது. இருபுறமும் மலைகளையும் அடர்ந்த காடுகளை யும் கொண்டிருந்தன. பள்ளத்தாக்கினூடே வளைந்து செல்லும் நதி, மரகதப் பச்சை வண்ண நேப்பியர் புற்களால் வரம்பிடப் பட்டிருந்தது. கண்ணுக்கெட்டிய தூரம்வரை அங்கே மனிதர் களின் வசிப்பிடம் ஏதுமில்லை. மாளிகையில் இருக்கும்போது கேட்கும் புலி முதலான விலங்குகளின் சத்தங்களிலிருந்து அந்தப் பள்ளத்தாக்கு அதிகப்படியான வேட்டை விளையாட்டு களால் நிறைந்திருக்கும் என்பதை ஊகிக்கலாம். இந்தப் பள்ளத்தாக்கிலிருந்துதான் காலியர் மில்லியன் கன அடி வெண் குங்கிலிய மரக்கட்டைகளை எடுத்துச் சென்றிருக்கிறார்.

காலாதுங்காவில் நாங்கள் அன்றைய ஒரு நாளைக் கழித்தோம். அந்த நேரத்தில், எங்கள் ஆட்கள் கூடாரங்களை அமைத்து அங்கு முகாமிட வழிவகை செய்யச் சுக்காவுக்குச் சென்றிருந்தனர். அந்தக் கூடாரங்களில் தங்கி நாங்கள் மீன் பிடித்தோம், அல்லது, சரியாகச் சொல்ல வேண்டுமென்றால், இப்போட்சான் குடும்பத்தினர் மீன் பிடிப்பதை, நான் கரையில் அமர்ந்து வேடிக்கை பார்த்துக்கொண்டிருந்தேன். ஏனென்றால் அதற்கு முந்தைய இரவிலிருந்து மலேரியா நோயால் பீடிக்கப்பட்டிருந்தேன். மாளிகையின் கீழ்ப்பக்கமாக

இருந்த சிறிய நீர்ப் பாதையொன்று கிட்டத்தட்ட ஆயிரத்து ஐநூறு அடி நீளம் கொண்டது. தீபகற்பத்தின் முனைவரை அது ஓடிக்கொண்டிருந்தது. இப்போட்சான் குடும்பத்தினர், ஓர் அங்குலம் அளவுள்ள உலோகக் கரண்டிகளைப் பயன்படுத்தி, ஆற்றில் ஓடும் ஒற்றை மீனைக்கூட அசைக்காமல், நதியை அரித்துக்கொண்டிருந்தார்கள். அவர்கள், திருகுச் சுழற்சக்கரம் வைத்து அதில் நீல ஈக்களின் புழுக்களை மீன்களுக்குத் தூண்டிலாக மாட்டி வைத்து மீன் பிடித்தலில் மிகவும் தேர்ந்தவர்கள். அந்தச் சின்ன நது, நேபாளத்தின் பள்ளத்தாக்கிலிருந்து கீழ் நோக்கிப் பாய்ந்து, தீபகற்பத்தின் முனைக்கு நேரெதிரே சார்தா நதியை அடைந்திருந்தது. இந்த இடத்தில் சார்தா நதி அகலமாய் விரிந்தும், ஆழம் கொண்டதாய் மாறியும் சுமார் அறுநூறு அடிக்கு மேல் பாறைகளின் மீது பாய்ந்தோடியும் சென்றிருந்தது. பின்னர், பெரியதொரு குளத்தை வந்தடைந்தது. நதியின் இந்த ஓட்டம் தொடங்கும் இடத்தில், விரிந்திருக்கும் தளத்தில்தான் இபி, தனக்கான முதல் மீனைத் தூண்டிலிட்டுப் பிடித்தார். அது எட்டு பவுண்ட் எடை கொண்டதாக இருந்ததால், கரைக்கு அதைக் கொண்டுவந்து சேர்க்க, மீன் பிடித்தலுக்கான தூண்டிலின் இழையை மிகக் கவனமாகக் கையாள வேண்டியிருந்தது.

வெளிப்புற விளையாட்டுகளில் சிறந்தவற்றில் ஒன்றான மீன் பிடித்தலில் தூண்டில் உருளைகளைப் பயன்படுத்தி மீன் பிடிக்கும் ஆர்வலர்கள், இந்த விளையாட்டில் தேர்ந்தவர்கள் தூண்டில் உருளைகளை லாவகமாகக் கையாளும் கலையை மிகவும் ரசித்துப் பார்ப்பார்கள். என்னைப் பொருத்தவரை நான் மீன் பிடிப்பதைவிட அடுத்தவர்கள் மீன் பிடிப்பதை விரும்பிப் பார்ப்பேன். அதுவும் குறிப்பாக, மீன்கள் வேகமாய்த் துள்ளும் ஆற்றில், கால் ஊன்றிக்கொள்ள நமக்குப் பிடி கிடைக்காத இடத்தில் – சார்தா நதியில் எப்போதும் அப்படித்தான் இருக்கும் – மேலும் நதி மிக விரைவாகப் பாய்ந்தோடும் பட்சத்தில் எனக்கு அவ்வாறே தோன்றும். இபி தான் பிடித்த மீனைக் கொன்ற சிறிது நேரத்தில், கரையிலிருந்து தொண்ணூறு அடி தொலைவில் அந்த நதியின் கிளையாற்றின் தொடக்க முனையில் மீன் பிடித்துக்கொண்டிருந்த ஜீன் ஒரு மீனைப் பிடித்திருந்தாள். அவளுடைய சுழற்சக்கரத்தில் முன்னூறு அடி மட்டுமே கம்பி இழை இருந்தது. அதனால் மீன் தண்ணீருக்குள் தப்பிக்கும் முயற்சியில் தன்னை இழுத்துவிடும் என்ற பயத்தில், மீனைத் தூண்டிலுடன் இழுத்துக்கொண்டே பின்புறமாய் நடக்க முற்பட்டாள். அவ்வாறு செய்யும்போது கால் சறுக்க, ஒரு நிமிடம் அவளின் பாதத்தின் ஒரு விரலும் தூண்டிலின் மேல்முனையும்தான் இங்கிருந்து பார்க்கும்போது தெரிந்தது.

நான் மலேரியா நோயின் பாதிப்பை மறந்து அவளைக் காப்பாற்ற விரைந்திருப்பேன் என்று நீங்கள் இயல்பாக நினைக்கலாம். ஆனால் நான் அப்படி ஏதும் செய்யவில்லை. கரையில் அமர்ந்து சிரித்துக்கொண்டிருந்தேன். இப்போட்சன் குடும்பத்தினரில் யாராவது ஒருவரை நதி நீரின் சுழலிலிருந்து காப்பாற்ற முயற்சிப்பது என்பது ஒரு நீர் நாயை மூழ்காமல் காப்பாற்ற முயற்சிப்பதைப்போல வீணானது. நீண்ட கடுமையான போராட்டத்திற்குப் பிறகு ஜீன் தன்னைத் தானே திருப்பிக்கொண்டு எழுந்து வந்தாள். கரைக்கு வந்ததும் தான் பிடித்துவந்த ஆறு பவுண்ட் எடையுள்ள மீனை வெட்டத் தொடங்கினாள். அவள் அதைச் செய்து முடிப்பதற்குள் இபி, தூரமாய்த் தூண்டில் வீசி மீன் பிடிப்பதற்கான முயற்சியில், தான் நின்றிருந்த பாறையின் மீதிருந்து வழுக்கி விழுந்து தூண்டிலுடனும் பிற பொருட்களுடனும் தண்ணீருக்குள் காணாமல் போனார்.

நீரின் சுழலுக்குக் கீழே குளத்தின் அடிப்பகுதியில் நதியின் கிளை வலது பக்கமாகத் திரும்பி ஓடிக்கொண்டிருந்தது. இந்த வளைவின் நேபாள நாட்டை நோக்கிய பகுதியில் மிகப்பெரிய இலவம் பஞ்சு மரம் ஒன்று இருந்தது. அதன் மேல் கிளையொன்றில் கடற்பருந்து இணை ஒன்று வெகு வருடங்களாகக் கூடு கட்டியிருந்தது. அந்த மரம் பறவைகளின் சிறந்த தங்குமிடமாக இருந்தது. நதியின் பரந்து விரிந்த பகுதியை அது முழுமையாய் அப்பறவைகளுக்குக் எடுத்துக்காட்டியபடி இருந்தது. மட்டுமல்லாமல், அதனுடைய பிரம்மாண்டமான கிளைகள் அடிமரத்திலிருந்து செங்கோணத்தில் நதியின் மேல் நீண்டு, வழுக்கும் தன்மை கொண்ட இரையைப் பிடித்துவைத்துச் சாப்பிட அப்பறவைகளுக்குச் சிறந்த மேசைகளாகவும் பயன்பட்டு வந்தன. முந்தைய ஆண்டின் மழைக்காலத்து வெள்ளம் நதியின் கரையை உடைத்திருந்ததால் பழைய மரம் அடித்துச் செல்லப்பட்டுக் கடற்பருந்துகள் தங்களது புதிய கூட்டை உயரமான ஈட்டி மரமொன்றில் கட்டியிருந்தன. அந்த மரம் நதியிலிருந்து முன்னூறு அடி தொலைவில் காட்டின் விளிம்பில் நின்றிருந்தது.

நதியின் ஓட்டம் அதிகமுள்ள அந்த இடம் கடற்பருந்துகளுக்கு நிச்சயமாக மீன் பிடித்தலுக்கான விருப்பமான இடமாகத்தான் இருக்க முடியும். பெண் பறவை கூட்டில் அமர்ந்திருக்க ஆண் பறவை, அங்குமிங்குமாக இப்போட்சான் குடும்பத்தினரின் தலைகளுக்கு மேல் பறந்துகொண்டிருந்தது. அதன் காரணமாகப் பலனில்லாத இந்த வேலையால் அயர்ச்சி உண்டாகி, நதியில் சற்றுத் தொலைவு சென்று பாறைகள் சில இருந்த இடத்தில், நீரில் சிறு ஓட்டம் இருந்ததைக் கண்டு அங்கு அமர்ந்திருந்தது. அந்தப்

பாறைகள் பாதி தண்ணீருக்குள் மறைந்தும் மீதி பாதி நீரின் மேல்பரப்பைக் கிழித்தும் மேலெழும்பியிருந்தன. நிச்சயமாகச் சில மீன்களாவது அந்த இடத்தைக் கடந்து செல்லும். ஒரு டஜன் தடவையாவது அந்தக் கடற்பருந்து தன்னுடைய சிறகுகளை உடலின் நெருக்கமாக மூடிக்கொண்டு நீரின் ஆழம் அறியப் பயன்படும் கருவியைப்போல நேராக ஒரே பாய்ச்சலில் ஆழமான நீருக்குள் மூழ்கி மீனைத் தேடியது. நீரைத் தொடும்வரை தான் விரித்துவைத்திருக்கும் சிறகுகளையும் வாலையும் நன்கு உறுதி செய்துகொண்டு மூழ்கியது. அடுத்த முறை முங்குதலுக்கான முயற்சியில் உயரப் பறப்பதற்கான வலுவைச் சேர்த்துக்கொள்ளச் சிறகுகளை அடித்துக்கொண்டு மேலெழும்பியது. இவ்வாறு பலமுறை முயற்சித்த பிறகு கடைசியில் அதன் பொறுமைக்குப் பலன் கிடைத்தது. அசட்டையாக மீனொன்று நீரின் மேற்பரப்பு அருகே கடற்பருந்தின் நேர் கீழே வர ஒரு நிமிட நேர தாமதமும் இல்லாமல் பறந்துகொண்டிருந்த நேர்ப்பாதையை விடுத்துக் கிளை நதியின் தண்ணீருக்குள் மூழ்கும் விதமாய் மின்னல் வேகத்தில் நூறடிக் காற்றுவெளியைக் கிழித்துக்கொண்டு, ஆழமாய் நீரைப் பிளந்துக்கொண்டு உள்ளே பாய்ந்தது. ஊசி போன்ற கூர்மையும் எஃகு போன்ற உறுதியும் கொண்ட கூர் நகங்களால் அது மீனை இறுகப் பற்றியது. ஆனால் நிச்சயமாக அந்த மீன் நினைத்ததைவிட பருந்து அதிகப் பளுவாய் இருந்திருக்க வேண்டும். மீண்டும் மீண்டுமாய் அது தனது இறக்கைகளைக் காட்டுத்தனமாக அடித்துக் காற்றில் உயர்ந்து பறக்க யத்தனித்தது. அது முடியாமல் மார்புக்கூட்டுப் பகுதியை நோக்கிச் சிறகுகள் இழுக்கப்பட்டுத் தண்ணீரின் அருகே இழுக்கப்பட்டது. சட்டென வீசிய ஒரு காற்றில் நதியின் நீர் மேலெழுந்து, அதன் கடினமான இந்த நேரத்தில் உதவாமல் போயிருந்தால், அது நிச்சயமாகத் தான் பிடித்ததை நீரிலேயே விட்டிருக்கக்கூடுமென நினைத்தேன். வீசும் காற்று அதை நெருங்கியதும், அது நதியின் கீழ்ப்பக்க ஓட்டத்துடன் தொடர்ந்து பறந்து, கடைசியாகப் பிரயத்தனப்பட்டு ஒரு உந்துதலை மேற்கொள்ள மீன் தண்ணீரை விட்டு முழுமையாக வெளியே வந்தது. இப்போது பறந்துகொண்டிருக்கும் திசைக்கு எதிர்த் திசையில் அதனுடைய வீடு இருந்ததால், அந்தப் பறவையால் காற்றை எதிர்த்துத் திரும்புவது முடியாத காரியம். அதனால் அது கரையின் ஓரமாய் இருந்த ஒரு பெரிய தட்டையான பாறையை இறங்குவதற்காகத் தேர்ந்தெடுத்து அதை நோக்கி நேராகச் சென்றது.

அந்தக் கடற்பருந்தை நான் ஒருவன் மட்டுமே கவனித்துக் கொண்டிருக்கவில்லை. அது அந்தப் பாறையில் நிதானமற்றுச் சட்டென இறங்கியதை, நேபாள நாட்டின் ஆற்றுப் பகுதியின் பக்கமாகத் துணி துவைத்துக்கொண்டிருந்த பெண்மணியும் அதைக்

கவனித்தார். அவர் சந்தோஷத்துடன் யாரையோ அழைத்தார். அவளுக்கு மேலே உயர்ந்திருந்த மற்றொரு கரையில் ஒரு சிறுவன் தோன்றினான். அந்தப் பெண்மணி நிற்கும் இடத்தை நோக்கிச் செங்குத்தான இறக்கத்தில் ஓடிவந்து, மீனைக் கைக்கொள்ளத் தனக்கான ஆணைகளைக் கேட்டபடி, பாறைகள் நிறைந்த அந்தக் கரையின் வழியாக இறங்கத் தொடங்கினான். பாறைகளின் மேல் கால்கள் பதித்துத் தாவியபடி நடந்துவந்த அவனது நடையின் தன்மை, அவனுடைய கழுத்து, கைகளின் அசைவுகளை மிகைப்படுத்திக் காட்டி என்னை அச்சுறுத்தின. கடற்பருந்து தனது இரையை எடுத்துக்கொண்டு பறக்க எந்தவொரு முயற்சியும் எடுக்கவில்லை. அந்தச் சிறுவன் பாறையை நெருங்கியதும் அது காற்றில் எழும்பிப் பறக்கத் தொடங்கியது. மீனை இறுகப் பற்றியபடி அந்தப் பெண்மணி பார்க்கும்படி அவருடைய மகனின் தலைக்கு மேல் வட்டமடித்தது. நிச்சயமாக அந்த மீன் கிட்டத்தட்ட நான்கு பவுண்டு எடை இருக்கலாம்.

அதன்பிறகு சிறிது நேரத்திற்கு நான் அந்தக் கடற்பருந்தைப் பார்க்கவில்லை. நாங்கள் மதிய உணவை முடித்துக்கொண்ட பின் மறுபடியும் அது மேலே வட்டமடிப்பதைப் பார்த்தேன். எந்த இடத்தில் அது மீனைப் பிடித்து, அந்தச் சிறுவன் அதனைக் கைக்கொள்ள நினைத்தானோ அந்த நீரோட்டத்திற்கு மேலேயே சுற்றிக்கொண்டிருந்தது. முன்னும் பின்னுமாகப் பல நிமிடங்கள் சுற்றிய பின், அதுவும் ஒரே உயரத்தில் பறந்த பின், அங்கிருந்து மூழ்கப் பாய்ந்தது. ஐம்பது அடி உயரத்திலிருந்து கீழே பாய்ந்து, மூழ்கி மேலெழுந்து மீண்டும் தண்ணீருக்குள் பாய்ந்தது. இந்த முறை அது பிடித்த இரை மிக இலகுவானது. கலாபஸ் வகையிலான மீன் அது. இரண்டு பவுண்டு எடை இருக்கலாம். ஒரு சிரமமும் இல்லாமல் அது அந்த மீனைத் தண்ணீரை விட்டு வெளியே எடுத்தது. எதிர்க் காற்றின் அழுத்தத்தைத் தவிர்க்க, அதை ஒரு கடற்கணையைப்போலப் பிடித்துக்கொண்டு, தன் கூட்டை நோக்கிப் பறந்தது.

இன்றைக்கு அதற்கு அதிர்ஷ்டம் இல்லைபோலும். அது செல்லும் தூரத்தில் பாதியைத்தான் கடந்திருக்கும், அதைவிட இரண்டு மடங்கு எடையும் உடலளவும் கொண்ட அதீனா மீன் கழுகு ஒன்று அதன் பின்புறமிருந்து வந்து, வெகு வேகமாய் அதை முந்திச் சென்றது. அது வருவதை அந்தக் கடற்பருந்து கவனித்துவிட்டது. உடனே தன் பாதையை வலது திசை பார்த்துச் சிறிது மாற்றிக்கொண்டு காட்டை நோக்கிப் பறக்கத் தொடங்கியது. மரங்களின் கிளைகளுக்கு இடையே பறந்தால் துரத்திவரும் எதிரியைப் பின்தொடரவிடாமல் விலக்கிவிடலாம் என்ற எண்ணத்தில் பறந்தது. ஆனால் அந்தக் கடல் கழுகு, இதனுடைய

தந்திரத்தைப் புரிந்துகொண்டு ஆத்திரத் துடன் கிறீச்சிட்டுக்கொண்டே அதன் வேகத்தைக் கூட்டிப் பறந்தது. பாது காப்பான இடத்திற்குச் சென்றுசேர இன்னும் அறுபது அடி மட்டுமே இருக்கும்பட்சத்தில் தான் எடுக்கும் ஆபத்தான முயற்சி மிகப் பெரியது தான் என்பதை உணர்ந்து கலாபஸைப் பிடித்திருந்த பிடியை மேலும் இறுக்கிக் கொண்டு அந்தக் கடற் பருந்து, அதீனா மீன் கழுகு நெருங்குவதைக் கண்டு, சட்டென வேகமெடுத்துக் காற்றுடன் இணைந்து நேராகப் பறந்தது. அப்போது கடல் பருந்திடமிருந்து தப்பிய மீன் முப்பது அடிகூடக் கீழே விழுந்திருக்காது, அதற்குள் அந்தக் கழுகு அதைப் பிடித்துவிட்டது. நளினமான வளைவுடன் திரும்பி நதியின் கீழ்ப்புற ஓட்டத்துடன் இணைந்து பறந்து, தான் பறந்து வந்த திசையின் வழியாகவே சென்றது.

ஆனால் கடல் பருந்திடமிருந்து தான் கவர்ந்த இரையுடன், எதிர்பார்த்ததைப் போல அத்தனை சுலபமாய்த் தப்பிச் செல்ல முடியவில்லை. இருந்தும் அது திரும்பிச் சென்ற வழியில் சில அடி தூரம் பறந்திருந்த நிலையில் கடற்பருந்தின் மிச்சங்களில் வாழ்ந்து வரும் ஒரு ஜோடிக் காகங்கள் அதைக் குறி வைத்துத் துரத்தத் தொடங்கின. அவற்றை விரட்டிவிட, அதுவும் காட்டை நோக்கிப் பறக்கக் கட்டாயப்படுத்தப்பட்டது. காட்டின் விளிம்பில் காகங்கள் உள்நுழையாமல் திரும்பிவிட, அந்தப் பருந்து என் பார்வையை விட்டு மறைய முற்படும் தருணத்தில் வானத்திலிருந்து எங்கிருந்து வந்ததென்று தெரியாத வகையில் இரண்டு ஆளிப்பருந்துகள் மிகுந்த வேகத்துடன் அதீனா மீன் கழுகு சென்ற பாதையை நேராகத் தொடர்ந்தன. இந்தத் தொடர் துரத்தலின் இறுதிக் கட்டத்தைக் காண முடியவில்லையே என்று எனக்குள் மிகுந்த வருத்தமிருந்தது. நான் பார்த்துக்கொண்டிருந்த வகையில் அவற்றில் எந்த ஒரு பறவையும் காட்டிலிருந்து வெளிப்படவில்லை. இந்த அனுமானத்தில் என்னால் ஒன்றைச் சொல்ல முடியும்; அந்த அதீனா மீன் கழுகு தான் திருடிய மீனைத் தன்னுடைய பிடியில் அதிகநேரம் தக்க வைத்திருப்பது சந்தேகம்தான்.

ஜிம் கார்பெட்

நான் இதுபோன்ற ஒரு தொடர் துரத்தலை ஒரேயொரு முறைதான் பார்த்திருக்கிறேன். அந்தச் சந்தர்ப்பத்தில் நான் பதினெட்டு யானைகளுடன் புல்வெளியின் வழியாக வேட்டைக்குச் சென்றிருந்தேன். யானைகளின் மீது துப்பாக்கி ஏந்திய பத்து வேட்டை வீரர்களும் ஐந்து பார்வையாளர்களுமாகக் கௌதாரி வேட்டைக்காக வந்திருந்தனர். அப்போது வரிசையாய்ச் சென்றுகொண்டிருந்த யானைகளின் மீதமர்ந்திருந்த எங்களின் கண் முன்னே, ஒருமுறை கூடத் தரையைத் தொடாமல் பறந்து தனது உயிரைக் காப்பாற்றிக்கொள்ள முயன்ற புதர்ச்சிட்டு ஒன்றைப் பொரி வல்லூறு கொன்றுவிட்டது. அந்தப் புதர்ச்சிட்டு முதலில் ஐரோவாசியச்சிட்டுப் பருந்து ஒன்றால் துரத்தப்பட்டு, பின் சிவப்புத் தலை ஆடற்பருந்து ஒன்றால் தொடரப்பட்டு, அதன்பின்னர் ஒரு தேன் பருந்து , கடைசியாக பொரி வல்லூறு ஒன்றால் விரட்டப்பட்டு, அந்தக் குட்டிப் பறவை எங்களின் கண்முன்னே முழுவதுமாக அந்தப் பொரி வல்லூறால் விழுங்கப்பட்டது. அந்தப் பிப்ரவரி மாதத்தின் காலையில் என்னுடன் வந்திருந்த துப்பாக்கி சுமந்த வேட்டை வீரர்களோ அல்லது பார்வையாளர்களோ யாரேனும் ஒருவர் இந்த அத்தியாயத்தை வாசிக்க நேர்ந்தால் அவர்கள் ருத்ராபூர் மைதானத்தில் நடந்த இந்த நிகழ்வை நினைவுகூர இயலும்.

மறுநாள் காலையில் மிக சீக்கிரமாகக் காலை உணவை முடித்துக்கொண்டு நாங்கள் காலாதுங்காவிலிருந்து சுக்கா நோக்கி நகர்ந்தோம். ஐந்து மைல் எளிதானதொரு நடையாக அது இருந்தது. ஒரு மீன் பிடியாளரின் நினைவில் மிக அருமையான நாட்களில் ஒன்றாக அது வெகுகாலம் இருக்கக்கூடும். சூரியன் மிதமான சூட்டில் இருந்தது. வடக்கிலிருந்து குளிர்ந்த காற்று வீசிக்கொண்டிருந்தது. சீலா மீன்களின் விரலளவுக் குஞ்சுகள் வளர்ச்சியில் இருந்தன. அவற்றின் பெரிய வகை மீன்கள் ஆறு முழுமையும் நிறைத்துக்கொண்டு பாய்ச்சலுடன் ஓடிக்கொண்டிருந்தன. எளிதான தூண்டில் உபகரணங்களைக் கொண்டு மீன்பிடிப்பது எங்களுக்கு மிகுந்த உற்சாகம் தந்த போதிலும்,எங்கள் முயற்சிகளில் நாங்கள் முழு வெற்றி பெறவில்லை. எங்களுடைய முகாமில் உள்ள முப்பது ஆட்களுக்கும் உணவுக்குத் தேவையான அளவு மீன்களைப் பிடித்து, அந்த நாளை நாங்கள் முடித்தோம்.

3

ஆட்கொல்லியைப் பிடிக்க எங்களுக்கு உதவும் பொருட்டும் மனித உயிர்களின் இழப்பை இனியும் நேராமல் தவிர்க்கவும், புலிக்கு இரையாகப் பயன்படுத்திக்கொள்ள ஆறு இளம் ஆண்

எருமைகளை தானக்பூருக்கு அனுப்பியிருந்தனர். அவை எங்களின் வருகைக்கு முன்பாகவே வந்துசேர்ந்தன. எருமைகள் அங்கு மூன்று இரவுகளாகக் கட்டப்பட்டிருந்ததும் அவைகளில் பலவற்றின் அருகில் புலியின் கால்த்தடங்கள் கண்டறியப்பட்டிருந்தும், அவற்றில் ஒன்றுகூடக் கொல்லப்படவில்லை என்ற தகவலைச் சுக்காவுக்கு நாங்கள் வந்துசேர்ந்த அன்று எங்களிடம் தெரிவித்தார்கள். அடுத்த நான்கு நாட்களும் தினமும் அதிகாலையில் நாங்கள் அந்த எருமைகளைச் சென்று பார்த்து வந்தோம். பகல் பொழுதுகளில் அந்தப் புலியைத் தேடி அதனைக் கண்காணிக்க முயற்சித்தோம். மாலையில் அந்த எருமைகளைக் கட்டிவைக்கும் வேலையில் இருந்த ஆட்களுடன் இயங்கிக்கொண்டிருந்தோம். ஐந்தாம் நாள் காலையில், தக் கிராமத்தில் காட்டின் எல்லையோரமாய் அந்த இரண்டு சிறுவர்கள் தொலைந்துபோன இடத்தில் நாங்கள் கட்டியிருந்த எருமை ஒன்று புலியால் கொல்லப்பட்டு இழுத்துச் செல்லப்பட்டிருந்தது. நாங்கள் நினைத்ததுபோல அடர்ந்த காட்டுக்குள்அந்த இரையை இழுத்துச் செல்லாமல் அங்கிருந்த திறந்தவெளி ஒன்றைக் குறுக்கே கடந்து, மேலே இருக்கும் சிறு வட்டமான குன்றின் மீது எடுத்துச் சென்றிருந்தது. அவ்வாறு அது வேண்டுமென்றே செய்திருக்கிறது. ஏனென்றால் அது சுடப்பட்ட முந்தைய இரண்டு சந்தர்ப்பங்களில் அங்கு அமைக்கப்பட்டிருந்த மரமேடையின் அருகே அது கடந்து செல்லும்போதுதான் சுடப்பட்டிருக்க வேண்டும் என்பதை அந்தப் புலி உணர்ந்திருக்கிறது. இரண்டு சந்தர்ப்பங்களிலும் நிச்சயமாய் அது காயம்பட்டிருக்கலாம் என்பதையே இது காட்டுகிறது. சிறிது தூரத்திற்கு இழுத்துச் செல்லப்பட்டிருந்தபோது எருமையின் கொம்புகள் இரண்டு பாறைகளிடையில் சிக்கிக்கொண்டு அவற்றை விடுவிக்க இயலாமலும் மாட்டை மேலும் இழுத்துச் செல்ல இயலாத நிலையிலும் இரையின் பின்பக்கத்துச் சதையில் சில பவுண்டு எடையில் உள்ளதை மட்டும் சாப்பிட்டுவிட்டு மீதியை அங்கேயே விட்டுச் சென்றிருந்தது அந்தப் புலி. அது எந்தப் பக்கமாய்ச் சென்றிருக்கக்கூடும் என்று பார்வையை ஓட்டியபோது, அதன் கால்த்தடங்கள் இரை கிடந்த இடத்துக்கும் காட்டுக்கும் இடையிலிருந்த எருமை மாடுகள் புரளும் இடத்தை நோக்கிச் சென்றிருப்பதை நாங்கள் பார்த்தோம். எருமையைக் கொன்ற மிருகத்தின் இந்தக் கால்த்தடங்கள் ஒரு வளர்ந்த ஆண் புலியினுடையவை.

ஆட்கொல்லி பெண் புலியாக இருக்கும் என்றே மாவட்ட அதிகாரிகள் பொதுவாக நம்புகிறார்கள். எருமைகள் புரளும் இடத்தில் இருந்த கால்த்தடங்களைக் கிராமத்து ஆட்களிடம்

காட்டியபோது அவர்கள் தங்களுக்குப் புலிகளின் வகைப்பாட்டில் இருக்கும் கால்த்தடங்களின் வேறுபாடுகள் குறித்து ஏதும் தெரியாது என்றும் அந்த ஆட்கொல்லிப் புலி ஆணா, பெண்ணா எனத் தெரியாது என்றும் சொன்னார்கள். ஆனால் அதற்கு ஒரு பல் உடைந்திருக்கக்கூடும் என்பது மட்டும் தங்களுக்குத் தெரியும் என்று கூறினர். தங்களின் கிராமத்தின் அருகில் இதுவரை புலியால் கொல்லப்பட்ட எல்லா இரைகளிலும், அது மனிதனாக இருந்தாலும் சரி, விலங்காக இருந்தாலும் சரி, புலியின் பற்களில் ஒன்று மட்டும் கொல்லப்பட்ட உடலில் தோலின் உள்ளே இறங்காமல், மேல்வாட்டாக உரசிச் சென்றிருப்பதை அவர்கள் கண்டிருக்கிறார்கள். இதிலிருந்து அவர்கள், அந்த ஆட்கொல்லியின் கோரைப் பல் ஒன்று உடைந்திருக்கலாம் என்ற முடிவுக்கு வந்திருக்கிறார்கள்.

இரை கிடந்த இடத்திலிருந்து அறுபதடி தொலைவில் ஒரு நாவல் மரம் இருந்தது. பாறைகளுக்கிடையே சிக்கியிருந்த இரையை நாங்கள் வெளியே இழுத்தெடுத்தோம். அங்கிருந்த நாவல் மரத்தில் அமர்ந்துகொள்ள வசதியாக இருந்த ஒற்றைக் கிளையிலிருந்து பார்க்கும்போது இரையை மறைக்கக்கூடிய வகையில் நீண்டிருந்த மற்றச் சிறு கிளைகளை உடைத்து விடுவதற்காக அங்கிருந்த ஒருவரை மரத்தின் மீது ஏறச் செய்தோம். வட்டமான அந்தச் சிறு குன்றின் உயரத்தின் மீதிருந்த இந்த ஒற்றைத் தனி மரம்தான் சுற்றியிருக்கும் காடு முழுமைக்குமான பார்வையைக் கொடுத்தது எனலாம். அந்த மனிதன் அதன் மீதேறி மிகுந்த கவனத்துடன் சிறு கிளைகளை ஒடித்துக்கொண்டிருந்தபோது, அவரை எங்கிருந்தாவது அந்தப் புலி பார்த்துக்கொண்டிருக்கக்கூடுமோ என்று நான் யோசித்தேன்.

அப்போது காலை 11 மணி ஆகியிருந்தது. எங்கள் ஆட்களை மதிய உணவுக்காகக் கிராமத்திற்குத் திருப்பி அனுப்பிவிட்டோம். இபியும் நானும் புதர் ஒன்றைத் தேர்ந்தெடுத்துச் சூரியனின் வெப்பத்திலிருந்து ஒதுங்கியமர்ந்து பேசிக்கொண்டிருந்தோம். பிறகு சற்றுக் கண் அயர்ந்தோம், மீண்டும் தூங்கினோம், பேசினோம், அன்றைய நாளின் சூடான பொழுது முழுவதும் நாங்கள் இப்படியே செய்தோம். சரியாக மதியம் 2.30 மணிக்கு எங்களுடைய சிற்றுலா விருந்தைச் சாப்பிட்டுக்கொண் டிருக்கும்போது காட்டின் எல்லையோரமாய் எருமை மாடு அடித்துக் கொல்லப்பட்ட இடத்தின் பக்கமாய் வண்ணக் காட்டுக் கோழிகள் சில கோபமாய்க் கத்திக்கொண்டிருப்பது கேட்டது. அந்தச் சத்தத்திற்கு எங்களுடைய ஆட்கள் கிராமத்திலிருந்து திரும்பி வந்தனர். இபியும் அவருடைய பெரிய மனது கொண்ட ஷாம் சிங் என்ற வேலையாளும்

கோயில் புலியும் குமாவுன் ஆட்கொல்லிகளும் ❖ 143 ❖

புலியின் கவனத்தை ஈர்க்கும் வகையில் காட்டுக்கோழிகள் சத்தமிட்டுக்கொண்டிருந்த காட்டுப்பகுதிக்குள் செல்ல, நான் சத்தம் ஏற்படுத்தாமல் நாவல் மரத்தின் மீது ஏறினேன். நான் மரத்தில் அமர்ந்து என்னைச் சரிசெய்து கொள்ளத் தேவைப்பட்ட சில நிமிடங்களுக்குள் இபியும் ஷாம் சிங்கும் காட்டிலிருந்து வெளியே வந்தனர். அதன் பிறகு தக் கிராமத்தில் இரண்டு ஆட்களை விட்டுவிட்டு சுக்காவில் உள்ள எங்கள் முகாமிற்குத் திரும்பிவிட்டனர்.

இபி சென்ற சிறிது நேரத்துக்குள் வண்ணக்கோழிகள் மீண்டும் சத்தமிடத் தொடங்கின. சிறிது நேரம் கழித்துக் கேளையாடு ஒன்று குரைக்கும் சத்தம் கேட்டது. நிச்சயமாகப் புலி நடமாடுகிறது என்பது தெரிந்தது. ஆனால் சூரியன் மறையும் வரையும், கிராமத்தின் இரவு நேரத்துச் சத்தங்கள் அடங்கும் வரையும் புலி திறந்தவெளியைக் கடந்து தனது இரையைத் தேடி வருவது சந்தேகம்தான். கால் மணி நேரத்துக்கு அல்லது அதற்கும் மேலாகக் கேளையாடு குரைத்துக் கொண்டிருந்து விட்டு பின்னர் நிறுத்திக்கொண்டது. அதன்பிறகு சூரியன் மறையும்வரை பலதரப்பட்ட பறவைகளின் இரவுநேர ஓசைகளைத் தவிரக் காடு – புலியைப் பொருத்தவரை – அமைதியாக இருந்தது.

அஸ்தமனச் சூரியனின் சிவப்பு ஒளி, சார்தா நதியின் கடைக்கோடியில் இருந்த நேபாள மலைத்தொடரின் மீதிருந்து மறையத் தொடங்கியிருந்தது. கிராமத்திலிருந்து வந்த சத்தங்கள் அமிழ்ந்துபோயிருந்தன. ஒரு கேளையாடு, எருமைகள் புரளும் இடம் இருந்த திசையைப் பார்த்து நின்றவாறு குரைத்தது. புலி இரையை விட்டுச் செல்லும்போது எந்தப் பாதையின் வழியே சென்றதோ அதே வழியாகவே அதன் இரையைத் தேடித் திரும்பி வந்துகொண்டிருந்தது. என்னுடைய துப்பாக்கியை முன்புறம் சரியாகப் பதித்துவைத்துக்கொள்ள நல்லதொரு வசதியான கிளை இருந்தது. புலி வந்ததும், எனக்குத் தேவையாக இருந்த ஒரே ஒரு அசைவு என்னவென்றால், நான் சற்றுத் தலையைத் தாழ்த்தித் துப்பாக்கியின் கட்டைக்கு நேராகப் பார்க்க வேண்டியது ஒன்றுதான். ஒவ்வொரு நிமிடமாக நகர்ந்து, என்னுடைய வயதுடன் நூறு எண்ணிக்கை சேர்ந்தது. அதன் பிறகு மலைப்பகுதியில் அறுநூறு அடி உயரத்தில், ஒரு கேளையாடு முன்னெச்சரிக்கையாகக் குரைத்தது. புலியைச் சுட நான் நினைத்திருந்த வாய்ப்பு பத்தில் ஒன்றாக இருந்து, ஆயிரத்தில் ஒன்றாகக் குறைந்தது. அந்தப் புலி என்னுடைய ஆள் மரக்கிளைகளை ஒடித்துக்கொண்டிருந்ததைப் பார்த்திருக்க வேண்டும் என்பது உறுதியாகத் தெரிந்துகொள்ள முடிந்தது. சூரிய அஸ்தமனத்துக்கும் இந்தக் கடைசி கேளையாட்டின் குரைப்புக்கும் இடைப்பட்ட நேரத்தில் அது

இந்த மரத்தைத் தொடர்ந்து கவனித்திருக்க வேண்டும். என்னை இங்கு பார்த்ததால் அது நகர்ந்து சென்றிருக்க வேண்டும். அதன் பின்னர் கேளையாடும், கடமானும் இடைவெளி விட்டுக் கத்திக்கொண்டிருந்தன. ஒவ்வொரு சத்தமும் அதற்கு முந்தைய சத்தத்தைக் காட்டிலும் சற்றுத் தொலைவில் கேட்பதாய் இருந்தன. நடு இரவில் இந்த அழைப்புக் குரல்களும் ஒட்டுமொத்தமாய் நின்றுபோயின. அதன்பின், இயற்கை வகுத்த இரவின் அமைதிக்குள் காடு தன்னை இருத்திக்கொண்டது. அங்கு நிலவிய இயற்கையின் கலவரங்கள் அடங்கியபின் காட்டின் உயிரினங்கள் அமைதியாய்ப் படுத்துறங்கின. இந்திய வனங்களில் இரவைக் கழித்திருப்போர் இந்த அமைதியின் காலத்தைக் கவனித்திருக்கக் கூடும். அதன் கால அளவு, வருடத்தின் பருவங்களுக்குத் தக்கவாறும், நிலவு வானில் தோன்றும் நாட்களைப் பொறுத்தும் வேறுபடும். அது பெரும்பாலும் காட்டின் வழக்கமான நேரம், நடு இரவிலிருந்து காலை 4 மணிவரை இருக்கும். இந்தக் கால அவகாசத்துக்குள் ஊனுண்ணிகள் உறங்கும். அவற்றைக் கண்டு அஞ்சி வாழ்பவை அமைதியாய் உறங்கும். ஊனுண்ணிகள் நடுராத்திரி முதல் காலை 4 மணிவரை தூங்குவது இயற்கையானது. வாழ்க்கையைப் பயத்திலேயே கழிக்கும் விலங்குகள் சற்று அமைதியடைந்து நிம்மதியாக இருப்பதற்காகத்தான் இயற்கை இந்தக் கால அவகாசத்தைக் கொடுத்திருப்பதாக எனக்குத் தோன்றுகிறது.

அன்றைய பொழுது பிறந்து சில நிமிடங்கள் ஆகியிருந்தன. என்னுடைய ஒவ்வொரு மூட்டும் இறுகியிருந்த நிலையில் மரத்திலிருந்து கீழே இறங்கினேன். இபி மிகுந்த யோசனையுடன் புதரொன்றின் அடியில் புதைத்து வைத்திருந்த தெர்மொஸ் பிளாஸ்க்கைத் தோண்டியெடுத்துத் தேவையாயிருந்த கோப்பையை நிறைத்துத் தேநீரை விரும்பிப் பருகினேன். சிறிது நேரத்தில் என்னுடைய இரண்டு ஆட்களும் வந்த பிறகு, நாங்கள் அந்த இரையை வல்லூறுகளிடமிருந்து காப்பாற்றி வைக்க வேண்டி மரக்கிளைகளால் அதை மூடி வைத்துக்கொண்டிருந்தபோது, அரை மைல் தள்ளியிருந்த மலையிலிருந்து அந்தப் புலியின் உறுமல் சத்தம் மூன்று முறை கேட்டது. என் முகாமுக்குத் திரும்பும் வழியில் தக் கிராமத்தைக் கடந்து வந்துகொண்டிருந்த சமயம் அந்தக் கிராமத்து முதியவர்கள் சிலர் என்னைச் சந்தித்து இரவில் புலியைப் பிடிக்கமுடியாத தோல்வி கண்டு துவள வேண்டாம் என்று வேண்டிக் கேட்டுக்கொண்டனர். அவர்கள் நேரம் காலம் கணித்ததாகவும் பிரார்த்தனைகள் செய்ததாகவும் அதன்படி, அந்தப் புலி இன்றைக்கு இறக்காவிட்டால் மறுநாள் நிச்சயமாய் இறந்துபோகும் என்றும் அல்லது அதற்கு மறுநாள் இறக்கக்கூடும் என்று தெரிந்துகொண்டதாகவும் கூறினர்.

சூடான குளியலும் முழுமையான சாப்பாடும் என்னை உயிர்ப்பித்தன. மதியம் ஒரு மணியளவில் தக் கிராமத்திற்குச் செல்வதற்காக மீண்டும் செங்குத்தான மலைமீது ஏறத் தொடங்கி னேன். நான் அங்கு சென்றதும் கிராமத்தின் மேல்பக்கமாக இருந்த மலைப்பகுதியிலிருந்து ஒரு கடமான் வெகு நேரமாய்ச் சத்தமிட்டுக்கொண்டிருந்ததாகவும் என்னிடம் சொன்னார்கள். இன்று புலியின் உணவுக்காகக் கட்டப்பட்டிருந்த உயிருள்ள எருமையுடன் நானும் அமர்வது என்ற முடிவுடன்தான் முகாமிலிருந்து கிளம்பி வந்திருந்தேன். நான் வேறொரு இடத்தில் புலிக்காகக் காத்திருக்க, புலி ஒரே இடத்தில் இரையை உட்கொள்ள வராது என்பதைச் சரியாக உறுதி செய்துகொள்வதற்காக முந்தைய இரவில் நான் காத்திருந்த அந்த இரையின் அருகே நிறைய நாளிதழ்களின் தாள்களைப் பரத்தி வைத்தேன். கடமான் அழைத்ததாகக் கிராமத்தினர் சொன்ன காட்டின் பக்கமாய் அதிகமாகப் புழக்கத்திலிருந்த கால்நடைகளின் பாதை ஒன்று இருந்தது. அந்தப் பாதையின் பக்கவாட்டில் இருந்த ஒரு மரத்தில் நான் ஒரு கயிற்று இருக்கையைக் கட்டி வைத்தேன். அந்தப் பாதையை நோக்கிச் சென்ற ஒரு மரத்தின் பெரிய வேரில் எருமை மாட்டைக் கட்டிவைத்தேன். மூன்று மணியளவில் நான் அந்த மரத்தில் ஏறி அமர்ந்தேன். ஒரு மணி நேரம் கழித்துப் பள்ளத்தாக்கின் எதிர்ப்பக்கம் மூவாயிரம் அடி தொலைவில், முதலில் ஒரு கேளையாட்டின் குரைப்பும் பின்னர் புலியின் உறுமல் அழைப்பும் கேட்டது. எருமை மாட்டுக்குத் தீவனமாகப் பசுமையான பெரிய அளவிலான புற்கட்டு ஒன்றைப் போட்டிருந்தோம். இரவு முழுவதும் அது தன் கழுத்தில் கட்டி யிருந்த மணியைச் சத்தமுண்டாக்கியபடியே இருந்தது. ஆனால் அந்தச் சத்தம் புலியைக் கவர முடியாமல் போனது. காலை விடிந்ததும் என்னுடைய ஆட்கள் என்னைத் தேடி வந்தார்கள். சிறுவனுடைய சிவப்புத் தொப்பியும் கிழிந்த உடைகளும் கண்டெடுக்கப்பட்ட ஆழமான மலையிடுக்கில் இரவு முழுவதும் கடமான், கேளையாடு ஆகியவற்றின் குரல்கள் கேட்டதாகச் சொன்னார்கள். அந்த மலையிடுக்கின் கடைசி கீழிறக்கத்தில் தான் நாங்கள் ஒரு எருமை மாட்டைக் கிராமத்தினரின் வேண்டுகோளுக்கு இணங்கிக் கட்டி வைத்திருந்தோம்.

நான் மீண்டும் சுக்கா ஊருக்குள் திரும்பி வந்தபோது, இபி முகாமிலிருந்து விடிவதற்கு முன்பே கிளம்பிவிட்டதாகத் தெரியவந்தது. முந்தைய நாள் மாலை நேரத்துக்குப் பிறகு, லத்யா பள்ளத்தாக்கிலிருந்து எட்டு மைல் மேலே புலியொன்று காளை மாடு ஒன்றைக் கொன்றிருப்பதாகச் செய்தி வந்திருக்கிறது. அதனால் அவர் அங்கே சென்று அந்த இரையின் அருகில்

இரவு முழுவதும் இருந்தார். புலியின் வருகை குறித்த எந்த அறிகுறியையும் காணாமல், அடுத்த நாளின் பின் மாலைப் பொழுதில் முகாமுக்குத் திரும்பி வந்திருக்கிறார்.

4

முந்தைய நாளின் இரவில் உயிருடன் கட்டப்பட்டிருந்த எருமை மாட்டுக்குக் காவலாக மரத்தில் கழித்த பின் மறுநாள் காலையில் ஜீனும் நானும் காலை உணவைச் சாப்பிட்டுக்கொண்டிருந்தோம். மீதியிருந்த ஐந்து எருமை மாடுகளை, அவை கட்டி வைக்கப் பட்டிருந்த இடங்களிலிருந்து அவிழ்த்து வரச் சென்ற ஆட்கள் வந்து ஒரு தகவலைச் சொன்னார்கள். அவர்கள் மலையிடுக்கின் கீழ்ப்பக்கமாய், எவ்விடத்திலிருந்து நேற்றிரவு கடமானும் கேளையாடும் கத்தும் சத்தம் கேட்டதோ, அந்தப் பகுதியில் கட்டப்பட்டிருந்த மாட்டை மட்டும் காணவில்லை என்றார்கள். எங்களுக்கு இந்தத் தகவல் கிடைத்தபோது பிராந்திய வன இலாகா அதிகாரி மெக்டொனால்ட் அங்கு வந்துசேர்ந்தார். அவர் தன்னுடைய முகாமைக் காலாதூங்காவிலிருந்து சுக்கா விற்கு மாற்றிக்கொண்டதால் அங்கு வந்திருந்தார். அவர் புலியின் கால் தடங்களை மலையிடுக்கின் கீழ்ப்பகுதியில் பார்த்ததாகவும், அப்படியென்றால் அது எங்களுடைய மாடுகளில் ஒன்று கட்டப்பட்டிருந்த இடமாகவும் இருக்கலாம் என்று நம்புவதாகவும் கூறினார். அந்தக் கால்த்தடங்கள், தக் கிராமத் திற்கு அவர் முன்பு வந்திருந்தபோது ஆட்கொல்லிப் புலியைப் பிடிக்கச் செய்யப்பட்ட முயற்சியில் அங்கு பார்த்த கால்த்தடங்களுடன் அவை ஒத்துப்போவதாகச் சொன்னார்.

காலை உணவுக்குப் பின் ஜீனும் மெக்கும் மீன் பிடிக்க ஆற்றின் பக்கமாய்ச் சென்றுவிட்டார்கள். நான் ஷாம் சிங்குடன் சேர்ந்து காணாமல் போன எருமை மாட்டைக் கண்டுபிடிக்கும் முயற்சியில் இறங்கினேன். அறுந்து கிடந்த கயிற்றையும் புலியின் கால்த்தடங்களையும் தவிர அந்த எருமை கொல்லப்பட்டிருப்பதற்கான எந்தவிதத் தடயமும் இல்லை. இருந்தாலும் நான் சுற்றிவரப் பார்த்ததில் எருமையின் ஒரு கொம்பு மட்டும் தரையில் குத்தியிருந்த தடத்தைப் பார்த்தேன். அந்த இடத்திலிருந்து ரத்தத்துடன் இழுத்துச் செல்லப்பட்ட மிகவும் தெளிவான தடம் சென்றது. அந்த எருமையைக் கொன்ற

பிறகு புலிக்கு என்ன நேர்ந்ததென்று எனக்குத் தெரியவில்லை, ஒன்று அது தன்னுடைய சுயத்தை, நடத்தையை மாற்றிக் கொண்டிருக்க வேண்டும் அல்லது தான் கொன்ற எருமையை இழுத்துச் செல்லும் தடயத்தை மறைக்க முயன்றிருக்க வேண்டும். மிகவும் கடினமான நிலப்பரப்பில் பல மைல்களுக்கு இழுத்துச் சென்றுவிட்டு, மீண்டும் மலையிடுக்கைப் பார்த்துத் திரும்பி இழுத்துவந்து, எருமை மாட்டைக் கொன்ற தொடக்கப் பகுதிக்கு அறுநூறு அடி தூரத்தில் போட்டிருக்கிறது. இந்த இடத்தில்தான் மலையிடுக்கு மேலும் குறுகிச் சில பத்து அடி அகலமாகி இருந்தது. குறுகிய இந்தப் பகுதியின் மறுபக்கத்தில் புலி அந்த இரையுடன் இருக்கலாம் என்பது என் அனுமானம். நான் இன்று இரவு முழுவதும் புலிக்காகக் காத்திருக்க முடிவு செய்திருப்பதால், அவ்வாறு உட்காரும் முன் மீன் பிடிப்பவர்களுடன் சேர்ந்து மீன் பிடித்து அவர்களுடன் மதிய உணவைப் பகிர்ந்துகொள்ள முடிவு செய்தேன்.

என் உள்மனதை இன்றைய இரவின் காத்திருப்புக்காகத் தயார் செய்துகொண்டு ஷாம் சிங்குடனும் மீன் பிடிக்கும் குழுவிலிருந்து கூட்டிவந்த மூன்று பேருடனும் திரும்பி வந்தேன். ஒருவேளை நான் அந்த இரையைக் கண்டுபிடித்து அதன் பிறகு புலியின் வருகைக்காகக் காத்திருந்தால் ஷாம் சிங்கை மட்டும் தனியாக முகாமிற்குத் திருப்பி அனுப்புவது பாதுகாப்பானதல்ல என்பதால் அந்த மூவரையும் உடன் அழைத்து வந்தேன். நால்வருக்கும் வெகு முன்பாக நான் நடந்துபோய் இரண்டாம் முறையாக அந்தக் குறுகிய வளைவுப் பாதையை நெருங்கினேன். அவ்வாறு நான் நெருங்கும்போது புலியின் உறுமல் சத்தம் கேட்டது. இங்கிருந்த குறுகிய மலையிடுக்கு மிகவும் செங்குத்தான இறக்கம் கொண்டதாகவும் கற்பாறைகளைத் தாங்கியதாகவும் இருந்தது. எனக்கு முன்னால் சுமார் அறுபதடித் தூரத்திலிருந்த குத்துச் செடிகளின் மறைவிலிருந்து புலியின் உறுமல் சத்தம் வந்தது. அடர்ந்த காட்டில், மிக அருகில் கண்ணுக்குத் தெரியாத வகையில் மறைந்திருந்து உறுமும் புலியின் சத்தம் மிகுந்த அச்சமூட்டக்கூடியது. மேற்கொண்டு அடியெடுத்து வைத்து அருகில் வராதே என்று மற்றவர்களுக்குச் சொல்லும் எச்சரிக்கை மணி அது. அந்தக் குறுகிய இடத்திற்குள் புலியின் கண்டிப்பான உறுமலுக்குக் கட்டுப்பட்டு நிற்பதே சரி. இதற்கு மேலும் முன்னேறிச் செல்வது முட்டாள்த்தனமான செயலாகும். அதனால் உடன் வந்த ஆட்களுக்கு அசையாமல் அப்படியே நிற்குமாறு சைகை செய்தேன். அவர்கள் அவ்வாறு செய்யச் சில நிமிடங்களும் கொடுத்தேன். அதன் பிறகு மெதுவாகப் பின்னோக்கி நடக்கத் தொடங்கினேன். யாரும் அருகில் வருவதைப் பதற்றத்துடன் எதிர்கொள்ளக் காத்திருக்கும் ஒரு மிருகத்திடமிருந்து

விலகியிருத்தல் மட்டுமே இப்போதைக்குப் பாதுகாப்பான ஒரே வழி என்று உணர்ந்தேன். குறுகிய அந்த வளைவுப் பாதையை நான் முழுவதுமாய்த் தாண்டிவிட்டேன் என்று உறுதிசெய்து கொண்டபின் ஆட்களை அங்கேயே நிற்கச் சொல்லி விசில் செய்துவிட்டு மலையிடுக்கின் கீழ்ப்பக்கமாய் முன்னூறு அடி தூரத்தில் நின்றிருந்த அவர்களுடன் போய்ச் சேர்ந்துகொண்டேன். இப்போது எனக்கு எங்கு அந்தப் புலி இருக்கிறது என்பது தெளிவாகத் தெரிந்தது. அதைச் சரியாக என்னால் கையாள முடியும் என்ற நம்பிக்கையும் பிறந்தது. அதனால் அவர்கள் இருக்கும் இடத்தை அடைந்ததும் நான் மட்டும் இங்கே இருந்துகொள்வதாகவும் அவர்கள் அனைவரும் அங்கிருந்து கிளம்புமாறும், மீன் பிடிக்கும் குழு இருக்கும் இடத்திற்குத் திரும்பிச் சென்றுவிடுமாறும் சொன்னேன். இது இயல்பாகவே அவர்களை மிகுந்த பயத்துக்கு உள்ளாக்கியிருக்கும். என்னைப் போலவே அவர்களும் சற்றுமுன் கேட்ட சத்தம் அந்த ஆட்கொல்லிப் புலியினுடையது என்பதை உணர்ந்திருந்ததால் அவர்களுக்கும் என்னுடைய துப்பாக்கியின் பாதுகாப்புத் தேவையென்பதை நினைத்திருக்கலாம். நானே அவர்களைத் திரும்ப அழைத்துச் செல்வதாக இருந்தால்கூட அவர்களைக் கொண்டுசேர்க்க எனக்கு இரண்டு மணிநேரம் ஆகும். நாங்கள் குங்கிலிய மரங்கள் நிறைந்த காட்டில் இருந்ததால் பார்வைக்கு எட்டிய அளவில் ஏறும் அளவுக்குப் பெரிய மரம் எதுவும் இல்லை. அதனால் அவர்களை நான் என்னுடன் வைத்துக்கொள்வதைத் தவிர வேறு வழியில்லை.

இடதுபக்கமாக இருந்த செங்குத்தான பாதையின் வழியே ஏறி அறுநூறு அடி தொலைவில் மலையிடுக்கின் நேரெதிராக இருந்த இடத்தை நாங்கள் வந்தடைந்தோம். இங்கு இடதுபுறமாகத் திரும்பி நடந்தோம். அதிலிருந்து அறுநூறு அடி கடந்த பிறகு மீண்டும் இடதுபக்கமாகத் திரும்பி நடந்து மலையிடுக்கின் மேல்புறமாக வந்துசேர்ந்தோம். அந்த இடம், புலியின் உறுமல் சத்தத்தை எங்கு கேட்டோமோ அந்த இடத்திற்குச் சரியாக முன்னூறு அடி உயரத்தில் இருந்தது. இப்போது சூழல் எங்களுக்குச் சாதகமாக அமைந்திருந்தது. நாங்கள் நின்ற இடம் எங்களுக்குச் சரியான இடமாய் அமைந்துபோனது. அந்தப் புலி நிச்சயமாக மலையிடுக்கின் கீழ்ப்புறமாக இறங்கிச் செல்லாது என்பது எனக்குத் தெரியும். ஏனென்றால் அந்தப் பக்கமாகத்தான் சற்று நேரத்திற்கு முன் மனிதர்களை அது பார்த்தது. அது எங்களைக் கடந்து செல்ல வேண்டியிருக்கும் என்பதால் நிச்சயமாக மலையிடுக்கின் மேல்புறமாகவும் ஏறிவராது. எங்களின் பக்கமாக இருந்த மண்மேடு முப்பது அடி உயரத்தில் இருந்தது. அதில் பற்றி ஏறிவர எந்த விதமான அடிமரமும் இல்லை. நாங்கள்

யோசித்திருந்தபடி புலி தனது இருப்பிடத்தை விட்டு வெளியே வர ஒரே ஒரு வழிதான் உள்ளது. அதன் இருப்பிடத்திற்கு எதிரில் செல்லும் மலைப்பகுதியில் ஏறுவதுதான் அந்த வழி. அடுத்த பத்து நிமிடம், நாங்கள் அந்த மலையிடுக்கின் விளிம்பில் அமர்ந்திருந்தோம். எங்கள் முன்னால் இருந்த நிலப்பரப்பை ஒவ்வொரு அடியாகக் கவனித்துக்கொண்டிருந்தோம். பிறகு சில அடிகள் பின்னால் நகர்ந்து சென்று இடதுபக்கமாகத் தொண்ணூறு அடிவரை நகர்ந்து அந்த இடத்தில் மலையின் விளிம்பில் மீண்டும் அமர்ந்துகொண்டோம்.

அவ்வாறு செய்யும்போது, எனக்கு அடுத்ததாய் அமர்ந் திருந்தவன் ‘புலி’ என்று கிசுகிசுத்தான். மலையிடுக்கின் எதிர்ப் புறமாகக் கைவிரலைச் சுட்டினான். எனக்கு ஒன்றும் தெரிய வில்லை. அவனிடம், புலி உருவத்தில் எவ்வளவு அளவு தெரிகிறது என்று நான் கேட்டேன். அதன் காதுகள் அசைவதைப் பார்க்கமுடிவதாகச் சொன்னான். அது காய்ந்த இலைகளுக்கு அருகில் இருப்பதாகச் சொன்னான். நூற்றைம்பது அடி தொலைவில் ஒரு புலியின் காதுகள் ஒன்றும் அத்தனை தெளிவாகத் தெரியாது; அந்த நிலப்பரப்பு முழுமையும் சருகுகளால் போர்த்தப்பட்டிருப்பதால் அவரின் இந்தத் தரவு புலியைக் கண்டுபிடிக்க எனக்கு நிச்சயம் உதவாது. என் பின்னாலிருந்த மனிதர்களின் மூச்சுக்காற்றின் வேகம், அவர்களின் படபடப்பு உச்சத்தில் இருப்பதை உணர்த்தியது. அந்தச் சமயம் பார்த்து புலியைக் காணும் ஆவலில் ஒருவர் எழுந்துகொண்டார். இந்தச் சத்தத்திற்கு, மேலிருக்கும் எங்களைப் பார்த்தபடியான திசையில் படுத்திருந்த புலி எழுந்து, மலையின் மீது ஏறத் தொடங்கியது. புதரின் மறைவிலிருந்து அதன் தலை வெளிப்பட்டதும் நான் அதனை நோக்கிச் சுட்டேன். என் துப்பாக்கிக் குண்டு, புலியின் கழுத்துப்பகுதி முடியினூடே உரசிச் சென்று, அருகிலிருந்த கற்பாறையில் மோதி பாறைத் துண்டை உடைத்திருக்கிறது என்பதைப் பின்னர் தெரிந்துகொண்டேன். இந்த அதிர்வு புலியைத் தாவிக் குதிக்க வைத்துப் பெரியதாகப் படர்ந்திருந்த கொடித் தாவரம் ஒன்றில் விழச் செய்திருக்கிறது. அந்தக் கொடியிலிருந்து தன்னை விடுவித்துக்கொள்ள அது சற்றுச் சிரமப்பட்டது எங்களுக்குப் பிற்பாடுதான் தெரிந்தது. அது தரையில் அவ்வாறு போராடுவதைப் பார்த்த நாங்கள் சரியாக அதனை வீழ்த்திவிட்டோமென நினைத்தோம். ஆனால் அது தடுமாறி எழுந்து ஓடி மறைந்ததைப் பார்த்தபோது ஷாம் சிங், ‘அது காயப்படவில்லை’ எனச் சொன்னான். நானும் ஒப்புக்கொண்டேன். மற்றவர்களை அங்கேயே விட்டுவிட்டு நான் மட்டும் இடுக்கு வழியைக் கடந்து சென்றேன். புலி அடிபட்ட இடத்தின் தரையைப் பரிசோதித்ததில், குண்டு பட்டு வெட்டப்பட்டிருந்த நீளமான

முடிகளையும், உடைந்து தெறித்த பாறைக் கல்லையும், கடித்தும் பிய்ந்தும் கிடந்த படர்கொடியையும் பார்க்க முடிந்ததேயொழிய இரத்தம் எதையும் நான் பார்க்கவில்லை.

ஒரு மிருகம் தாக்கப்பட்டால் இரத்தம் எப்போதும் உடனடியாக வெளிவராது என்றாலும், நான் அந்தப் புலியைச் சுட்டது குறித்த என் கணிப்பு தவறாக இருக்கலாம். அதனால் இரையைக் கண்டுபிடிப்பதே இப்போதைய தேவையாக இருந்தது. அதுதான் புலி அடிபட்டிருந்தாலும் அடிபடாமலிருந்தாலும் மறுநாள் உண்ண வருவதைக் குறித்து எனக்குத் தெரிவிக்கும். அதிலும் எங்களுக்குச் சில சிரமங்கள் இருந்தன. அந்த நிலப்பரப்பை இரண்டு முறை சலித்துப் பார்த்தும் இரையைக் காணவில்லை. கடைசியில் ஒரு குட்டை நீரில் நான்கு அடி ஆழத்தில் அந்த இரையை நாங்கள் கண்டுபிடித்தோம். மலைக்குளவிகள், நீல ஈக்களிடமிருந்து அதைப் பாதுகாக்க அவ்வாறு புலி செய்திருக்கலாம் என்று தோன்றியது. மீன்பிடிக் குழுவினரிடமிருந்து நான் கூட்டிவந்த மூன்று நபர்களையும் திருப்பி அனுப்பிவிட்டேன். இப்போதைக்கு அவர்கள் திரும்பிச் செல்வதில் எந்தப் பயமும் இல்லை. ஷாம் சிங்கும் நானும் அந்த இரை இருக்குமிடத்துக்கு அருகில், காட்டின் சத்தங்களைக் கவனிக்க ஒரு மணிநேரமாகப் பதுங்கியிருந்தோம். வித்தியாசமாய் ஒன்றும் கேட்காததால் அதன் பிறகு முகாமிற்குத் திரும்பினோம்.

மறுநாள் காலையில் சீக்கிரமாகவே காலை உணவை முடித்துக்கொண்டு மெக்கும் நானும் மலையிடுக்கிற்கு வந்தோம். புலி அந்த இரையைக் குளத்திலிருந்து எடுத்துவிட்டிருப்பதைக் கண்டோம். கொஞ்ச தூரத்திற்கு அதை இழுத்துச் சென்றிருப்பதை யும் காண முடிந்தது. தலையையும் குளம்புகளையும் தவிர மற்ற அனைத்தையும் புலி சாப்பிட்டிருந்தது. அது அமர்ந்திருந்து உண்ட இடத்தில் ஒரு துளி இரத்தமும் இல்லை. இதுவே அது காயப்படவில்லை என்பதை உறுதிப்படுத்தியது. நேற்றைய துப்பாக்கிச் சூட்டின் பதற்றத்திலிருந்து அது தன்னை மீட்டெடுத்துக்கொண்டதும் புரிந்தது.

முகாமுக்கு நாங்கள் திரும்பியபோது பசுமாடு ஒன்று லத்யா நதியின் மறுபுறமிருந்த திறந்த மலையிடைப் பகுதியில் கொல்லப்பட்டிருப்பதாகத் தகவல் கிடைத்தது. அதைப் பார்த்த ஆட்கள் கொல்லப்பட்ட பசுவை மரக்கிளைகளால் மூடி வைத்துவிட்டு வந்திருக்கிறார்கள். லத்யா நதியின் மேற்புறம் எட்டு மைல் தொலைவில் இருந்த கிராமத்தைப் பார்வையிடச் சென்றிருந்த இபி இன்னும் திரும்பவில்லை. நானும் மெக்கும் மதிய உணவிற்குப் பிறகு இறந்த அந்தப் பசுவைப் பார்த்துவரக் கிளம்பினோம். மதியம் வரை மூடப்பட்டிருந்த அந்த இரை, அதன்

பிறகு சிறிது நேரத்துக்குள்ளாகவே காணாமல் போயிருந்தது. அந்தப் புலி திரும்பிவந்து, மரக்கிளைகளின் அடியிலிருந்து அந்த இரையைத் தோண்டியெடுத்துச் சென்றிருக்கிறது, இழுத்துச் சென்ற எந்தவிதத் தடயத்தையும் விட்டுவைக்காமல். அந்த இடத்தில், காடு, அடிமரம் பெரிதாய் இல்லாத மிக உயர்ந்த சாம்பிராணி மரங்களைக் கொண்டிருந்தது. அந்த இரையைத் தேடிக் கண்டுபிடிக்க எங்களுக்குக் கிட்டதட்ட ஒரு மணிநேரம் ஆனது. புலி அந்த இரையைச் சருகுகளின் குவியலுக்கு அடியில் ஒளித்து வைத்திருந்தது. அதன் அருகிலிருந்த ஒரு மரத்தில் மெக் எனக்காக மரமேடை ஒன்றைச் சுறுசுறுப்பாகக் கட்டிக்கொண்டிருந்தார். அதுவரை நான் புகைத்துக்கொண்டும் அவருடைய தண்ணீர் குப்பியைக் காலி செய்துகொண்டும் நூற்றிப்பத்து டிகிரி வெயிலின் கீழ் நின்றிருந்தேன். என்னை மரத்தில் ஏற்றி இருத்திப் பார்த்துவிட்டு அவர் முகாமிற்குத் திரும்பினார்.

ஒரு மணிநேரம் கழித்து, மலையிடுக்கின் மறுகோடியில் இருந்த செங்குத்தான மலையிலிருந்து ஒரு சிறு கல் உருண்டோடி வந்த சத்தம் என் கவனத்தை ஈர்த்தது. சிறிது நேரத்திற்குள் ஒரு பெண் புலியும் அதைத் தொடர்ந்து இரண்டு குட்டிகளும் என் பார்வைக்குள் வந்தன. இதுதான் குட்டிகளைக் கூட்டிக்கொண்டு பெண் புலி இரையைத் தேடி வரும் முதல் முறையாக இருக்கக்கூடும் என்பது தெளிவாகத் தெரிந்தது. ஒவ்வொரு அடியையும் முன்னெடுத்துச் செல்வதில் இருக்கும் அபாயங் களைக் குட்டிகளுக்குக் காண்பித்து, அதில் எத்தனை கவனம் காட்ட வேண்டும் என்பதைச் சொல்லிக்கொடுக்கும் அந்தத் தாய்ப் புலியின் எச்சரிக்கையான நடவடிக்கைகள் எனக்குள் மிகுந்த வியப்பை உண்டாக்கின. புலிக்குட்டிகளின் நடவடிக்கை களும் தாயைப் போலவே ஆச்சரியப்படுத்தின. ஒவ்வொரு அடியாக அவை தாயின் காலடிகளைப் பின்பற்றி வந்தன; தாயையோ அல்லது ஒருவரையொருவரோ முந்திச் செல்லவும் முயலவில்லை; ஒவ்வொரு தடையையும், அது எத்தனை சிறியதாக இருந்தாலும், தாய் தாண்டிச் செல்வதைப் போலவே செய்தன. ஒரு சில அடிக்கு ஒருமுறை அவர்களது தாய் சத்தங்களைக் கவனப்படுத்த நிற்கும் சமயமெல்லாம், அவ்வாறே அவையும் அசையாமல் இறுக்கமாய் நின்றுவந்தன. நிலப்பரப்பானது, பற்ற வைத்தால் எரியும் அளவுக்குக் காய்ந்திருந்த பெரிய சாம்பராணி மர இலைகளால் நிரம்பியிருந்தது. அதன்மீது சிறிதளவாவது சத்தம் எழுப்பாமல் நடக்கவியலாது. இருப்பினும், ஒவ்வொரு பாத அடியையும் கவனமாக வைத்துக் கவனமாகக் காலைத் தூக்கி, முடிந்த அளவுக்குக் குறைந்த ஒலியுடன் நடந்தன.

மலையிடுக்கைக் கடந்து அந்தப் பெண்புலி, வரும் குட்டிகளுடன் என்னை நோக்கிய திசையில் நடந்து வந்து, நான் இருக்கும் மரத்தின் பின்புறமாய்க் கடந்து சென்று தட்டையான நிலப்பரப்பொன்றில், சுமார் தொண்ணூறு அடி தொலைவில், இரையைப் பார்த்தபடி அமர்ந்துகொண்டது. அதனுடைய அமர்தல் என்பது குட்டிகளுக்கு இரையை உண்பதற்கான சைகையாக இருந்தது. அதனுடைய மூக்கு எந்தத் திசையைக் காட்டுகிறதோ அந்தத் திசையில் அவை இரையைத் தேடிச் செல்ல வேண்டும். இந்த இடத்தில் உணவு இருக்கிறது என்பதைக் குட்டிகளுக்கு அந்தத் தாய்ப் புலி எவ்வாறு உணர்த்துகிறது என்பது எனக்குத் தெரியாது. ஆனால் அது அந்தத் தகவலை அவற்றிடம் கடத்திவிட்டது என்பதில் எந்த ஐயமும் இல்லை. அவர்களின் தாயைக் கடந்து – அது சாய்ந்து அமர்ந்த பிறகு – தாயைத் தொடர்ந்து வரும்போது எத்தகைய கவனத்துடன் நடந்து வந்தனவோ அதே கவனத்துடனும் இரையைத் தேடும் உத்வேகத்துடனும் சென்றன. நான் பலமுறை உறுதிபடச் சொல்லியிருக்கிறேன், புலிகளுக்கு வாசனைகளை உணரத் தெரியாது என்பதை. அந்தக் குட்டிகளும் அதற்குச் சரியான சான்றாய் இருந்து நிரூபித்தன. மாடு அடித்துக் கொல்லப்பட்ட சம்பவத்தை இன்று காலைதான் எங்களிடம் சொன்னார்கள். அப்படியானால் அந்தப் பசு முந்தைய தினம்தான் கொல்லப் பட்டிருக்க வேண்டும். அந்தப் பெண்புலி அதைச் சருகுகளுக்கு அடியில் மறைத்து வைக்கும் முன் இரையின் பெரும் பகுதியை உண்டிருந்தது. நான் குறிப்பிட்டிருந்தபடி பருவநிலை மிகுந்த சூடாக இருந்தது. இறந்த அந்த உடலின் துர்நாற்றம்தான் அதைக் கண்டுபிடிக்க எனக்கும் மேக்குக்கும் உதவியது. இங்கே, இப்போது பசியுடன் இருக்கும் இரண்டு குட்டிகள் முன்னும் பின்னுமாக, மேலும் கீழுமாக அரை டஜன் தடவையாவது அந்த இரை கிடந்த இடத்திலிருந்து மூன்று அடிக்குள் அதை மீண்டும் மீண்டும் கடந்தும், அதைக் கண்டுபிடிக்க இயலாமல் அலைந்துகொண்டிருந்தன. நீல ஈக்கள் அந்த இடத்தில் பறந்து அதன் இருப்பிடத்தைக் கடைசியில் காட்டிக்கொடுத்தன. அதனால் அவை இரையைக் கண்டுபிடிக்க ஏதுவானது. சருகுகளின் அடியிலிருந்து இரையை இழுத்து எடுத்துக் குட்டிகள் ஒன்றாகப் புசிக்கத் தொடங்கின. பெண் புலி, தனது குட்டிகள் சாப்பிடுவதை, என்னைப் போலவே, கூர்ந்து கவனித்துக் கொண்டிருந்தது. ஒரே ஒரு முறை மட்டும், அவை சற்றுத் தொலைவாக உணவைத் தேடச்சென்ற போது தாய்ப் புலி அவற்றிடம் பேசியது. அவை இரையைக் கண்டுபிடித்து உண்ணத் தொடங்கியதும் தாய்ப் புலி கால்களைக் காற்றில் தூக்கியபடி மல்லாக்கப் படுத்து உறக்கத்திற்குள் சென்றது.

அந்தக் குட்டிகள் சாப்பிடுவதை நான் கவனித்துக்கொண்டிருந்தபோது, சில வருடங்களுக்கு முன்பாக திரிசூல் மலையின் அடிவாரத்தில் நான் பார்த்த காட்சி ஒன்று நினைவுக்கு வந்தது. நான் ஒரு குன்றின் மீது படுத்திருந்து பட்டகம் இல்லாத இருவிழித் தொலைநோக்கி வழியாக இமாலய ஆடுகளில் மிகவும் உறுதியான அடியை எடுத்துவைக்கும் மலை வரையாடு தேடி எதிர்புறம் இருந்த செங்குத்துப் பாறையை முழுவதுமாய் ஆராய்ந்து கொண்டிருந்தேன். அந்தச் செங்குத்துப் பாறையின் மேல்புறமாய் இருந்த பக்க விளிம்பில் ஒரு வரையாடும் அதன் குட்டியும் தூங்கிக்கொண்டிருந்தன. அந்த வரையாடு தன் கால்களை நீட்டி எழுந்து உடம்பைக் குறுக்கி நீட்டியது. உடனேயே குட்டியும் எழுந்து மூக்கால் தாயின் மடியில் முகர்ந்து பால் குடிக்கத் தொடங்கியது. ஒரு சில நிமிடங்களுக்குப் பிறகு தாய் வரையாடு தன்னை விடுவித்துக்கொண்டு பாறை விளிம்பின் ஓரமாய்ச் சில அடி எடுத்துவைத்து ஒரு கணம் அப்படியே நின்று, பின் கீழ்ப்புறமாய் இருந்த மற்றுமொரு பாறை விளிம்பு நோக்கிக் குதித்தது. அந்த விளிம்பு மிகவும் குறுகலாகவும் பன்னிரண்டு முதல் பதினைந்து அடி கீழாகவும் இருந்தது. தான் தனியாக இருப்பதை உணர்ந்ததும் அந்தக் குட்டி ஆடு முன்னும் பின்னுமாக ஓடத் தொடங்கியது. அவ்வப்போது நின்று கீழே நிற்கும் தனது தாயைக் குனிந்து பார்த்தது. ஆனால் அதனிடம் செல்லக் கீழே குதிக்கும் தைரியம் அதற்கு வரவில்லை. தாய் நின்றிருந்த விளிம்பு சில அங்குலங்களே அகலம் கொண்டது. அதற்குக் கீழே ஆயிரம் அடிக்கு அதல பாதாளமாகச் சென்றிருந்தது. தாய் வரையாடு அதன் குட்டியை வரச்சொல்லி கத்துகிறதா என்பதைக் கேட்கும் தூர அளவைவிட நான் தொலைவில் இருந்தேன். ஆனால் அதன் தலை திரும்பியிருந்த திசையைப் பார்க்கும்போது அதைத் தான் அது செய்திருக்கக் கூடும் எனத் தோன்றியது. அந்த ஆட்டுக்குட்டி இப்போது மிகுந்த பதற்றத்துடன் இருந்தது. தாய் வரையாடு, குட்டி ஏதாவது முட்டாள்தனமாய்ச் செய்துவிடும் சாத்தியம் இருப்பதை உணர்ந்து, செங்குத்தான பாறையின் விளிம்பிலிருந்த சிறியதான பிளவு மாதிரித் தெரிந்த இடுக்கில் ஏறிக் குட்டியுடன் இணைந்துகொண்டது. அவ்வாறு வந்த உடனே தாய் வரையாடு படுத்துக்கொண்டது. குட்டி பால் குடிப்பதைத் தடுக்கவே அவ்வாறு செய்கிறது என்பது புரிந்தது. சிறிது நேரத்தில் மீண்டும் எழுந்து, ஒரு நிமிட அளவிற்குப் பால் குடித்துக்கொள்ள குட்டியை அனுமதித்தது. பிறகு விளிம்பின் முனையில் நின்று கீழே குதித்துவிட்டது. குட்டி மறுபடியும் முன்னும் பின்னுமாகக் கீழிருக்கும் தாயைப் பார்த்தவாறே ஓடியது. அடுத்த அரை மணிநேரத்திற்கு ஏழு முறை இதுபோன்ற கற்பித்தல்கள் நடந்த பின்னர், இறுதியாக வரையாட்டுக் குட்டியானது தன்னைத்

தானே விதிக்கு விட்டுக்கொடுத்துக் குதித்துவிட்டது. தாய்க்கு அருகில் பத்திரமாக இறங்கியது. அதன் பின்பே அந்தத் தாய் தனது குட்டிக்கு, அதன் சாகசத்துக்குப் பரிசாக, வயிறு நிரம்பப் பால் புகட்டியது. தாய் செல்லும் இடமெல்லாம் எத்தனை பத்திரமாகப் பின்தொடர வேண்டும் என்னும் பாடத்தைக் கற்றுக் கொடுத்ததோடு அன்றைய தினம் நிறைவுற்றது. உள்ளுணர்வு எப்போதும் சரியாக இருக்கும். ஆனால் தாய் விலங்கின் அசாத்தியப் பொறுமையும் கேள்வி கேட்காமல் தாயைப் பின்பற்றும் பணிவும் மட்டுமே காட்டில் வாழும் அனைத்து மிருகங்களின் குட்டிகளும் முழுமையான வளர்ச்சி பெறுவதற்கு வழிவகுக்கும். பல வகைப்பட்ட விலங்குகள் தங்களின் குட்டிகளுக்குக் கற்றுக் கொடுத்து வளர்க்கும் காட்சிகளைப் பார்க்கும் வாய்ப்பு இருந்தும் அவற்றைப் படமெடுத்து ஆவணப்படுத்த முடியாமல் போனதற்காக நான் வருத்தப்படுகிறேன். ஒரு காட்டில் பார்ப்பதற்கு இதைவிடப் பெரிய அற்புதங்கள் எதுவும் இல்லையெனவே சொல்லுவேன்.

புலிக்குட்டிகள் தங்களின் உணவை முடித்துவிட்டுத் தாய்ப் புலியிடம் வந்துசேர்ந்தன. அது அவைகளைச் சுத்தப்படுத்தத் தொடங்கியது. அவைகளை மேலும் கீழுமாய் உருட்டிச் சாப்பிடும் போது ஒட்டிக்கொண்ட இரத்தத் துளிகளை எல்லாம் நக்கி யெடுத்துச் சுத்தமாக்கியது. அதன் முழு திருப்திக்குத் தக்க அந்த வேலை முடிந்ததும், குட்டிகள் அதனுடன் நெருக்கமாக நடந்துவர, கிளம்பியது. லத்யா நதியின் இந்தப் பக்கத்தில் அதனுடைய குட்டிகளுக்கு மறைவிடம் இல்லாததால் நதியின் ஆழமற்ற துறை பக்கமாக அவை நடந்தன. இரையில் மிச்சமாய் ஒன்றுமில்லை.

அன்றைய நாளில் நான் பார்த்து ரசித்த அந்தப் பெண் புலி, பின்னொரு நாளில் துப்பாக்கிக் குண்டுகளின் காயங்களால் ஓர் ஆட்கொல்லியாக மாறி, லத்யா பள்ளத்தாக்கிலும் அதன் சுற்றுப்புறக் கிராமங்களில் வாழ்பவர்களையும் வேலை பார்ப்பவர் களையும் அச்சுறுத்தும் புலியாக மாறும் என்பது அப்போது எனக்குத் தெரியாது; அப்படியே தெரிந்திருந்தாலும் அதனால் எந்த மாற்றமும் ஏற்பட்டிருக்காது.

5

தக் பகுதியில் புலிக்காகக் காத்திருந்த முதல் நாள் இரவில், கொல்லப்பட்டு மூடி வைத்திருந்த இரையை வல்லூறுகள் உண்ணுவதற்காகத் திறந்துவிட்டேன். கிராமத்தின் மேற்குத் திசையில் பள்ளத்தாக்கின் மேல்பகுதியில் இறந்துபோன மாடு கிடந்த இடத்திலிருந்து அறுநூறு அடி தூரத்தில் இன்னொரு எருமை மாடு கட்டப்பட்டது. நான்கு காலை நேரங்கள் கழிந்த

பின், அந்த எருமையைப் புலி கொன்று இழுத்துச் சென்று விட்டதாக தக் கிராமத்தின் தலையாரி எங்களுக்குச் சொல்லி அனுப்பியிருந்தார்.

அங்கு செல்ல எங்கள் தயாரிப்புகளை வெகு விரைவாக ஆரம்பித்தோம். இபியும் நானும் சுடும் வெயிலில் கடும் மலையேற்றத்திற்குப் பிறகு, மதிய வேளையில், மாட்டைக் கொன்ற இடத்திற்கு வந்துசேர்ந்தோம். புலி, எருமை மாட்டைக் கொன்ற பின் மாட்டைக் கட்டியிருந்த வலுவான கயிற்றை அறுத்தெடுத்து, இரையை எடுத்துக்கொண்டு நேராகக் கீழ் நோக்கிப் பள்ளத்தாக்கின் உள்ளே இறங்கியிருக்கிறது. எங்களுடைய மதிய உணவை எடுத்துக்கொண்டு வந்த இரண்டு ஆட்களையும் எங்களின் பின்னால் எங்களை ஒட்டியே வருமாறு அறிவுறுத்தி விட்டு, அந்த இரை இருக்கும் இடத்தைத் தேடிப் புறப்பட்டோம். புலி இரையை மறைத்து வைக்கத் தனியொரு இடத்தை யோசித்திருக்கிறது என்பது தெளிவாகத் தெரிந்தது. அடர்த்தியான அடிமரங்கள், செங்குத்தான மேட்டுக்கரைகள், பூனைக்காஞ்சொறி செடிகளும் ராஸ்பெரிச் செடிகளும் நிறைந்த வனப்பரப்பு, விழுந்துவிட்ட மரங்களின் மேலும் கீழுமாய், கடினமான பாறைகளின் மேலே எனச் சுமார் இரண்டு மைல் தொலைவிற்கு அது எங்களைத் தேடவைத்தது. கடைசியாக இரையைக் குடைபோல விரித்திருந்த மரத்தின் அடியிலிருந்த பொந்து ஒன்றில் வைத்திருந்தது. முந்தைய நாள் இரவில் அந்த மாடு கொல்லப்பட்டிருந்தது. ஆனால் அந்தப் புலி அதைப் புசிக்காமல் அப்படியே விட்டு வைத்திருந்ததுதான் எங்களுக்குக் குழப்பமாக இருந்தது. அந்த இரையைப் பெரிதும் சிரமப்பட்டு இந்த இடத்திற்குக் கொண்டுவந்து வைத்திருப்பதைப் பார்த்தால் அது நிச்சயமாக இரையை உண்ண வருவதற்கான வலுவான காரணமாய் அதை நம்பலாம். எருமையின் கழுத்துப் பகுதியில் காணப்பட்ட பற்களின் பதிவுகளைப் பார்க்கும்போது, இது சாதாரணப் புலி அல்ல என்பதும் நாங்கள் தேடும் ஆட்கொல்லி அதுவே என்பதும் எங்களுக்குத் தெரிந்தது.

தக் கிராமத்திற்கு வெயிலில் நடந்து வந்ததாலும், அடர்ந்த மலைக்காட்டுக்குள் இறங்கி நடந்ததாலும், கடினமான நிலப் பரப்பை நடந்தே கடந்ததாலும் நாங்கள் வியர்வையில் குளித்திருந்தோம். அந்தப் பொந்தின் அருகில் அமர்ந்து நாங்கள் மதிய உணவையும் அதிக அளவில் தேநீரையும் எடுத்துக் கொண்ட பின் சுற்றுமுற்றும் பார்வையால் உட்கார வசதியான ஒரு மரத்தைத் தேடத் தொடங்கினேன். இப்போதைக்கும் தேவைப்பட்டால் அன்றைய இரவுக்கும் சேர்த்து. அந்தப் பொந்தின் வெளிப்புற ஓரத்தையொட்டியும் மலையிலிருந்து

நாற்பத்தைந்து அளவு சாய்கோணத்தில் வெளியே கிளைகளை நீட்டிக்கொண்டும் அத்தி மரமொன்று வளர்ந்திருந்தது. காட்டின் மாபெரும் மரமான அழிந்துகொண்டிருந்த இந்த அத்தி மரத்திலிருந்து, புதிதாய் முளைத்து வந்து, மரத்தைச் சுற்றி ஒரு கொடி தடுப்புப்போல அமைத்துத் தாய் மரத்தையே பட்டுப்போக வைத்திருந்தது. இந்தத் தடுப்பு காலப்போக்கில் வளர்ந்திருந்த ஒட்டுண்ணிக்கு அடிமரத்தண்டாக உருவெடுத்திருந்தது. தரையிலிருந்து பத்து அடி உயரத்தில் இந்தத் தடுப்பு அதற்குமேல் வளராமல் நின்றுவிட்டிருந்தது. அந்த உயரத்தில் பட்டுப் போயிருந்த தாய்மரம் விழுந்துவிட்டிருந்தது. அந்த இடம் வசதியான இருக்கையைப் போல இருந்தது. அந்த இடத்தில் உட்கார்ந்துகொள்வது என முடிவுசெய்தேன்.

உணவு முடிந்து, சிகரெட் புகைத்த பின், இபி எங்களின் இரண்டு ஆட்களையும் கூட்டிக்கொண்டு, வலது பக்கமாகச் சுமார் நூற்றியெண்பது அடி தள்ளியிருந்த மரத்திற்கு அனுப்பி அதன் கிளைகளை உலுக்கிவிடச் சொன்னார். ஒரு மரமேடை அமைப்பதுபோலப் பாவனைகள் செய்தார்கள். ஒருவேளை அந்தப் புலி எங்களின் அருகிலேயே எங்காவது படுத்திருந்து எங்களைக் கவனித்துக்கொண்டிருந்தால் அதனுடைய கவனத்தைத் திசை திருப்பிவிட்டு நான் மட்டும் சத்தமில்லாமல் அத்தி மரத்தின் மீது ஏறி அமர்ந்துகொள்வதற்காகத்தான் இந்த ஏற்பாடு. நான் தேர்ந்தெடுத்திருந்த இருக்கை சற்று முன்பக்கம் இறக்கம் கொண்டது. பட்டுப் போயிருந்த மரத்தண்டும் சருகுகளும் சேர்ந்து அதற்குமேல் மெத்தைபோல இருந்தன. அவற்றை நான் தள்ளிவிட்டு அமர்ந்தால், அந்தச் செயல் உண்டாக்கும் அசைவுகளையும் புலி ஓசையையும் உணர்ந்துவிடும் என்பதால் அப்படியே அவற்றை விட்டுவைத்து அதன் மேலேயே உட்கார்ந்தேன். அடிமரத்தின் பொந்துக்குள்ளே பாம்புகளும் காய்ந்த இலைகளுக்கு இடையே தேள்களும் இல்லாதிருக்க வேண்டும் என்று வேண்டிக்கொண்டேன். இருக்குமிடத்திலிருந்து முன்புறம் வழுக்கி விழுந்து விடாமலிருக்கக் கீழிருந்த தடுப்புக் கொடிகளின் இடைவெளிகளில் பாதங்களை அழுத்திவைத்துக்கொண்டேன். அங்கிருந்த சூழலுக்குத் தக்கவாறு என்னை ஓரளவுக்கு வசதியாக இருத்திக்கொண்டேன். நான் சரிப்படுத்திக்கொண்டதும் இபி, பக்கத்து மரத்தின் மீதிருந்த ஆட்களை இறங்கச் சொன்னார். சத்தமான குரலில் அவர்களுடன் பேசியபடி கிளம்பிச் சென்றார்.

நான் முன்னரே குறிப்பிட்டபடி, உட்காருவதற்காக நான் தேர்ந்தெடுத்த மரம் நாற்பத்து ஐந்து சாய்கோண அளவுடன் வெளிப்பக்கமாய் நீண்டிருந்தது. என் இருப்புக்கு நேர் கீழே பத்து அடியில் தட்டையான சிறிய தரைத்தளம் இருந்தது. அது

கிட்டத்தட்டப் பத்து அடி அகலத்திலும் இருபது அடி நீளத்திலும் இருந்தது. மலை இந்தச் சமப்பரப்பிலிருந்து செங்குத்தாகக் கீழே இறங்கியிருந்தது. அதை முழுவதும் மறைத்தபடி உயரமான புற்களும் சிறு கூட்டமாய் அடர்ந்த குத்துச் செடிகளும் இருந்தன. அதைத் தாண்டி ஓடை ஒன்று விழுந்தோடும் சத்தத்தை என்னால் கேட்க முடிந்தது. ஒரு புலி படுத்துக்கொண்டிருப்பதற்கு மிகவும் சரியான இடம் இதுதான் என்று தோன்றியது.

இபியும் இரண்டு ஆட்களும் கிளம்பிச்சென்ற பதினைந்து நிமிடங்களுக்குள் சிவப்பு இலைக்குரங்கு ஒன்று பள்ளத்தாக்கின் மறுபக்கத்திலிருந்து கானுயிர்களுக்குப் புலியின் இருப்பை அறிவிக்கும்படி குரைத்துக் காட்டியது. புலி இரையை இழுத்துச் சென்ற தடத்தைப் பின்பற்றி, நாங்கள் மலையிலிருந்து இறங்கி வரும்போது இந்தக் குரங்கு சத்தம் எழுப்பவில்லை என்பதிலிருந்து ஒன்றைத் தெளிவாகப் புரிந்துகொள்ளலாம். நாங்கள் இங்கு வரும்போது புலி தனது இருப்பிடத்தை விட்டு நகரவில்லை. ஆனால் இப்போது அது இரை கிடந்த இடத்திற்கு அருகில் சத்தங்கள் கேட்டதால், அதைப் பற்றி அறிந்துகொள்ளப் பெரும்பாலான புலிகள் செய்வதைப் போல, அதுவும் எழுந்து வருகிறது. குரங்குகள் நல்ல பார்வைக் கூர்மையுடன் படைக்கப்பட்டிருக்கின்றன. இப்போது குரல் எழுப்பிய குரங்கும் கால் மைல் தொலைவில் இருந்தாலும், அது கூப்பிட்டுக் காட்டிக்கொடுக்கும். புலி என் அருகில் இருப்பதற்கு அநேக வாய்ப்புகள் உள்ளன.

என்னுடைய இடது முன்புறத்தில் இரை கிடக்க நான் மலையைப் பார்த்தவாறு அமர்ந்திருந்தேன். தூரத்தில் சத்தமிட்டுக் கொண்டிருந்த குரங்கு எட்டு முறைதான் சத்தமிட்டிருக்கும், அதற்குள் இறக்கமான மலைச்சரிவிலிருந்து காய்ந்த குச்சியொன்று உடையும் சத்தம் வந்தது. வலதுபக்கமாக என் தலையைத் திருப்பிக் கொடிகளின் தடுக்கு வழியாகப் பார்த்தபோது புலி அங்கே நின்றுகொண்டிருப்பது தெரிந்தது. சுமார் நூற்றியிருபது அடி தூரத்தில் நின்று நானிருக்கும் மரத்தின் திசையைப் பார்த்துக்கொண்டிருந்தது. பல நிமிடங்களாக அங்கேயே நின்று, நானிருக்கும் மரத்தின் திசையிலும், பிறகு எனது இரண்டு ஆட்கள் ஏறிய மரத்தின் திசையிலும் பார்த்தது. இறுதியாக நானிருக்கும் திசையிலே வரத் தீர்மானித்து மலைச்சரிவின் ஏற்றத்தில் ஏறத் தொடங்கியது. அத்தனை கடினமான செங்குத்து மலைச்சரிவான பகுதியை ஒரு மனிதனால் கைகளைப் பயன்படுத்தாமலும் ஓரளவுக்குச் சத்தங்கள் ஏற்படுத்தாமலும் ஏறுவது இயலாத ஒன்று. ஆனால் அந்தப் புலியோ இந்தச் சாகசத்தை ஒரு சின்ன ஓசையுமின்றி நிகழ்த்தியது. எனக்கு நேர் கீழிருந்த தட்டையான தரைப்பகுதியை நெருங்கத் தொடங்கும்போது மிகுந்த

முன்னெச்சரிக்கையுடனும் தனது வயிற்றுப் பகுதியைத் தரையுடன் ஒட்டியிருக்குமாறு தாழ்த்தியபடியும் நடந்து வந்தது. மண்கரை மேட்டின் அருகில் வந்ததும், தலையை மெதுவாய் நிமிர்த்தி அந்த ஆட்கள் ஏறிய மரத்தை நெடுநேரம் உற்றுப் பார்த்தது. அதில் யாரும் இருக்கவில்லை என்பதை உறுதி செய்துகொண்டபின், திருப்தியுடன் தட்டையான நிலப்பகுதிக்குக் குதித்து, எனக்கு நேர் கீழாகச் சென்று என் பார்வையிலிருந்து மறைந்து சென்றது. எனது இடதுபக்கமாகத் திரும்பி வந்து அந்த இரையை நோக்கிச் செல்லும் என்று எதிர்பார்த்திருந்தேன். அவ்வாறு அது வரும் என்று நான் காத்திருக்கையில், மரத்தினடியில் இருந்த காய்ந்த இலைகள் நொறுங்கும் சத்தத்தில் அது அங்கேயே படுத்துக்கொண்டிருக்கிறது என்பது தெரிந்தது.

அடுத்த கால் மணிநேரத்திற்கு நான் அசையாமல் அப்படியே இருந்தேன். மேலும் சத்தம் ஏதும் புலியிடமிருந்து வராதிருக்கவே, நான் வலதுபக்கமாகத் தலையைத் திருப்பிக் கொடித் தடுக்கின் இடைவழி ஒன்றின் வழியே கழுத்தை நீட்டி எட்டிப்பார்த்தபோது, புலியின் தலை தெரிந்தது. ஒரு துளிக் கண்ணீரை என் கண்ணி லிருந்து அழுத்திப் பிழிந்து, அந்த இடைவெளியின் வழியாகத் தெறித்துவிட்டால் அது சரியாக அதன் மூக்கின் மீது போய் விழும். புலியின் தாடை தரையில் சாய்ந்திருக்கக் கண்கள் மூடியிருந்தன. இப்போது கண்களைத் திறந்து, அவற்றின் மீதமர்ந்த கண் ஈக்களை விரட்டக் கண்ணிமைகளைச் சில தடவைகள் திறந்து மூடி, அதன் பின்னர் கண்களை மூடிக்கொண்டு தூக்கத்திற்குள் சென்றுவிட்டது. நான் என் பழைய நிலைக்கு வந்து இடதுபக்கமாய்த் தலையைத் திருப்பிப் பார்த்தேன். இந்தப் பக்கம் தடுக்குக் கொடியில் எந்த இடைவெளியும் இல்லை. அது மட்டுமில்லாமல் சாய்ந்துகொள்வதற்குக் கிளையும் இல்லை. நான் கீழே விழுந்துவிடாமல் தாக்குப் பிடித்துக்கொண்டு, என் கழுத்தை முடிந்தவரை நீட்டி கீழே பார்த்தபோது புலி வாலின் பெரும்பகுதியையும் அதன் பின்கால்களில் ஒன்றின் பகுதியையும்தான் என்னால் பார்க்க முடிந்தது.

இந்தச் சூழலை நான் யோசிக்கத்தான் வேண்டும். என் முதுகைச் சாய்த்து அமர்ந்திருக்கும் மரத்தின் தண்டு மூன்று அடி தடிமனானது. அது எனக்கு முடிந்தவரை நல்ல பாதுகாப்பைக் கொடுத்தது. புலி என்னைப் பார்க்க வாய்ப்பில்லை. அதனைத் தொந்தரவு செய்யாமல் இருக்கும்பட்சத்தில் தானாக இரையிடம் அது செல்லும் என்பது உறுதி; ஆனால் எப்போது அது செல்லும் என்பதுதான் கேள்வி. வெப்பமான மதிய நேரம் அது. ஆனால் அது இளைப்பாறுவதற்காகத் தேர்ந்தெடுத்த இடம் நானிருக்கும் மரத்தின் நல்ல நிழல் தரும் பகுதி. அதைத் தவிர, நல்ல குளிர்ந்த

காற்று பள்ளத்தாக்கின் மீதிருந்து வீசிக்கொண்டிருந்தது. இந்த மாதிரியான அருமையான சூழலில் அது பல மணிநேரம் தூங்கலாம். பகல் வெளிச்சம் முடியும்வரை இரையைத் தேடிச் செல்லாதிருக்கலாம். இதனால் நான் அதனைச் சுடும் வாய்ப்பும் பறிபோகலாம். புலியினுடைய விருப்பத்திற்காகக் காத்திருக்கும் அபாயத்தை ஏற்றுக்கொள்ள இயலாது. எங்கள் கையில் இருக்கும் நேரம் கிட்டத்தட்ட முடியும் நிலையில் உள்ளது. புலியைக் கொல்ல எனக்கிருக்கும் கடைசி வாய்ப்பாகவும் இது இருக்கலாம். நிறைய மனிதர்களின் வாழ்க்கை இந்த வாய்ப்பை நம்பித்தான் இருக்கிறது.

ஜிம் கார்பெட்

இப்படியான சூழலில் புலியைச் சுடுவதற்காகக் காத்திருத்தல் என்பது அறிவார்ந்த முடிவல்ல. அப்படியென்றால் புலி படுத்திருக்கும் அந்த இடத்திலேயே அதைக் கையாளுவதற்கான சாத்தியக் கூறுகள் உள்ளன. என்னுடைய வலது பக்கமாய் இருக்கும் கொடித் தடுக்கில் நிறைய இடைவெளிகள் இருந்தன. அவற்றில் ஒன்றின் வழியே துப்பாக்கியின் குழல் பகுதியை நுழைத்துவிடலாம். ஆனால் அப்படிச் செய்யும்போது துப்பாக்கியின் வாய்ப் பகுதியைப் புலியின் தலைக்குக் குறிவைக்கும் அளவுக்குத் தாழ்த்த இயலாது. அமர்ந்திருக்கும் இடத்திலிருந்து எழுந்து நின்று, கொடித் தடுக்கின் மீது ஏறி, அதன் மேலிருந்து கீழ் நோக்கிச் சுடுவது கடினமான ஒன்றல்ல. ஆனால் சிறிதளவேனும் சத்தம் எழுப்பாமல் இந்தச் செயலைச் செய்வது இயலாத காரியம். நான் உட்கார்ந்திருக்கும் இடத்தில் இருக்கும் காய்ந்த இலைகள் நான் எழுந்துகொள்ளும் போது இலகுவாகிச் சத்தமெழுப்பக்கூடும். வன உயிரினங்களில் கூர்மையான செவிப் புலன் உடைய மிருகம் எனக்கு நேர் கீழே பத்து அடி தொலைவில் இருக்கிறது. இந்தக் கோணத்திலிருந்து புலியின் தலைப் பாகத்தில் சுடுவதற்குச் சாத்தியமில்லை. வால் பகுதி மட்டுமே தெரிகிறது.

இரண்டு கைகளாலும் துப்பாக்கியைப் பிடித்துக்கொண்டு கழுத்தை இடதுபக்கமாக முழுவதுமாக நீட்டிப் பார்த்தபோது புலியின் வாலைப் பெருமளவு பார்க்க முடிந்தது; பின்னங்காலின் ஒரு பகுதியையும் காண முடிந்தது. துப்பாக்கியிலிருந்து வலது கையை எடுத்துவிட்டுக் கொடித் தடுக்கை அந்தக் கையால் இறுக்கிப் பிடித்தால், இன்னும் சற்று சாய்ந்து எட்டிப் பார்க்க முடிந்தது. அப்போது புலியின் உடலில் மூன்றில் ஒரு பாகம் தெரிந்தது. கையின் பிடிப்பை விடுவித்துக்கொண்டு, இதே நிலையில் என்னால் அமர்ந்துகொள்ள முடிந்தால், புலியை ஓட முடியாமல் சுடச் செய்து செயலற்றதாக ஆக்கவிடும் வாய்ப்புகள் உண்டு. ஒரு மிருகம் தன்னுடைய உணவுப் பழக்கத்தை எப்போதாவது மாற்றியமைக்கிறது என்பதற்காக, தூங்கிக்கொண்டிருக்கும்போது அதைச் செயலிழக்கச் செய்வது என்பது வெறுக்கத்தக்க உணர்வாக இருந்தது. ஒரு ஆட்கொல்லி மிருகத்தைப் பொருத்தவரை இப்படி உணர்வுபூர்வமாகச் சிந்திக்க வேண்டியதில்லைதான். மேலும் பல மனித உயிர்களை இழக்காமல் இருக்க, நானும் பல நாட்களாய் இந்தப் புலியைச் சுட முயற்சித்துவருகிறேன். இப்போது எனக்கு அந்தச் சந்தர்ப்பம் வாய்த்திருக்கிறது. ஆனால் நான் அதைக் கொல்லும்முன், இங்கிருந்து சுடுவதன் காரணமாக அதன் முதுகு உடைபட்டுப்போகும் என்பதால், இந்த வாய்ப்பை நழுவ விடுவதை நியாயப்படுத்த முடியாது. ஒரு காரியத்தைச் செய்யும் முறை மனதுக்கு உகந்ததாக இல்லாமல் இருந்தாலும் அதைச் செய்தாக வேண்டிய கட்டாயம் இருக்கிறது. எத்தனை

விரைவில் செய்ய இயலுமோ அத்தனை விரைவில் செய்வதே நல்லது. இல்லையென்றால் புலி அதனுடைய இரையை இரண்டு மைல் தொலைவுக்கு இழுத்துவந்த வழித்தடத்தை முகர்ந்து கொண்டு, ஏதாவது ஒரு பசியுடன் சுற்றும். கரடி இதைப் பின்பற்றி வந்துவிட்டால், என் கையில் இருக்கும் இந்த முடிவு எடுக்கும் வாய்ப்பு தட்டிப் பறிக்கப்பட்டுவிடும் அபாயம் உள்ளது.

அதனால், என்னுடைய உடம்பை அசையாமல் இறுக்கிக் கொண்டு, தடுக்குக் கொடியிலிருந்து என் கையை விடுவித்துக் கொண்டேன். இப்போது எனது இரண்டு கைகளாலும் துப்பாக்கியைப் பிடித்துக்கொண்டேன். இனி இம்மாதிரிச் செயலை ஒருபோதும் செய்யக் கூடாதென நினைத்துக்கொண்டு பின்பக்கமாக நகர்ந்து கீழ்நோக்கிச் சுட்டேன். 450/400 அதிவேக ரைபிள் துப்பாக்கியின் அழுத்து விசையை நான் அழுத்தியபோது, துப்பாக்கியின் பின்கட்டை வானத்தை நோக்கி இருந்தது. என் பார்வை கீழே பார்த்தபடியும் இருந்தது. துப்பாக்கியின் பின்னுதைப்புப் பாதிக்கப்பட்டிருந்தது. ஆனால் அந்தச் செயல், நான் பயந்தபடி, என்னுடைய கை விரல்களையோ மணிக்கட்டையோ காயப்படுத்தவில்லை. ஈயக்குண்டு பட்டதில், புலி தனது உடலின் முன்பகுதியைச் சுற்றிக்கொண்டு தனது முதுகினால் மலையிலிருந்து கீழே சரியத் தொடங்கியது. நான் என்னுடைய இருப்பிடத்திலிருந்து சுற்றித் திரும்பி, இரண்டாவது குண்டை அதன் நெஞ்சில் ஏற்றினேன். என்னுடைய முதல் சுடுதலில், புலி வெகுண்டு சீறியிருந்தால், நான் அத்தனை வன்மமான கொலைகாரன் இல்லையெனச் சற்றுச் சமாதானம் ஆகியிருப்பேன். ஆனால் அது – பெரிய மனது கொண்ட ஒரு மிருகமாக இருந்ததால் – வாயைத் திறக்கவே இல்லை. எனது துப்பாக்கியின் இரண்டாவது குண்டுக்கு ஒரு சிறு சத்தம்கூடக் கொடுக்காமல் இறந்திருந்தது.

நான்கு நாட்களுக்கு முன் கொல்லப்பட்ட எருமை மாட்டை உண்பதற்காகப் புலி வரலாம் என்ற எண்ணத்தில், அங்கு அந்த நாவல் மரத்தின் மீது அமர்ந்து பார்க்க, இபி என்னை இங்கே விட்டுவிட்டுச் சென்றார். என்ன காரணத்திற்காகவோ அந்த மாட்டை வல்லூறுகள் தொடவேயில்லை. நான் இப்போது அந்த அத்தி மரத்தின் மீது ஏறியதை அந்தப் புலி பார்த்திருந்தால் நான் காவலிருக்கும் இந்த இரையை விட்டுவிட்டு தக் கிராமத்தில் கொன்ற பழைய இரையை நோக்கி அது செல்லலாம் என்றும் அங்கு சுடுவதற்கு முயற்சி செய்து பார்க்கலாம் என்றும் அவர் நினைத்திருந்தார். இரண்டு முறை துப்பாக்கிக் குண்டு வெடிச்சத்தத்தைக் கேட்டதும் அவர் எனக்கு ஏதேனும் உதவி தேவைப்படுமோ என்னும் எண்ணத்தில் திரும்ப வேகமாக

வந்தார். நான் அந்த அத்தி மரத்திலிருந்து கீழிறங்கி அரை மைல் தொலைவில் அவரைச் சந்தித்தேன். இருவரும் சேர்ந்து இறந்த புலியைக் காண அது கொல்லப்பட்ட அந்த இடத்திற்குத் திரும்பினோம். அது அருமையான உடல்வாகு கொண்ட பெரியதொரு ஆண் புலி. வாழ்க்கையின் இளமைப் பருவத்தில் மிகுந்த செழுமையுடன் இருந்தது. கழியை வைத்துக் கட்டினால் ஒன்பது அடி ஆறு அங்குலம் இடைவெளி நீளமும், ஒன்பது அடி பத்து அங்குலம் வளைவுகளுக்கு இடையிலும் அந்தப் புலி இருக்கலாம். கீழ்த் தாடையில் வலது கோரைப் பல் உடைந்திருந்தது. அதனுடைய உடலின் வெவ்வேறு பகுதிகளில் வேட்டைக்குப் பயன்படும் ரவைத் தோட்டாக்களின் பல துகள்கள் பதிந்திருந்தன.

எங்கள் நால்வரால் முகாமிற்குத் தூக்கிக்கொண்டு போக முடியாத அளவிற்கு அந்தப் புலி மிகவும் கனமாக இருந்தது. அதனால், அது எங்கே கிடந்ததோ அங்கேயே அதனை விட்டுச்செல்ல முடிவு செய்தோம். அதனைப் புற்கள், கிளைகள், காய்ந்த மரக்கட்டைகள் போன்றவற்றால் மூடி, கரடிகளிடமிருந்து பாதுகாக்கப் பெரிய கற்களை அவற்றின் மேல் வைத்தோம். ஆட்கொல்லிப் புலி இறந்துவிட்ட செய்தி அந்த இரவுக்குள் பரவிவிட்டது. மறுநாள் காலையில் அத்தி மரத்தின் அடிவாரத்திற்குத் தோல் உரிப்பதற்காக அதனை நாங்கள் தூக்கிச் செல்கையில், நூற்றுக்கணக்கான ஆண்களும் சிறுவர்களும் புலியைப் பார்ப்பதற்காகக் கூடிவிட்டனர். சுக்கா ஆட்கொல்லியின் கடைசிப் பலியாக இறந்த பையனின் பத்து வயதுச் சகோதரனும் அந்தச் சிறுவர்கள் கூட்டத்தில் இருந்தான்.

தல்லா தேஸ் ஆட்கொல்லி

1

இமாச்சலப் பிரதேசத்தின் அடிவாரத்தில் முகாமிட்டுத் தங்கிக்கொள்ள, வேறு எங்கும் காணக் கிடைக்காத அழகான இடம் ஒன்று உண்டென்றால், அது பிந்துகேராவில் (Bindukhera) உள்ள செம்மயிற் கொன்றை மரங்கள் பூத்துக் குலுங்கும் பருவத்தில் அவற்றின் நிழல் சூழ்ந்த இடம்தான். பூத்திருக்கும் செம்மஞ்சள் நிறப் பூக்களின் விரிப்புக்கிடையில் வெள்ளை நிறத்தில் கூடாரங்கள்; சிவப்பும் பொன்னிறமும் அசத்தும் வண்ண அடர்த்தியில் குங்குமப் பூஞ்சிட்டுக் குருவிகள், தங்க வண்ண மாங்குயில்கள், செந்தலைக் கிளிகள், பொன்முதுகு மரங்கொத்திகள், கொண்டைக் கரிச்சான்குருவிகள் போன்ற பறவைகள் மரத்துக்கு மரம் பறந்துகொண்டு கூடாரங்களைச் சுற்றித் தரையெங்கும் பூக்களை யெல்லாம் உதிர்த்து உண்டாக்கும் செம்மஞ்சள் நிறத்திலான கம்பளம்; பின்புலத்தில் அடர்வனம் நிறைந்த மலைத்தொடர்கள்; அவற்றுக்கு மேலாக, பாறை மேல் பாறை அடுக்கி வைத்திருப்பதாகத் தோற்றமளிக்கும் இமாலயம், அதற்கும் மேல் என்றும் உருகாத வெள்ளைப் பனித் தொப்பிகள். இவற்றையெல்லாம் உங்களால் கற்பனை செய்து பார்க்க முடிந்தால் மட்டுமே பிந்துகேராவில்

ஜிம் கார்பெட்

1929ஆம் ஆண்டின் பிப்ரவரி மாதத்து ஒரு காலைப் பொழுதில் நாங்கள் அமைத்திருக்கும் முகாமைக் குறித்த காட்சி உங்களுக்குக் கிடைக்கும்.

பிந்துகேரா என்பது அந்த முகாம் அமைந்திருக்கும் மைதானத்தின் பெயர் மட்டுமே. சுமார் பன்னிரெண்டு மைல் நீளத்திலும் பத்து மைல் அகலத்திலும் பரந்து விரிந்த புல்வெளியின் மேற்குப் பக்கமாய் அமைந்திருந்தது அந்த முகாம். சர் ஹென்றி ராம்சே *(Sir Henry Ramsay)* அவர்கள் குமாவுனின் மன்னராக இருந்தபோது அந்தச் சமவெளி முழுவதும் விளைச்சல் நிலமாக இருந்தது. ஆனால், எனது இந்தக் கதை சொல்லப்பட்டிருக்கும் காலக்கட்டத்தில் அங்கே மூன்று சிறிய கிராமங்கள், ஒவ்வொன்றிலும் ஒரு சில ஏக்கர்கள் மட்டுமே விளைச்சல் நடைபெறும் நிலங்களைக் கொண்டதாக இருந்தன. அவையும் சமவெளியின் முழுநீளத்திற்கு அதனுடன் வளைந்து நெளிந்து மெதுவாகச் செல்லும் ஓடையின் கரைகளின் மீது மட்டுமே அமைந்திருந்தன. நாங்கள் வருவதற்குச் சில வாரங்கள் முன்புதான் சமவெளியில் இருந்த புற்கள் எரிக்கப்பட்டிருந்தன. இடையிடையே ஈரமான இடங்களும் எரிய முடியாத பசுமையான புற்கள் நிறைந்திருந்த இடங்களும் மட்டும் வெவ்வேறு அளவுகளில் தீவுகளாய்த் தனித்து விடப்பட்டிருந்தன. இந்த மாதிரியான புற்கள் நிறைந்த தீவுகளில்தான் நாங்கள் வார இறுதி வேட்டைக்காகப் பிந்துகேராவைத் தேடி வந்தோம். கடந்த பத்து வருடங்களாக நான் இங்கே வேட்டைக்காக வந்து செல்கிறேன். எனக்கு இங்கே ஒவ்வொரு சதுர அங்குலமும் நன்றாகத் தெரியும், அதனால் இந்த வேட்டையை நடத்தும் பொறுப்பும் என்னிடம் விடப்பட்டிருந்தது.

நன்கு பழக்கப்பட்ட யானைகளின் மீதேறி இந்த தெராய் புல்வெளியில், வேட்டையில் ஈடுபடுவது என்பது எனக்குத் தெரிந்த விளையாட்டுகளில் மிகவும் பிடித்தமான ஒன்று. இந்த வேட்டையில் முழுநாளும் போனாலும் ஒவ்வொரு கணமும் வியப்போடும் உற்சாகத்தோடும் கழியும். வேட்டையில் இருந்த வித்தியாசமான விளையாட்டுகளால் மட்டுமல்ல, இன்று நல்ல நாளாக இருந்ததால் பதினெட்டு வகையான பறவைகள் பைக்குள் வந்து சேர்ந்துவிட்டிருந்தன. காடை, விசிறிவால் உள்ளான், பொரி உள்ளான் மாதிரியான நீர்ப் பறவைகள் முதல் சிறுத்தை, சதுப்புநில மான் என்று கிடைத்துவிடுகின்றன வேட்டையில். புல்வெளி வழியாகக் கால்நடையாக நடக்கும்போது, பலவகையான பறவை இனங்களைச் சாதாரணமாய்க் காணலாம்.

பிப்ரவரி மாதத்து முதல் நாள் காலையில், வேட்டையின் போது, மொத்தம் ஒன்பது துப்பாக்கிகள் கொண்ட வேட்டையாளர்களும் ஐந்து பார்வையாளர்களும் இருந்தார்கள். நாங்கள்

காலை உணவைச் சற்று முன்னதாகவே முடித்துக்கொண்டு, யானைகளை ஒரு வரிசையில் நிறுத்தி அவற்றின் மீது பொருட்களை ஏற்றினோம். துப்பாக்கி வைத்திருந்த வேட்டை வீரர்களைக் கொண்ட இரண்டு யானைகளுக்கு நடுவே பொருட்கள் ஏற்றப் பட்ட ஒரு யானையை நிறுத்தினோம். வரிசையின் மத்தியில் உள்ள இடத்தை நான் எடுத்துக்கொண்டேன். எனக்கு இரண்டு பக்கங்களிலும் ஒவ்வொரு பக்கமும் துப்பாக்கி வைத்திருந்த நான்கு வேட்டையாளர்களும் சுமை ஏற்றப்பட்ட நான்கு யானைகளும் இருக்குமாறு பார்த்துக்கொண்டேன். எங்களுக்கு நூற்றியைம்பது அடி முன்பாக வலதுபக்கமாகச் சுற்றிவளைப்புப் போரியல் முறையில் துப்பாக்கி கொண்ட வேட்டையாளருடன் நாங்கள் தெற்கு நோக்கிப் பயணப்பட்டோம். இந்த முறையிலான துப்பாக்கி வீரர் எதற்கு என்றால், மற்றவர்களின் துப்பாக்கிகளின் பார்வை வளையத்தைத் தாண்டி வலதுபுறமாகக் காட்டை நோக்கிப் பறக்கும் பறவைகளைத் தடுத்து வேட்டையாடும் களத்திற்குள் கொண்டு வருவதற்காக. விலங்குகள், பறவைகள் என்று பலவிதமான வேட்டைக் களங்களுக்காகச் செல்கையில், யானைகளின் வரிசையில் அமரும்போது உங்களின் விருப்பத்தைக் கேட்டால், நீங்கள் பக்கவாட்டு இடத்தைத் தேர்ந்தெடுங்கள். நீங்கள் துப்பாக்கி, ரைபிள் துப்பாக்கி இரண்டிலும் கைதேர்ந்தவராக இருந்தால் மட்டும் அந்த இடத்தைத் தேர்ந்தெடுக்கலாம். வரிசையான யானைகளின் மேலேறிச் சென்று விளையாடும் இந்த வேட்டையில் பக்கவாட்டில்தான் வேட்டைக் களம் பிரியும். அதாவது மற்றவர்களால் நேரான சுடுதலில் தவறவிடப்பட்ட பறவையையோ மிருகத்தையோ சுடுவது. அந்த முறையில் வேட்டையாடுதல் மிகவும் கடினமானது.

காலைப் பொழுதில் மென்மையாக வீசும் காற்றுடன், இந்திய வனங்களின் இனிமையான மணம் எங்கும் வியாபித்திருந்தது. அதுவே தலைக்குள் மதுவின் போதையைப் போன்றதொரு மோனநிலையை உண்டாக்கும். அன்று எங்களுக்குள்ளும் அவ்வாறு இருக்க அதே பரவச நிலையை இயற்கையானது பறவைகளுக்கும் கொடுத்திருந்தது. அதன் விளைவாகப் பறவைகள் வெகு இலகுவாகச் சுடுதலின் குறி தவறி, இலக்கு தப்பிச் சென்றுகொண்டிருந்தன. அவசரமாகக் குண்டைப் பொழியும் துப்பாக்கியும் வனத்தின் முரட்டு சுவாசத்தைக் கொண்டிருக்கும் ஒரு பறவையும் வேட்டைக்காரனின் பையை ஒருபோதும் நிரப்ப முடியாது. அழகான பொழுதுக்ளைக் கொண்டிருக்கும் ஒவ்வொரு நாளும் இத்தகைய பலனில்லாத பொழுதுகளை முதல் சில மணித்துளிகளாகக் கொண்டிருக்கும். வேட்டையின் கடைசி நிமிடங்களில் இருக்கும் தசைகளின் சோர்வையும், கண்களின் அலுப்பையும் அவை ஒத்திருக்கும்.

அந்தக் காலை நேரத்தில், அதிகமான பறவைகள் இருந்தன. துப்பாக்கிகளின் முதல் அவசரச் சத்தங்கள் அடங்கிய பின் வேட்டை சற்று அதிகப்பட்டது. காட்டின் விளிம்புகளில் நடத்திய முதல் வேட்டையிலேயே ஐந்து பெண் மயில்களும் மூன்று சிவப்பு காட்டுக்கோழிகளும் பத்து கருப்புக் கௌதாரிகளும் நான்கு சாம்பல் நிறக் கௌதாரிகளும் இரண்டு புதர்க்காடைகளும், மூன்று முயல்களும் எங்களுக்குக் கிடைத்தன. நல்ல கடமான் ஒன்றும் கிடைத்திருக்க வாய்ப்பு இருந்தது. ஆனால் துப்பாக்கி யின் குண்டுகள் அதைத் துளைக்கும் முன்னரே காட்டின் பாதுகாப்புக்குள் அது அடைக்கலம் ஆனது.

முன்னூறு அடிக்கு மேல், காட்டின் ஒரு பகுதி வெளிப்புற மாய் நீண்டு சமவெளிக்குள் நுழைந்திருந்தது. அந்த இடத்தில் யானைகளின் வரிசையை நிறுத்தினேன். இந்தக் காடு பெண் மயில்களுக்கும் காட்டுக்கோழிகளுக்கும் பேர்போனது. எப்போதும் அங்கு இப்பறவைகள் அதிகமாக இருக்கும். ஆனால் இந்த நிலமானது ஆழமான வெள்ளக்கால நீரோடைகளால் பல இடங்களில் பகுக்கப்பட்டிருப்பதால், நேரான ஒரு பாதையைக் தொடர்வது கடினமாக இருந்தது. யானைகளை இந்த வழியாகக் கூட்டிச்செல்ல வேண்டாமென முடிவுசெய்தேன். ஏனென்றால், என்னுடன் வந்திருந்தவர்களில் ஒரு துப்பாக்கி வேட்டையாளர் மட்டும் அனுபவம் குறைந்தவராக இருந்தார். யானையில் அமர்ந்திருந்தபடி சுடுவது அவருக்கு முதல்முறையாக இருக்கலாம். சில வருடங்களுக்கு முன்பு, இதே காட்டில்தான் நானும் விண்டம் *(Wyndham)* என்பவரும் புலியைத் தேடி வந்திருந்தபோது சிவப்புநிற கார்டினல் வௌவாலை முதல் முதலாகப் பார்த்தேன். ஒரு மறைவிடத்திலிருந்து மற்றொன்றுக்குப் பறக்கையில் இந்த அழகான வௌவால்கள் பார்ப்பதற்கு வண்ணமிகு வண்ணத்துப் பூச்சிகளைப் போல இருக்கின்றன. எனக்குத் தெரிந்து இவை தடிமனான யானைப் புற்களின் மீதே அதிகம் காணப்படுகின்றன.

நான் அந்த யானை வரிசையை அங்கே நிறுத்தச்செய்து பின்னர் கிழக்குப் பக்கமாகத் திருப்பிவிட்டு ஒரே வரிசையில் நடக்கச் செய்தேன். கடைசி யானையும் நாங்கள் வேட்டையாடிய நிலப்பரப்பை கடந்த பிறகு நான் மீண்டும் அவற்றை நிறுத்தினேன். இப்போது அவற்றை வடக்கு நோக்கித் திரும்பச் செய்தேன். இப்போது நாங்கள் இமய மலைகளைப் பார்த்து நிற்கிறோம். எங்களின் முன்பாக வானத்தில் மிகுந்த ஒளியுடன் வெள்ளைநிற மேகமொன்று நிறைந்து நிற்கிறது. தேவதைகள் ஏறி நின்று நடனமாடும் அளவுக்கு அது திண்ணமாக இருந்தது.

எந்த நிலப்பரப்பை வேட்டைக்கு எடுக்கிறோமோ அந்த இடத்துக்குத் தக்கவாறே யானைகளை அமர்த்த முடியும். இந்த

இடத்தில் பதினேழு யானைகளை நிறுத்த முடியும். புற்களின் அடர்த்தி அதிகமாக இருந்தால், நான் இந்த யானை வரிசையை முன்னூறு அடிக்குச் சற்று முன்னதாக நிறுத்திவிடுவேன். புற்களின் அடர்த்தி குறைவாக இருந்தால், வரிசையின் நீளத்தை இரண்டு மடங்காக மாற்றிக்கொள்வேன். நாங்கள் வடக்கில் சுமார் ஒரு மைல் தொலைவுக்கு அந்த நிலப்பரப்பை வேட்டையாடினோம். முப்பதுக்கும் மேலான பறவைகளையும் ஒரு சிறுத்தையையும் பிடித்து முடித்திருந்தபோது, வளை ஆந்தை ஒன்று எங்களின் நேர் எதிரில், மண்ணிலிருந்து வெளிவந்து நின்றது. பல துப்பாக்கிகள் உயர்த்தப்பட்டு, அந்தப் பறவை எதுவென்று தெரிந்த பின்னர் இறக்கிக்கொள்ளப்பட்டன. இந்த ஆந்தைகள், பெரும்பாலும், எறும்புத்தின்னிகள் அல்லது முள்ளம்பன்றிகள் விட்டுச்சென்ற மண்பொந்துகளில் வசிக்கும் தன்மைகொண்டவை. இவை கௌதாரிகளைவிட இரண்டு மடங்கு உருவத்தில் பெரியவை. இவற்றின் சிறகுகள் வெண்மை நிறத்தில் இருக்கும். சாதாரண ஆந்தைகளைவிட ஓடுவதற்கு வசதியாக நீண்ட கால்களைக் கொண்டிருக்கும். யானைகளை விட்டுத் துரத்தும்போது, நூற்றைம்பது முதல் முன்னூறு அடிவரை தாழ்வாகவே பறந்து பின்னர் மேலெழும். தங்களுடைய வளைகளை இந்த யானைகள் மிதித்துச் சரிசெய்யக்கூடும் என்பதால் அவை அப்படிச் செய்கின்றன என நான் கண்டறிந்தேன். இரண்டாம் முறையாக அதே இடத்தில் துரத்தும்போது, எங்களின் அணிவகுப்பு மேலாகவே பறந்து, மீண்டும் மண்ணில் எந்த இடத்திலிருந்து பறந்ததோ அதே இடத்தில் போய் இறங்கி நிற்கும்.

அன்று காலையில் நாங்கள் துரத்திய இந்த வளை ஆந்தையானது, வழக்கமாக மற்ற ஆந்தைகள் செய்வதைப் போலச் செய்யாமல், நூற்றியைம்பது முதல் நூற்றியெண்பது அடிவரை நேராகப் பறந்து, சட்டென மேல் நோக்கிச் சிறு சிறு வட்டங்களாகச் சுற்றிக்கொண்டே மேலெழுந்தது. ஒரு கணம் கழித்துத்தான் அதன் காரணம் தெரிந்தது. இடதுபுறமாய்க் காட்டின் பக்கமிருந்து பெரியதொரு பொரிவல்லூறு மிகவும் வேகமாய்ப் பறந்து வருவது தெரிந்தது. தன்னுடைய வளையைத் தக்க வைத்துக் கொள்ள இயலாதவாறு, அந்தப் பொரி வல்லூறின் மேலாகப் பறக்க முயற்சித்துக்கொண்டிருந்தது. சிறகுகளைப் படபடவென அடித்துக்கொண்டு மேல் நோக்கிப் பறந்துகொண்டிருந்தது. வல்லூறும் தன்னுடைய அகலமான சிறகுகளை விரித்துக் கொண்டு தனக்கான இரையைக் கொத்திச் செல்ல வட்டமிட்டுக்கொண்டே மேலெழும்பியது. யானைப் பாகன்கள் உட்பட அனைவரின் பார்வையும் வானத்தில் ஏறிப் பறக்கும் இப்பறவைகளின் மீதிருந்ததால் நான் எங்களின் அணிவகுப்பு முன்னேறுவதை நிறுத்தினேன்.

ஒப்பீடு செய்வதற்கு ஒன்றுமில்லாதபோது உயரங்களை அளப்பது கடினம். குத்துமதிப்பில் சுமாராக இரண்டு பறவைகளும் ஓராயிரம் அடி உயரத்தில் இருக்கலாம் என்று தோன்றியது. அந்த ஆந்தையானது வட்டமிட்டபடியே, அந்த பெரிய வெண்மேகத்தை நோக்கி ஓரம் கட்டியது. அங்கு நடனமாடிக்கொண்டிருந்த தேவதைகள் ஒரு நிமிடம் தங்களின் நடனத்தை நிறுத்திவிடுவதாக நாம் கற்பனை செய்துகொள்ளலாம். அவர்கள் அந்த ஆந்தையைத் தங்களின் மேகத்துக்குள் வந்து அடைக்கலம் கொள்வதற்காக ஒரு கடைசி முயற்சி எடுக்கச் சொல்லி ஊக்கப்படுத்தியிருக்கலாம். வல்லூறுக்கு ஆந்தையின் இந்தப் போக்குக்கான காரணம் புரியாததால் அது தன் வேகத்தைக் குறைக்காமல் பறந்து வந்தது. அதுவும்கூட இப்போது தனது சிறகுகளை வேகமாகப் படபடவென அடித்துக்கொண்டு வட்டமடித்தலின் சுற்றளவைக் குறைத்துக்கொண்டு பறந்து வந்தது. ஆந்தையால் முடியுமா அல்லது வல்லூறால் முடியுமா என்ற கேள்வியும் இப்போது எழுந்தது. வல்லூறு அதை நெருங்கி வரும்போது ஆந்தை தன் பலத்தை இழந்ததுபோல் இருந்தது. பூமித்தாயையும், தனது வளையையும் சரணடையும் நோக்கில் தலைகுப்புறப் பயனில்லாத முயற்சியாகப் பறந்து வர எண்ணியதோ என்னமோ? இந்தக் காட்சியைக் காணப் பட்டகம் இல்லாத இருவிழித் தொலைநோக்கிகள் சில, தேவைப்படுவோர்க்குக் கொடுக்கப்பட்டன. மேலும் கீழுமாகப் பார்த்துக்கொண்டே அணிவகுப்பில் இருந்த மற்றவர்களிடையே இரண்டு வேறு மொழிகளில் ஆச்சரியம் கலந்த குரல்களில் பேச்சுகள் ஓடத் தொடங்கின.

'ஓ! அதனால் முடியாது.'

'முடியும், அதனால் முடியும்.'

'இன்னும் சிறிது தூரம் மட்டுமே போக வேண்டும்.'

'ஆனால் பாருங்கள், பாருங்கள், அந்த வல்லூறு இப்போது அதனை முந்துகிறது.'

சட்டென, ஒரே ஒரு பறவை மட்டுமே மேகத்திலிருந்து வெளிப்பட்டதைக் காண முடிந்தது. 'நல்லது! நல்லது! சபாஷ்! சபாஷ்!' ஆந்தை அதைச் சாதித்துவிட்டது. தொப்பிகளை ஆட்டியும் கைகளைத் தட்டியும் அவர்கள் சந்தோஷப்பட்டனர். வல்லூறு தனது நீண்ட வசீகரமான பறத்தலுடன் கீழிறங்கி, எங்கிருந்து தொடங்கியதோ அதே இலவ மரத்தின் மீது வந்தமர்ந்தது.

ஒரு குறிப்பிட்ட நிகழ்வுக்கான மனிதர்களின் எதிர்வினைகள் கணிக்க முடியாத நிலையில் இருக்கும். அன்றைய காலையில்

இருந்து ஐம்பத்து நான்கு பறவைகள், நான்கு மிருகங்கள் வேட்டையாடப்பட்டிருக்கின்றன. பலவற்றைத் தவறவும் விட்டிருக்கிறோம். இவை அனைத்தையும் ஒரு சிறு மன உறுத்தலின்றி அல்லது பரிதாப உணர்வுகூட இல்லாமல் செய்திருக்கிறோம். இப்போதோ துப்பாக்கி வைத்திருப்பவர்களோ, பார்வையாளர்களோ, பாகன்களோ எல்லோரும், பொரி வல்லூறின் கூர்நகங்களிலிருந்து, ஒரு வளைஆந்தை தப்பித்த தற்காக எல்லையில்லாத சந்தோஷத்தில் இருக்கின்றனர்.

சமவெளியின் வடக்கு முனையிலிருந்து யானைகளின் அணிவகுப்பைத் தெற்கு நோக்கித் திருப்பினேன். மூன்று கிராமங்களுக்கும் நீர்ப்பாசன வசதியைக் கொடுக்கும் ஓடையின் வலது கரையோரமாகப் பறவைகளைத் துரத்தியபடி வந்தோம். இங்கிருந்த ஈரமான நிலத்தில் புற்கள் எரியாமல் அடர்த்தியாக வளர்ந்திருந்தன. அந்தப் பகுதியில் அதிகமாகப் பன்றிமான்களும் சதுப்புநில மான்களும் நிறைந்திருந்ததால் நாங்கள் துப்பாக்கிகளைத் தயார் நிலையில் வைத்திருந்தோம். மற்றுமொரு சிறுத்தையும் கிடைக்க வாய்ப்பிருக்கிறது.

அந்த ஓடையின் கரையோரமாக ஒரு மைல் தூரம் முன்னேறியதில் இன்னும் ஐந்து பெண் மயில்கள், நான்கு ஆண் வரகுக் கோழிகள் – அவற்றில் பெண் கோழிகளை விட்டு விடுவதுண்டு – மூன்று விசிறிவால் உள்ளான்கள், நல்லதொரு கொம்புகளைக் கொண்டிருந்த பன்றிமான் ஆகியவை எங்கள் வேட்டையில் கிடைத்தன. அந்தச் சமயத்தில்தான் என்னுடைய யானையின் அம்பாரியில் எனக்குப் பின்புறமாய் அமர்ந்திருந்த பார்வையாளர் ஒருவரின் அதிவேகப் பளுவான துப்பாக்கியி லிருந்து தவறுதலாக வெளியேற்றப்பட்ட (உங்கள் கண்களை வேறுபக்கமாய்த் திருப்பிக்கொள்ளுங்கள், தேவதூதர்களே) குண்டு, ஒரு விபத்தாக, என் இடது செவியின் உள்ளடுக்கைக் கருக்கிச் செவிப்பறையைக் கிழித்துவிட்டது. பிப்ரவரியின் அன்றைய நாளின் எஞ்சிய நேரம் முழுவதும் எனக்குத் துன்பமாக இருந்தது. உறக்கமில்லாத அன்றைய இரவுக்குப் பிறகு, எனக்கு அதிமுக்கியமான வேலையொன்று இருப்பதாக (மீண்டும், தயவுசெய்து, தேவதூதரே) வேண்டுகோள் வைத்து, என்னை மன்னித்துக்கொள்ளுமாறு எழுதி வைத்துவிட்டு விடிகாலையில் முகாமில் எல்லோரும் தூங்கிக் கொண்டிருந்த சமயம் நான் இருபத்தைந்து மைல் தொலைவில், காலாதுங்கியில் *(Kaladhungi)* உள்ள எனது வீட்டுக்கு நடக்கத் தொடங்கினேன்.

காலாதுங்கியில் இருந்த மருத்துவர் துறுதுறுப்பான இளைஞர். சமீபத்தில்தான் அவர் மருத்துவப் பயிற்சியை முடித்திருந்தார். செவிப்பறை சேதப்பட்டிருக்கும் என்னும்

என்னுடைய அச்சத்தை உறுதிசெய்தார். ஒரு மாதத்துக்குப் பின்னர் நாங்கள் நைனிதாலில் இருக்கும் எங்களின் கோடை இல்லத்திற்கு மாறினோம். அங்கிருக்கும் ராம்சே மருத்துவமனையில் இருக்கும் அறுவை சிகிச்சை நிபுணரான கர்னல் பார்பர் *(Colonel Barber)*, செவிப்பறை சேதப்பட்டிருப்பதாக மருத்துவர் சொன்னதை உறுதிசெய்தார். நாட்கள் கடக்கக் கடக்க, என் தலைக்குள் சீழ் பிடித்த கட்டிகள் முளைத்து வெளியே தெரியத் தொடங்கின. என் நிலை என்னைப் போலவே அதுபோலவே என் சகோதரிகளுக்கும் மிகுந்த கவலையைக் கொடுத்தது. மருத்துவமனையால் என்னுடைய நிலையிலிருந்து என்னை மீட்டெடுக்க ஏதும் செய்ய இயலவில்லை. அதனால், என் சகோதரிகளின் விருப்பத்திற்கும், கர்னல் பார்பர் அவர்களின் அறிவுரைகளுக்கும் மாறாக நான் வெளியே செல்வதென முடிவு செய்தேன்.

நான் இந்த 'விபத்தை' இங்கு குறிப்பிடுவது, என்மேல் ஒரு பரிதாப உணர்வு ஏற்படுவதற்காக அல்ல. இப்போது நான் சொல்லப்போகும் தல்லா தேஸ் ஆட்கொல்லிப் புலி கதையில் இதற்கு ஒரு மிக முக்கியமான பங்கு இருக்கிறது என்பதற்காகத்தான் இதைப் பதிவுசெய்கிறேன்.

2

*1929*ஆம் ஆண்டில், பில் பெய்ன்ஸ் *(Bill Baynes)*, ஹாம் விவியன் *(Ham Vivian)* இருவரும் முறையே அல்மோரா, நைனிதால் பகுதிகளின் துணை ஆணையர்களாக இருந்தார்கள். இருவரும் ஆட்கொல்லிப் புலிகளால் தொந்தரவுக்கு ஆளாகியிருந்தனர். முதலாமவர் தல்லா தேஸ் *(Talla Des)* ஆட்கொல்லிப் புலியினாலும், பின்னவர் சௌகார் *(Chowgarh)* ஆட்கொல்லிப் புலியினாலும் அவதிக்குள்ளானார்.

நான் விவியனிடம் முதலில் அவரின் புலியைச் சுட முயற்சி செய்வதாக உறுதியளித்திருந்தேன். குளிர் மாதங்களில், பெய்ன்ஸின் புலியைவிட இந்தப் புலி சற்றுச் சுறுசுறுப்பில்லாமலும் நடமாட்டம் குறைவாக இருந்ததாலும் விவியனின் ஒப்புதலுடன் நான் மற்றதை முதலில் சுட முயற்சி செய்யலாம் என்று முடிவு செய்தேன். இந்தப் புலியின் பின்னால் போவது என்பது, இப்போதைக்கு என்னுடைய கெட்ட நேரத்தைச் சற்றுச் சரிசெய்யும் என்ற எதிர்பார்ப்பில் இருந்தேன். இதுவே என்னுடைய புதிய உடல்நிலைக்கு ஏற்ப என்னை மாற்றிக்கொள்ளவும் உதவும் என்று நம்பினேன். அதனால் நான் தல்லா தேஸ் பயணமானேன்.

என் கதை அந்த தல்லா தேஸ் புலிக்குக் கொஞ்சம் வருத்தத்தைக் கொடுத்திருக்கும். 'காட்டின் கதைகள்' புத்தகம்

எழுதும்வரை நான் இதுபற்றிச் சொல்வதைத் தவிர்த்திருந்தேன். காட்டின் கதைகள் புத்தகத்தை முதலில் வாசிக்காமலும், காட்டில் நடக்கவும், துப்பாக்கியைப் பயன்படுத்தவும் – சிறுவனாக இருக்கும்போதும் பின்னர் பெரியவனான பிறகும் – எவ்வாறு கற்றுக்கொண்டேன் என்று தெரியாமலும், அந்தக் காலகட்டத்தில் குமாவுனில் இல்லாதவர்களுக்கு என்மேல் நம்பகத்தன்மை வருவது கடினம்தான். இந்தக் கதையானது, எனது முந்தைய கதைகளுக்குப் பிறகு அவற்றின் முகமதிப்பில் ஏற்றுக்கொள்ளப்பட்டது என்பதை நான் விரும்பவில்லை.

பயணத்துக்கான தயாரிப்புகளை வெகுவிரைவில் தொடங்கினேன். நைனிதாலை விட்டு ஏப்ரல் 4 அன்று ஆறு கார்வாலிகளுடன் (Garhwalis) கிளம்பினேன். அவர்களுள் மாதோ சிங், ராம் சிங், சமையற்காரர் எலாகை கிடைக்கும் வேலைகளைச் செய்துகொண்டு என்னுடன் பயணிக்க விரும்பிய பிராமணரான கங்கா ராம் என்று எல்லோரும் உண்டு. கத்கோடம் (Kathgodam) ஊரை நோக்கிப் பதினான்கு மைல் நடந்து சென்று, பின்னர் சாயங்கால நேரத்து ரயிலில் ஏறி, பரேய்லி (Bareilly) பிலிபிட் (Pilibhit) வழியாகப் பயணித்து, தானக்பூருக்கு மறுநாள் மதியப் பொழுதையொட்டி வந்து சேர்ந்தோம். இங்கே நான் அரசாங்கப் பதிவக அலுவலர் ஒருவரைச் சந்தித்தேன். தல்லா தேஸ் ஆட்கொல்லிப் புலியால் முந்தைய தினம் ஒரு சிறுவன் கொல்லப்பட்டதாகவும் துணை ஆணையர் பெயின்ஸ் ஆணையின்படி புலிக்குத் தூண்டில் இரையாகப் பயன்படுத்திக்கொள்ள இளம் எருமைக் கன்றுகள் இரண்டு சாம்பாவத் (Champawat) ஊரிலிருந்து தல்லா தேஸுக்கு அனுப்பி வைக்கப்பட்டிருப்பதாகவும் தகவல் சொன்னார். என்னுடைய ஆட்கள் சமையலை முடித்துவிட்டுச் சாப்பிட்டார்கள். நானும் எனது காலை உணவைப் பயணியர் மாளிகையில் முடித்துக்கொண்ட பின், இருபத்து நான்கு மைல் நடந்து அன்றிரவுக்குள் அங்கு சென்று சேர முயற்சிப்பது என முடிவு செய்து காலாதுங்கா (காலாதுங்கி என்னும் ஊருடன் இதைக் குழப்பிக்கொள்ளக் கூடாது) நோக்கிக் கிளம்பினோம்.

சாலையின் முதல் பன்னிரெண்டு மைல் – பரம்தேவ் (Baramdeo) வழியாகப் புனிதப் பூர்ணகிரி (Purnagiri) மலையடிவாரம் வரை – பெரும்பான்மைப் பகுதி காட்டு வழியே சென்றது. சரியாக மலையடிவாரத்தில் அந்தச் சாலை முடிவடைந்தது. காலாதுங்காவிற்கு, அந்த இடத்திலிருந்து பிரிந்து சென்ற இரண்டு வழித்தடங்களில் ஒன்றை நாங்கள் தேர்ந்தெடுக்க வேண்டியிருந்தது. ஒரு பாதை, நாங்கள் நின்றிருந்த மலையின் பக்கத்திலிருந்து இடது பக்கமாகச் செங்குத்தாகப் பூர்ணகிரி கோவில்கள் இருக்கும் மலையை நோக்கி மலைச்சரிவின் வழியாகச் சென்று,

இறக்கத்தில் இருக்கும் காலாதுங்காவை அடைந்தது. மற்றொரு வழித்தடம் டிராம் வழிப்பாதையைத் தொடர்ந்தாற்போல் செல்கிறது. இந்தத் தண்டூர்திப் பாதையானது, காலியரால் *(Collier)* மில்லியன் கன அடி வெண் குங்கிலிய மரக்கட்டைகளை எடுத்துச்செல்வதற்காக அமைக்கப்பட்டது. இதுகுறித்து நான் முன்பே பேசியிருக்கிறேன். காலியரின் இந்தத் தண்டூர்திப் பாதை, சார்தா நதிப் பள்ளத்தாக்கின் குறுகிய பாதையின் வழியாக நான்கு மைல் தூரம்வரை நீண்டிருந்தது. அந்தத் தண்டூர்திப் பாதை வெகு காலத்துக்கு முன்பே வெள்ளத்தால் அடித்துச் செல்லப்பட்டு மிச்சம் இருந்த சில பகுதிகள் மட்டும் இன்னும் செங்குத்தான மலையின் பரப்பில் காணக் கிடைக்கின்றன. உடைப்பட்டிருந்த இந்தத் தண்டூர்திப் பாதை வழியாகப் பாரங்களைச் சுமந்துவரும் என்னுடைய கார்வாலி ஆட்களைக் கூட்டிச் செல்வது மிகவும் சிரமம். பள்ளத்தாக்கின் குறுகிய வழியில் பாதி தூரம் வரும்போதே இரவு கவிழத் தொடங்கிவிட்டது. இரவு நேரத் தங்கலுக்கு முகாமிடச் சரியான இடம் தேடுவது அத்தனை எளிதாக இல்லை. மலையின் மேலிருந்து கற்கள் விழும் அபாயம் இருந்ததால், பல இடங்களை முகாமுக்கு ஏற்றதல்ல என நிராகரித்தோம். கடைசியில் மேலிருந்து தொங்கியபடி இருந்த பாறையொன்றின் அடியில், குறுகியதொரு அடுக்கம் போலிருந்த இடத்தைப் பாதுகாப்பை முன்னிட்டுத் தேர்ந்தெடுத்தோம். அங்கே இரவைக் கழிக்க முடிவு செய்தோம். ஆட்கள், தங்களுக்கான இரவு உணவை, ஆற்றின் அருகிலிருந்து பொறுக்கி எடுத்துவந்த சுள்ளிகளைக் கொண்டு சமைத்துக்கொண்டிருந்தனர். நான் என்னுடைய இரவு உணவை முடித்துக்கொண்டு, உடை மாற்றி, முகாமில் இருந்த ஒரே பொருளான என்னுடன் எடுத்து வந்திருந்த கூடாரப் படுக்கையில் படுத்துவிட்டேன். அதைத் தவிரக் கழுவும் தொட்டி, பதினெட்டுக் கிலோ எடையுள்ள கூடாரம் ஆகியவை இருந்தன.

பகல் பொழுது மிகுந்த வெப்பமாக இருந்தது. ரயிலில் வந்து தானக்பூரில் இறங்கியதிலிருந்து, சுமார் பதினாறு மைல் நடந்திருப்போம். நான் அதிகமாகச் சோர்வுற்றிருந்தேன். இரவு உணவுக்குப் பின் சிகரெட் புகைத்தலில் சுகம் கண்டபோது, நதியின் மறுகோடியில் இருந்த மலையில் சட்டென மூன்று விளக்கு வெளிச்சங்கள் தெரிந்தன. நேபாளத்தின் காடுகள் வருடத்திற்கு ஒருமுறை எரிவதுண்டு. அதுவும் ஏப்ரல் மாதத்தில்தான் நடக்கும். இப்போது, அந்த வெளிச்சங்களைப் பார்த்தபோது பள்ளத்தாக்கின் வழி கீழிறங்கி வீசும் காற்று மக்கிக் காய்ந்த மரங்களில் நீறு பூத்த நெருப்பாய் உள்ளே புகைந்துகொண்டிருக்கும் வெப்பக் கனலை ஊதிப் பெரிதாக்கியிருக்கலாமென முடிவுக்கு வந்தேன். அதை

வெற்றுப் பார்வையுடன் பார்த்துக்கொண்டிருக்கும்போது, அதற்கு மேல் சின்னதாக இன்னும் இரண்டு வெளிச்சங்கள் தெரிந்தன. இப்போது, இரண்டு புதுத் தீப்பிழம்புகளில் இடதுபுறமிருந்த ஒன்றானது, மெதுவாக மலையின் கீழ்நோக்கி நகர்ந்து, பழைய மூன்று தீப்பிழம்புகளுடன் இணைந்தது. எனக்கு இப்போது ஒன்று புரிந்தது, நான் இதுவரை தீப்பிழம்பு என்று எண்ணியிருந்தது தீ அல்ல, விளக்குகள். அவை ஒரே மாதிரியான வடிவங்களில் சுமார் இரண்டு அடி விட்டத்தில் இருந்தன. தங்குதடையின்றி, மினுமினுக்காமல், புகையின் சுவடுகள் இல்லாமல் எரிந்தன. இன்னும் அதிக விளக்குகள் இப்போது தெரியத் தொடங்கின. சில இடது பக்கமாகவும், மற்றவை மலையின் மேல்பக்கமாகவும் தெரிந்தன. அவற்றுக்கான விளக்கத்தைக் கற்பனை செய்து பார்த்தேன். ஊரின் பெரிய மனிதர் ஒருவர் வேட்டையின் போது அவரின் மதிப்பிலிருந்த எதையாவது ஒரு பொருளைத் தொலைத்திருக்கலாம், விளக்குகளுடன் ஆட்களை அனுப்பித் தேடச் சொல்லியிருக்கலாம். விசித்திரமான விளக்கம்தான் இது என்பதை நான் ஒப்புக்கொள்கிறேன். ஆனால் பனி உருகலில் வழியும் அந்த ஆற்றின் மறுகோடியில் பல வினோதமான விஷயங்கள் நடப்பதும் உண்டு.

என்னைப் போலவே என் ஆட்களுக்கும் அந்த விளக்குகளின் மீது ஆர்வம் இருந்தது. எங்களின் கீழே பாய்ந்துகொண்டிருக்கும் நதியில் சிறு சலனமும் இல்லை. இரவு மிகவும் நிசப்தமாய் இருந்தது. வேறு பேச்சுக் குரல்களோ அல்லது சத்தங்களோ கேட்கிறதா என அவர்களைக் கேட்டேன். எங்களுக்கும் அந்த விளக்குகளுக்குமான தூரம் கிட்டத்தட்ட நானூற்று ஐம்பது அடி இருக்கலாம். எந்தச் சத்தமும் கேட்கவில்லை என்று அவர்கள் சொன்னார்கள். எதிரில் இருக்கும் மலையில் என்ன நடக்கிறதென்பது குறித்த பேச்சுக்கள் இப்போது பயனற்றவை. நாங்கள் மிகவும் களைத்துப்போயிருந்தோம். வெகு சீக்கிரமாய்த் தூங்கியும் போனோம். இரவில் ஒருமுறை மலைக் காட்டாடு ஒன்று தும்மும் அலறல் எங்களுக்கு மேலிருந்த செங்குத்து மலையில் கேட்டது. சிறிது நேரம் கழித்து ஒரு சிறுத்தையின் அழைப்புக் கேட்டது.

நீண்டதொரு நடையும் கடினமான மலையேற்றமும் எங்களின் முன்னிருந்தன. காலையில் வெகு சீக்கிரமாகக் கிளம்ப வேண்டும் என்று என் ஆட்களிடம் சொல்லியிருந்தேன். கிழக்கில் வெளிச்சம் சிறியதாகப் பரவியபோதே எனக்கு ஒரு கப் சூடான தேநீர் கொடுத்தார்கள். முகாமை முடித்துக்கொள்ள ஒரு சில பானைகளும் கடாய்களும் மட்டுமே எடுத்துவைக்க வேண்டியிருந்தது. அதனுடன் முகாமில் விரித்திருந்த என்

படுக்கையையும் பிரித்துக் கட்ட வேண்டியிருந்தது. இவை சீக்கிரமே நடந்தேறின. என்னுடைய கார்வாலி ஆட்களும் சமையல்காரரும் காற்றின் வேகத்தோடு, ஆழமான மலையிடுக்கின் வழி இருந்த ஆடுகள் செல்லும் கால்த்தடத்தில் நடக்கத் தொடங்கிவிட்டார்கள். அவர்கள் நடக்கும் அந்த இடம் காலியர் காலத்தில், இரும்புப் பாலம் ஒன்றால் இணைக்கப்பட்டு விரிந்து பரந்திருந்தது. நேற்றிரவு விளக்குகளைப் பார்த்த மலையை நோக்கி நான் என் பார்வையைத் திருப்பினேன். சூரியன் விடிவதற்கு அதிக நேரம் எடுக்காது எனத் தோன்றியது. அந்த வெளிச்சத்தில் தூரத்துக் காட்சிகள் இப்போது தெளிவாகத் தெரிந்தன. மலையுச்சி முதல் நதியின் கரைவரையிலும், நதியின் கரைமுதல் மலையுச்சி வரையிலும், முதலில் வெறும் கண்கள் கொண்டும் பிறகு பட்டகம் இல்லாத இருவிழித் தொலைநோக்கிகள் கொண்டும், மலையின் ஒவ்வொரு அடியையும் விடாமல் தேடிவிட்டேன். நான் பார்த்தவரையில் அந்த மலையில் மனிதர்கள் யாரும் இருப்பதற்கான சிறு அறிகுறிகூட இல்லை. அல்லது என் முதல் கோட்பாட்டுக்கே திரும்புகிறேன். காய்ந்த மரங்கள் புகைந்துகொண்டிருக்கின்றனவா என்றால் அதுவும் இல்லை. அங்கிருந்த புற்களும் தாவரங்களும் ஒரு வருடத்திற்குள்ளாக எரிந்திருக்கச் சாத்தியம் இல்லையென்பது வெறும் ஒற்றைப் பார்வையிலேயே தெரிந்தது. மேலிருந்து கீழ் வரையிலும் அந்த மலையானது வெறும் பாறைகளாகவே இருந்தது. சிலபல குத்துச்செடிகளும் குட்டை மரங்களும் மட்டும் முளைத்திருந்தன. மலையிடுக்குகளிலும் சிறு பிளவுகளிலும் அவை வேரூன்றி இருந்த இடங்கள் வெளியே தெரிந்தபடி இருந்தன. சூரிய வெளிச்சம் பட்டிருந்த இடத்தில் செங்குத்தான பாறையொன்று இருந்தது. அதனுடைய மேல்ப்பக்கமிருந்து கீழாக இறங்க வேண்டுமென்றால் மேலிருந்து தொங்கியபடி இறங்கினால்தான் உண்டு. வேறு எந்த வகையிலும் ஏற முடியாத வகையில் அது செங்குத்தாக இருந்தது.

ஒன்பது நாட்கள் கழித்து, மலைவாழ் மக்களுக்கு நான் செய்துகொடுக்க வேண்டிய வேலை முடிந்ததும் காலாதுங்காவில் ஒரு நாள் இரவு முகாமிட்டேன். இயற்கையின் ஆர்வலராய் அல்லது ஆர்வமுள்ள மீன்பிடிப்பாளனாய் இருப்பவனுக்கு, காலாதுங்காவைவிட குமாவுனில் குறைந்த இடங்களே இருப்பதாகத் தோன்றும். நேபாளம் இந்தியாவுக்குத் தந்த மரக்கட்டைகளை எடுத்துச் செல்வதற்காக வந்த காலியர், இங்கு கட்டியிருந்த பங்களாவின் பக்கமிருந்து நிலப்பரப்பானது மென்சரிவாய் பல நீண்ட படிக்கட்டுகளுடன் சார்தா நதியை நோக்கி இறங்கியிருந்தது. அகண்டிருந்த அந்தப் படிக்கட்டுகளில் முன்னொரு காலத்தில் பயிர்கள் விளைவிக்கப்பட்டிருந்தன.

இப்போதோ புற்கள் பெருமளவில் முளைத்திருந்தன. இந்தப் புல்வெளியில் கடமான்களும் புள்ளிமான்களும் காலையிலும் மாலையிலும் மேய்ந்துகொண்டிருப்பதைப் பார்க்கலாம். அந்த மாளிகையின் பின்புறமிருந்த அழகான காட்டில் சிறுத்தைகள், புலிகள் மட்டுமல்லாமல் பெண் மயில்கள், காட்டுக் கோழிகள், வண்ணக்கோழிகள் ஆகியவையும் இன்னும் கணக்கிலடங்காப் பறவையினங்களும் வசித்திருந்தன. மாளிகையின் கீழ்ப்புறமிருந்த பெரிய நீர்த்தேக்கங்களும் அதிலிருந்து கீழ்ப்புறமாய் ஓடும் வேகமான ஓடைகளும் சார்தா நதியிலிருக்கும் மிகச்சிறந்த மீன்பிடி இடங்களில் சிலவாக இருந்தன. மீன்பிடிக்கோலின் நுனியில் மிதவைத் தூண்டில் ஊசி கொண்டோ அல்லது மெல்லிய மீன்பிடிக் கம்பியில் நீரின் மீது வாழும் சால்மன் ஈ அல்லது சால்மன் ஈயைப் போலவே நீரின் மீது துள்ளும் விதமான அமைப்புடைய சிறு வகையான தூண்டில் கரண்டியையோ உபயோகித்து மீன் பிடிக்கலாம்.

மறுநாள் விடியலின் முதல் கீற்றில் காலாதுங்காவை விட்டுக் கிளம்பினோம். கங்கா ராம் பூர்ணகிரிக்குப் போகும் மலைப்பாதையைத் தேர்ந்தெடுத்துக் கிளம்ப, மற்ற நாங்கள் சார்தா நதிப் பள்ளத்தாக்கு வழியாகச் செல்லும் குறுகலான வழியைத் தேர்ந்தெடுத்துக் கிளம்பினோம். எங்களுடையதைவிடப் பத்து மைல் தூரத்தை அதிகமாகக் கொண்டிருந்தது கங்கா ராமின் பயணம். அவரின் குறிக்கோள் புனித பூர்ணகிரி ஆலயத்தில் எங்களுடைய நன்றிக் காணிக்கையைச் செலுத்துவதற்கானது. அவர் என்னை விட்டுக் கிளம்பும் முன் அங்கு கடவுளுக்குச் சேவை செய்யும் அர்ச்சகர்களிடம், தல்லா தேஸுக்கு மேல் நோக்கிப் பயணம் மேற்கொள்ளும் வழியில் அன்று நாங்கள் கண்ட விளக்குகளைக் குறித்து விசாரித்துவிட்டு கங்காராமால் வேறு என்னவெல்லாம் அது குறித்துக் கண்டுபிடிக்க முடியுமோ அத்தனையும் கண்டுபிடிக்குமாறு அறிவுறுத்திச் சொல்லியிருந்தேன். தானக்பூரில், அன்று மாலை அவர் எங்களிடம் திரும்பிவந்து சேர்ந்ததும் கீழ்க்கண்ட தகவலை என்னிடம் தெரிவித்தார். அவற்றை அங்கிருந்த அர்ச்சகர்களிடமிருந்தும் தன்னுடைய கவனிப்பினாலும் கண்டறிந்ததாகச் சொன்னார்.

பூர்ணகிரி கோவிலின் வழிபாட்டில் இருப்பது பெண் தெய்வம் பாகுபதி. அந்தக் கோவிலுக்கு, வருடத்திற்குப் பத்தாயிரம் யாத்திரீகர்கள்வரை புனிதப் பயணமாக வருகை தருகிறார்கள். பூர்ணகிரி மலைக்கு இரண்டு வழிப்பாதைகளின் வழியே வரலாம். ஒன்று, பரம்தேவ் வழியாகவும் மற்றொன்று, காலாதுங்கா வழியாகவும் வந்து இரண்டும் பூர்ணகிரி மலையின் வடக்கு மலைமுகத்தில், மலையுச்சியின் சிறிது தொலைவில் கீழ்ப்பக்கமாக

வந்து இணைகின்றன. இந்த வழிப்பாதைகள் வந்து இணையும் இடத்தில் மலை மீதிருக்கும் பூர்ணகிரி தெய்வத்தைவிடச் சற்று மகிமை குறைந்த இன்னொரு வழிபாட்டுத் தலம் உள்ளது. மிகவும் சக்தி வாய்ந்த தேவியானவள், மலையுச்சியின் உயரே சற்று இடதுபக்கமாக இருக்கும் சன்னிதிக்குள் வீற்றிருக்கிறாள். இந்த இரண்டு சன்னிதிகளிலும் மேன்மையான மலையுச்சிச் சன்னதிக்குப் போய் சேருவதற்கான வழி கிட்டதட்ட செங்குத்தாக இருக்கும் மலைமுகடு ஒன்றின் குறுக்காகச் செல்லும் குறுகிய பிளவு அல்லது அங்கு காணப்படும் மலையிடுக்கு போன்றவற்றின் வழியாகத்தான் பயணிக்க இயலும். பயமும் பதற்றமும் அதிகமுள்ளவர்கள், குழந்தைகள், முதியவர்கள் போன்றோரை மலைவாழ் மனிதர்கள் தங்களின் முதுகில் கட்டியிருக்கும் ஒரு கூடைக்குள் இருத்தி மலைமுகட்டின் குறுக்காகத் தூக்கிச்செல்வார்கள். தெய்வத்தின் கருணைப் பார்வை யார் மேல் எல்லாம் விழுகிறதோ அவர்களால் மட்டுமே மேல் சன்னிதியை அடைய இயலும் என்பது ஐதீகம். மற்றவர்களால் தெய்வத்தைப் பார்க்கவியலாமல் கண்கள் தற்காலிமாகப் பார்வையற்றதாகிவிடுவதாகவும் அவர்கள் கீழ்ச் சன்னிதியில் தங்களின் காணிக்கையைச் செலுத்திவிட்டுச் செல்வதாகவும் சொல்கிறார்கள்.

மேல் சன்னிதியில் பூஜையானது, சூரிய விடியலில் தொடங்கி மதிய வேலையில் முடிவுறும். அந்த நேரத்திற்குப் பிறகு ஒருவரும் கீழ்ச்சன்னிதியைக் கடக்க அனுமதியில்லை. மேல் சன்னிதியும் மிகவும் புனிதமான வழிபாட்டுத்தலமுமான அந்த இடத்தின் அருகில், நூறு அடி உயரத்தில் கூரான கோபுர அமைப்பில் பாறையொன்று உச்சமாய் நிற்கின்றது. அதில் யாரும் ஏறுவதற்குத் தெய்வத்தின் அனுமதி கிடையாது. வெகு காலத்துக்கு முன் வாழ்ந்த, தன் சகாக்களைவிட அதிக முன்னறி திறன் உடைய துறவி ஒருவர் தன்னைக் கடவுளுக்கு நிகராகப் பாவித்துக்கொள்ளும் நோக்கில் அந்தக் கூரான கோபுரத்தின் மீது ஏறினார். தான் போட்டிருந்த ஆணையை மீறியதற்காகத் தெய்வம் கடும் கோபம் கொண்டு அந்தத் துறவியைக் கோபுரத்தின் உச்சியிலிருந்து பனி போர்த்திய நதியின் மறுகோடியில் இருந்த மலையை நோக்கித் தூக்கி வீசிவிட்டது. அன்றிலிருந்து மலையுச்சிலிருந்து தூக்கி வீசப்பட்ட துறவி பூர்ணகிரி மலைக்கு வருவதற்கு அனுமதி மறுக்கப்பட்டது. அவர், தான் இருக்கும் மலையில் இருந்து இரண்டாயிரம் அடி மேலிருக்கும் பெண் தெய்வத்தை விளக்குகள் ஏற்றிவைத்து அங்கிருந்து வழிபட்டு வருவதாகச் சொல்கிறார்கள். இந்த பக்திப் பிரார்த்தனை மிக்க விளக்குகள் ஒரு சில நேரங்களில் மட்டுமே தோன்றுமாம் (நாங்கள் அவற்றை ஏப்ரல் 5ஆம் தேதி கண்டோம்). இந்த வெளிச்சம் தெய்வ அனுக்கிரகம்

உள்ளவர்களுக்கு மட்டும்தான் தெரியுமாம். அந்த அனுக்கிரகம் என்மீதும் என்னுடன் வந்த என் ஆட்கள் மீதும் விழுந்திருக்கிறது. நான் மலைவாழ் மக்களுக்கு நன்மை செய்வதற்காக வந்திருக்கிறேன் என்பதும் அதையும் அந்தத் தெய்வம் மேலிருந்து கவனித்துவருகிறது என்பதும் தெரிகிறது.

இதுதான், அந்த விளக்கு வெளிச்சம் குறித்துப் பூர்ணகிரியி லிருந்து கங்கா ராம் அறிந்துகொண்டு வந்த தகவலின் சுருக்கம். தானக்பூரில் நாங்கள் ரயில் வண்டிக்காகக் காத்திருந்தபோது என்னிடம் அவர் இதைத் தெரிவித்தார். சில வாரங்கள் கழித்துப் பூர்ணகிரியிலிருந்து ராவல் (தலைமை பூசாரி) என்னைப் பார்க்க வந்திருந்தார். பூர்ணகிரி விளக்குகளைப் பற்றி அங்கிருக்கும் நாளிதழ் ஒன்றில் பிரசுரிக்கப்பட்டிருந்த என்னுடைய கட்டுரை குறித்து மேலும் தெரிந்துகொள்ள என்னைப் பார்க்க வந்தார். அந்த விளக்குகளைப் பார்க்கக் கொடுப்பினை வாய்த்த ஒரே ஐரோப்பியர் நான்தான் என்பதால் என்னை வாழ்த்துவதற்காகவும் வந்திருந்தார். என்னுடைய அந்தக் கட்டுரையில், இங்கு நான் அந்த விளக்குகளைப் பற்றி என்ன சொல்லியிருக்கிறேனோ அதைத்தான் சொல்லியிருந்தேன். என்னுடைய இந்த விளக்கத்தை ஏற்க இயலாத வாசகர்கள் தாங்களாகவே சென்று தெரிந்துகொள்ள விரும்பினால், சில விஷயங்களை மனதில் ஏற்றிக்கொள்ளுமாறும் அறிவுறுத்தியிருந்தேன்:

அந்த விளக்குகள் ஒரே நேரத்தில் தோன்றவில்லை.

எல்லாம் ஒரே அளவில் இருந்தன (சுமார் இரண்டு அடி விட்டம் இருக்கலாம்).

அவை காற்றால் பாதிப்படையவில்லை.

அவற்றால் ஓரிடத்திலிருந்து மற்றொரு இடத்துக்கு நகர முடிந்தது.

தலைமைப் பூசாரிக்கு அந்த விளக்குகள் பற்றிய தகவல்கள் தெரிந்த ஒன்று என்பதிலும் யாராலும் கேள்விக்கு உட்படுத்த முடியாத ஒன்று என்பதிலும் மாற்றுக் கருத்துக்கள் இல்லை. இதில் அவருடன் எனக்கும் உடன்பாடு உண்டு. ஏனெனில் நானே அவற்றை நேரில் கண்டிருக்கிறேன். நான் தெரிவித்ததற்கு மேலாக வேறு எந்தத் தெளிவும் இந்த விவரத்திற்குத் தேவையில்லை.

தொடர்ந்த அந்த வருடத்தில், நான் சார்தா நதியில் சர் மால்கம் (இப்போது, 'பிரபு') ஹெய்லி (Sir Malcolm Hailey), அந்த நேரத்தில் ஐக்கிய மாகாணங்களின் ஆளுநராக இருந்தார். சர் மால்கம் என்னுடைய கட்டுரையை வாசித்திருக்கிறார். நாங்கள்

ஜிம் கார்பெட்

அந்தப் பள்ளத்தாக்கை அடைந்தபோது அவர் என்னிடம், அன்று நான் பார்த்த விளக்கு வெளிச்சத்தைக் கண்ட இடத்தைக் காண்பிக்கச் சொன்னார். எங்களுடன் நான்கு திமாஸ் (மீனவர்கள்) இருந்தனர். ஒரு மீன்பிடிக்கும் இடத்திலிருந்து மற்றொன்றுக்கு அவர்கள் எங்களைக் காற்று ஊதப்பட்ட மாட்டின் சர்னிஸ் (தோல் மிதவைகள்) கொண்டு அழைத்துச் சென்றனர். இவர்கள், ஒப்பந்தக்காரரின் கீழ் வேலை செய்யும் இருபது ஆட்கள் கொண்ட ஒரு குழுவில் உள்ளவர்கள். அந்த ஒப்பந்தக்காரர், குமாவுனிலும் நேபாளத்திலும் உள்ள உயர்ந்த காடுகளிலிருந்து தேவதாரு மரத்தின் நீள்கட்டைகளை ஆற்றின் வழியே மிதக்கவிட்டுக் கீழே இருக்கும் பரம்தேவ் ஊருக்குக் கொண்டுசெல்பவர். இந்த வேலை நீண்ட நேரம் எடுக்கக்கூடிய கடினமான, மிகவும் அபாயகரமான வேலையாகும். இதற்கு மிகுந்த திறமையும் நதியைப் பற்றியும் அதன் அபாயங்கள் பற்றியும் நல்ல அறிவும் வேண்டும்.

காலியர் வெடி வைத்துத் தகர்த்திருந்த செங்குத்தான மலைப்பாறையில், நானும் என் ஆட்களும் தல்லா தேஸ் நோக்கி ஏறும் வழியில் அன்றொரு நாள் இரவைக் கழித்திருந்த அந்த இடத்தின் நேர் கீழே, நதியின் பக்கமாய்க் குறுகிய மணல் கடற்கரை இருந்தது. என்னுடைய வேண்டுகோளுக்கு இணங்கி, மீனவர்கள் மிதவைகளைக் கரையில் ஒதுக்கினார்கள். நாங்கள் இறங்கிக் கடற்கரைக்கு வந்தோம். விளக்குகளின் வெளிச்சம் தெரிந்த இடத்தை நான் சுட்டிக்காட்டிய பிறகு அவை மலையின் மீது எந்த வழியாக அசைந்து சென்றன என்றும் காட்டினேன். சர் மால்கம் மீனவர்களால் அதற்கான விளக்கத்தைச் சொல்ல இயலும் என்று நினைத்தார். அல்லது இதுகுறித்து ஏதாவது அவர்கள் தெரிந்துவைத்திருப்பார்கள் என்று சொன்னார். தேவைப்படும் தகவல்களுக்காக ஓர் இந்தியரை எவ்வாறு, சரியாக அணுக வேண்டும், எவ்வாறு அவர்கள் மொழியைச் சுத்தமாக பேச வேண்டும் என்பவை அவருக்கு நன்கு தெரியும். அதனால் அவர் அவர்களிடம் திரும்பி இது குறித்துப் பேசி விவரங்களைப் பெற்றுக்கொண்டார். அவர்களின் வீடுகள் காங்ரா (*Kangra*) பள்ளத்தாக்கில் அமைந்திருந்தன. அவர்களுக்கென்று பயிர் செய்துகொள்ள நிலபுலன்கள் இருந்தும் அதில் அவர்களுக்குப் போதாமையும் இருந்துவந்தது. அவர்கள் தங்களுக்கான வருமானத்தைப் பெருக்கிக்கொள்ள கொடையாளர் தாகூர் டான் சிங் பிஷ்த்தின் மரக்கட்டைகள் ஏற்றி இறக்கும் தொழிலில் பணியாளர்களாகச் சேர்ந்து, சார்தா நதியின் மீது மரத்தின் அடிக்கட்டைகளை மேலிருந்து கீழாக நீரில் மிதக்கவிட்டு எடுத்துச்செல்லும் வேலையைச்செய்து பிழைத்துவருகிறார்கள். அந்த நதியில் எண்ணிலடங்கா முறைகள் அவர்கள் மேலும்

கீழுமாய்ப் பயணித்திருப்பதால், கீழே பரம்தேவ் வரையிலும் நதியின் ஒவ்வொரு அங்குலமும் அவர்களுக்கு அத்துபடி. அதுவும் இந்தக் குறிப்பிட்ட பள்ளத்தாக்கைப் பற்றி அவர்களுக்கு நன்கு தெரிந்திருக்கும். இந்த இடத்தில் பல உப்பங்கழிகள் நதியிலிருந்து வருவதால், அந்த இடங்களில் அடிக்கட்டைகள் சிக்கிக்கொள்வதும் அது அவர்களுக்குப் பெரும் தொல்லையாக இருப்பதும் உண்டு. ஆனால் இத்தனை அறிமுகமான நதியின் இந்தப் பகுதியில், அவர்கள் விளக்கு வெளிச்சங்கள் போன்றோ வித்தியாசமான வேறு எதையோ பார்த்ததேயில்லை என்றார்கள்.

மீனவர்களிடம் பேசிவிட்டுத் திரும்பியபோது, அவர்களிடம் மற்றுமொரு கேள்வியை வைக்குமாறு சர் மால்கமிடம் நான் கேட்டுக்கொண்டேன். இத்தனை வருடங்களாக, சார்தா நதியில் வேலை செய்தபோதும் ஒரு நாள் இரவாவது இந்தக் குறுகிய பள்ளத்தாக்குப் பாதையில் தங்காமல் இருந்திருப்பார்களா என்பதே அந்தக் கேள்வி. அந்தக் கேள்விக்குச் சற்றும் யோசிக்காமல் அவர்கள் இல்லை என்று பதில் சொன்னார்கள். மேலும் விவரங்களுக்காக விசாரித்தபோது ஒருநாள் இரவுகூட அந்தக் குறுகலான மலைப்பாதையில் தங்கியதில்லை என்றும் அது மட்டுமல்லாமல், யாரும் இங்கே இரவில் தங்கியதாகக் கூடக் கேள்விப்பட்டதில்லை எனவும் சொன்னார்கள். பள்ளத்தாக்கின் அந்தக் குறுகிய மலைப்பாதையானது இரவு வேளைகளில் துர்ஆவிகளால் பீடிக்கப்பட்டிருக்கும் என்பதுதான் அதற்கு அவர்கள் சொன்ன காரணம்.

எங்களுக்கு நேர் மேலே இரண்டாயிரம் அடி உயரத்தில் மலையில் ஒரு குறுகலான பிளவு இருந்தது. அது பல தலைமுறைகளாகப் பாதயாத்திரையாய் வந்து செல்லும் யாத்ரீகர்கள் நடந்து நடந்து தேய்ந்து, வழுவழுப்பாக மாறிப்போயிருந்தது. அந்தப் பாதை, செங்குத்தான பாறையொன்றின் குறுக்கே நூற்றைம்பது அடிக்கு நீண்டிருந்தது. நடப்பவர்கள் பிடிப்பதற்குக் கூட அங்கு எந்தக் கைப்பிடியும் இல்லை. வந்துசெல்லும் யாத்ரீகர்களின் உயிரைக் காக்கும் அக்கறை அங்கிருக்கும் பூசாரிகளின் கவனத்தில் இருந்தும், அவர்கள் அதற்கான நடவடிக்கைகளை எடுத்தாலும், அந்தப் பிளவைக் கடக்கும்போது, நிகழும் இறப்புகள் அதிகமாக இருந்தன. சில வருடங்களுக்கு முன்புதான் மைசூர் மகாராஜா அதற்கான நிதியை ஒதுக்கினார். கீழ் சன்னிதியிலிருந்து மேல் சன்னிதிவரை, உலோகக் கம்பியொன்று நீள்வாக்காக அந்த மலையுச்சியின் முழு விளிம்பையும் சுற்றிப் போடப்பட்டுள்ளது.

எனவே, அந்த மலையுச்சியின் அடிவாரத்தில் ஆவிகள் இருக்கலாம்; ஆனால் என்னைப் பொருத்தவரை அவை கெட்ட ஆவிகள் அல்ல.

3

இப்போது என்னுடைய கதைக்குத் திரும்ப வருவோம்.

குமாவுனில் இருக்கும் எந்தவொரு மனிதனாலும் கங்காராம் போல, அதி விரைவாக நடக்க இயலாது. என்னுடைய புகைப்படக்கருவியைத் தூக்கிக்கொண்டு வர கங்காராம் என்னுடன் இருந்தார். இரவைக் கழித்த அந்தக் குறுகலான மலைப்பாதையிலிருந்து நடக்கத் தொடங்கி, இரண்டு மைல் தொலைவில் சென்றுகொண்டிருந்த என்னுடைய சமையல்காரரையும் ஆறு கார்வாலிகளையும் சென்றடைந்தோம். அடுத்த ஆறு மணிநேரத்திற்கு ஓரிடத்திலும் நின்றுவிடாமல் நடந்துகொண்டிருந்தோம். சில நேரங்களில் அடர்ந்த காடுகளின் வழியாகவும் சில நேரங்களில் சார்தா நதியின் கரையோரமாகவும் நடக்க வேண்டியிருந்தது. நாங்கள் காலாதுங்கா, சுக்கா ஆகிய ஊர்களைக் கடந்து ஒரு மலையின் அடிவாரத்திற்கு வந்து சேர்ந்தோம். அதன் மறுகோடியில்தான் தல்லா தேஸின் ஆட்கொல்லிப் புலி வேட்டையாடும் நிலப்பரப்பு இருந்தது. அங்கு சென்று சேர்வதுதான் எங்களின் குறிக்கோளாக இருந்தது. அந்த மலையடிவாரத்தில் மதிய உணவைச் சமைத்து உண்பதற்காக நாங்கள் இரண்டு மணி நேரம் தங்கினோம். இன்னும் நான்காயிரம் அடி கடினமான மலையேற்றம் இருக்கிறது.

மதிய வேளையில் ஏப்ரல் மாதத்தின் கடும் வெயில் எங்களின் முதுகைப் பதம் பார்த்துக்கொண்டிருக்க, நிழலுக்காக நாங்கள் ஒதுங்க ஒற்றை மரம்கூட இல்லாத நிலையில், நானும் எனது ஆட்களும் இதுவரை மேற்கொள்ளாத ஒன்றாக, செங்குத்தானதாகவும் மிகுந்த களைப்பை ஏற்படுத்தக் கூடியதுமான மலையேற்றத்தைத் தொடங்கினோம். வழித்தடம் என்று இருந்த ஒன்றும் வெறும் கரடுமுரடான பாதைதான். அதுவும், மலையேற்றத்தின் சாய்வின் அளவை அதிகப்படுத்த, நாங்கள் ஆசுவாசம் கொள்ள எந்த ஒரு கொண்டை ஊசி வளைவும் இல்லாமல்,நேராக மலையுச்சிக்குச் சென்றது. பலமுறை நின்றும், நிதானித்தும் ஏறிய பின், சூரியன் மறையும் பொழுதில் ஒரு குக்கிராமத்தை அடைந்தோம். அது மலையுச்சியில் இருந்து ஆயிரம் அடிக்குக் கீழிருந்தது. சுக்காவைக் கடக்கும்போது அங்கிருந்தவர்கள் இந்தக் குக்கிராமத்தில் தங்குவதைத் தவிர்க்குமாறு அறிவுறுத்தியிருந்தார்கள். மலையின் தெற்குப் பக்கத்தில் இருந்த இந்தக் குக்கிராமம் ஒன்றுதான் மனிதர்களின் வசிப்பிடம். அதனாலேயே அந்த ஆட்கொல்லிப் புலி வழக்கமாக வந்து செல்லும் இடமாகவும் இது இருக்கிறது. என்னவானாலும், ஆட்கொல்லியோ ஆட்கொல்லியாக இல்லையோ எங்களால்

இதற்குமேல் மேலே நடக்க முடியாது. என்பதால், வழித் தடத்திலிருந்து சுமார் முன்னூறு அடி தொலைவில் இருந்த அந்தக் குக்கிராமத்தை நோக்கி நடந்தோம். அந்தக் குக்கிராமத்திலிருந்த இரண்டு குடும்பங்கள் எங்களைப் பார்த்ததில் மிகுந்த மகிழ்ச்சிக்கு உள்ளாயினார்கள். சற்று ஓய்வுக்குப் பின் இரவு உணவை முடித்துவிட்டுப் பூட்டிய வீட்டுக்குள் எனது ஆட்களுக்கு இடம் கொடுத்தார்கள். நான் ஒரு மரத்தின் கீழ் கூடாரப் படுக்கையை விரித்துத் துப்பாக்கியையும் கண்ணாடிக் கூட்டு விளக்கு ஒன்றையும் துணைக்கு வைத்துக்கொண்டு உறங்கத் தொடங்கினேன். அந்த மரத்தின் அருகே ஒரு சின்ன ஊற்று இருந்தது. அதுவே அந்த இரண்டு குடும்பங்களுக்கும் குடிநீருக்குப் பயன்பட்டுவந்தது.

படுக்கையில் சாய்ந்த பிறகு எனக்கு அங்கிருக்கும் சூழலைப் பற்றிச் சிந்திக்க நிறைய நேரம் கிடைத்தது. என்னுடைய வருகையை ஒட்டி, பில் பெய்ன்ஸ் அங்கிருக்கும் எல்லாக் கிராமத்துத் தலைவர்களுக்கும் ஓர் அறிவுறுத்தலை வெளியிட்டிருந்தார். புலி கொன்றிருக்கும் எந்த ஒரு மனிதனையோ அல்லது மற்றவற்றையோ நான் வந்து பார்வையிடும்வரை அந்த இடத்தை விட்டு மாற்றக் கூடாது என்பதே அது. நான்காம் தேதியன்றே கொல்லப்பட்ட சிறுவனின் இறந்த உடல் இன்னும் அகற்றப்படாமல் இருக்கிறது என்று தானக்பூரின் அரசாங்கப் பதிவக அலுவலர் என்னிடம் சொல்லியிருந்தார். இன்று ஆறாம் நாள் இரவும் ஆயிற்று. தானக்பூருக்கு ரயிலில் வந்து இறங்கிய நேரம் முதல் நாங்கள் ஒரு பொழுதுகூட வீணடிக்கவில்லை. எத்தனை விரைவாக அந்தச் சிறுவன் கொல்லப்பட்ட இடத்திற்குச் செல்ல முடியுமோ அத்தனை விரைவாக அந்த இடத்தை அடைவது என்பதில் உறுதியாக இருந்தோம். நாங்கள் போய்ச் சேருவதற்கு முன் அந்தப் புலி தனது இரையை உண்டு முடித்திருக்கும் என்பது எனக்குத் தெரியும். அந்தப் புலிக்குத் தொந்தரவு இல்லாத வரைக்கும் அது இன்னும் ஒன்றிரண்டு நாட்களுக்கு அந்தப் பகுதியிலேயே இருக்க வாய்ப்புகள் உண்டு. இன்று காலையில் நாங்கள் முகாமிலிருந்து கிளம்பும்போது சரியான நேரத்தில் சேருமிடத்தை அடைந்து, இளம் எருமைகளில் ஒன்றைப் புலியின் இரைக்காகக் கட்டிவிட்டு இரவு காத்திருக்கலாம் என்று எண்ணியிருந்தேன். ஆனால் சார்தா நதியிலிருந்து மேலேறுவது எங்களுக்கு அதிக கடினத்தைக் கொடுத்திருந்தது. ஒரு நாள் விரயமானதைக் குறித்துக் கவலைப்பட்டுக்கொண்டிருப்பதால் எந்தப் பயனும் இல்லை. அப்படியே இந்த ஒரு நாளில் அந்தப் புலி அந்த இடத்தை விட்டு நகர்ந்திருந்தாலும் அங்கிருந்து அதிகத் தூரம் அது சென்றிருக்காது என நம்புகிறேன். இந்த விஷயத்தில் எனக்குச் சாதகமில்லாதது ஒன்று உண்டென்றால், அது குமாவுனின் இந்த நிலப்பரப்புக்

குறித்து எனக்கு அவ்வளவாகத் தெரியாது என்பதுதான். புலி அந்தப் பகுதியில் கிட்டத்தட்ட எட்டு வருடங்களாக இருந்துவருகிறது. இதுவரை மொத்தம் நூற்றைம்பது மனிதர்களைக் கொன்றிருக்கிறது. அப்படியென்றால் அந்தப் புலி மிகப்பெரிய நிலப்பகுதியில் புழங்கிவருகிறது என்பது நமக்குப் புரியும். அதனுடனான தொடர்பைத் தொலைத்துவிட்டால் மீண்டும் தொடர்பு ஏற்படுத்திக்கொள்ளச் சில வாரங்கள் எடுக்கலாம். எவ்வாறாகினும் இதுவரை அந்தப் புலி என்ன செய்தது, இனி என்ன செய்யவிருக்கிறது என்றெல்லாம் கவலைப்பட்டு எந்தப் பயனுமில்லை என்பதால், நான் தூங்கச்சென்றேன்.

நான் வெகுகாலையிலேயே கிளம்ப வேண்டுமெனச் சொல்லியிருந்தேன். இரவில் அணைந்துபோன கைவிளக்கை ஏற்றிக்கொண்டு கங்கா ராம் என்னை எழுப்பியபோது சுற்றி இன்னும் இருட்டாகவே இருந்தது. காலைச் சிற்றுண்டி தயாராகிக்கொண்டிருந்த நேரத்தில், அங்கிருந்த ஊற்றில் நான் குளித்து முடித்தேன். நேபாளத்தின் மலைகள்மீது சூரியன் மெதுவாய் ஏறத் தொடங்கிய பொழுதில் நான் என்னுடைய .275 ரிக்பி மௌசர் *(Rigby Mauser)* துப்பாக்கியைச் சுத்தம் செய்து, எண்ணெய் விட்டு மொத்தம் ஐந்து ரவைக் குண்டுகளைச் சன்னக்கூட்டுக்குள் போட்டுவிட்டுக் கிளம்புவதற்குத் தயாரானேன். ஆட்கொல்லிப் புலியின் தொந்தரவால் கிராமங்களுக்கு இடையிலான தகவல் பரிமாற்றத்தில் இடையூறு ஏற்பட்டிருந்தது. இந்த குக்கிராமத்தில் இருந்த இரண்டு மனிதர்களும் புலியின் கடைசி இரைபற்றிக் கேள்விப்பட்டிருக்கவில்லை. அதனால் நாங்கள் போக வேண்டிய திசை குறித்தோ தூரம் குறித்தோ அவர்களால் என்னிடம் எந்தத் தகவலும் கொடுக்க இயலாமல் போயிற்று. அடுத்த நல்ல உணவு எப்போது கிடைக்குமென்பது தெரியாததால், என்னுடன் வந்தவர்களிடம் நன்றாக உணவருந்திக்கொள்ளச் சொன்னேன். சாப்பாடு முடிந்ததும் என்னைப் பின்தொடருமாறும் கூடுமானவரை ஒன்றாகவே சேர்ந்து நடக்குமாறும், ஓய்வு தேவைப்படும் வேளைகளில் திறந்தவெளி இடங்களைத் தேர்ந்தெடுத்து அமருமாறும் கூறினேன்.

முந்தைய நாள் மாலையில் கஷ்டப்பட்டு ஏறிவந்த மலைப்பாதையில் மேல் நோக்கிச் செல்லும் வழித்தடத்தில் இணைந்து, அங்கிருந்து மலையின் அருமையான காட்சியை வியந்து பார்த்தவாறு நின்றிருந்தேன். சார்தா நதியின் பள்ளத்தாக்கு எனக்கு நேர் கீழாகவும் நிழல் பிரதேசத்திலும் இருக்க, மலையடிவாரத்தின் உள்புறமும் வெளிப்புறமுமாக வளைந்து நெளிந்து தானக்பூரில் நுழையும் சார்தா நதியின் மீது சிறு பனித்திரள் ஒன்று தன்னை அழகாகக் காட்சிப்படுத்தியிருந்தது. தானக்பூருக்கு அப்பால்,

வெள்ளி ஜரிகையைப் போல செல்லும் நதியை அடிவானத்தின் அருகே அது மறையும்வரை கண்களால் தொடர முடிந்தது. சுக்கா கிராமம் நிழல் படர்ந்த பகுதிக்குள் இருந்தது. அதன் பாதிப் பகுதி பனித்திரளுக்குள் ஒளிந்திருந்தது. ஆனால் தக் கிராமத்திற்குச் செல்லும் வளைவான சாலையை என்னால் இங்கிருந்து காண முடிந்தது. பத்து வருடங்களுக்குப் பிறகு, நான் கொன்ற தக் ஆட்கொல்லிப் புலிக்கான வேட்டையின்போது அந்தப் பாதையின் ஒவ்வொரு அங்குலத்தையும் என்னால் தெரிந்து கொள்ள முடிந்தது. தக் கிராமமானது, பூர்ணகிரி கோவில்களைப் பராமரிக்கும் பூசாரிகளுக்கு நூற்றுக்கணக்கான வருடங்களுக்கு முன்பாகக் குமாவுனின் சந்த் மன்னர்களால் தானமாகக் கொடுக்கப்பட்டது. அன்றைய காலை, சூரியனின் தகதகப்பில் தக் கிராமம் மட்டுமல்லாமல் பூர்ணகிரி மலையின் கூர்க் கோபுரமும் மின்னிக்கொண்டிருந்தது.

தல்லா தேஸுக்கான கடைசிக் கட்டப் பயணத்தின்போது நான் அந்தக் காட்சியைப் பார்த்து வியந்து இருபத்தைந்து வருடங்கள் கடந்துவிட்டன. மிக நீளமான காலம்தான். அதற்குள் நிறைய மாற்றங்கள் நடந்தேறிவிட்டன. ஆனால், காலம் ஒருபோதும் நம் நினைவின் அடுக்குகளில் ஆழப்பதிந்த சம்பவங்களை அழிக்க முற்படுவதில்லை. தல்லா தேஸ் ஆட்கொல்லிப் புலியை வேட்டையாட நான் செலவு செய்த ஐந்து நாள் நிகழ்வுகளும் தெள்ளத் தெளிவாகவும், இருபத்தைந்து வருடங்களுக்கு முந்தையதாக இருப்பினும், இன்று நடந்ததைப்போலப் புதிதாக என் நினைவில் இருக்கின்றன.

நான் சென்றுகொண்டிருந்த பாதை மலையின் மறுபக்கமிருந்த நல்லதொரு காட்டுப்பாதையுடன் சென்று சேர்ந்திருந்தது. கிழக்கு மேற்காக ஓடிய அது, கிட்டத்தட்ட ஆறு அடி அகலமுடைய அகண்ட சாலை. இங்கு எனக்கொரு குழப்பம். கண்ணுக்கெட்டியவரை ஒரு கிராமமும் இல்லாததால், எந்தத் திசை நோக்கிச் செல்வது என்பது தெரியவில்லை. இறுதியாக, சார்தா நதியிலிருந்து தொலைவாக இட்டுச் செல்வது கிழக்கே செல்லும் பாதையாகதான் இருக்கக்கூடும் என்னும் அனுமானிப்பில், அதில் சென்று பார்க்க முடிவு செய்தேன்.

எங்கேயும் சென்றுவர, எனக்கான நேரத்தையும் இடத்தையும் தேர்ந்தெடுக்கும் வாய்ப்பு எனக்கிருந்தால், மறு சிந்தனையின்றி, ஏப்ரல் மாதத்தின் முதல் வாரங்களில் காலை வேளையில், இமயமலையின் மரங்கள் அடர்ந்த மலையின் வடக்குப் புறத்தைத் தேர்ந்தெடுத்து நடப்பேன். ஏப்ரல் மாதத்தில்தான் இயற்கை அன்னையின் படைப்புகள் அனைத்தும் அவளது ஆகச் சிறந்த

தருணத்தில் இருக்கும்; இலையுதிர் மரங்கள் தங்களின் தளிர்களை வெளிக்காட்டும். அவை ஒவ்வொன்றும் பச்சை, தங்க நிறங்களின் பல்வேறு சாயல்களைக் கொண்டிருக்கும்; பருவத்துக்கு முன்னர் பூக்கும் ஓரிதழ்த் தாமரை மலர்கள், மஞ்சள் நிறக் குவளைப் பூக்கள், பூவரசு மலர்கள், இவை வழிவிட்டு, அடுத்ததாக மலரும் சீமை முட்செவ்வந்திப் பூக்கள், குதிமுள் போன்ற புல்லி வட்டமுள்ள பூக்கள், ஆர்க்கிட் மலர்கள், பறவைகள் – பூங்குருவிகள், சிலம்பன்கள், பூஞ்சிட்டுகள், பட்டாணிக் குருவிகள் மேலும் மற்றவையும் – குளிர்காலத்தில் மலையடிவாரங்களைத் தேடி இடம்பெயர்ந்துவிட்டு, இப்போது இங்கே வந்து தங்களின் இனப்பெருக்க இடங்களைக் கண்டடைந்து, இணைகளுடன் இணைந்து இசைக்கும் குரல்கள் என்று அருமையாக இருக்கும். ஆபத்துகள் இல்லாத காடொன்றில் கவலையற்றும் மனதை இலகுவாக வைத்துக்கொண்டும் நடந்து செல்வது, மனதுக்கு இசைவான சத்தங்களுடனும் காட்சிகளுடனும் நம்மை இணைத்துக்கொண்டு அவற்றை மட்டும் முழுக் கவனிப்போடு பார்த்துக்கொண்டும் கேட்டுக்கொண்டும் நடப்பது, நம்மைக் குறைவாக ஈர்க்கும் காட்சிகளையும் சத்தங்களையும் இசைவான ஒன்றாக மனதுக்குள் ஏற்றிக்கொண்டு நடப்பது போன்றவையெல்லாம் முழுமையைத் தரும் செயலாகும். ஆனால் ஓர் ஆட்கொல்லிப் புலியால் தொல்லை இருப்பதாக உணர்ந்த பிறகு கவலைகளற்ற உணர்வு மறைந்து கூர்ந்த கவனிப்பே அது நம்மை ஆட்கொள்ளும்.

ஆபத்து என்பது எல்லா விதமான விளையாட்டுகளுக்கும் உற்சாகத்தைத் தரக்கூடியது என்றாலும் அது நம்முடைய இயல்பான ஆற்றல்களை மேலும் கூர்மைப்படுத்தி, கண்ணால் காண்பவற்றையும் காதால் கேட்பவற்றையும் ஒருமுகமாகக் கவனப்படுத்தவைக்கும் வல்லமை கொண்டது. ஆபத்து என்பதை எவ்வாறு புரிந்துகொள்வது என்றால், அதை நாம் எதிர்கொள்ளத் துணிந்திருந்தோம் என்றால், அது நாம் ரசிக்கும் எதையும் குறைத்துக் காட்டாது. வயலட் நிறத்து ஓரிதழ்த் தாமரை மலர்கள் மலர்ந்திருக்கும் மணல்மேடானது தனக்குப் பின்னிருக்கும் மலைக்கு அப்பால் பசித்திருக்கும் ஒரு புலியைக் கொண்டிருக்கிறது என்பதால் தனது அழகைக் குறைத்துக் காட்டுவதில்லை. கருவாலி மரத்தின் உச்சிக் கிளையிலிருந்து பிரவாகமெடுத்து ஓடும் கருப்புத் தலை பூங்குருவியின் பாட்டானது, மரத்தின் அடியில் அமர்ந்திருக்கும் வளைந்த அலகுச் சிலம்பன் பறவை ஒன்று காட்டுயிர்களுக்கு அபாயத்தின் இருப்பைத் தெரியப்படுத்த எழுப்பும் எச்சரிக்கைக் குரலால், இனிமை குறைந்து கேட்கப் போவதில்லை.

பயம் என்பது சிலருக்குப் பரம்பரையாகவே இல்லாமல் இருக்கலாம், ஆனால் நான் அவர்களில் ஒருவன் அல்லன். வன வாழ்க்கையுடனான தொடர்புடன் என் வாழ்வு முழுமையும் வாழ்ந்துவிட்ட பிறகும், ஒரு புலியின் பற்களைப் பார்த்தோ, கூர் நகங்களைக் கண்டோ சிறிதளவும் பயமில்லை என்று இன்று சொல்லிக்கொள்ள முடிந்த என்னால், அன்றொரு நாளில் ஒரு புலி என்னையும் மேகாக்கையும் (*Magog*) அது தூங்கும் இடம் என்பதற்காகக் காட்டை விட்டுத் துரத்தியதை என்னால் மறக்க முடியாது. முதல் சில வருடங்களில் இல்லாத, பயம் வெளியில் தெரியாதபடி அதை அடக்கிவைத்துக்கொள்ளும் திறமையும் அனுபவமும் இப்போது என்னிடம் உண்டு. முன்பெல்லாம் என்னைச் சுற்றி எப்போதும் அபாயம் இருப்பதாக எண்ணிப்பார்த்துக்கொண்டே வருவேன். நான் கேட்கும் ஒவ்வொரு சத்தத்திற்கும் பயந்துகொள்வேன். ஆனால் இப்போது ஆபத்தை எங்கு தேட வேண்டும், எந்தச் சத்தங்களை ஒதுக்கிவிட வேண்டும், எவற்றிற்குக் கூடுதல் கவனம் கொடுக்க வேண்டும் என்பதை அறிவேன். மேலும், முன்பெல்லாம் துப்பாக்கியின் ரவைக் குண்டு போய்த் தாக்குமிடம் குறித்த ஒரு நிச்சயமற்ற தன்மை இருந்தது. இப்போது நான் விரும்பும் திசையில் எங்கு செலுத்த வேண்டுமோ அதைச் சரியாக செய்யும் நம்பிக்கையும் என்னிடம் உண்டு. அனுபவம்தான் நம்பிக்கையைத் தோற்றுவிக்கிறது. இந்த இரண்டு முக்கியமான தகுதிகளும் இல்லாமல் ஓர் ஆட்கொல்லிப் புலியை, நடந்தே சென்று, அதுவும் தனியாகச் சென்று வேட்டையாடுவது என்பது விரும்பத்தகாத வகையில் தற்கொலை செய்துகொள்வதற்குச் சமமானது.

அந்த ஏப்ரல் மாதத்தின் காலையில் நான் நடந்துகொண்டிருக்கும் காட்டுச் சாலை, ஆட்கொல்லிப் புலி நடமாடிக்கொண்டிருக்கும் பகுதி. அந்தப் புலியால் அடிக்கடி பயன்படுத்தப்பட்டுவரும் சாலையும்கூட. அந்தப் பாதையில் காணக் கிடைத்த கீறல் தடங்களே இதற்குச் சாட்சி. இந்தத் தடங்களைத் தவிர, இவற்றை ஏற்படுத்திய அதனுடைய கால்த்தடங்களைக் காட்டும் அளவுக்குப் புதிதாய் வேறெதுவும் இல்லை. சிறுத்தை, கடமான், கரடி, கேளையாடு, பன்றி போன்றவற்றின் பல கால்த்தடங்கள் இருந்தன. பல வகையான பறவைகள், மிகுதியான பூக்களின் கூட்டம், அதிலும் குறிப்பாக வெள்ளைப் பட்டாம்பூச்சி, ஆர்க்கிட் மலர்கள் ஆகியவை நிறைந்திருந்தன. இந்த ஆர்க்கிட் மலர்கள் கொத்துக் கொத்தாகப் பூத்துத் தொங்கிகொண்டிருந்தன. அவை வேர் விட்டு வளர்ந்திருக்கும் மரங்களின் கிளைகளையும் அடிமரத் தண்டுகளையும் முழுவதுமாய் மறைத்தவாறு பூத்திருந்தன.

நான் கண்டதிலேயே மிகவும் கலை நுணுக்கம் மிகுந்த ஒரு கூடு என்றால் அது இமாலயக் கருப்புக் கரடியுடையதுதான். ஆர்க்கிட் மலர்கள் பூத்திருந்த மரத்தில் அந்தக் கூடு அமைந்திருந்தது. கொட்டும் பனியின் எடையினாலோ அல்லது பனிப்புயலின் தாக்கத்தாலோ வெட்டுப்பட்டிருந்த மிகப்பெரிய கருவாலி மரமொன்றில் அமைந்திருந்தது. அந்தக் கூடு நிலத்திலிருந்து சுமார் நாற்பதடி உயரத்தில் இருந்தது. மரம் உடைபட்டிருந்த இடத்திலிருந்து ஒரு மனிதனின் கையளவு தடிமன் உள்ள கிளைகள் வட்டமாக முளைவிட்டிருந்தன. அந்தக் கிளைகள் அடிமரத்திலிருந்து செங்கோண வடிவத்தில் வெளிவந்திருந்தன. இந்த இடத்தில் பாசியினம் பூஞ்சையாக வளர்ந்திருந்தது. அதில்தான் பட்டாம்பூச்சி ஆர்க்கிட் செடி வேர் வைத்திருந்தது. இந்த ஆர்க்கிட் செடிகளுக்கிடையில்தான் கரடியொன்று தனது கூட்டை அமைத்திருந்தது. உடைந்திருந்த மரத்தண்டில் நீண்டிருந்த கிளைகளை எல்லாம் வளைத்து அழுத்திக் கூடு செய்திருந்தது. கரடிகள் வீடு கட்ட எடுத்துக்கொள்ளும் மரங்கள் வித்தியாசமானவை. அவற்றின் கிளைகள் மடக்கும்போது அவை உடையாமல் மடங்கிக்கொள்ளும் தன்மை கொண்டவையாக இருக்கும். இந்தக் கூடுகளுக்கும் அதன் குடும்ப வாழ்விற்கும் சம்பந்தம் இருக்காது. அவை இரண்டாயிரம் அடி உயரம் முதல் எட்டாயிரம் அடி உயரம்வரை மலைகளில் வாழ்வதைப் பார்த்திருக்கிறேன். குளிர் காலத்தில் கரடிகள் உயரங்களை விட்டு மலையின் கீழான உயரங்களுக்கு இறங்கிவந்து, காட்டு பிளம் பழங்களையும் தேனையும் உண்டு செல்வதுண்டு. அதன் கூடுகள் அதற்கு எறும்புகளிடமிருந்தும் ஈக்களிடம் இருந்தும் பாதுகாப்பைக் கொடுப்பதுண்டு. உயரமான இடங்களில் அமைந்திருக்கும் கூடுகள், கரடிகள் தொந்தரவு ஏதுமில்லாமல் சூரியவெளியில் படுத்துக்கொள்ள உதவி செய்கின்றன.

ஒரு சாலை இவ்வாறு சுவாரசியம் கொண்டதாய் அமைந்துவிட்டால் அதனுடைய தூரம் ஒருவரின் நினைவில் இருந்துகொண்டு சங்கடப்படுத்தாது. நான் கிட்டத்தட்ட ஒரு மணிநேரமாக நடந்துகொண்டிருக்கிறேன். ஒரு இடத்தில் காடு முடிந்து புல்வெளியின் விளிம்புக்கு வந்துவிட்டிருந்தேன். அந்தப் புல்வெளி ஒரு கிராமத்தை நோக்கியவாறு இருந்தது. திறந்த புல்வெளிக்கு நான் வந்ததும் நான் கவனிக்கப்பட்டதை உணர்ந்தேன். கிராமத்தை நான் அடைந்தபோது, மொத்தக் கிராம மக்களும் திரண்டு வந்து என்னை வரவேற்றனர். உலகின் எந்த ஒரு நாட்டிலாவது அதன் ஏதோ ஒரு மூலையில் இருக்கும் கிராமத்திற்கு வருகை தரும், யாரென்றே அறியாத, அவர் என்ன தொழில் செய்கிறார் என்பதே அறியாத நிலையில், அவருக்குக்

குமாவுனைப் போன்ற, குமாவுனின் நீள, அகல நிலப்பரப்பில் இருக்கும் ஏதோவொரு கிராமத்தைப் போன்றதொரு ஊரில் கிடைக்கும் வரவேற்பும் உபசரிப்பும் வேறு எங்காவது கிடைக்குமா என்று நான் அடிக்கடி ஆச்சரியப்படுவதுண்டு. நான்தான் அந்தக் கிராமத்திற்கு செல்லும் முதல் ஆங்கிலேயனாக இருப்பேனென்று நினைக்கிறேன், அதுவும் தனியாகவும் நடந்தும் சென்ற ஆங்கிலேயன் நானாகவே இருப்பேன். மக்களின் அருகே நான் சென்றடைந்தபோது, சதுர வடிவிலான கம்பளமொன்று விரிக்கப்பட்டு அவசரமாக ஒரு இருக்கையும் அதன்மேல் போடப்பட்டது. நான் வந்து அதில் அமர்ந்த அடுத்த கணம் என் கைகளில் பால் நிரம்பிய பித்தளைக் குடுவையைத் தந்தார்கள். மலைவாழ் மக்களிடம் எனக்கிருக்கும் வாழ்நாள் முழுமைக்குமான தொடர்பின் காரணமாகக் குமாவுனில் இருக்கும் கிராமப்புறங்களில் பேசப்படும் வெவ்வேறு விதமான பேச்சுவழக்குமொழிகளை என்னால் புரிந்துகொள்ள முடியும். அதைவிட முக்கியமாக அவர்களின் எல்லா எண்ண ஓட்டங்களையும் என்னால் புரிந்துகொண்டு தொடர முடியும். நான் துப்பாக்கியைக் கையில் வைத்திருந்தபடியால், ஆட்கொல்லிப் புலியின் தொல்லையிலிருந்து அவர்களை விடுவிக்கத்தான் நான் வந்திருக்கிறேன் என்பதை அவர்களால் எளிதாகக் கண்டுபிடிக்க முடிந்தது. ஆனால் அவர்களை குழப்பமடையச் செய்தது எதுவென்றால், நான் இத்தனை காலைப் பொழுதில் நடந்தே அங்கு வந்திருப்பதுதான். நான் இரவில் ஓரிடத்தில் தங்கியிருந்து வந்திருப்பதாக எடுத்துக்கொண்டால் அருகிலிருக்கும் பயணியர் மாளிகை சுமார் முப்பது மைல் தொலைவில்தான் இருக்கிறது. அதன்படி நான் காலையில் எப்படி வந்தேன் என்பதே அவர்களின் குழப்பம்.

நான் பாலைக் குடித்துக்கொண்டிருக்கும்போது சிகரெட்டுகள் பரிமாறிக்கொள்ளப்பட்டன. அதன் பிறகு சற்றுச் சகஜமாகப் பேச முற்பட்டனர். அவர்கள் கேட்ட அநேகக் கேள்விகளுக்கும் நான் பதில் சொல்லிய பின்னர் நானும் அவர்களிடம் சில கேள்விகளை முன்வைத்தேன். நான் தெரிந்துகொண்டதிலிருந்து, அந்தக் கிராமத்தின் பெயர் தாமலி (Tamali). பல வருடங்களாக அந்தக் கிராமம் ஆட்கொல்லிப் புலியால் தொல்லைக்கு இலக்காகி வந்திருக்கிறது. சிலர் எட்டு வருடங்கள் என்றனர்; சிலர் பத்து என்றனர். ஆனால் எல்லோரும் ஒத்துக்கொண்ட ஒரு தகவல் என்னவென்றால், என் பச்சி சிங், கோடாலி கொண்டு மரத்தைப் பிளக்கும்போது தனது கால் விரல்களை வெட்டிக்கொண்டானோ அந்த வருடத்திலிருந்துதான் அந்த ஆட்கொல்லி தனது இருப்பை அங்குக் காட்டத் தொடங்கியிருக்கிறது. அடுத்ததாக முப்பது ரூபாய் கொடுத்து டேன் சிங் வாங்கியிருந்த கருப்பு

எருது மலையிலிருந்து கீழே விழுந்து பின்பு கொல்லப்பட்டது. தாம்லியில் ஆட்கொல்லியால் கொல்லப்பட்ட கடைசி மனித உயிர் குந்தனுடைய தாய். இதற்கு முந்தைய மாதத்தின் (மார்ச்) இருபதாம் நாளில் புலி அவரைக் கொன்றது. கொல்லப்பட்ட அன்று அவர் மற்றப் பெண்களுடன் கிராமத்தின் கீழ்ப்புறமாக இருந்த ஒரு வயலில் வேலை செய்துகொண்டிருந்தார். அங்கிருக்கும் யாருக்கும் அந்தப் புலி ஆணா, பெண்ணா என்பது தெரியவில்லை. ஆனால் அது ஒரு பெரிய மிருகம் என்பது எல்லோருக்கும் தெரிந்திருந்தது. அந்தப் புலியைக் குறித்த பயம் அவர்களிடம் மிகப் பெரியதாக இருந்தது. அதனால் சுற்றியிருக்கும் நிலங்களில் சென்று பயிர் செய்வதை நிறுத்தியிருந்தார்கள். தானக்பூருக்குச் சென்று கிராமத்திற்குத் தேவையான உணவுகளை வாங்கி வரவும் யாரும் முன்வரவில்லை. அந்தப் புலி, தாமலி கிராமத்தை விட்டு வெகுநாட்களுக்குத் தள்ளியிருப்பதில்லை. அதனால் அவர்கள் நான் அங்கு தங்கினால் எனக்கு அதைச் சுட்டுப் பிடிப்பதற்கு தல்லா தேஸில் இருக்கும் மற்ற எந்த இடத்தை விடவும் நல்ல வாய்ப்புக் கிடைக்குமென என்னிடம் வேண்டிக் கேட்டுக்கொண்டார்கள்.

ஆட்கொல்லிப் புலிக்காக உங்கள் மீது முழுமையான நம்பிக்கை வைத்து இறைஞ்சிக் கேட்கும் மக்களிடமிருந்து விலகிச் செல்லுதல் என்பது அத்தனை எளிதானதல்ல. இருந்தும், என் செய்கைக்கான காரணத்தை அவர்கள் ஏற்றுக்கொண்டார்கள். என்னைச் சுற்றி அமர்ந்திருந்த ஐம்பதுக்கும் மேற்பட்ட மக்களிடம், நான் திரும்பி வரும்போது, நான் முதலில் கவனிக்கும் இடம் தாமலியாகதான் இருக்குமென்று வாக்குக் கொடுத்துவிட்டு, அவர்களிடமிருந்து நான் விடைபெற்றுக்கொண்டேன். எந்த இடத்தில் கடைசியாக மனித உயிர் கொல்லப்பட்டதோ அந்தக் கிராமத்தைத் தேடிப் பயணப்பட்டேன்.

குக்கிராமத்திலிருந்து வந்த வழிப்பாதையானது எந்த இடத்தில் காட்டுச் சாலையை அடைந்ததோ அங்கு வந்து சேர்ந்தேன். அந்த இடத்தில் என்னுடைய ஆட்களுக்கு நான் கிழக்குப் பக்கமாகச் சென்றிருக்கிறேன் என்பதைத் தெரியப்படுத்த வேண்டி, நான் வைத்திருந்த அறிவிப்பை அந்தச் சாலையிலிருந்து நீக்கினேன். அதை மேற்கே செல்லும் சாலையில் நட்டு வைத்தேன். எதுவும் தவறாகிவிடக் கூடாது என்ற எண்ணத்தில், கிழக்கே போகும் சாலையில் 'சாலை மூடப்பட்டுள்ளது' என்னும் அறிவிப்பையும் வைத்தேன். நான் குறிப்பிட்டுள்ள இந்த இரண்டு அறிவிப்புக்களும் மலை முழுவதும் எல்லோரும் அறிந்த சைகை முறைதான். நான் இவற்றைப் பயன்படுத்துவேன் என்று என்னுடைய ஆட்களிடம் தெரிவிக்காவிட்டாலும் அவர்களுக்குத் தெரியும்.

இவற்றை நான்தான் வைத்தேன் என்பதை அறிந்து சரியாகப் புரிந்துகொள்வார்கள்; அதன்படி நடப்பார்கள் என்று எனக்குத் தெரியும். முதல் அறிவிப்பை, சாலையின் நடுவில், ஒரு சிறு கிளையை வைத்து, அதற்கு மேல் ஒரு கல்லோ அல்லது ஒரு மரக்கட்டையையோ அழுந்திப் பிடிக்குமாறு செய்து, அதன் இலைகள் எந்தப் பக்கம் ஆட்கள் என்னைத் தொடர வேண்டுமோ அந்தத் திசையை நோக்கியபடி இருக்குமாறு வைத்தேன். இரண்டாவது அறிவிப்பை இரண்டு கிளைகள் குறுக்காக வெட்டியிருப்பதுபோல, பெருக்கல் (X) குறியீடு வடிவில் வைத்திருந்தேன்.

மேற்கு நோக்கிச் செல்லும் பாதை பல நேரங்களில் சமதளமாகவும் பெரிய கருவாலி மரங்களைக் கொண்ட காட்டின் வழியாகச் செல்வதாகவும் இருந்தது. இந்தக் கருவாலி மரங்கள், மூட்டளவு உயரம் உள்ள சூரல் வகைப் புதர்கள், பெண் கூந்தல் பெரணிச் செடிகள் ஆகியவற்றின் நடுவில் வளர்ந்திருந்தன. இந்தக் காடுகளில் எங்கெல்லாம் வெட்டவெளி தென்படுகிறதோ, அங்கெல்லாம் மலைகளின் பிரம்மாண்டக் காட்சி தெரிந்தது. மலைகள் ஒன்றன் பின் ஒன்றாக எழுந்து நின்று, அதன் பின்புறம் பனி மூடிய சிகரங்கள் கிழக்கும் மேற்குமாகக் கண் பார்வை தெரியும்வரை நீண்டிருந்தன.

4

காட்டுச் சாலையில் மேற்குப் புறமாகச் சுமார் நான்கு மைல் சென்ற பின், சாலை வடக்காகத் திரும்பிப் பள்ளத்தாக்கின் மேல்பகுதியைக் கடந்து சென்றது. பள்ளத்தாக்கின் மேலிருந்து கீழாகத் தெள்ளத்தெளிவான ஓடை ஒன்று பாய்ந்தோடியது. என் இடப்பக்கமாக இருந்த மலையின் மீதிருந்த கருவாலி மரங்கள் அடர்ந்த காட்டுக்குள்ளிருந்து தொடங்கிப் பாய்ந்து வந்தது. ஓடையின் குறுக்கே கிடந்த படிகற்களின் வழியாக நடந்து அதைக் கடந்து, சற்று மேலேறிச் சென்றதும், திறந்தவெளி நிலப்பரப்பு ஒன்றுக்கு வந்து சேர்ந்தேன். அதன் மறுகோடியில் ஒரு கிராமம் இருந்தது. ஓடையிலிருந்து தண்ணீர் எடுக்கக் கிராமத்தில் இருந்து வந்த சில பெண்கள், நான் திறந்தவெளிக்கு ஏறிவருவதைப் பார்த்துவிட்டனர். மிகுந்த உற்சாகத்துடன் சத்தமிட்டு, 'ஐயா (Sahib) வந்துவிட்டார்கள்! ஐயா வந்துவிட்டார்கள்!' என்றனர். அந்த உற்சாகக் குரல்கள் வீட்டுக்கு வீடு பரவிச்சென்றன. நான் அங்கே போய்ச் சேர்ந்தபோது, என்னைச் சுற்றி ஆண்களும் பெண்களும் குழந்தைகளும் ஆர்வத்தோடு கூடிவிட்டார்கள்.

கிராமத்தின் தலைவர் மூலமாக நான் அந்தக் கிராமத்தின் பெயரைத் தல்லா கோட் *(TallaKot)* என்றறிந்தேன். இரண்டு

நாட்களுக்கு முன்னர் (5 ஏப்ரல்) சாம்பாவத்திலிருந்து கிராமக் கணக்காளர் (*Patwari*) ஒருவர் என்னைப் பார்ப்பதற்காக அங்கு வந்திருக்கிறார். அந்த மாவட்டம் முழுமையும் இருக்கும் மக்களிடம், "ஆட்கொல்லிப் புலியைக் கொல்வதற்காக ஐயா நைனிதாலிலிருந்து வந்து கொண்டிருக்கிறார் என்பதைத் தெரிவித்திருக்கிறார். கிராமக் கணக்காளர் வந்து சேர்ந்த குறுகிய காலத்துக்குள், அந்தக் கிராமத்துப் பெண்மணி ஒருவர் ஆட்கொல்லியால் கொல்லப்பட்டிருக்கிறார். அல்மோராவின் துணை ஆணையரிடமிருந்து வந்த உத்தரவுக்குக் கட்டுப்பட்டு அந்தக் கொல்லப்பட்ட உடலை எடுக்காமல் அப்படியே விட்டு வைத்திருக்கிறார்கள்.கடைசியாக என் வருகையை முன்னிட்டு இன்று காலையில் அந்த உடல் கிடக்கும் இடத்திற்கு பார்த்துவரக் குழுவாகச் சிலர் அனுப்பி வைக்கப்பட்டிருந்தனர். இரையில் ஏதாவது மிச்சமிருப்பின் எனக்காக அங்கு ஒரு மரமேடை கட்டச் சொல்லியிருக்கிறார்கள். இந்தத் தகவலைக் கிராமத்துத் தலைவர் தெரிவித்துக்கொண்டிருக்கும்போது இரையைப் பார்க்கப்போன எண்ணிக்கையில் சுமார் முப்பது பேர் கொண்ட குழு திரும்பி வந்தது. அவர்கள் என்னிடம் பெண் கொல்லப்பட்ட இடத்தை முழுமையாகத் தேடிப் பார்த்ததாகச் சொன்னார்கள். புலி அதன் இரையை முழுவதுமாகச் சாப்பிட்டுவிட்டதாகவும் அவர்களால் அந்தப் பெண்ணின் பற்களை மட்டுமே கண்டுபிடிக்க முடிந்ததாகவும் சொன்னார்கள். அந்தப் பெண் உடுத்தியிருந்த உடைகளைக்கூடக் காணவில்லை என்றும் கூறினார்கள். நான் அவர்களிடம், எந்த இடத்தில் புலி கொன்றது என்று கேட்டதற்குப் பதினேழு வயது இளைஞன் ஒருவன் முன்வந்து நான் அவனுடன் கிராமத்தின் மறுகோடிக்கு வந்தால் எந்த இடத்தில் அவனுடைய அம்மா புலியால் கொல்லப்பட்டார்கள் என்பதைச் சுட்டிக்காட்டுவதாகச் சொன்னான்.

அந்த இளைஞன் முன்னே செல்ல, கூட்டமாக ஆண்களும் பெண்களும் குழந்தைகளும் என்னைப் பின்தொடர்ந்து வரக் கிராமத்தின் வழியாகச் சென்று சுமார் நூற்றைம்பது அடி நீளமுள்ள இரு மலைகளை இணைக்கும் மலையிடை வழிக்கு வந்து சேர்ந்தோம். இந்த மலையிடை வழிதான் இரண்டு பெரிய பள்ளத்தாக்குகளுக்கும் உச்சிப்புள்ளி. இடதுபுறம் இருந்த மலையானது, அதாவது மலையிடைவழியிலிருந்து மேற்கு நோக்கிப் பார்க்கும்போது, கீழே இருக்கும் லத்யா நதியை நோக்கி இறங்கியிருந்தது; வலதுபுறம் இருந்த ஒன்று, செங்குத்தாகக் கிட்டத்தட்டப் பத்து அல்லது பதினைந்து மைல் கீழிருக்கும் காளி நதியை நோக்கி இறங்கியிருந்தது. மலையிடை வழியின் இருக்கைப் புள்ளியில் நின்ற அந்த இளைஞன் திரும்பி வலதுபக்கமாக

இருக்கும் பள்ளத்தாக்கைப் பார்த்தபடி நின்றான். இடது பக்கமாக அல்லது வடக்குத் திசையில் இருந்த பள்ளத்தாக்கு முழுவதும் குட்டையான புற்கள் நிறைந்து அங்கொன்றும் இங்கொன்றுமாய்ப் புதர்கள் வளர்ந்து காட்சியளித்தன. வலதுபக்கம் அடர்த்தியான குட்டைச் செடிகளுடனும் மரங்கள் அடங்கிய காடுகளையும் கொண்டிருந்தது. சுமார் இரண்டாயிரத்து நானூறு முதல் மூவாயிரம் அடி தொலைவிலும் மூவாயிரம் முதல் நாற்பத்தைந்தாயிரம் அடி நேர் கீழேயும் இருந்த புல்வெளியாக இருந்த பக்கமாக ஒரு குட்டைப் புதரைக் கைகாட்டிய அவன், தன்னுடைய அம்மா இன்னும் பல பெண்களுடன் சேர்ந்து புல் வெட்டிக் கொண்டிருக்கும்போது இங்குத்தான் கொல்லப்பட்டதாகச் சொன்னான். அதன் பின்னர் அந்த இடத்தின் அருகே சரிவான பள்ளத்தாக்கில் முளைத்திருந்த கருவாலி மரமொன்றைச் சுட்டிக்காட்டினான். அந்த மரத்தின் பெரும்பாலான கிளைகள் நெடுவால் குரங்குகளால் முறிக்கப்பட்டுக் கிடந்தன. அந்த மரத்தின் அடியில்தான் அவனது தாயின் சடலத்தின் மீதங்களை அவர்கள் கண்டார்கள் என்றும் அவன் சொன்னான். புலியைக் குறித்துச் சொல்லும்போது, அவனோ அல்லது அவனோடு வந்த குழுவினரோ அதைப் பார்க்கவில்லை என்றும் அதன் சத்தம் எதையும் கேட்கவில்லை எனவும் கூறினான். ஆனால் அவர்கள் மலையிறக்கத்தில் தேடிக்கொண்டிருந்த வேளையில் மலைக்காட்டாடு ஒன்று முதலில் குரல் எழுப்பியதாகவும் அதைத் தொடர்ந்து நெடுவால் குரங்கு ஒன்று சத்தம் கொடுத்ததாகவும் கூறினான்.

மலைக்காட்டாடு எப்போதாவது மனிதர்களைப் பார்த்தால் குரல் கொடுப்பதுண்டு. ஆனால் நெடுவால் குரங்கு அவ்வாறு செய்வதில்லை. இருந்தும், இரண்டுமே ஒரு புலியைப் பார்த்துவிட்டால் சத்தமெழுப்புவதுண்டு. அந்த இரை கிடந்த இடத்திற்கு அருகில் அந்தப் புலி இருந்திருக்க வாய்ப்பு இருக்கிறது. மேலும் இந்த மனிதர்கள் அங்கு சென்றதும் அது தொந்தரவுக்குள்ளாகி, அந்த இடத்திலிருந்து நகர்ந்திருக்கலாம். அது செல்வதை முதலில் மலைக்காட்டாடும் பின்னர் நெடுவால் குரங்கும் பார்த்திருக்கலாம் என்பதற்கும் வாய்ப்புள்ளது. நான் இந்த எண்ணத்துடன் என் கண்முன் விரிந்திருக்கும் பகுதியை மனதால் வரைபடமிட்டுச் சிந்தித்துக் கொண்டிருந்தபோது, அந்தக் கிராமத்துக் கணக்காளர் தன் உணவை முடித்துவிட்டு என்னுடன் இணைந்துகொண்டார். பெயின்ஸிடம் நான் கேட்டிருந்த இரண்டு இளம் எருமைக் கன்றுக்குட்டிகளைப் பற்றி அவரிடம் கேட்டேன். அவர் அந்த மாடுகளுடன் சாம்பாவத் ஊரிலிருந்து கிளம்பியதாகவும்,

தல்லா கோட் ஊருக்குச் சில மைல் தொலைவிலுள்ள ஒரு கிராமத்தில், ஏப்ரல் 4 அன்று ஒரு சிறுவன் ஆட்கொல்லிப் புலியால் கிராமத்துக்குள்ளே கொல்லப்பட்டது தெரிந்ததும், அங்கு அவற்றை விட்டுவந்ததாகவும் கூறினார். அந்தப் புலியைப் பிடிக்க அங்கு அந்தச் சமயம் ஒருவரும் இல்லாததால் அந்த உடல் அங்கிருந்து மீட்கப்பட்டது. இந்த நிகழ்வு குறித்த தகவல், என்னுடைய கவனத்துக்காக, சம்பாவத் அதிகாரிகளுக்குச் சொல்லப்பட்டுப் பின்னர் அங்கிருந்து தானக்பூருக்குத் தந்தியடிக்கப்பட்டு விட்டதாகச் சொன்னார். அந்தச் சிறுவனின் உடலை எரித்துவிட ஆணையும் கொடுத்துவிட்டதாகக் கூறினார்.

இரவில் தங்கியிருந்த அந்தக் குக்கிராமத்திலிருந்து என்னுடைய ஆட்கள் இன்னும் வந்து சேரவில்லை. அதனால், நான் கிராமத்துத் தலைவரிடம் என்னுடைய கூடாரத்தை ஓடையின் அருகேயிருந்த திறந்தவெளியில் போடச் சொல்லிவிட்டு, நான் கீழிறங்கிச் சென்று, புலி எந்த இடத்தில் தனது இரையை எடுத்துக் கொண்டதோ, அந்த இடத்தைப் போய்ப் பார்த்துவர முடிவு செய்தேன். அந்தப் புலி ஆணா அல்லது பெண்ணா என்று தெரிந்து கொள்ளும் நோக்குடன்தான் சென்றேன். பெண்ணாக இருந்தால், அதற்குக் குட்டிகள் ஏதும் இருக்கிறதா என்பதையும் தெரிந்து கொள்ள நினைத்தேன். குமாவுனின் இந்தப் பகுதி நான் முதலில் சொல்லியதுபோல எனக்கு அதிகம் அறிமுகமில்லாத பகுதி. கிராமத்துத் தலைவரிடம், பள்ளத்தாக்குக்குச் செல்ல எளிதான வழி ஏதாவது இருக்கிறதா என்று நான் கேட்டேன். புலி தனது தாயைக் கொன்று தின்ற இடத்தை எனக்குக் காட்டிய அந்த இளைஞன் ஆர்வத்துடன் முன்வந்து, ‘நான் வருகிறேன் ஐயா, உங்களுடன் வந்து வழிகாட்டுகிறேன்.’ என்றான்.

ஆட்கொல்லியால் அபாயம் இருப்பது தெரிந்தும் அங்கு வாழும் மக்களின் தைரியமும் யாரென்றே தெரியாத மனிதர்களிடமும்கூட அவர்கள் விரும்பி வைக்கும் நம்பிக்கையும் எப்போதும் என்னை ஆச்சரியப்படுத்துகின்றன, அந்த இளைஞனின் பெயர் டுங்கர் சிங். அவனும் வீரத்திலும் நம்பிக்கையிலும் இன்னொரு எடுத்துக்காட்டாக இருந்தான். ஆட்கொல்லிப் புலியைக் கண்டு பல வருடங்களாகப் பயத்தில் தான் டுங்கர் சிங்கும் வாழ்ந்துவந்திருக்கிறான். ஒரு மணிநேரம் முன்னதாகத்தான் அவன், புலி சாப்பிட்டது போக மிச்சமிருந்த தனது தாயின் சடலத்தின் எச்சங்களைக் கண்டிருக்கிறான். இருந்தும், அவன் தனியனாக ஆயுதங்கள் ஏதுமின்றி வேற்று மனிதர் ஒருவருக்குத் துணையாக, மலைக்காட்டாடும் நெடுவால் குரங்கும் எழுப்பிய ஒலிகளிலிருந்து தனது அம்மாவைக் கொன்ற

புலி அங்கேதான் சுற்றிக்கொண்டிருக்கிறது என்று எல்லாக் காரணங்களாலும் நம்பமுடிந்த அபாயகரமான ஒரு பகுதிக்குள் வருகிறான் என்றால் அவன் தைரியமானவனே. அவன் ஏற்கெனவே அந்தப் பகுதிக்குள் வந்திருக்கிறான் என்பது உண்மைதான். ஆனால் அவனுடைய நண்பர்கள் முப்பது பேருடன் வந்திருக்கிறான். அதிக எண்ணிக்கை என்பது பாதுகாப்புத்தானே!

மலையிடைவழி சந்திப்பிலிருந்து செங்குத்தாக இறங்கிய மலையின் பக்கமாக அந்த இடத்திற்குப் போக எந்த வழியும் இல்லை. அதனால் டுங்கர் சிங் என்னைப் பழையபடி கிராமத்தின் வழியாக அழைத்துச் சென்று அங்கிருந்து ஆடுகள் செல்லும் வழித்தடம் ஒன்றின் வழியாகக் கூட்டிச்சென்றான். அங்கொன்றும் இங்கொன்றுமாய் இருந்த புதர்களின் நடுவே நாங்கள் கீழிறங்கிக் கொண்டிருந்தபோது நான் அவனிடம் என் காது கேட்கும் திறன் சற்றுப் பழுதடைந்திருப்பதைச் சொன்னேன். ஏதாவது வித்தியாசமாக அவன் பார்த்தால், நானும் அதைக் கவனிக்க வேண்டுமென்று நினைத்தால், சற்று நின்று அதைச் சுட்டிக்காட்ட வேண்டும் என்றும், அவன் என்னிடம் ஏதாவது தெரிவிக்க விரும்பினால் என்னருகில் வந்து என் வலது காதில் மெதுவாய்ச் சொல்லுமாறும் சொன்னேன். நாங்கள் சுமார் ஆயிரத்து இருநூறு அடி சென்றிருப்போம், டுங்கர் சிங் நின்று என்னைத் திரும்பிப் பார்த்தான். நானும் திரும்பி அவன் பார்த்த திசையிலே பார்த்தேன். அங்கே கிராமக் கணக்காளர், கையில் வேட்டைத் துப்பாக்கி ஒன்றைச் சுமந்திருக்கும் ஒருவருடன் எங்களுக்குப் பின்னாக விரைவாக மலையில் இறங்கி வந்துகொண்டிருந்தார். எனக்கான ஏதாவது முக்கியமான தகவலாக இருக்கக்கூடும் என்று நான் அவர்களின் வருகைக்காகக் காத்திருந்தேன். கணக்காளர் ஆயுதம் ஏந்திய காப்பாளருடன் என்னுடன் வருவதற்காகவே இறங்கி வந்திருக்கிறார் என்று தெரிந்ததும் சற்று ஏமாற்றமடைந்தேன். அரை மனதுடன்தான் நான் இதற்குச் சம்மதித்தேன். அவர்கள் இருவரும் அணிந்திருந்த கனமான கால் பூட்டணிகள்தான் அதற்குக் காரணம். அவர்களைப் பார்த்தால் காட்டிற்குள் அதிகச் சத்தம் எழுப்பாமல் நடக்கக் கூடியவர்களாகத் தெரியவில்லை.

நாங்கள் சுமார் ஆயிரத்து இருநூறு அடி தொலைவு அடர்ந்த புதர்க்காட்டுக்குள் நடந்த பின் சில சதுர அடி பரப்பளவில் சிறு வெட்டவெளி ஒன்று எதிர்ப்பட்டது. இந்த இடத்தில் ஆடுகள் செல்லும் தடம் இரண்டாகப் பிரிந்தது. ஒரு பாதை இடது பக்கமாய் இருந்த குழிந்த மலையிடுக்கு ஒன்றுக்குள் இறங்கியது, மற்றொன்று வலதுபக்கமாக மலையைச் சுற்றிக்கொண்டு செல்லும் பாதையாக இருந்தது. டுங்கர் சிங் இங்கு நின்றுவிட்டான்.

மலையிடுக்கு இருந்த திசையை சுட்டிக் காட்டியபடி, இந்த இடத்தின் கீழ்ப்பக்கத்தில்தான் தனது அம்மாவை அந்தப் புலி சாப்பிட்டதாகச் சத்தம் குறைந்த குரலில் சொன்னான். நான் பார்க்க விரும்பியது புலியின் கால்த்தடங்களை. பூட்டணி போட்டிருக்கும் மனிதர்களால் அந்த நிலப்பரப்பு தொந்தரவுக்குள்ளாவதை நான் விரும்பவில்லை. நான் டுங்கர் சிங்கிடம், மற்ற இருவருடன் இந்தத் திறந்தவெளியில் நிற்குமாறும் நான் தனியாக மலையிடுக்கின் கீழே சென்று பார்த்து வருகிறேன் என்றும் சொன்னேன். நான் சொல்லி முடித்ததும் டுங்கர் சிங் சட்டெனத் திரும்பி மேலேயிருக்கும் மலையைப் பார்த்தான். நானும் அதே திசையில் பார்த்தபோது சிறிது நேரத்திற்கு முன்பாக நான் நின்றிருந்த மலையிடை வழியில் கூட்டமாய் மனிதர்கள் நிற்பதைப் பார்த்தேன். எங்களை நோக்கி ஒரு கையை நீட்டிச் சத்தமில்லாமல் இருக்குமாறு சைகை செய்து, மறு கையால் அவன் காதில் குவித்துக்கொண்டு, டுங்கர் சிங் கூர்மையாக எதையோ கேட்கத் தொடங்கினான். அவ்வப்போது தலையை அசைத்துக்கொண்டான். அதன் பிறகு கடைசித் தலையசைப்புடன் அவன் என்னைப் பார்த்துத் திரும்பி, கிசுகிசுப்பாய் 'என்னுடைய தம்பி உங்களிடம் ஒன்றைச் சொல்ல சொல்கிறான். உங்களுக்குக் கீழிருக்கும் ஒய்ரன் *(Wyran)* வயலில் சிவப்பாய் ஏதோ ஒன்று சூரிய ஒளியில் தெரிகிறதாம்' என்றான்.

ஒய்ரன் வயல் என்பது சில காலங்களாகவே பயிர் விளைவிக்காமல் கிடக்கும் நிலம். எங்களுக்கு நேர் கீழே இருக்கும் அப்படியான ஒரு நிலத்தில் சிகப்பாய் ஒன்று சூரிய ஒளியில் படுத்திருக்கிறது. சிவப்பாக இருப்பது, ஒருவேளை காய்ந்த சூரல் வகை செடியின் ஒரு பகுதியாக இருக்கலாம், அல்லது ஒரு கேளையாடு அல்லது இளம் கடமான் ஆக இருக்கலாம். அல்லது புலியாகவும் இருக்கலாம். என்னவாக இருந்தாலும், ஆண்டவனால் அனுப்பப்பட்டிருக்கும் இந்த வாய்ப்பைத் தவறவிட நான் விரும்பவில்லை. என்னுடைய துப்பாக்கியை டுங்கர் சிங்கிடம் கொடுத்துவிட்டு, நான் கணக்காளரையும் அவருடைய ஆளையும் என் இரு கைகளால் பிடித்துக் கூட்டிச்சென்று, அருகில் வளர்ந்திருந்த மகிழம் மரத்தினடியில் நிறுத்தினேன். கிராமக் கணக்காளரின் துப்பாக்கியிலிருந்து தோட்டாக்களை நீக்கிய பின், அந்த வேட்டைத் துப்பாக்கியைக் குத்துச் செடி ஒன்றின் மறைவில் வைத்தேன். இருவரையும் மரத்தின் மீது ஏறச் சொன்னேன். இறந்துவிடுவதற்கான வாய்ப்பும் இருப்பதால், கீழே இறங்கிவர நான் உத்தரவு கொடுக்கும்வரை அங்கேயே இருக்குமாறு பணித்தேன். மரத்தின் மீது ஏறுவதற்கு இத்தனை மகிழ்வாய் இருந்த இரண்டு மனிதர்களை இதுவரை நான் கண்டதில்லை. எங்கு பாதுகாப்பாக இருக்க முடியுமோ

அத்தனை உயரத்துக்கு ஏற அங்கிருந்த மரக்கிளைகளை அவர்கள் இறுகப் பற்றியிருந்தார்கள். கிராமத்திலிருந்து என்னைத் தொடர்ந்து வந்தபோது ஓர் ஆட்கொல்லியை வேட்டையாடுவது குறித்து அவர்களுக்கு இருந்த பார்வை இப்போது முற்றிலுமாக மாறியிருப்பதை அவர்கள் மரத்தில் ஏறிய விதமே காட்டிவிட்டது.

வலது பக்கமாகச் சென்ற கால்நடைகளுக்கான பாதை ஒரு படிமட்ட வயல்வெளிக்கு என்னைக் கொண்டுசேர்த்தது. பல காலமாகவே விவசாயத்தை மறந்துவிட்டிருந்த நிலமாய் அது இருந்தது. அதில் புல்லரிசி அதிக அளவில் விளைந்திருந்தது. அந்த வயல்வெளி முன்னூறு அடி நீளத்திலும், என் பக்கமாய்ப் பத்து அடி அகலத்திலும் மறுகோடியில் முப்பது அடி அகலமாயும் இருந்தது. ஒரு பாறையின் விளிம்பில் அது முடிவடைந்திருந்தது. சுமார் நூற்றைம்பது அடிக்கு அந்த வயல் நேரானதாகவும் அதன் பிறகு அது இடது புறமாக வளைந்தும் சென்றிருந்தது. நான் வயலைப் பார்ப்பதைக் கவனித்துக் கொண்டிருந்த டுங்கர் சிங், காண இந்த வயலின் கடைசி முனைக்குச் சென்று கீழ்ப் பக்கமாய்ப் பார்த்தால், தன்னுடைய தம்பி சொன்ன அந்தச் சிவப்பு நிறப் பொருள் இருக்கும் நிலம் தெரியும் என்றான். குனிந்தவாறும் வயலின் உள்புற விளிம்பைத் தொட்டவாறும் அதன் கடைசி முனை வரும்வரை மெதுவாய் ஊர்ந்து சென்றோம். இங்கே வந்ததும் கீழே படுத்துக் கைகளையும் கால்மூட்டுகளையும் பயன்படுத்தி ஊர்ந்து சென்று வயலின் விளிம்புக்கு வந்து சேர்ந்தோம். புற்களை விலக்கிக் கீழே பார்த்தோம்.

எங்களின் நேர் கீழே, ஒரு சிறு பள்ளத்தாக்கு இருந்தது. அதனுடைய மறுகோடியில் செங்குத்தாக இறங்கும் புல்வெளியா லான ஆன சரிவு ஒன்று இருந்தது. நாங்கள் இருந்த இடத்திலிருந்து தள்ளியிருந்த அந்தச் சரிவின் பக்கங்களில் முழுவதும் கருவாலி மரக்கன்றுகள் அடர்த்தியாக வளர்ந்திருந்தன. அந்த மரக்கன்றுகளுக்கு அப்பால் இருந்த ஆழமான குறுகிய மலையிடுக்கில்தான் டுங்கர் சிங்கின் தாயின் உடலை அந்த ஆட்கொல்லிப் புலி தின்றதாகச் சொல்லியிருந்தான். புற்களால் ஆன சரிவு சுமார் தொண்ணூறு அடி அகலம் கொண்டதாக இருந்தது. அதற்கும் கீழே பாறையின் கூர்விளிம்பு ஒன்று நீண்டிருந்தது. அதனுடைய அடியிலிருந்து வளர்ந்து மேலே வந்திருந்த மரங்களின் உயரத்தை வைத்து அந்தப் பாறை உச்சியின் உயரத்தைக் கணக்கிட்டால் எண்பது முதல் நூறு அடி உயரம் இருக்கலாம். இந்தப் புல்வெளிச் சரிவைத் தொட்டாற்போல் அடுத்ததாக மற்றொரு படிமட்ட வயல்வெளி இருந்தது. அது முன்னூறு அடி நீளமும் கிட்டத்தட்ட முப்பது அடி அகலமும்

கொண்டதாக இருந்தது. எங்களுடன் நேர் வரிசையிலிருந்த அந்த வயலின் எங்கள் பக்கமாக இருந்த பாகத்தில் ஒரு துண்டு நிலம் மட்டும் மரகதப் பச்சை நிறத்தில் குட்டைப் புற்களைக் கொண்டிருந்தது. மீதியெல்லாம் ஒருவித வாசனையுள்ள களைப் பயிர்களின் அடர்வான வளர்த்தியைக் கொண்டிருந்தன. அந்தக் களையானது சுமார் நான்கு முதல் ஐந்து அடிவரை வளர்ந்திருந்தன. அவை செவ்வந்திச் செடிகளைப் போல இலைகளைக் கொண்டிருந்தன. அந்த இலைகளின் அடிப்பாகங்கள் வெள்ளை நிறத்தில் இருந்தன. பச்சைப் புற்கள் நிறைந்த துண்டு நிலத்தில் பளீரென்ற சூரிய ஒளியில் பத்து அடி இடைவெளியில் இரண்டு புலிகள் படுத்திருந்தன.

எங்களின் பக்கமிருந்த ஒரு புலி தனது முதுகை எங்களுக்குக் காட்டியபடி மலையின் பக்கமாய்த் தலையை வைத்துப் படுத்திருந்தது. எங்களை விட்டுத் தள்ளியிருந்த மற்றொன்று அதன் வயிற்றுப் பகுதி எங்களுக்குத் தெரியும்படியும் அதன் வால் மலையை நோக்கியபடியும் படுத்திருந்தது. இரண்டும் ஆழ்ந்த உறக்கத்தில் இருந்தது. எங்களின் பக்கமிருந்த புலி சுடுவதற்கு வாகாக இருந்தது. ஆனால் எனக்கு இருந்த பயம் என்னவென்றால் சுடும் தோட்டாவின் சத்தத்தைக் கேட்கும் மற்றொன்று, அதன் தலையிருக்கும் பக்கமாய் ஓடி, மலையின் கீழ்ப்பக்கமாய் இறங்கி, அடர்ந்த காட்டுக்குள் நுழைந்துகொள்ளும். முதல் புலி அல்லாமல் இரண்டாவதை முதலில் சுட்டால் தோட்டா சீறிப் பாய்ந்து அதைத் தொடும் அதிர்வில் – தோட்டா வெடிக்கும் சத்தத்தை இங்கு குழப்பிக்கொள்ள வேண்டாம் – அதை மறைவுகள் இல்லாத மலையின் மேல் பகுதியை நோக்கி ஓடிவரச் செய்யலாம் அல்லது என்னை நோக்கி வரவும் செய்யலாம். அப்படி வந்தால் அதையும் என்னால் சுட முடியும். அதனால் நான் தொலைவில் இருப்பதை முதலில் சுட முடிவு செய்தேன்.

புலிக்கும் எனக்குமான தூரம் கிட்டத்தட்ட முன்னூற்று அறுபதடி இருக்கலாம். சுடும் கோணம் மிகக் கூர்மையாக இல்லாதிருப்பதால், தோட்டா சற்று மேலெழும்பிச் சுட்டுவிட வாய்ப்புண்டு. இமய மலைகளில் கீழ் நோக்கிச் சுடும்போது இதை மனதில் நிறுத்த வேண்டும். என்னுடைய கையின் பின்பக்கத்தைத் தலையணை மேல் வைப்பதைப் போன்று வயலின் விளிம்பில் அழுத்தி வைத்துக்கொண்டு துப்பாக்கியை அசையாமல் பிடித்து அந்த மிருகத்தின் இருதயம் இருக்குமிடத்தைக் கணித்துக் கவனமாகக் குறி வைத்து மெதுவாக விசையை அழுத்தினேன். அந்தப் புலி ஒரு சிறு தசையையும் அசைக்கவில்லை. ஆனால் மற்றொன்று மின்னல் வேகத்தில் எழுந்து ஒரே தாவலில், வயலை

மழைநீர்க் கால்வாய் ஒன்றிலிருந்து பிரித்திருந்த ஐந்து அடி உயரமுள்ள மண்மேட்டில் குதித்தது. இப்போது அங்கிருந்து அந்த இரண்டாவது புலி நின்று, தனது பெரிய உடம்பை என் பக்கமாய்க் காட்டியபடி, அதன் வலது தோள் பக்கமாய்த் தலையைத் திருப்பி அதன் துணையைப் பார்த்தது. மீண்டும் நான் சுட்டதில், அது பின்பக்கமாய்த் தூக்கி வீசப்பட்டு முதுகுப்புறமாய் மழைநீர்க் கால்வாயில் விழுந்து பின் பார்வையை விட்டு மறைந்தது.

என்னுடைய இரண்டாவது சுடுதலுக்குப் பின்பு, இறந்து கிடந்த புலியின் அருகில் இருந்த வாசனையுள்ள களைகள் இருந்த இடத்தின் பக்கமாய் ஒரு அசைவு இருந்ததைக் கண்டேன். அதிலிருந்து ஒரு பெரிய மிருகம் ஒன்று வெளியே வந்து, வயல்வெளியின் வழியாக முழுவேகத்துடன் நடந்து போனது. இந்த இரண்டு புலிகளும் கிடந்த இடத்திலிருந்து, வெகு அருகிலிருந்து இந்த மூன்றாவது மிருகமும் வந்ததால், நிச்சயமாக அது மற்றுமொரு புலியாகத்தான் இருக்க முடியும். என்னால் அந்த மிருகத்தைப் பார்க்க இயலவில்லை. ஆனால் பின்புறம் வெண்மை நிறத்திலிருந்த களைகளின் இலைகளைச் சற்று விலக்கிக் கவனிக்கும்போது அது சென்றுகொண்டிருக்கும் நடையின் அசைவுகளை என்னால் தொடர முடிந்தது. அறுநூறு அடி காட்சித் தொலைவைக் காட்டும் பின்னிருக்கும் கண்ணோக்கியைத் தூக்கி விட்டுக்கொண்டு மறைவுப் பிரதேசத்தை விட்டு அது பார்வைக்கு வரும்வரை காத்திருந்தேன். இப்போது அந்தப் புல்வெளிகளின் சரிவுப் பகுதியை நோக்கி விரைந்து வந்தது ஒரு புலிதான். புலி வந்துகொண்டிருக்கும் அந்தச் சரிவு வலதுபக்கமாக வளைந்திருப்பதை நான் இப்போது கவனித்தேன். இப்போது நான் படுத்தபடி இருக்கும் வயல்வெளி இடதுபக்கமாய் வளைந்திருப்பதைப்போல அது வலது பக்கமாய்த் திரும்பியிருந்தது. மலையைச் சுற்றிச் செல்லும் பாதையில் புலி சென்றுகொண்டிருக்க, புல்வெளிச் சரிவின் இந்த வளைவு, அதைச் சுடுவதற்கு வாகாக ஒரு விசாலமான பரப்பை எனக்குக் கொடுத்தது.

ஒற்றைச் சுடுதலிலேயே சில மிருகங்கள் இறந்து விழுவதைப் பார்த்திருக்கிறேன். சில சுருண்டு விழுவதையும் நான் கண்டிருக்கிறேன். ஆனால், இந்தப் புலியைப்போல எந்தவொரு மிருகமும் சட்டென விழுந்து இறந்ததைப்போலக் கிடந்ததை நான் இதுவரை பார்த்ததில்லை. சில கணங்களுக்கு அது அசையாமல் கிடந்தது. பிறகு அது கால்களை மேல் தூக்கியபடியே வேகமெடுத்து வழுக்கிக்கொண்டு சென்றது. அதன் நேர் கீழே, கூர்ப் பாறை விளிம்பின் சில அடிக்குள், எட்டு முதல் பத்து அங்குலத் தடிமனிருக்கும் ஒரு கருவாலி மரக்கன்று இருந்தது. இந்தப் புலி

தனது வயிற்றுப் பகுதியால் அதில் தட்டிவிடப்பட்டு, அப்படியே ஓய்ந்தது. அதன் தலையும் முன்னங்கால்களும் பக்கவாட்டில் தொங்கிக்கொண்டிருக்க அதனுடைய வாலும் பின்னங்கால்களும் மறுபக்கமாய்த் தொங்கிக்கொண்டிருந்தன. என் தோள்களில் ரைபிள் துப்பாக்கியும் அதன் விசையில் என் விரல்களும் இருக்க நான் காத்திருந்தேன். ஆனால் அந்தப் புலியிடம் எந்த ஒரு நடுக்கமும் தென்படவில்லை. மெதுவாய் எழுந்து நின்று கிராமக் கணக்காளரை அழைத்தேன். அவர், தான் அமர்ந்திருந்த மகிழ மரத்தின் இருக்கையிலிருந்தே முழு நிகழ்வையும் நிறைகாட்சி வசதியுடன் பார்த்து விட்டிருந்தார். என் அருகில் படுத்திருந்த டுங்கர் சிங் விட்டுவிட்டு மூச்சு வாங்கிக் கொண்டிருந்தவன், இப்போது எழுந்து உற்சாகமாக நடனமாடினான். அவன் அந்தப் புலிகளையும் மேலே மலையிடை வழியில் நின்றுகொண்டிருந்த மக்கள் கூட்டத்தையும் பார்த்த விதத்தில் எனக்குப் புரிந்தது, அவன் அன்றைய இரவுக்கும் அதன் பிறகு வரப்போகும் அத்தனை இரவுகளுக்கும் சொல்வதற்கான கதைகளை யோசித்துக் கொண்டிருக்கிறான் என்று.

அந்த இரண்டு புலிகள் ஒன்றாகப் படுத்திருப்பதைக் கண்டபோதே நினைத்தேன், அந்த ஆட்கொல்லிப் புலி தனக்கு ஒரு துணையைத் தேடிக்கொண்டுவிட்டது என்று. ஆனால் பின்னர், என்னுடைய மூன்றாவது குண்டு, மூன்றாவதாக ஒரு புலியையும் வெளிக்கொண்டு வந்தபோதுதான் எனக்குப் புரிந்தது, நான் ஒரு பெண் புலியுடனும் அதனுடைய இரண்டு குட்டிகளுடனும் தான் போராடிக்கொண்டிருந்தேன் என்பது. என்னுடைய துப்பாக்கியின் பார்வை வளையம் வழியாக மூன்று புலிகளையும் பார்த்தபோது, மூன்றும் ஒரே அளவில் இருப்பதாகத் தோற்றமளித்தது. அதனால், அந்த மூன்றில், எது தாய்ப் புலி, எவை குட்டிப் புலிகள் என்று தெளிவாய்ச் சொல்ல எனக்கு வாய்ப்பில்லாமல் போயிற்று. மலைகளில் புலிகள் மிக அரிதாகவே இருக்கும் என்பதால், தல்லா தேஸின் ஆட்கொல்லிப் புலி என்பது இந்த மூன்றில் ஒன்று என்பதில் எந்தக் கேள்வியும் இல்லை. சமீபத்தில் எந்த இடத்தில் புலி ஒரு மனித உயிரைக் கொன்று தின்றதோ அதன் மிக அருகிலேயே இந்த மூன்று புலிகளும் சுடப்பட்டு இறந்தன. தாய் செய்த பாவச் செயலுக்கு அதன் குட்டிகள் இறந்துவிட்டிருக்கின்றன. தாய்ப்பால் நிறுத்தப்பட்ட பிறகிலிருந்து அவையும் அவற்றின் தாய் கொடுத்த மனித இறைச்சியைப் புசித்துத்தான் வாழ்ந்திருக்கும் என ஐயமின்றிச் சொல்லலாம். இருந்தாலும், இப்படிச் சொல்வதால் அவை தங்கள் தாயின் பாதுகாப்பிலிருந்து வெளியேறிய பின் ஆட்கொல்லிகளாகவே வளர்ந்துவரும் என்பதில்லை. புலிகள்

குறித்து நான் பல விவரங்களைத் தெரிவித்திருந்த 'குமாவுனின் புலிகள்' புத்தகம் வெளிவந்த பிறகும் என்னால் திடமாக இதே கருத்தைச் சொல்ல முடியும். நான் இதை எழுதிக்கொண்டிருக்கும் இந்தியாவின் இந்தப் பகுதியில் வாழும் ஆட்கொல்லிப் புலியின் குட்டிகள் சிறு வயதிலிருந்தே மனிதக் கறியை உண்டு வாழ்ந்திருப்பதால் மட்டுமே அவை வளர்ந்த பிறகு ஆட்கொல்லிகளாகவே உருவெடுக்கும் என்பதில்லை.

வயலின் ஓரத்தில் கால்களைக் கீழே தொங்கப் போட்டுக் கொண்டு ரைபிள் துப்பாக்கியை என் கால் மூட்டுகளில் இருத்தியபடி, நான் என்னுடன் வந்திருந்தவர்களுக்கு சிகரெட்டு களைக் கொடுத்தேன். புகைத்து முடித்ததும், நான் போய் மழைநீர்க் கால்வாயில் விழுந்த புலியைப் பார்த்துவருகிறேன் என்று சொன்னேன். எப்படியும் இறந்திருக்கும் புலியைத்தான் பார்க்கப்போகிறேன் என்பதில் எனக்கு எந்தச் சந்தேகமும் இல்லை. இருந்தாலும் இன்னும் சில நிமிடங்கள் காத்திருப்பதால் எதுவும் குறைந்துவிடாது. இன்று எனக்குக் கிடைத்த ஆகச் சிறந்த யோகத்தை நினைத்துக் கொஞ்ச நேரம் மனதுக்குள் சந்தோஷப்பட இதைத் தவிர எனக்கு வேறு எந்தக் காரணமும் சரியாக இல்லை. கிட்டத்தட்ட எட்டு வருடங்களுக்கு மேலாக, நூற்றுக்கணக்கான சதுர மைல்கள் பரப்பளவு உள்ள நிலப்பகுதியைப் பயமுறுத்தி வைத்திருந்தது அந்த ஆட்கொல்லி. தல்லா தேஸுக்கு வந்து ஒரு மணி நேரத்துக்குள் அந்த ஆட்கொல்லியைப் பார்க்க நேரிட்டது, ஒரு சில வினாடிகளுக்குள் அந்த ஆட்கொல்லியும் அதன் குட்டிகளும் சுடப்பட்டது எல்லாமே ஒரு விபத்துப் போலத்தான் நடந்தது. வேட்டை முடிந்து, கையில் துப்பாக்கியை அழுந்தப் பிடித்தபடி இருக்கும் ஒரு வேட்டை வீரனின் உடம்பில் ஓடும் ஒவ்வொரு துளி இரத்தமும் உற்சாகத்தால் குதித்தபடியிருக்கும், பேரின்பத்துக்குத் துணை சேர்க்கும். சுடப்பட்ட ஒரு மிருகம் இறக்காமல் காயம்பட்டிருந்தால், அந்த மிருகத்தைத் தொடர்ந்து கவனித்துப் பின்தொடரத் தேவையில்லாமல் இருக்கும்போதுதான் வேட்டை வீரனுக்கு ஆனந்தமும் ஆசுவாசமும் உண்டாகும். நடந்து சென்று புலிகளை வேட்டையாடும்பொழுது வேட்டைவீரர்கள் சந்திக்கும் நெருக்கடி அது.

என்னுடைய ஆட்கள் என் இந்த வேட்டையை அதிர்ஷ்டத்தின் மேல் சுமத்த விரும்பவில்லை. நான் எடுத்த இந்தக் காரியத்தில் தோல்வி அடையாமல் இருக்க, அவர்கள் நைனிதாலில் உள்ள கோவிலின் மூத்த பூசாரியிடம் கேட்டு, அவர் தல்லா தேஸ் கிளம்பும் பயணத்திற்கு எந்த நாளில் கெட்ட சகுனங்கள் இல்லாதிருந்ததோ அந்த நல்ல நாளைக் குறித்துக் கொடுத்திருக்கிறார். அதனால்,

என்னுடைய வெற்றி அதிர்ஷ்டத்தினால் வந்ததல்ல. அப்படியும் அல்லாமல், ஒருவேளை இந்தப் புலிகளைக் கொல்வதில் நான் தோற்றிருந்தால், அது என்னுடைய துரதிர்ஷ்டத்தின் மேல் சுமத்தப்படுமோ? எத்தனை கவனமாகக் குறி வைத்துச் சுட்டாலும், அந்த மிருகம் இறப்பதற்கான நேரம் வரவில்லை என்றால் அது அந்த மிருகத்திற்கு எந்தக் கெடுதியும் விளைவிக்காது என்பதாக இருக்கலாம். இந்த மாதிரி வேட்டையோடு சம்பந்தப்பட்ட மூடநம்பிக்கைகள் மீது எனக்கு எப்போதும் ஆர்வம் உண்டு. வெள்ளிக்கிழமை என்றால் பயணம் ஏதும் தொடங்குவதற்குத் தயங்கும் நான், மலைவாழ் மக்களிடம் வேர்விட்டிருக்கும் நம்பிக்கைகள் பற்றி எப்படி இகழ்ச்சியாக நினைக்க முடியும்? செவ்வாய், புதன் கிழமைகளில் வடக்குப் பார்த்த பயணமும், வியாழக்கிழமை என்றால் தெற்குத் திசைப் பயணமும், திங்கள் அல்லது சனி என்றால் கிழக்குப் பார்த்த பயணமும் ஞாயிறு, வெள்ளிக் கிழமைகளில் மேற்குப் பார்த்த பயணமும் தவிர்ப்பது நல்லது என்பார்கள். ஒரு குறிப்பிட்ட நாளில், அபாயம் நிறைந்த பயணம் ஒன்றிற்குத் துணையாகச் செல்பவர்களுக்கு அனுமதி கொடுப்பது என்பது சின்ன விஷயம்தான். ஆனால் மகிழ்வாகவும் மனநிறைவோடும் உடன் வருபவர்களுக்கும் தனக்கு ஏதோ ஓர் அபாயம் நேரவிருக்கிறது என்னும் உணர்வில் கவலையோடு வருபவர்களுக்கும் இடையே நிறைய வித்தியாசம் இருக்கிறதே.

வயல்வெளியின் விளிம்பில் அமர்ந்திருந்த நாங்கள் நால்வரும் சிகரெட்டுகளைக் கிட்டத்தட்டப் புகைத்து முடித்திருந்தோம். அப்போதுதான் கருவாலி மரக்கன்றின் மீது சரிந்து விழுந்திருந்த புலி மெதுவாய் அசைவதைக் கண்டேன். அதன் உடலிலிருந்த இரத்தம் தொங்கிக்கொண்டிருக்கும் புலியின் முன்பகுதி வழியே சந்தேகத்துக்கு இடமில்லாமல் வடிந்து வந்திருந்தது. அதனால் பின் வால் பகுதியைவிட முன்பகுதி கனமாய் இருந்தது. இப்போது அதன் தலை முதலில் சரிய உடல் பின்தொடர்ந்தது. அந்த மரக்கன்றை விட்டு முழுவதுமாய் நகர்ந்து விட்ட பிறகு, புலி புல்வெளிச் சரிவில் சறுக்கியபடி சென்றது. புல்வெளிச் சரிவு முடிந்த பின் பாறையின் கூர்விளிம்பில் மேல் வழியாகச் சரிந்தது. மலையிலிருந்து கீழ் நோக்கிக் காற்றுவெளியில் விழத் தொடங்கியபோது நான் எனது துப்பாக்கியை மேலே நிமிர்த்தி அதை மீண்டும் சுட்டேன். அந்தச் சுடுதல், ஒரு வினாடி உந்தலில் நான் செய்தது. தல்லா தேஸில் எனது பயணத்துக்கான வெற்றியின் களிப்பைக் கொண்டாடுவதற்கானதாக அது அமைந்தது. அது மட்டுமல்லாமல், இன்றைய நாள் மாதிரியான ஒன்றில் இனி சுட்டுக் காண்பிப்பதற்கு ஒன்றுமே இல்லை,

அதாவது மேலேயிருந்து கீழே விழும் ஒரு புலிகூட இனி இல்லை என்னும் பெருமிதம் இருந்தது. இதை இப்படி வெளிப்படையாக ஒப்புக்கொள்ள நான் வெட்கப்படுகிறேன். மரங்களின் உச்சிகளில் ஏதோ ஓரிடத்தில் அந்தப் புலி விழுந்து காணாமல் போன பிறகு கிளைகள் வளைந்து வழிவிடும் சத்தம் கேட்டது. அதைத் தொடர்ந்து அதிக சத்தமெழுப்பாத, ஆனால் கனமான ஓர் உடல் விழும் சத்தமும் கேட்டது. விழுந்துகொண்டிருந்த புலியின் மீது நான் சுட்டது, அதன் உடல் மேல் பட்டதா அல்லது படவில்லையா என்பது எனக்குத் தெரியாது. ஆனால் எது முக்கியம் என்றால், கிராமத்தில் இருந்த மனிதர்கள் அந்தப் புலியின் உடலை எடுப்பதற்குப் புல்வெளிச் சரிவைக் கடந்து இன்னும் கீழிறங்கிச் செல்ல வேண்டும் என்பதே.

சிகரெட் பிடித்து முடித்ததும், என்னுடன் அமர்ந்திருந்த வர்களிடம் அங்கேயே அசையாமல் அமருமாறு சொல்லிவிட்டு, மழைநீர்க் கால்வாயில் விழுந்திருக்கும் புலியைக் காணச் சென்றேன். அந்த மலை மிகவும் செங்குத்தாக இருந்தது. சுமார் ஐம்பது அடி கீழே இறங்கியிருப்பேன், டுங்கர் சிங் மிகுந்த பதற்றமான குரலில் அழைத்தான், 'பாருங்க, ஐயா, பாருங்க. புலி அங்கே போகிறது.' என் கவனம் முழுக்கக் கீழே கிடக்கும் புலியின் மீது இருக்க, அங்கேயே கீழே அமர்ந்து என் துப்பாக்கியை மேலுயர்த்திக் கீழே கிடக்கும் அந்தப் புலி என்மேல் பாயவிருக்கும் ஆபத்தைத் தடுக்கத் தயாரானேன். என்னுடைய ஆயத்தங்களைப் பார்த்த அந்த இளைஞன் மீண்டும் அழைத்தான், 'இங்கே இல்லை ஐயா, அங்கே' என்றான். கீழே விழுந்திருந்த புலி என் முன்னே வருவதாக நான் நினைத்து என்னைப் பாதுகாக்க இருந்த முனைப்பிலிருந்து சற்று நிம்மதியுடன் விடுபட்டு வேறு எங்கு புலி என்று என் தலையைத் திருப்பி டுங்கர் சிங்கைப் பார்த்தேன். அவன் அவனது தாய் கொல்லப்பட்ட இடமான அங்கிருந்த முக்கியமான பெரிய பள்ளத்தாக்கின் குறுக்காகக் கீழிறங்கும் மலை அடிவாரத்தின் சரிவான பகுதிகளை நோக்கிக் கைகாட்டினான். முதலில் எனக்கு ஒன்றும் தெரியவில்லை. பின்னர் தேடிப்பார்த்ததில் என் கண்ணுக்குச் சிக்கியது அந்தப் புலி. அங்கிருந்த பெரிய மலையின் உச்சிப் பக்கமிருந்து வெளியே நீண்டிருக்கும் ஒடுங்கிய மலைப்பகுதியில் குறுக்காக நடந்து சென்று கொண்டிருந்தது. புலிக்குக் காலில் பெரிதாகவே அடிபட்டிருக்கிறது. அதனால், ஒரு சமயத்தில் மூன்று அல்லது நான்கு அடியே அதால் எடுத்து வைக்க முடிந்தது. அதன் வலது பக்கத் தோளில் இரத்தக் காயம் பெரிதாகத் தெரிந்தது. மரங்களின் வழியாகக் கீழே விழுந்த புலி இது என்பதை இந்த இரத்தக் காயம் காட்டுகிறது. ஏனென்றால்,

மழைநீர்க் கால்வாயில் சுடப்பட்டு விழுந்த புலியின் இடது தோள்பட்டையில் குண்டு பாய்ந்திருந்தது.

நான் அமர்ந்திருக்கும் இடத்திற்கு அருகில் மலையின் பரப்பில் மெலிதான தேவதாரு மரக்கன்று ஒன்று முளைத் திருந்தது. தொண்ணூறு அடி காட்சித் தொலைவைக் காட்டும் பின்னிருக்கும் கண்ணோக்கியை ஏற்றிவிட்டு அந்த மரக்கன்றை என் இடதுகையால் அழுத்தமாகப் பிடித்துக்கொண்டு துப்பாக்கியை என் மணிக்கட்டின்மீது வைத்துப் பிடித்துக் கவனமாகவும் அவசரமில்லாமலும் குறிவைத்தேன். இடைப்பட்ட தூரம் ஒரு ஆயிரத்து ஐநூறு அடி இருக்கலாம். புலி நான் இருக்கும் தளத்தைவிடச் சற்று உயரமான தளத்தில் இருந்தது. அது நடப்பதை நிறுத்தினால் மட்டுமே முழுமையான பார்வை விரிவுடன் எனக்கு அந்தப் புலி தெரிய முடியும் என்பதால் அது நிற்கும்வரை காத்திருந்தேன். புலி நின்றதும் மெதுவாய் விசையை அழுத்தினேன். தோட்டா அந்தத் தூரத்தைக் கடக்க நிறைய நேரம் எடுத்துக்கொண்டதைப் போல் இருந்தது எனக்கு. சிறிதான புழுதிப் புகை மேலெழும்புவதைக் கண்டேன். அதே நேரத்தில் புலி சற்றுக் குழிவாய்ச் சாய்ந்து முன்னோக்கி எழுந்து, பின் மெதுவான நடையைத் தொடர்வதைக் கண்டேன். நான் கூர்நோக்காய் இல்லாமல் சற்று விரிவான பார்வைக் குறியை எடுத்திருக்கிறேன் என்று நினைக்கிறேன். தோட்டா புலியின் உயரத்திற்கு ஓர் அளவு அதிகப்பட்டுச் சென்றிருக்கிறது. ஆனால் இப்போது ஒரு குறிபார்த்தலுக்கான காட்சி தெளிவாக என் முன் இருக்கிறது. எனக்கு வேண்டியதெல்லாம் இனி ஒரு தோட்டாதான். அந்தப் புலி மலையிலிருந்து காற்றில் கீழே விழும்போது நான் முட்டாள்தனமாகச் சுட்டுவிட்ட அந்த ஒரு தோட்டாதான் இப்போது தேவை. தோட்டாக்கள் இல்லாத வெற்றுத் துப்பாக்கியைக் கையில் வைத்துக்கொண்டு, அந்தப் புலி மெதுவாகவும் வலியுடனும் ஒடுங்கிய மலைப்பகுதியில் ஏறிச்செல்வதைப் பார்த்துக்கொண்டிருந்தேன். அது ஒரு நிமிடம் யோசனையுடன் நடையைத் தளர்த்தி, பின் என் பார்வையிலிருந்து முற்றிலுமாக மறைந்தது.

இமய மலைகளில் இதுவரை வேட்டையில் ஈடுபட்டிராத வேட்டை வீரர்கள்கூட என் அறிவு குறித்துக் கேள்வி எழுப்புவார்கள். இலகுவான .275 ரைபிள் துப்பாக்கியை எடுத்துச் சென்றதும், ஐந்து தோட்டாக்களை மட்டுமே அதனுடன் வைத்திருந்ததும் குறித்த கேள்விகளாய் அவை இருக்கும். அதற்காக என்னிடம் இருந்த பதில்கள் இவைதாம்:

கோயில் புலியும் குமாவுன் ஆட்கொல்லிகளும்

(அ) இருபது வருடங்களாக அந்த ரைபிள் துப்பாக்கி நான் பயன்படுத்திவருவது; எனக்குப் பழக்கப்பட்டது.

(ஆ) அது எடையில் லேசானது, துல்லியமானது, மேலும் தொண்ணூறு அடி தூரம் அதை வைத்துக் குறி பார்க்க இயலும்.

(இ) கர்னல் பார்பர் அவர்கள் கனமான பெரிய ரக ரைபிளை எடுத்துச் செல்வதைத் தவிர்க்குமாறும், இலகுவான துப்பாக்கியாக இருந்தாலும் தேவையில்லாமல் சுடக் கூடாது என்றும் என்னிடம் சொல்லியிருந்தார்.

தோட்டாக்களைப் பொருத்தவரை, நான் புலிகளைச் சுடுவதற்காகக் கிளம்பி வரவில்லை. கடைசியாக மனித உயிர் பறிக்கப்பட்ட கிராமத்தைத் தேடித்தான் வந்தேன். அதுவுமில்லாமல், எனக்கு நேரமிருந்தால், ஓர் இளம் எருமை மாட்டைத் தூண்டிலாக கட்டிவைக்கவும் நினைத்து வந்தேன். இப்போதைய சூழ்நிலையில் நான் அந்த முக்கியமான ஒற்றைத் தோட்டாவை வீணடிக்காமல் இருந்திருந்தால் இலகுவான துப்பாக்கியும் ஐந்து தோட்டாக்களும் எனது வேலையைச் சரிவரச் செய்திருக்கும்.

கிராமத்தின் அருகிலிருந்த மலையிடை வழியில் நின்றிருந்த கூட்டத்துடன் என் ஆட்கள் சரியான நேரத்தில் வந்து சேர்ந்து, நடந்தது அனைத்தையும் கண்டார்கள். ஐந்து தோட்டாக்கள்தான் என் துப்பாக்கியின் சன்னக்கூட்டில் இருந்தது என்பது அவர்களுக்குத் தெரியும். என்னுடைய ஐந்தாவது துப்பாக்கிச் சூட்டுக்குப் பிறகு காயம்பட்ட அந்தப் புலி பாறையின் வரைமுகட்டின் பக்கம் மறைவதையும் அவர்கள் பார்த்ததும் மாதோ சிங் மலையின் மேலிருந்து இன்னும் புதிய சில தோட்டாக்களை எடுத்துக்கொண்டு வெகுவேகமாக ஓடிவந்தான்.

மழைநீர்க் கால்வாயில் கிடந்த புலி எங்கே சுடப்பட்டதோ அங்கேயே விழுந்து கிடந்ததை நான் பார்த்தேன். பசுமையான புல்வெளித் திட்டில் இறந்து கிடந்த புலி, மழைநீர்க் கால்வாயில் இறந்திருந்த புலி இரண்டுமே கிட்டத்தட்ட முழுமையாக வளர்ந்த புலிகள். காயம்பட்டு நடந்துசென்ற புலி நிச்சயமாக இவைகளின் தாய்ப் புலிதான், தல்லா தேஸின் ஆட்கொல்லிப் புலி. குட்டிப் புலிகளைக் கிராமத்திற்கு எடுத்துவரும் ஏற்பாடுகளைக் கவனித்துக்கொள்ள மாதூ சிங்கையும் டுங்கர் சிங்கையும் அங்கேயே இருக்கச் சொல்லிவிட்டு நான் மட்டும் காயம்பட்ட அந்தப் பெண் புலியைத் தொடரும் முயற்சிக்காகக் கிளம்பினேன். மரங்களின் வழியாக மேலிருந்து கீழே சூரல் வகைச் செடிகளின்

மீது பெண் புலி விழுந்த இடத்திலிருந்து அது விட்டுச்சென்ற மெலிதான இரத்தத் தடங்களைத் தொடர்ந்து சென்றேன். என்னுடைய கடைசித் தோட்டாவைப் பிரயோகித்தபோது அது எந்த இடத்தில் இருந்ததோ அந்த இடம்வரை தொடர்ந்தேன். இந்த இடத்தில் சில முடிகள் வெட்டுப்பட்டுக் கிடப்பதைக் கண்டேன். அவை என்னுடைய தோட்டாவுக்கு அதன் முதுகில் இருந்து விழுந்தவையாக இருக்கலாம். துப்பாக்கியின் தோட்டா அதற்குச் சற்று மேலிருந்த நிலப்பரப்பில் வெடித்தபோது சற்றுச் சாய்வாய்க் குனிந்து முன்சென்ற சமயம் அடிபட்ட காயத்திலிருந்து கொஞ்சமாய்க் கூடுதல் இரத்தம் வந்திருப்பது தெரிந்தது. அந்த இடத்திலிருந்து பாறையின் ஒடுக்கலான விளிம்பு வரை அங்கொன்றும் இங்கொன்றுமாகச் சில இரத்தத் துளிகளே காணப்பட்டன. விளிம்புக்கு அப்பால் வளர்ந்திருந்த குட்டையான புற்கூட்டத்தின் அடர்த்தியில் அந்தத் தடத்தைத் தொலைத்துவிட்டேன். அதன் வெகு அருகில் குத்துச் செடிகள் அதிகம் கொண்ட அடர்வான புதர் நிலப்பரப்பு சுமார் முன்னூறு அடி அகலத்திலும் கிட்டத்தட்டத் தொள்ளாயிரம் அடி நீளத்திலும் செங்குத்தான மலையை நோக்கி நீண்டிருந்தது. அந்தப் பெண்புலி இந்தக் குத்துச் செடிகளுக்கு இடையில்தான் அடைக்கலம் புகுந்திருக்கும் என்பது எனது அனுமானம். ஆனால் இப்போது இரவுப் பொழுது நெருங்கிக் கொண்டிருந்ததால், துல்லியமாகக் குறி வைத்துச் சுடுவதற்குச் சரியான வெளிச்சம் இல்லாதிருந்தது. அதனால் இப்போது கிராமத்திற்குத் திரும்பிச் சென்று, மறுநாள் அந்தப் புதர்களின் பக்கமாய்த் தேடலைத் தொடரலாம் என்றும் முடிவு செய்தேன்.

5

மறுநாள் காலை முழுவதும் புலிக் குட்டிகளைத் தோலுரிப்பதற்கும், நான் நைனிதாலிலிருந்து எடுத்து வந்திருந்த ஆறு அங்குல ஆணிகளைக்கொண்டு தோல்களை இணைப்பதற்கும் நேரம் சரியாக இருந்தது. நான் இந்த வேலையைப் பார்த்துக்கொண்டிருக்கும்போது குறைந்தது நூறு வல்லூறுகளாவது என்னுடைய கூடாரம் இருந்த திறந்தவெளியைச் சுற்றி வளர்ந்திருந்த மரங்களில் வந்திறங்கியிருந்தன. குட்டிகளைத் தோலுரிக்கும்போது கண்ட காட்சிதான் எனக்குள் ஒரு விஷயத்தை வெளிச்சத்துக்குக் கொண்டுவந்தது. ஆட்கொல்லிப் புலியிடம் இரையானவர்களின் ஆடைகள் காணாமல் போனதன் மர்மமும் புரிந்தது. இந்தப் புலிக்குட்டிகள் இறந்தவர்களின் இரத்தத்தால் ஆன ஆடைகளை நீண்ட குறுகலான துண்டுகளாகக் கிழித்து அவற்றையும் சேர்த்து விழுங்கியிருக்கின்றன.

நான் குட்டிகளைத் தோலுரித்துக்கொண்டிருக்கும்போது, அந்தக் கிராமத்து ஆட்கள் என்னைச் சுற்றி அமர்ந்திருந்தனர். நான் அவர்களிடம், அடிபட்ட புலி பதுங்கியிருப்பதாக நான் நினைக்கும் அந்தப் புதர் நிலப்பரப்பைச் சத்தமெழுப்பிக் கலைக்கும் வேலையை என்னுடைய கார்வாலி ஆட்கள் செய்யவிருப்பதாகவும் அவர்களுக்குச் சற்று உதவுமாறும் கேட்டுக்கொண்டேன். அதற்கு அவர்கள் உடனே ஒப்புக்கொண்டனர். மதியவேளையில் நாங்கள் கிளம்பினோம். ஆட்கள் எல்லோரும் கிராமத்தின் வழியாகச் சென்று மலையிடைவழி சந்திப்புப் பகுதி வழியே புதரின் நேர் மேலிருக்கும் மலையின் உச்சியைச் சென்றடைந்தனர். அதேசமயம் நான் ஆடுகளின் கால்நடைத் தடம் வழியாகப் பள்ளத்தாக்குக்குள் வந்து பாறையின் ஒடுக்கலான பகுதியை அடைந்தேன். முந்தைய நாள் மாலையில், அந்த இடத்திலிருந்துதான் நான் அந்தப் பெண்புலியின் தடத்தைத் தொடர்ந்து சென்றேன். அந்தப் புதர் நிலப்பரப்பின் கீழ்ப்பக்கமாக ஒரு பெரிய பாறை இருந்தது. நான் அதன் மேல் ஏறி நின்றால் மலையின் மீதிருக்கும் எனது ஆட்களுக்குத் தெளிவாகத் தெரிவேன். அங்கு நின்றுகொண்டு என்னுடைய தொப்பியை அசைத்துக் கைதட்டத் தொடங்குமாறு சைகை செய்தேன். அவர்களில் ஒருவரும் தாக்கப்படாமல் இருக்க, நான் அவர்களிடம், மலையின் உச்சியின் மீதிருந்தே கைகளைத் தட்டவும், சத்தமெழுப்பவும், நான் குறிப்பிட்டிருந்த புதர் நிலப்பரப்பைப் பார்த்தவாறு அமைந்திருக்கும் மலைப்பகுதியின் பக்கமாக வந்து சிறு பாறைக் கற்களை உருட்டிவிடுமாறும் தெளிவாகச் சொல்லியிருந்தேன். கேளையாடு ஒன்றும் சில வண்ணக்கோழிகளும் புதர்களிலிருந்து வெளிவந்தன. அவை தவிர வேறு எதுவும் இல்லை அங்கு. கீழே வந்து விழுந்த கற்பாறைகள் அந்த நிலப்பரப்பை ஒரு அங்குல இடம் விடாமல் கலைத்துப் பார்த்தன. நான் என்னுடைய தொப்பியை மீண்டும் அசைத்து, சத்தமெழுப்புவதை நிறுத்திவிட்டுக் கிராமத்திற்குத் திரும்பிச் செல்லுமாறு சைகை செய்தேன்.

அவர்கள் போனதும் நான் அந்தப் புதர்ப் பரப்பில் தேடினேன். அங்கு பெண்புலி இருக்கும் தடயம் ஏதுமில்லை. அதற்கு முந்தைய மாலை நேரத்தில் அது மலையின் மீது ஏறிப்போவதைப் பார்த்தபோது, அந்தக் காயத்தினால் மிகுந்த வலியுடன் அது இருந்ததைக் கண்டேன். அது முன்னோக்கிக் குனிந்து நகர்ந்தபோது கீழே சிந்தியிருந்த இரத்ததைக் கவனித்துப் பார்க்கையில், அந்தக் காயம் மேல்புறமாகத்தான் ஏற்பட்டிருக்கும் என்பதும் உள்க்காயமாக இல்லையென்பதும் தெரிந்தது எனக்கு. நான் அந்தப் புலியைச் சுட்டபோது, கோடாரியால் வெட்டுப்பட்டதுபோல் அது ஏன் சட்டெனக் கீழே விழுந்தது? கருவாலி மரக்கன்றின் மீது

உயிர் இருப்பதற்கான எந்த வித அடையாளமும் இல்லாததுபோலச் சுமார் பத்து முதல் பதினைந்து நிமிடங்கள்வரை தொங்கிக் கொண்டிருந்ததே? இந்தக் கேள்விகளுக்கு எல்லாம் அப்போதும் என்னிடம் சரியான பதில்கள் இல்லை, இப்போதும் இல்லை. என்னுடைய துப்பாக்கியின் மிருதுவான முனையுடைய நிக்கல் உலோக உறையிட்ட தோட்டா அதனுடைய வலது தோளின் பந்துக் கிண்ண மூட்டில் இருந்ததைப் பின்னர் பார்த்தேன். மிகுந்த வேகத்துடன் பாய்ந்து வரும் தோட்டாவால் ஒரு எலும்பு தாக்கப்படும்போது, அதன் தாக்கம் அந்த மிருகத்திடம் அதிகமாகக் காணப்படும் என்பது உண்மை. இருந்தாலும் புலி என்பது அதிக வலுவான திறனுடைய, மிகவும் கனமான உடலுடைய ஒரு மிருகம். அப்படியிருக்கும்போது, இலகுவான .275 தோட்டா அத்தனை பெரிய மிருகத்தை, வீழ்த்திப் பத்து முதல் பதினைந்து நிமிடங்கள்வரை அதை மயக்க நிலையில் வைத்திருக்க முடியும் என்பது என்னால் விளங்கிக்கொள்ளமுடியாததாகவே இருந்தது. ஒடுக்கலான பாறையின் விளிம்புக்குத் திரும்பிவந்து நின்று, அந்தப் பகுதியைச் சற்று கவனித்துப் பார்த்தேன். அந்தப் பாறையின் ஒடுங்கலான விளிம்பு பல மைல் தூரம் நீண்டிருந்தது. அதுதான் இரண்டு பள்ளத்தாக்குகளையும் பிரித்திருந்தது. இடதுபக்கப் பள்ளத்தாக்கின் மேல்பகுதியில், புதர்க்காடும் அதன் பின் திறந்த புல்வெளியும் இருந்தன. வலதுபக்கப் பள்ளத்தாக்கில், மேல்பகுதியில், புலி அந்தப் பெண்ணைக் கொன்று தின்ற இடத்தில் அடர்ந்த காடும், அந்தக் காட்டின் வலதுபக்கமாகப் புதர்க்காடு ஒன்றும், அதன் இடதுபக்கமாகப் பாறையொன்றின் உச்சியைச் சென்றடையும் களிப்பாறைச் சரிவும் இருந்தது.

பாறை வரைமுகட்டின் ஓரமாய்ப் புகைத்தபடி அமைதியாக அமர்ந்து, முந்தைய நாள் மாலையில் நடந்தவற்றை ஒருமுறை நினைவுபடுத்திப் பார்த்தேன். அதன் விளைவாகச் சில முடிவு களுக்கு வந்தேன். அவை:

(அ) என்னுடைய ரைபிள் துப்பாக்கியால் சுடப்பட்ட நேரத்திலிருந்து அந்தப் பெண்புலி, மரங்களின் வழியாகக் கீழே சென்று விழும்வரை சுயநினைவில் இல்லை.

(ஆ) மரங்களின் வசதியான இலைப் படுக்கையாலும் கீழேயிருந்த நெருக்கமான சூரல் வகைச் செடிகளாலும் மெதுவாய்த் தனது நிலைக்குத் திரும்பியிருக்க வேண்டும். ஆனால் என்ன நடந்ததென்று உணராத மயக்கத்தில் இருந்திருக்க வேண்டும்.

(இ) இந்த உணர்வுடன் அது அதன் நாசி உணர்த்திய திசையில் சென்று மலையின் மீது ஏறி எங்கு செல்கிறோம் என்பதறியாமல் சென்றுகொண்டிருந்திருக்க வேண்டும்.

இப்போது எனக்குள் எழுந்த கேள்வி இதுதான்: எத்தனை தூரம், எந்தத் திசையில் அந்தப் பெண் புலி சென்றிருக்கக்கூடும்? மலையில் கீழிறங்குவது என்பது மேலே ஏறுவதைவிட மிகுந்த வலி தருவது. அதிர்ச்சி நிலையிலிருந்து மீண்டதும் அது கீழிறங்குவதை நிறுத்திக்கொண்டு எங்காவது மறைவிடம் தேடித் தன் காயத்தைக் கவனித்துக்கொள்ளவே நினைக்கும். மறைவிடம் தேடிப் போக வேண்டுமென்றால், பாறையின் வரைமுகடை அது கடந்து போயிருக்க வேண்டும். அப்படி அது செய்ததா என்பதை முதலில் கண்டுபிடிக்க வேண்டியது முக்கியம். பல மைல் நீண்டிருக்கும் ஒரு வரைமுகட்டை மிருதுவான பாதங்களைக் கொண்ட ஒரு மிருகம் கடந்து சென்றதா என்பதைக் கண்காணிப்பது என்பது பயனில்லாத ஒன்று. அதுவும் அந்த வரைமுகடு கத்தியின் விளிம்பு போன்று இல்லாமல் இருக்கும்போது அதில் தேடுவது என்பது பயனற்றது. மலையின் மேல்புறமாய் ஓடும் வேட்டைப் பாதையானது, அங்கு செல்லும் மிருகங்களின் நடமாட்டத்தைக் கண்காணிக்கப் பயன்படுத்தப்படும் சரியான இடம் ஆகும். அந்தப் பாதையின் இடதுபக்கமாய்ச் சரிவாய்ப் புல்வெளியொன்று சென்றது. வலதுபக்கமாய்ச் சரிவு அதிகமாய் இருக்க, அங்கு களிப்பாறைகள் செங்குத்தாய் இறங்கிக் கீழிருந்த மலையிடுக்கில் முடிந்திருந்தன.

புகைத்து முடித்த பின் நான் அந்த வேட்டை மிருகங்கள் நடக்கும் பாதை வழியாக நடந்தேன்.

அதில் மலைக்காட்டாடு, கடமான், செரோ என்ற இமாலய மலையாடு, நெடுவால் குரங்கு, முள்ளம்பன்றி, ஆண் சிறுத்தையின் கால்த்தடங்கள் ஆகியவை இருந்தன. மேலும் செல்லச் செல்ல எனக்கு நம்பிக்கையற்றுப் போனது. இந்தத் தடங்களில் அந்தப் பெண் புலியின் பாதச்சுவடுகளைப் பார்க்காவிட்டால், அதனை மீண்டும் காண்பது என்பது உறுதியில்லை. அந்த வரைமுகட்டில் சுமார் ஒரு மைல் தொலைவு சென்றிருப்பேன். இரண்டு மலைக்காட்டாடுகள் பதற்றத்துடன் இடதுபக்கமாக இருந்த புல்வெளிச் சரிவு நோக்கிக் குதித்து ஓடின. அங்குதான் நான் அந்தப் பெண்புலியின் கால்த்தடங்களையும் காய்ந்திருந்த இரத்தத் துளியையும் கண்டேன். முந்தைய மாலையில், என் பார்வையிலிருந்து வரைமுகட்டின் வழியாக மறைந்துபோன அந்தப் பெண்புலி தன்னுடைய அதிர்ச்சி நிலை மாறும்வரை புல்வெளியின் சரிவுக்குள் இறங்கி அங்கேயே இருந்திருப்பது தெளிவாகத் தெரிகிறது. அதன் பின்னர் மலையைச் சுற்றி வந்து இந்த வேட்டைப் பாதைக்கு வந்திருக்கிறது. அரை மைல் தூரம் நான் அதனுடைய கால்த்தடங்களைப் பின்பற்றிச் சென்றேன். அங்கு அந்தக் களிப்பாறைக் கற்கள் இருந்த இடம் குறுகிக்கொண்டே சென்று நாற்பத்தைந்து அடியில் முடிந்திருந்தது. இங்கே அந்தப் பெண்புலி களிமண் கற்களின் வழியே கீழிறங்கிச் செல்ல முயற்சித்திருக்கிறது. மலையிடுக்கின் மறுபுறம் இருந்த வனத்தில் அடைக்கலம் கொள்ள நினைத்திருப்பது தெரிகிறது. அதனுடைய காயம்பட்ட கால் அந்த முயற்சியைத் தோல்வியடையச் செய்திருக்கலாம். அல்லது தலைச்சுற்றல் மாதிரியான உடல்நிலை அதனை அதைச் செய்ய முடியாமல் ஆக்கியிருக்கலாம். எதுவென்று எனக்குத் தெரியவில்லை. இருந்தாலும், முன்பக்கமாகக் குனிந்து தலையை முன்புறம் நீட்டியபடி வழுக்கியவாறே சில அடி தூரம் சென்று பின்னர் சற்றுத் திரும்பிக் கால்களை அகல விரித்தபடி, பெரும் முயற்சியோடு நிலத்தைக் கால் நகங்களால் இறுகப் பற்றியபடிச் செங்குத்தாக இறங்கும் மலையிடுக்கில் விழுந்துவிடாமல், வேறு வழியேதும் இல்லாமல் கீழிறங்கும் இந்த முயற்சியை எடுத்திருக்கலாம். மலைப்பிரதேசங்களில் ஓர் ஆட்டைப் போலக் கால்களைக் கவனப்படுத்தி நடப்பவன்தான் நான். ஆனால் இந்தக் களிபாறைக்கற்களின் சரிவு இறங்குவதற்குச் சற்று கடினமாகத் தோன்றியது எனக்கு. அதனால் ஒரு முன்னூறு அடி தொலைவுக்கு வேட்டைப் பாதை வழியாகச் சுற்றி வந்து, மலையில் இருந்த சிறிதொரு பிளவு வழியே இறங்கி மலையிடுக்கில் ஏறினேன்.

தொண்ணூறு அடி அகலமான மலையிடுக்கில் நடந்து சென்று பார்த்தபோது, அந்தக் களிப்பாறைக் கற்களின் கீழ்ப்புறமாகக் கிட்டத்தட்ட அறுபது முதல் எண்பது அடி

உயரம் உள்ள செங்குத்தான பாறையொன்று இருப்பதைக் கவனித்தேன். அங்கிருந்து பாறையின் மீது விழும் எந்தவொரு மிருகமும் சாகாமல் இருக்க முடியாது என்பதை உறுதியாக நம்பினேன். அந்தப் பெண்புலி களிப்பாறையிலிருந்து கீழே விழுந்த இடத்தை நான் நெருங்கியபோது ஒரு பெரிய மிருகத்தின் வெள்ளை அடிப்பாகத்தைப் பார்த்தேன். எனக்கு மிகுந்த மகிழ்ச்சியாக இருந்தது. ஆனால் என்னுடைய மகிழ்ச்சி சிறிது நேரம்கூட நிலைக்கவில்லை. அங்கு நான் பார்த்த மிருகம் செரோ மலையாடு, பெண்புலி அல்ல. பாறை முனையில் இருந்த குறுகிய விளிம்பில் இந்த மலையாடு உறங்கிக்கொண்டிருந்திருக்க வேண்டும். புலி வரும் சத்தத்திற்கு விழித்திருக்க வேண்டும். பெண்புலி ஒன்று இருப்பதை அதன் நாசி மணம் உணர்த்தியிருக்க வேண்டும். பயம் உறையக் கீழே குதித்திருக்க வேண்டும். அதன் கழுத்து, கூர் பாறையின் அடிவாரத்தில் இருந்த சிறு பாறைகளில் பட்டு உடைந்து போயிருக்கலாம். எங்கே அந்த மலையாடு விழுந்திருந்ததோ, அதன் வெகு அருகில், சிறிய மணல்திட்டு ஒன்று இருந்தது. இந்த இடத்தில் அந்தப் பெண்புலி குதித்து இறங்கியிருந்தது. மணலில் விழுந்திருப்பதால் அதன் தோளில் முதலில் ஏற்பட்ட காயம் வேண்டுமானால் சற்றுக் கிழிந்திருக்கலாம். மற்றபடி எந்தச் சேதமும் ஆகியிருக்காது. அதன் பிறகு அது நடந்து சென்ற மூன்று அடிக்குள் இறந்து கிடந்த மலையாட்டைக் கவனியாமல் ஒதுக்கிவிட்டு மலையிடுக்கைக் கடக்கும் வழியில் தெளிவான இரத்தத் தடங்களை விட்டுச் சென்றிருக்கிறது. மலையிடுக்கின் வலதுபக்கமாக இருந்த கரையானது சில அடி உயரத்தில்தான் இருந்தது. அதில் ஏறப் பெண் புலி பலமுறை முயற்சிசெய்து ஏற முடியாமல் தோற்றிருப்பது தெரிந்தது. நிச்சயமாக அது சென்ற வழியில் எதிர்ப்படும் முதல் மறைவில்தான் அடைக்கலம் ஆகியிருக்க வேண்டும் என்பது எனக்கு இப்போது தெளிவாகத் தெரிந்தது. ஆனால் அதிலும் எனக்கு அதிர்ஷ்டமில்லை. கொஞ்ச நேரமாகவே அடர்த்தியான மேகங்கள் தலைக்கு மேல் முகாமிட்டிருந்தன. அந்த மலையிடுக்கின் வழியாகப் பெண்புலி எங்கே சென்றிருக்கும் எனத் தேடும்முன் பெருமழை பெய்து நான் தொடர்ந்து கொண்டிருந்த அதன் இரத்தத் தடங்கள் அழிந்துவிட்டன. மாலை நேரமும் மிக சீக்கிரமாகவே நெருங்கிக்கொண்டிருந்தது. நான் முகாமுக்குத் திரும்பக் கடினமான பாதையில் நெடுந்தூரம் போக வேண்டும். முகாமிற்குத் திரும்பிச் செல்ல ஆரம்பித்தேன்.

எல்லா விளையாட்டுகளிலும் அதிர்ஷ்டம் முக்கியமான பங்கு வகிக்கும். இதுவரை அந்தப் பெண்புலிக்கே முழுதாக அது வாய்த்திருந்தது. முதலில், திறந்த வெளியில் தனது குட்டிகளுடன் அது படுத்திருந்தால், நான் அங்கேயே அதனை இந்தக் குட்டிகளின்

ஜிம் கார்பெட்

தாய் என்று அறிந்திருப்பேன். அவ்வாறு இல்லாமல் அது அடர்ந்த செடிகளின் மறைவில் என் பார்வைக்குப் படாமல் தப்பித்துவிட்டது. அதன்பிறகு, என்னுடைய துப்பாக்கியின் தோட்டா, அதன் ஒரு எலும்பில் பட்டு, அந்த நேரத்தில் மட்டும் அதனைச் செயலிழக்க வைத்துவிட்டு, முழுவதுமாய் உயிரை எடுக்காமல் விட்டுவைத்தது. பின்னர் அந்தப் பெண்புலி இரண்டு முறை செங்குத்தான பாறை முகப்பிலிருந்து கீழே விழுந்தும் உயிர் பிழைத்திருக்கிறது. ஒன்றில், அது மரங்களின் கிளைகளின் ஊடே விழுந்து, பின்னர் சூரல் வகைச் செடிகளின் மீது விழுந்து, அவை தலையணை போன்ற பாதுகாப்பைக் கொடுத்தாலும், மற்றொன்றில், மெத்தென்ற மணல் குவியலின் மீது விழுந்தும் உயிர் பிழைத்திருக்கிறது. கடைசியாக அது படுத்திருந்த இடத்திலிருந்து நான் சரியாக முன்னூறு அடி தொலைவில் இருந்தபோதும், மழை நான் தொடர்ந்துவந்த அதன் இரத்தத் தடத்தை அழித்துவிட்டிருக்கிறது. இருந்தாலும், எனக்குக் கொஞ்சம் அதிர்ஷ்டம் இருக்கக்கூடும். ஒருவேளை அந்தப் பெண்புலி சரிவான புல்வெளியின் பக்கமாகத் திரிந்து, அங்கே கீழே இறங்கி இருந்தால், நிச்சயமாக நான் அதனைத் தொலைத்திருப்பேன் என்னும் பயம் கலந்த எண்ணத்தை உணர்ந்திருந்தேன். இப்போது எனக்கு அந்தப் புலியை எங்கே தேடுவது என்பதாவது தெரிந்திருக்கிறதே.

6

மறுநாள் காலையில், என்னுடைய ஆறு கார்வாலி ஆட்களுடன் மீண்டும் குறுகலான மலையிடுக்கின் பக்கம் வந்தேன். மலையாட்டின் கறி மிகவும் சுவை மிகுந்தது குமாவுன் முழுவதும் அனைவருக்கும் தெரியும். கழுத்து உடைந்து இறந்திருந்த இந்த மலையாடு இளம் மிருகமாகும். நல்ல உடல் திடத்துடனும் இருந்ததால், என் ஆட்களுக்கு அது ஒரு பெரிய கறி விருந்தைப் போன்று அமைந்திருந்தது. மலையாட்டைத் தோலுரிக்கச் சொல்லிவிட்டு, முந்தைய நாளின் மாலைப் பொழுதில் எங்கிருந்து திரும்பினேனோ அங்கே சென்றேன். இந்த இடத்திலிருந்து, மலையின் வலதுபக்கமாய், குறுகலானதும் ஆழமானதுமாக இரண்டு மலையிடுக்குகள் இருந்தன. இரண்டில் ஏதோ ஒன்றின் வழியாக அந்தப் புலி சென்றிருக்க வாய்ப்புண்டு என்பதால், நான் அருகிலிருந்ததை முதலில் முயற்சி செய்ய எண்ணி நடந்தேன். சில நூறு அடி சென்ற பிறகுதான், அதன் பக்கவாட்டு ஏற்றம் மிகக் கடினமாக இருந்தது என்பது தெரிந்தது. எந்தப் புலியாலும் அதில் ஏற முடியாது. மழைக்காலத்தில் பிரவாகம் எடுத்தோடும் முப்பது அடி உயர அருவியொன்றில் அது சென்று முடிந்திருந்ததும் தெரிந்தது. நான் நடக்கத் தொடங்கிய பகுதிக்கே திரும்பி வந்து,

அங்கிருந்த பெரிய முக்கிய மலையிடுக்கிலிருந்து நூற்றைம்பது அடி தொலைவில் இருந்த என் ஆட்களை அழைத்து, நெருப்புப் பற்றவைத்து கெண்டியில் தண்ணீர் சூடு பண்ணி எனக்குத் தேநீர் போடுமாறு சொன்னேன். அதன் பிறகு நான் அடுத்திருந்த மலையிடுக்கைப் பார்த்துவரக் கிளம்பினேன். அவ்வாறு நான் போகும்போது, மலையின் இடதுபக்கத்தில், பயன்பாட்டிலுள்ள வேட்டை வழித்தடம் ஒன்று இறங்குவதைக் கண்டேன். அந்த வழித்தடத்தில் பெண்புலியின் கால்த்தடங்களைப் பார்க்க முடிந்தது. முந்தைய நாளின் மாலையில் பெய்த மழையினால், அவற்றில் சில தடங்கள் பாதி அழிந்திருப்பதும் தெரிந்தது. நான் நின்ற இடத்திற்கு அருகில் பெரிய பாறையொன்று இருந்தது. அந்தப் பாறையை நான் நெருங்கிச் சென்று பார்த்தபோது, அதன் மறுபுறத்தில் தரை குழிவாக அமிழ்ந்திருந்தது. அந்தக் குழிவில் இருந்த சருகுகள் யாரோ அதன் மேல் அமர்ந்து அழுத்தப்பட்டதுபோல் இருந்தன. அவற்றின் மீது இரத்தம் பெரிதளவில் உறைந்து போயிருந்தது. நாற்பது மணி நேரத்துக்கு முன்பாக, அந்தப் பெண்புலி மலையிடுக்கில் வந்து விழுந்தபின், இந்த இடத்தில்தான் வந்து படுத்திருந்திருக்கிறது. கெண்டியில் தேநீருக்காகத் தண்ணீர் வைக்கச்சொல்லி என் ஆட்களுக்கு நான் சத்தம் கொடுத்தபோதுதான் அந்தப் பெண்புலி அங்கிருந்து நகர்ந்திருக்க வேண்டும்.

அடிபட்டிருக்கும் புலியை மனிதன் ஒருவன் நடந்தே சென்று எதிர்கொள்ளும்போது, அது எவ்வாறு நடந்து கொள்ளும் என்பது அதனுடைய மனநிலையில் ஏற்படும் ஏற்ற இறக்கங்களைப் பொறுத்தது. அதை நம்மால் கணிக்க இயலாது. அது காயம்பட்டிருக்கும்போது அதைத் தொந்தரவு செய்தால், அது அந்தச் சமயத்தில் எத்தனை நேரம்வரை தன்னை எதிர்கொள்ளும் மனிதனுக்கு ஆபத்தாக இருக்கும் என்பதையும் நம்மால் சொல்ல இயலாது. ஒருமுறை பின்னங்காலின் பாதத்தில் உள்ள பஞ்சு போன்ற பாகத்தில் ஓர் அங்குல அளவுக்கு வெட்டுப்பட்ட புலி ஒன்றை நான் கவனித்திருக்கிறேன். என்னைப் பார்த்ததும் ஓடும்போதுதான் அதற்குக் காயம் உண்டானது. அடிபட்ட பிறகும் ஓடிக்கொண்டிருந்தது அது. அடிபட்ட ஐந்து நிமிடங்களாக ஓடிக்கொண்டிருந்த அது, திடீரெனத் திரும்பிக் கிட்டத்தட்ட முன்னூறு அடி தொலைவிலிருந்து முழு வேகத்துடன் என்னைத் தாக்க வந்ததை நான் பார்த்திருந்தேன். அடிபட்டுப் பல மணி நேரம் ஆன புலியொன்று, வலிக்கும் தனது பாதத்தை நக்கிக்கொண்டு இருக்கும்போது, எந்தவித எதிர்ப்பும் காட்டாமல் என்னை அதனருகில் சில அடிவரை செல்ல அனுமதித்ததையும் பார்த்திருக்கிறேன். ஓர் ஆட்கொல்லிப் புலி அடிபட்ட பிறகு

எவ்வாறு செயல்படும் என்பது சிந்திக்கச் சற்று குழப்பமான ஒன்றுதான். அதனருகில் செல்லும்போது, அடிபட்டிருக்கும் மிருகம் நம்மைத் தாக்குமா என்பது நமக்குத் தெரியாதபோது, மேலும் அதனுடைய காயம் பெரிதாக உள்க்காயமாக இல்லாதபட்சத்தில், அது அதன் உணவுக்காக நம்மை வேட்டையாடவும் வாய்ப்பு இருக்கிறது.

புலிகள் காயம்பட்டிருக்கும் சமயங்களிலும் ஆட்கொல்லி களாக மாறியிருக்கும் சமயங்களையும் தவிர்த்து மற்ற நேரங்களில் நல்லவிதமாகவே நடந்துகொள்ளும் தன்மை கொண்டவை. அப்படி இல்லையென்றால், ஆயிரக்கணக்கான மக்கள் புலிகள் நிறைந்திருக்கும் இக்காடுகளில் வேலை பார்த்துக்கொண்டிருக்க வாய்ப்பே இல்லை. என்னைப் போன்றோர் வருடக்கணக்கில் எந்த விதத் தீங்கும் நேராமல் காடுகளில் நடந்தே அலைந்து திரிந்துகொண்டும் இருக்க வாய்ப்பே இல்லை. புலி தனது குட்டிகளுடன் இருக்கும்போதோ, அல்லது அதன் இரையைக் காவல் காத்துக்கொண்டிருக்கும்போதோ அதனருகில் நாம் வந்துவிடாமல் சில சமயங்களில் எச்சரிக்கும். அந்த எச்சரிக்கை முதலில் சிறு உறுமலாய் வெளிப்படும். அதற்கும் எதிரில் இருப்பவர் பயப்படவில்லை என்றால் பயமுறுத்தும் வகையில் சற்று முன்வந்து, சத்தமான உறுமல்களை வெளிப்படுத்தும். இவற்றையும் நாம் ஒதுக்கிவிட்டு முன்னேறினால் காயம்படும் அபாயம் உண்டு. அதன் முழுப்பொறுப்பு, புலியைத் தொந்தரவு செய்பவரையே சாரும்.

சில வருடங்களுக்கு முன்பாக எனக்கு நேர்ந்த ஓர் அனுபவத்தைச் சொன்னால், புலிகள் நல்ல தன்மை கொண்டவை என்பது உங்களுக்குப் புரியும். காலாதுங்கியில் *(Kaladhungi)* உள்ள எங்கள் வீட்டிலிருந்து மூன்று மைல் தொலைவில் இருந்த போர் நதியில் *(River Boar)* நானும் எனது சகோதரி மேகியும் ஒருநாள் மாலையில் மீன் பிடித்துக்கொண்டிருந்தோம். இரண்டு சிறிய பூமீன் கெண்டை மீன்களைப் பிடித்துவிட்டு, பாறை ஒன்றில் அமர்ந்து நான் புகைத்துக்கொண்டிருந்தேன். அப்போது அவ்வழியாக ஜியாஃப் ஹாப்கின்ஸ் *(Geoff Hopkins)* யானையின் மீது அமர்ந்து வந்துகொண்டிருந்தார். அவர்தாம் பின்னாளில் உத்தரப்பிரதேசத்தின் வனக்காப்பாளராகப் பொறுப்பேற்றுக்கொண்டவர். அவர் தன்னுடைய நண்பர்களை எதிர்பார்த்துக் காத்திருந்தார். உணவுக்கான கறி போதாமல் இருந்ததால், தன்னுடைய *.245* ரூக் ரைபிள், சிறிய வகை வேட்டைத்துப்பாக்கியை எடுத்துக்கொண்டு கேளையாடு அல்லது பெண்மயிலை வேட்டையாடலாம் என்று கிளம்பியிருக்கிறார். நான் எங்களுக்குத் தேவையான மீன்களைப் பிடித்துவிட்டதால்,

எங்களைத் தன்னுடன் வரச்சொல்லி ஜியாஃப் அழைத்தபோது, அவருடைய வேட்டையில் உதவுவதற்கு உடன்பட்டோம். யானை மீதேறி நதியைக் கடந்தோம். கேளையாடு, பெண்மயில் அதிகமுள்ள காட்டின் ஒரு பாகத்தை நோக்கிச் செல்ல யானைப் பாகனுக்கு வழிகாட்டினேன். குட்டையான புற்களும் காட்டு பிளம் மரங்களும் இருக்கும் பகுதிக்குள் சென்று கொண்டிருந்தபோது மரத்தினடியில் இறந்து கிடந்த புள்ளிமான் ஒன்று என் பார்வையில் பட்டது. யானையை நிறுத்தச் சொல்லி வழுக்கியபடி தரையில் இறங்கிப் புள்ளிமானை எந்த மிருகம் கொன்றிருக்கும் என்று பார்க்கச் சென்றேன். அது ஒரு வயதான பெண் மான். இறந்து போய்க் கிட்டடத்தட்ட இருபத்து நான்கு மணி நேரம் ஆகியிருக்கலாம். அதன்மீது வேறு எந்தக் காயத்தையும் என்னால் கண்டுபிடிக்க முடியாததால், அநேகமாக அது பாம்புக் கடியால் இறந்திருக்கலாம் என நினைத்தேன். யானையின் மேல் ஏறுவதற்காக நான் திரும்பியபோது ஒரு இலையின் மீது புது இரத்தத் துளியைக் கண்டேன். அந்த இரத்தத் துளியின் வடிவத்தைக் கவனித்துப் பார்க்கும்போது, அது அந்த இறந்த புள்ளிமானை விட்டு விலகி வேறு திசையை நோக்கிச் சுட்டியது. அந்த இரத்தத் துளி மற்றொரு மிருகத்தினது என்பது புரிந்தது. அந்த இரத்தத் துளி கிடந்த இடத்திலிருந்து அந்த மிருகம் சென்றிருக்கும் என்று அனுமானித்த திசையில் சிறிது தூரம் சென்று பார்த்தபோது இன்னொரு சொட்டு இரத்தத்தையும் கண்டேன். இப்போதுதான் விழுந்திருக்கும் புது இரத்தத் துளியினால் ஏற்பட்டிருந்த இந்தத் தடயத்தால் குழம்பிய நான், அது எங்கிருந்து வந்திருக்கும் என்பதறிய அதைத் தேடிச் சென்றேன். யானைக்கு என்னைப் பின்தொடருமாறு சைகை செய்தேன்.

குட்டையாய் வளர்ந்திருந்த புற்களுக்கிடையில் சுமார் நூற்று எண்பது முதல் இருநூற்று பத்து அடிவரை சென்றிருப்பேன். இரத்தத்தாலான அந்தத் தடம், வரிவரியாக விரிந்திருந்த சுமார் ஐந்து அடி உயரமுள்ள புதர்களின் அடர்த்திக்குள் சென்றது. இரத்தத் தடம் மறைந்த அந்தப் புதர்வரை சென்று என் இரு கைகளையும் நீட்டியபடி, அவ்வாறே அந்தப் புதர் செடிகளைக் கைகளால் விலக்கிக்கொண்டே சென்றேன். ஏனென்றால் என்னுடைய கைத்தடியை யானைமேல் விட்டு வந்திருந்தேன். புதரைக் கைகளால் விரித்துக்கொண்டே செல்லும்போது, அங்கே என் கைகளின் நேர் கீழே ஒரு புள்ளிமானின் வெல்வெட் கொம்புகள் அதன் மெதுமயிர்களுடன் உரசவும், அங்கே என் முன்னால் அமர்ந்திருந்த நிலையில் புள்ளிமானைச் சாப்பிட்டுக் கொண்டிருந்தது ஒரு புலி. நான் புதரைப் பிரித்தபடி நின்றதால் அந்தப் புலி அண்ணாந்து என்னைப் பார்த்து அதன் முகத்தில்

தெரிந்த ஆச்சரியம் அளவிட முடியாதது. வார்த்தைகளில் சொல்ல வேண்டுமென்றால், 'நல்லது, நான் தொலைந்தேன்!' இதையே நானும் எனக்குச் சொல்லிக்கொண்டேன். நல்லவேளையாக நான் அப்படி அசையாமல் நின்றது எனக்கே ஆச்சரியம்தான். ஒருவேளை என் இதயம் துடிப்பதை நிறுத்தியிருக்கலாம். ஒரு கணம் நேராக என் முகத்தையே பார்த்திருந்த அந்தப் புலி, தன் பாதத்தை நீட்டினால் என்னுடைய தலையில் அடிக்கும் அளவு நான் அருகில் இருந்தும், எழுந்து மெதுவாய்த் திரும்பி, பின்புறமிருந்த புதருக்குள் தாவி மறைந்தது. அது செய்தது எல்லாம் ஒரு மிருதுவான அழகான அசைவுடன் இருந்ததாக எனக்குப் பட்டது. நாங்கள் அங்கு வருவதற்குச் சற்று முன்தான் இந்தப் புலி பிளம் செடிகளுக்கிடையில் இந்த மானைக் கொன்றிருக்கிறது. அதை மறைவுக்குள் எடுத்துச் செல்லும் வழியில்தான் அந்தப் பெண் மான் இறந்து கிடந்த இடம் வருகிறது. அங்கிருந்துதான் நான் அந்த இரத்தத் துளிகளின் தடத்தைப் பின்தொடர்ந்தேன். யானையின் மீதிருந்த மூவரும் புலியை, அது தாவி வெளிவரும் வரை கவனிக்கவில்லை. அது வெளிவருவதைப் பார்த்ததும் யானைப் பாகன் சத்தமாக, 'கபர்தார் சாஹிப். ஷேர் ஹை' என்றான். அது ஒரு புலி என்றும் என்னைக் கவனமாக இருக்குமாறும் என்னைப் பார்த்துச் சொன்னான்.

என்னுடைய ஆட்கள் இருக்குமிடத்திற்குச் சென்று சேர்ந்து, ஒரு கோப்பைத் தேநீரைப் பருகினேன். அவர்கள், அங்கு, அந்த மலையாட்டைத் தூக்கிக்கொண்டு செல்ல வசதியாகச் சிறு சிறு பாகங்களாக வெட்டியிருந்தனர். அவர்களைக் கூட்டிக்கொண்டு பாறையின் பின்னிருந்த, நான் பார்த்த இரத்தத் துளிகள் உறைந்திருந்த குழிவான தரைப்பகுதியைக் காட்டினேன். அங்கிருந்த ஆறு பேருமே என்னுடன் பல முறை வேட்டைக்கு வந்திருக்கின்றனர். இரத்தத்தின் அளவைப் பார்த்ததும் அவர்கள் சொன்ன கருத்து ஒன்றுதான். அந்தப் பெண்புலிக்கு ஏற்பட்ட உடல் காயம் மிகவும் ஆழமானது. இன்னும் சில மணித்துளிகளில் அது இறந்து போகக்கூடும் என்பதே. இந்தக் கருத்தில் நாங்கள் ஒத்துப்போகவில்லை. எனக்குத் தெரியும், அந்த புலிக்கு ஏற்பட்டிருக்கும் காயம் மேலோட்டமானதுதான். கூடுதலாக நேரம் கிடைத்ததால் அது தன்னைத்தானே சரிசெய்து கொள்ளமுடியும். அதனை அதிக நாட்கள் விட்டுவைத்தால் மீண்டும் அதைப் பார்ப்பது கடினமாகிவிடக்கூடும்.

நான் சொல்வதை உங்களால் கற்பனை செய்துகொள்ள முடிந்தால் நானும் எனது ஆட்களும் அன்றைய பொழுது என்ன மாதிரியான வனம் சார்ந்த சூழலில் வேலை செய்தோம் என்பது

உங்களுக்குப் புரியும். செங்குத்தான மலையின் மீதேறும் ஆழமும் குறுகலுமான மலையிடுக்கு. அந்த மலையின் வலதுபுறமாய் இருக்கும் நிலப்பரப்பு மலையிடுக்கை நோக்கிச் சரிந்தபடி இருக்கிறது. அந்த நிலப்பரப்பு மரங்கள் நிறைந்ததாகவும் குத்துச் செடிகள் அதிகம் இல்லாததாகவும் இருந்தது. மலையிடுக்கின் இடதுபக்கமாக இருக்கும் நிலப்பரப்பு மேல் நோக்கிச் சரிவாக ஏறியிருந்தது. அது முழுமையாக, அடர்த்தியான ரிங்கல் (Ringal) எனப்படும் குட்டை மூங்கில் மரங்கள், சூரல் வகைச் செடிகள் உள்பட எல்லா வகையான குட்டை புதர்ச்செடிகளால் மூடியிருந்தது. ஒரு நாள் முழுமையும் நாங்கள் எந்த மாதிரியான நிலப்பரப்பில் வேலை செய்தோம் என்பதை இப்போது உங்களால் கற்பனை செய்துகொள்ள முடியும்.

மலையிடுக்கின் வலதுபக்கமாக எனது ஆட்களை மேலேறச் சொன்னேன். அவர்களின் கண்ணில் படும் அங்கிருக்கும் மரங்களில் உயரமானவற்றில் ஏறிக்கொண்டு, நான் அவர்களின் பார்வையில் இருக்குமாறு பார்த்துக்கொள்ள வேண்டும் என்பதே என்னுடைய திட்டம். அங்கிருந்து என்னைக் கவனப்படுத்த வேண்டுமானால், விசில் அடித்து என்னைக் கவனிக்கச் சொல்லலாம் என்றும் சொன்னேன். மலைவாழ் மக்கள், சில சிறுவர்கள் செய்வதைப் போலப் பற்களுக்கு இடையிலிருந்து விசில் ஒலி எழுப்புவதில் வல்லவர்கள். பெண் புலியிடமிருந்து அவர்களுக்கு எந்தத் தீங்கும் நேரக் கூடாது; தங்களைப் பாதுகாத்துக்கொள்ள அவர்களிடம் வேறு எந்த ஆயுதமும் இல்லை. அவர்கள் அனைவரும் மரம் ஏறுவதில் சிறந்தவர்கள். அந்தப் பெரிய பாறையின் அருகிலிருந்த குழிவிலிருந்து பெண்புலி சென்ற தடமானது, மலையிடுக்கின் இடதுபக்கமாக இருந்த மலையின் மீது சென்றிருந்தது. அந்த மலையின் மீது நான் அதைத் தொடர்ந்து ஏறத் தொடங்கினேன்.

காட்டு வாழ்க்கை என்பது வெறும் அறிவியல் அல்ல. அது பாடப் புத்தகத்தில் இருந்து வாசித்துத் தெரிந்துகொள்ளக்கூடியதும் அல்ல என்பதை நான் ஏற்கெனவே எங்காவது வலியுறுத்தி இருப்பேன். கொஞ்சம் கொஞ்சமாக ஒவ்வொரு காலகட்டத்திலும் உள்வாங்கிக் கற்றுத் தெரிந்துகொள்ள வேண்டியது அது. இந்த வழிமுறை ஒரு தடவையுடன் முடிவதில்லை. தொடர்ந்து அதைக் குறித்துக் கற்றுக் கொண்டேயிருக்க வேண்டும். இதே முறைதான் மிருகங்களைப் பின்தொடர்தலுக்கும் ஏற்புடையதாகும். நான் அறிந்தவரை, வேட்டை விளையாட்டுகளில் மிகவும் சுவாரசியமானதும் பலவகையான வகைப்பாடுகளைக் காட்டக்கூடியதும் இந்தப் பின்தொடர்தல் என்னும் செயல்தான். சில நேரங்களில் அதுவே உற்சாகமூட்டக்கூடியதாகவும் அமைந்துவிடும். பின்தொடர்தலில், பொதுவாக ஒத்துக்

ஜிம் கார்பெட்

கொள்ளப்பட்ட வகைகள் இரண்டு உண்டு. ஒன்று, இரத்தம் இருப்பதை அடையாளத் தடமாகக் கொண்டு பின்தொடர்தல். மற்றொன்று, இரத்தமில்லாதபோது வேறு தடங்களைக் கொண்டு பின்தொடர்தல். இந்த இரண்டு முறைகளைத் தவிர, ஒரு காயம்பட்டிருக்கும் மிருகத்தை, அதனைச் சுற்றிவரும் நீல ஈக்களைத் தொடர்ந்தும், மற்ற ஊனுண்ணி வகைப் பறவைகளைப் பின்தொடர்ந்தும் நான் சில நேரங்களில் கண்டுபிடிப்பதுண்டு. பொதுவாக ஒப்புக்கொள்ளப்பட்ட இரண்டு முறைகளில் இரத்தத் தடத்தைத் தொடர்ந்து செல்வதே அடிபட்டிருக்கும் மிருகத்தைக் கண்டுபிடிக்க சரியான வழியாகும். ஆனால் காயங்களிலிருந்து எப்போதும் இரத்தம் சொட்டுவதில்லை. அந்தச் சமயங்களில் அவற்றின் பாதத்தடங்களை வைத்துப் பின்தொடரலாம் அல்லது அவை நடந்து செல்லும்போது, அந்த நிலப்பரப்பில் வளர்ந்திருக்கும் தாவரங்களின் அமைப்பு கலைக்கப்பட்டிருப்பதைக் கொண்டும் அறிந்துகொள்ளலாம். பின்தொடர்தல் என்பது எளிதாக இருப்பதும் கடினமாக இருப்பதும் அந்தந்த நிலப்பரப்பைப் பொறுத்தது. மேலும் நாம் பின்தொடரும் அந்த மிருகமானது கடினமான குளம்புகளைக் கொண்டதா அல்லது மிருதுவான பாத அமைப்பைக் கொண்டதா என்பதையும் பொறுத்தது.

அந்தப் பெண்புலி, நான் என் ஆட்களை அழைக்கும் சத்தத்திற்குத் தான் படுத்திருந்த குழிவான பகுதியிலிருந்து எழுந்து சென்றுவிட்டது. அதனுடைய காயத்திலிருந்து வந்திருந்த இரத்தம் நின்றுவிட்டிருந்தது. அந்தக் காயம் சீழ் வைக்கத் தொடங்கியதிலிருந்து வெளிவரும் சிறிதளவு திரவம் புலியைப் பின்தொடர்வதற்கு எனக்கு உதவியாக இல்லை. அதனால், அதனுடைய பாதத்தடங்களை வைத்தும், கலைந்திருக்கும் தாவரங்களைக் கொண்டும்தான் நான் பெண்புலியைக் கண்டுபிடிக்க இயலும். இப்போது நானிருக்கும் இந்த நிலப்பரப்பில் அவ்வாறு செய்வது சிரமமான ஒன்றல்ல. ஆனால் மிகவும் மெதுவாகவே கண்டுபிடிக்க இயலும். நேரம் என்பது இப்போது அந்தப் பெண்புலிக்குச் சாதகமாக உள்ளது. தடங்களைக் கண்டுபிடிக்க அதிக நேரம் எடுத்தால், காயத்திலிருந்து தன்னைச் சரிசெய்துகொள்ள அதற்கு வாய்ப்புக் கிடைக்கும். அதனைக் கண்டுபிடிக்கும் என்னுடைய முயற்சிக்கான வாய்ப்பு குறையத் தொடங்கும். கடந்த சில தினங்களாகத் தொடர்ந்து இருக்கும் அலைக்கழிப்புகள் என் மேல் சோர்வாய், சுமையாய் ஏறத் தொடங்கியிருந்தன.

முதல் முன்னூறு அடி தூரம்வரை புலியின் கால்த்தடங்கள் என்னை, மூட்டுவரை வளர்ந்திருந்த சூரல் வகைத் தாவரங்கள் வழியாக இட்டுச் சென்றன. அந்த இடத்தில் பின்தொடர்வது

எளிதாக இருந்தது. ஏனென்றால் புலி ஏறக்குறைய நேரான பாதையில் சென்றிருந்தது. சூரல் செடிகளைத் தாண்டியதும் குட்டையான மூங்கில் மரங்கள் அடர்த்தியாக வளர்ந்திருந்தன. மூங்கில் அடர்த்திக்குள் நிச்சயமாக அந்தப் பெண்புலி இருக்கலாம் என எனக்குத் தோன்றியது. ஆனால் வெளியே வந்து என்மீது பாயவில்லை என்றால் எனக்கு அதனைச் சுடுவதற்கான வாய்ப்புக் குறைவுதான். ஏனென்றால், அந்த இறுகப் பிணைத்திருந்த மூங்கில்களின் மீது, சத்தமெழுப்பாமல் நடந்து செல்வது முடியாத காரியம் என்று எனக்குத் தோன்றியது. அடர்வான மூங்கிலுக்குள் நான் பாதி தூரம் கடந்து வந்துகொண்டிருந்த போது கேளையாடு ஒன்று குரைக்கத் தொடங்கியது. பெண் புலி நகரத் தொடங்கியிருப்பது புரிந்தது. அதன் பாதத்தடங்கள் நேராக மலையின் மீது செல்லாமல் இடதுபக்கமாகத் திரும்பியிருந்தன. அங்கு திறந்தவெளி ஒன்றும் இருக்கலாம். ஏனென்றால், அந்தக் கேளையாடு இன்னும் அங்கேயே நின்றுகொண்டு குரைத்துக்கொண்டிருந்தது. என் காலடிகளைப் பின்பக்கமாகக் கவனமாக எடுத்துவைத்து, இடதுபுறமாகத் திரும்பினேன். ஆனால் அந்தப் பக்கம் எந்தத் திறந்தவெளியும் இல்லை. நான் அந்த கேளையாடு இருக்கும் பக்கமாய் நகர்ந்து வந்ததாகவும் தெரியவில்லை. அதன் பிறகு, அந்தக் கேளையாடு சத்தத்தை நிறுத்திக்கொண்டது. சில வண்ணக்கோழிகள் ஒன்றாகச் சத்தமிட்டுக்கொண்டிருப்பது கேட்டது. பெண்புலி இன்னும் நடந்துகொண்டிருப்பதை உணர முடிந்தது. ஆனால் முடிந்த அளவு தலையைத் திருப்பிப் பார்த்தபோதும் சத்தம் வரும் இடத்தை என்னால் சரியாக கணிக்க முடியவில்லை.

எல்லாச் சத்தங்களும் எங்கெங்கிருந்து கேட்கின்றன, எத்தனை தொலைவிலிருந்து கேட்கின்றன என்பதைத் துல்லியமாகக் கணித்துச் சொல்வது காடு குறித்த அறிவை எடுத்துக்காட்டும். அதை ஒரு கலை என்றும் சொல்லுவேன். அதில் தேர்ந்தவன் என்ற பெருமிதமும் எனக்கு உண்டு. இப்போது, முதன்முறையாக நான் அதிர்ச்சிக்குள்ளானேன். அன்று நேர்ந்த அந்த விபத்து என்னுடைய இந்தப் பெருமிதத்தை என்னிடமிருந்து பறித்துக்கொண்டது. பாதுகாப்புக்காக இனி ஒருபோதும் என் காதுகளை என்னால் நம்ப முடியாது என்று புரிந்தது. வருடங்களாக இந்தக் காடுகளில் வாழும் உயிரினங்களின் மொழியைப் படித்துப் புரிந்து, அவற்றை ஆத்மார்த்தமாகக் கேட்டு இன்புற்றிருந்த நிலையும் இனி இல்லையென நினைத்தேன். மீதமிருந்த என்னுடைய செவித்திறன் நன்றாக இருந்தாலும் அது அத்தனை பெரிய விஷயமும் இல்லை. துரதிர்ஷடவசமாகச் சில வருடங்களுக்கு முன்பு நடந்த, ரைபிள் துப்பாக்கி வெடித்த விபத்தொன்றில் என் செவிப்பறை

காயம்பட்டது. இப்போது அது குறித்து ஒன்றும் செய்யவியலாது. நான் ஊனமுற்று நிற்கிறேன். அவ்வாறு இருந்தும், அதை ஏற்றுக்கொள்ள முடியாத சூழலில் இருக்கிறேன். ஒரு புலி, அது மனிதனை வேட்டையாட வல்லது அல்லது வேட்டையாடாதது என எதுவாக இருந்தாலும் இப்போது என்னைவிட வலுவான இடத்தில் அது நிற்கிறது. நாங்கள் இருவரும், இருவருக்கும் சாதகமான நிலைமை இல்லாதபோதும், ஒருவர் மற்றவருடைய உயிரை எடுக்க வேண்டிய சூழ்நிலையில் நிற்கிறோம்.

சூரல் தாவரங்கள் இருந்த இடத்திற்கு மீண்டும் திரும்பினேன். என் கண்களை மட்டும் நம்பி, அந்தப் பெண்புலியைக் கண்டுபிடிக்க முயன்றேன். வேட்டை விளையாட்டால் அந்தக் காடே நிரம்பியிருந்ததாய்த் தோன்றியது. தொடர்ந்து கடமான், கேளையாடு, நெடுவால் குரங்கு போன்றவை தங்களின் அபயக் குரல்களைத் திரும்பத் திரும்ப எழுப்பிக்கொண்டிருந்தன. வண்ணக்கோழிகள், நீல அழகிக் குருவிகள், வெண்கொண்டை சிரிப்பான்குருவி போன்றவை புலியை அணுக ஒரு தடவைக்கு மேலாகவே சுற்றியபடிச் சத்தமிட்டுக்கொண்டிருந்ததை நான் கேட்டேன். முன்பெல்லாம் நான் இந்தச் சத்தங்களைக் கவனமாய்க் கேட்பேன். இப்போது, இந்தச் சத்தங்களுக்கு நான் செவி சாய்க்காமல், அந்தப் பெண்புலியை ஒவ்வொரு காலடியாக அளந்து தொடர்ந்து சென்றேன். அவ்வப்போது நின்றும், பின் நடந்தும் அது மலையில் ஏறிக்கொண்டிருந்தது. சில நேரங்களில் நேராகவும், சில சமயங்களில் மறைவுகளுக்கு உள்ளே வளைந்து வளைந்து போய் வந்தும் நடந்திருந்தது. மலையுச்சியின் அருகில் வந்ததும் முன்னூறு அடி அகலத்தில் குட்டையான தடித்த புற்களின் வெளி ஒன்று இருந்தது. அந்தத் திறந்தவெளிக்கு அப்பால், ஒரு குறுகிய பாதையால் இரண்டு பகுதிகளாகப் பிரிபட்ட புதர்ச்செடிகளின் கூட்டம் இருந்தது. கிட்டத்தட்ட மலையுச்சிவரை அது நீண்டிருந்தது. குட்டையான, தடிமனான புற்கள் அடர்ந்திருந்த பகுதியில் நான் புலியின் பாதத்தடங்களைத் தவற விட்டுவிட்டேன். தன்னை யாரோ தொடர்வது பெண்புலிக்குத் தெரிந்தே இருந்தது. அதனால் மிகச் சில இடங்களிலேயே அது தன்னை வெளிக்காட்டிக் கொண்டது. மரக்கொம்புகளும் புதருமாய் இருந்த இந்த இரண்டு பகுதிகளில், வலதுபுறமாய் இருந்த பகுதியானது இடதுமுகமாய் இருந்த பகுதியைவிடத் தொண்ணூறு அடி அருகில் இருந்தது. அதனால் அதை முதலில் முயற்சி செய்ய எண்ணினேன். அந்த மறைவுக்கு மூன்று அடி அல்லது அதற்கும் சற்று மேலிருக்கலாம், முன்னால் இருக்கும்போது, உலர்ந்த குச்சியொன்று பெரிய மிருகத்தின் காலடி பட்டு நொறுங்கும் சத்தம் கேட்டது. இந்த முறை, இடதுபக்கமிருந்ததுதான் அந்தச் சத்தம் வந்தது என்பது

எனக்குத் தெளிவாய்த் தெரிந்தது. அதனால் நான் திரும்பிச் சத்தம் கேட்ட புதர்க்காட்டின் பக்கமாகச் சென்றேன். அன்றைய தினத்தில் அது என்னுடைய இரண்டாவது தவறு. முதல் தவறு, என்னுடைய ஆட்களைச் சத்தமிட்டு அழைத்துக் கெண்டியைச் சூடு பண்ணி எனக்குத் தேநீர் போடச் சொன்னது. இரண்டாவதாக, என் ஆட்கள் என்னிடம் பின்னர் சொன்னது. நான் அந்தப் புலியைத் தொடர்ந்தே அங்கிருந்த திறந்தவெளியைக் கடந்தேன் என்பதும், நான் திரும்பி இடதுபக்கமாகச் சென்றபோது, அந்தப் புதர்க்காட்டின் உள்ளே சில அடி தூரத்தில் ஒரு சிறு வெளியில் அந்த பெண்புலி படுத்திருந்ததாகவும் கூறினார்கள். அது நிச்சயமாக எனக்காகத்தான் காத்திருந்திருக்கும்.

நான் சென்ற அந்தப் புதர்க்காட்டுக்குள் பெண்புலியின் எந்தத் தடயமும் கிடைக்காததால், திரும்பி மீண்டும் திறந்தவெளிக்கே வந்துசேர்ந்தேன். இந்த நேரத்தில், என்னுடைய ஆட்கள் எங்கிருப்பார்கள் என்று எதிர்பார்த்தேனோ அந்தப் பக்கமிருந்து அவர்களின் விசில் சத்தம் கேட்டது. நான் நிற்கும் இடத்திலிருந்து சில நூறு அடி தள்ளியிருந்த வளர்ந்த மரமொன்றின் உச்சியில் ஏறியிருந்தனர். நான் என் கையை உயர்த்தி, நான் அவர்களைப் பார்த்துவிட்டேன் என்று சைகை செய்தபோது, அவர்கள் அங்கிருந்து, கைகளை மேலுயர்த்தியும் பின்னர் கைகளைக் கீழாகக் காட்டியும் மீண்டும் மீண்டும் சைகை செய்தனர். அந்தப் பெண்புலி மலையின் மீதேறிச் சென்று, மறுபக்கம் இறங்கிவிட்டது என்று அவர்கள் தெரியப்படுத்தினார்கள். நான் உடனடியாக அந்த குறுகிய பாதை வழியாக விரைந்து சென்று மலையுச்சியை அடைந்தேன். அங்கே ஒரு மலையின் திறந்தவெளி நிலப்பரப்பு இருந்தது. அந்த இடத்தில் இருந்த புற்கள் சமீபத்தில்தான் எரிந்திருந்தன. முந்தைய மாலைப்பொழுதில் பெய்திருந்த மழையில் அவற்றின் சாம்பல் முழுவதும் ஈரமாக இருந்தது. அந்தச் சாம்பலில் பெண்புலியின் கால்த்தடங்களைக் கண்டேன். அந்த மலை சற்றுச் சரிவாய் இறங்கி ஒரு ஓடையில் முடிந்திருந்தது. அந்த ஓடையைத்தான், பல மைல் தூரம் மலை ஏறி, தல்லா கோட் ஊருக்கு நான் வந்த நாளில் கடந்து வந்திருந்தேன். அந்த ஓடையில் புலி தனது தாகத்தைத் தீர்த்துக் கொண்ட பின் ஓடையைக் கடந்து, அதன் பின்னிருந்த அடர்ந்த காட்டுக்குள் சென்றுவிட்டிருந்தது. இப்போது நேரமும் இருட்டிக்கொண்டிருந்தது. அதனால் நான் வந்த அதே பாதையைப் பின்பற்றி நடந்து, மலையுச்சிக்கு வந்து என்னுடைய ஆட்களை என்னுடன் வந்து சேர்ந்துகொள்ளச் சொன்னேன்.

எந்தப் பெரிய பாறையிலிருந்து நான் என் ஆட்களை விட்டுவிட்டு அந்தப் பெண்புலியைத் தொடர்ந்தேனோ அதிலிருந்து

ஜிம் கார்பெட்

சுமார் நான்கு மைல் தான் தூரம் இருந்தது. ஆனால் அதைக் கடக்க, எனக்கு ஏழு மணிநேரம் ஆகியிருக்கிறது. இந்த முயற்சி தோல்வியில் முடிந்தாலும் இன்றைய தினம் உற்சாகமாகவும் மகிழ்வாகவும் அமைந்திருந்தது. எனக்கு மட்டுமல்ல, யாரொருவர் பின்தொடர்தலைச் செய்ய விரும்புகிறார்களோ, அவர்கள் ஆட்கொல்லிப் புலியிடமிருந்து வரும் தாக்குதலைத் தவிர்க்க வேண்டியது அவசியம். என்னுடைய கார்வாலி ஆட்களும் மரத்தில் இருந்து என்னையும் அந்தப் பெண் புலியையும் தொடர்ந்து கவனித்துக்கொண்டேதான் இருந்தனர். அன்று மிகவும் நீண்ட நாளாக எங்களுக்கு இருந்தது. விடிகாலை வெளிச்சத்தோடு கிளம்பி, இரவு 8 மணிக்கு எங்கள் முகாமுக்கு வந்துசேர்ந்தோம்.

7

மறுநாள் காலையில், என்னுடைய ஆட்கள் சாப்பிட்டுக் கொண்டிருந்தபோது நான் அந்தப் புலிகளின் தோலைச் சுத்தம் செய்து, அவற்றைப் புதிய இடத்தில் ஆணி அடித்து, ஈரமாக இருந்த பகுதிகளின் மேல் மரத்தின் சாம்பலும் படிகாரமும் கொண்டு தடவிவைத்தேன். புலியின் தோல் சரியான முறையில் பராமரிக்கப்பட வேண்டும். அவற்றிலிருக்கும் ஒவ்வொரு துளிக் கொழுப்பையும் நீக்கிவிட வேண்டும். அதனுடைய உதடுகள், காதுகள், கால் பாதங்கள் போன்றவை சரியாகப் பதப்படுத்தப்பட வேண்டும். முடிகள் இருந்தால் அகற்றப்பட வேண்டும். இவையெல்லாம் செய்யாவிட்டால் அந்தத் தோல் கெட்டுப் போய்விடும். மதியத்துக்குச் சற்று முன் நான் வெளியே செல்லக் கிளம்பினேன். என்னுடன் நால்வரை மட்டும் அழைத்துச் சென்றேன். மற்ற இருவரை இமய மலையாட்டின் தோலைச் சரிசெய்ய வேண்டி முகாமிலேயே விட்டுச்சென்றேன். முந்தைய நாள் மாலையில், எங்கு அந்தப் பெண் புலியைத் தொடர்வதை நிறுத்தினேனோ அந்த இடத்திற்குப் புறப்பட்டேன்.

ஓடை சென்றுகொண்டிருந்த பள்ளத்தாக்கு நல்ல அகலத்துடனும் கிட்டத்தட்டச் சமதரையாகவும் இருந்தது. அது மேற்கிலிருந்து கிழக்காகப் பரந்திருந்தது. பள்ளத்தாக்கின் இடதுபுறம் அமைந்திருந்த மலையின் மறுபக்க வழியாகத்தான் நான் முந்தைய நாள் அந்த பெண் புலியைப் பின்தொடர்ந்திருந்தேன். பள்ளத்தாக்கின் வலதுபக்கமாக அமைந்திருந்த மலையின் வழியாகத்தான் தானக்பூருக்குச் செல்லும் சாலை இருந்தது. ஆட்கொல்லிப் புலியானது, இங்கு ஆக்கிரமிப்பதற்கு முன்பாக இரண்டு மலைகளின் இடையே இருந்த இந்தப் பள்ளத்தாக்கு தல்லா கோட் ஊரில் உள்ள கால்நடைகளுக்கு நல்லதொரு மேய்ச்சல் நிலமாக இருந்திருக்கிறது. அதன் விளைவாக இந்த

நிலப்பரப்பு முழுவதும் நிறைய கால்நடை வழித்தடங்கள் குறுக்கும் நெடுக்குமாகச் சென்றுகொண்டிருந்தன. அவை குறுகிய நீரோடும் கால்வாய்களால் அரித்துச் செல்லப்பட்டிருந்தன. அந்தப் பள்ளத்தாக்கு முழுவதும் அங்குமிங்குமாய்ப் பலவிதமான அளவுகளில் மரங்களற்ற திறந்த வெளிகள் இருந்தன. பள்ளத்தாக்கைக் சுற்றிலும் அடர்வான குத்துச் செடிகளும் மரங்கள் நிறைந்த காடும் இருந்தன. கடமான்கள், கேளையாடுகள், கரடிகளை வேட்டையாட நல்லதொரு நிலப்பரப்பு இது. அவை சென்றிருந்த கால்நடைத் தடங்களும் அங்கு இருந்தன. ஆனால், ஓர் ஆட்கொல்லிப் புலியை வேட்டையாட இதை நல்ல இடமாக நிச்சயம் தேர்வுசெய்ய முடியாது. இடதுபுறமாக இருந்த மலையானது, பள்ளத்தாக்கை முழுமையாகக் காட்டக்கூடியதாக இருந்தது. அதனால் என்னுடன் வந்த ஆட்களை அங்கிருந்த மரங்களில் அமர்ந்துகொண்டு கவனிக்கச் சொன்னேன். ஒவ்வொருவரையும் சுமார் அறுநூறு அடி தள்ளியிருந்த மரங்களில் அமரச் சொன்னேன். எனக்கு ஏதாவது உதவி தேவைப்பட்டால், இறங்கி வருமாறு சொன்னேன். முந்தைய நாள் மாலையில், பெண் புலியின் தடங்களைத் தொடர்வதை நிறுத்திவிட்டு வந்த இடத்திற்குக் கீழிறங்கிச் சென்றேன்.

நான் அந்தப் பெண்புலியைச் துப்பாக்கியால் சுட்டது ஏப்ரல் 7 அன்று. இன்று ஏப்ரல் 10 ஆகிவிட்டது. பொதுவாகவே, ஒரு புலி காயம்பட்ட இருபத்து நான்கு மணிநேரத்துக்குப் பிறகு, மனிதனுக்கு அத்தனை ஆபத்தானதாய் இருக்காது. ஆனால் நேரில் பார்த்தால் தாக்கவும் செய்யலாம். எல்லாமே அதன் காயத்தின் தன்மையைப் பொருத்தது மட்டுமல்லாமல், காயம்பட்ட புலியின் குணத்தையும் பொருத்திருக்கும். உடலில் மேலோட்டமான காயமாக இருந்தால், இருபத்து நான்கு மணி நேரம் கடந்திருந்தால், நாம் அதனருகில் செல்லும்போது, அது நகர்ந்து சென்று விடும். ஆனால், வலி கொடுக்கும் பெரும் காயமாக இருந்தால், அந்தப் புலி, பல நாட்களுக்கு ஆபத்தானதாகவே கருதப்படும். இந்தப் பெண் புலி எத்தகைய வலி தரும் காயத்துடன் துன்பத்தில் உள்ளது என்பது எனக்குத் தெரியவில்லை. முந்தைய நாள் நான் பின்தொடர்ந்தபோது, என்னைத் தாக்க அது எந்தவொரு முயற்சியும் எடுக்காததால், அது காயம்பட்டிருக்கிறது என்னும் வாதத்தை ஒதுக்கிவிடலாம் என நினைக்கிறேன். அதனை இப்போது ஓர் ஆட்கொல்லியாக மட்டும் பார்க்கலாம். அதுவும் மிகுந்த பசியில் உள்ள ஆட்கொல்லி. அந்தப் பெண்மணியைக் கொன்று தன் குட்டிகளுடன் அந்த இரையைப் பகிர்ந்துகொண்ட பின், வேறு எதையும் அது இதுவரை புசிக்கவில்லை.

பெண் புலி ஓடையைக் கடந்து சென்ற இடத்தில் வாய்க்கால் ஒன்று இருந்தது. அது மூன்று அடி அகலமும் இரண்டு அடி ஆழமும் கொண்டது. மழைநீரால் நிரம்பியிருந்தது. வாய்க்காலின் மேல்புறமாக அடர்ந்த புதர்க்காடு ஒன்று அதன் விளிம்பாய் அமைந்திருந்தது. அதன் காலடிகளைப் பின்பற்றிச் சென்றதில், கால்நடைகளின் வழித்தடம் ஒன்று குறுக்கிட்டது. இந்த இடத்தில் அது வாய்க்காலை ஒட்டி நடக்காமல், அந்த வழித்தடத்தில் சென்று, வலதுபக்கமாகத் திரும்பியிருந்தது. அந்தப் பாதையில் தொள்ளாயிரம் அடி தூரத்தில் மரமொன்று பசுமையாக இலைதழைகளுடன் செழிந்து வளர்ந்திருந்தது. இந்த மரத்தி னடியில் தான் இரவு முழுவதும் படுத்திருந்திருக்கிறது. அதனுடைய காயம் அதிகத் தொந்தரவைக் கொடுத்திருக்கக்கூடும். திரும்பித் திரும்பிப் படுத்திருந்த தடயங்கள் இருந்தன. ஆனால், அது படுத்திருந்த அந்த இலைகளில் இரத்தமோ அல்லது காயத்திலிருந்து வந்திருக்கும் சீழ்த் திரவமோ எதுவும் இல்லை. இந்த இடத்திலிருந்து நான், புதிதாய்ப் பதிந்திருந்த அதன் பாதத் தடங்களைப் பின்தொடர்ந்தேன். எந்த எதிர்பாராத தாக்குதலுக்குள்ளும் ஆளாகாமல் இருக்க, மிகுந்த கவனத்துடன் நடந்தேன். மாலை நேரம் நெருங்கும்போது, அதனைப் பின்தொடர்ந்து பல மைல் தூரம் கால்நடைகளின் வழித்தடங்கள், நீர் வாய்க்கால்கள், வேட்டைப் பாதைகள் என்று கடந்தும், அதன் வாலின் முனை யைக்கூடக் காணமுடியவில்லை. சூரியன் மறையும் நேரம், நான் என் ஆட்களைக் கூட்டிக்கொண்டு முகாமிற்குத் திரும்பினேன். திரும்பும் வழியில் அவர்கள், காட்டில் புலியின் நடமாட்டத்தை அங்கிருக்கும் மற்ற விலங்குகளும் பறவைகளும் சத்தமிட்டுக் காட்டிக்கொடுத்துவிடும் என்றும், இன்று அப்படி எதையும் பார்க்கவில்லை என்றும் சொல்லிக்கொண்டு வந்தார்கள்.

காயம்படாத ஆட்கொல்லிப் புலியை வேட்டையாடும்போது மிகப்பெரிய ஆபத்து உண்டாகும் சமயம் ஒன்று உண்டு. நாம் நடக்கும்போது காற்று வீசும் திசையிலேயே சென்றால், இருபக்கமுமிருந்து குறைவான தாக்குதலையும் பின்பக்கமிருந்து அதிவேகமான தாக்குலையும் எதிர்பார்க்கலாம். காற்று பின்னிருந்து அடித்தால், ஆபத்து இரண்டு பக்கமிருந்தும் வரும். அதுபோலக் காற்று வலதுப் பக்கமிருந்து வீசினால், ஆபத்து இடது பக்கமிருந்தும் பின்புறமிருந்தும் இருக்கும். இடது பக்கமிருந்து காற்று வீசினால், ஆபத்து வலது பக்கமிருந்தும் பின்புறமிருந்தும் வரும். ஆனால் புலியின் விஷயத்தில் எந்தவொரு நிலையிலும், முன்னாலிருந்து தாக்கும் அபாயம் இருப்பதில்லை. என் அனுபவத்தில், காயம்படாத புலிகள் ஆட்கொல்லிகளாக

இருந்தாலும் இல்லாவிட்டாலும் முகத்துக்கு நேராகத் தாக்குதல் நடத்துவதில்லை. சாதாரணமான சூழ்நிலைகளில் ஆட்கொல்லிப் புலிகள் தாக்குதலைத் தன்னால் தாவ முடிந்த ஒரு எல்லைக்குள் நின்று செய்யும். அதனால்தான் அவற்றை எதிர்கொள்வது, காயம்பட்ட புலிகளை எதிர்கொள்வதைவிட ஆபத்தானது. காயம்பட்ட புலிகள் தனது தாக்குதலைச் சிறிது தொலைவிலிருந்தே தொடங்கும். சுமாராக முப்பது முதல் அறுபது அடிவரை தள்ளி நின்றே தாவும். சில சமயங்களில் முன்னூறு அடி வரையிலிருந்தும் தாக்கும். முந்தையதை ஒரு கண நேர அவதானிப்பில் நாம் எதிர்கொள்ள வேண்டும்; பின்னது துப்பாக்கியை உயர்த்திப் பார்வை வளையத்தைச் சரிசெய்யும் அளவுக்கு நேரம் கொடுக்கும். இரண்டிலும், துரிதமாய்த் துப்பாக்கியைக் கையாள வேண்டியிருக்கும். அதனுடன் ஒரு ஆத்மார்த்தமான வேண்டுதலும் தேவை. ஒன்று அல்லது இரண்டு அவுன்ஸ் ஈயமானது, நம் உடலிலிருந்து சில நூறு பவுண்டு அளவுள்ள கறியையும் எலும்பையும் காப்பாற்றும்.

நான் வேட்டையாடவிருக்கும் பெண் புலியைப் பொருத்த வரை, அதனுடைய காயமானது, தாவி வந்து தாக்கும் அளவுக்கு அதனை வைத்திருக்காது என்பது எனக்குத் தெரியும். அதனை விட்டுத் தள்ளியிருந்தால், நான் நிச்சயமாகப் பத்திரமாக இருப்பேன் என்பது உறுதி. நான் அதனைப் பார்த்த கடைசி நாளிலிருந்து நான்கு நாட்கள் ஓடிவிட்டதால் தோட்டாவினால் உண்டான காயத்திலிருந்து குணமாகி வெளிவந்திருக்கும் சாத்தியமும் இருப்பதை நான் கவனத்தில் கொள்ள வேண்டும். அதனால், ஏப்ரல் 11 அன்று காலையில் தனியாக, முந்தைய மாலையில், எங்கே கடைசியாக அந்த பெண் புலியைப் பின் தொடர்வதை நிறுத்தினேனோ, அந்த இடத்திற்கு நான் புறப்பட்டபோது, ஏதாவது பாறை, புதர், மரம், அல்லது வேறு ஏதாவது பொருட்கள் போன்றவற்றின் பின்புறம் அந்தப் புலி படுத்துக்கொண்டு எனக்காகக் காத்திருக்கும் என்பதை மட்டும் உறுதியாக மனதுக்குள் ஏற்றிக்கொண்டேன்.

முந்தைய மாலை நேரத்தில், அது தானக்பூர் சாலை இருந்த திசையை நோக்கிச் சென்றிருந்தது. அந்த இரவை அது எங்கே கழித்திருந்தது என்பதை நான் மீண்டும் கண்டுபிடித்தேன். இந்த முறை காய்ந்த புற்களின் மிருதுவான படுக்கைமீது படுத்திருந்திருக்கிறது. இந்த இடத்திலிருந்து நான் அதன் புதிய கால்த்தடங்களைப் பின்தொடர்ந்தேன். இந்த முறை, மறைவான பகுதிகளின் வழியாகச் செல்லாமல் – சத்தம் ஏற்படுத்தாமல் அதனால் செல்ல முடியாது என்பதால் – வாய்க்கால்கள் மற்றும் வேட்டைப் பாதைகள் வழியாகச் சென்றிருக்கிறது. அது

குறிக்கோளின்றி அலையவில்லை என்பது தெரிந்தது. ஏதாவது ஒன்றைக் கொன்று தின்ன வேண்டும் என்கிற நோக்கோடு செல்வது புரிந்தது. தற்சமயம் பிறந்து சில வாரங்களே ஆன கேளையாடு ஒன்றை அடித்துக் கொன்றிருக்கிறது. அடுத்ததாக, மணற்குவியல் ஒன்றின்மீது சூரிய வெளியில் தூங்கிக்கொண்டிருந்த இளம் மானை எதிர்கொண்டு, அதன் ஒரு சிறு பகுதியைக்கூட விட்டுவைக்காமல் தின்றிருந்தது. அதன் சின்னஞ்சிறு குளம்புகள் மட்டுமே மீதமிருந்தன. நான் அதனிடமிருந்து ஒன்று அல்லது இரண்டு நிமிடங்கள் பின்னாலிருக்கலாம். இந்தச் சிறு இறைச்சி அதன் பசியைத் தணிக்க அல்ல, பசியைத் தூண்டுவதற்குச் சரியாக இருக்கும் என்பது எனக்குத் தெரிந்திருந்ததால், நான் எனது எச்சரிக்கை உணர்வை அதிகப்படுத்திக்கொண்டேன். கால்வாய்கள், வேட்டைத் தடங்கள் இருக்குமிடங்களில் எல்லாம் அந்தப் பெண் புலி, வளைந்தும் திரும்பியும், மறைவான பகுதிகள், பாறைகளின் அருகில் ஓடியும் சென்றிருக்கிறது. என் உடல்நிலை நன்றாக இருந்திருந்தால் அதன் காலடிகளைப் பின்தொடர்ந்து சென்று நிச்சயமாக அதனைப் பிடித்திருப்பேன். ஆனால், நானோ சாதாரணமான உடல்நிலையில் இல்லை. என்னுடைய தலை, முகம், கழுத்தின் வீக்கம் அதிகரித்தபடி இருந்தது. எந்த அளவுக்கு என்றால், என்னால் தலையை மேலும் கீழுமாகவோ அல்லது பக்கவாட்டிலோ திருப்பமுடியாமல் போனது. என்னுடைய இடது கண் சுத்தமாக மூடிக்கொண்டது. நல்லவேளையாக எனது ஒரு கண் நன்றாக இருந்தது, அதுவும் வலது கண். என்னால் இன்னமும் சிறிது கேட்க முடிந்தது.

அந்த முழு நாளும் நான் அந்தப் பெண் புலியைப் பார்க்காமலே தொடர்ந்து வந்திருக்கிறேன். அதுவும் என்னைப் பார்க்காமல் தொடர்ந்தேன் என்று நான் நம்பினேன். கால்வாய்கள், வேட்டைப் பாதைகள் அல்லது மறைவான புதர்களிடையே சென்றிருந்த கால்நடைகளின் வழித்தடங்கள் போன்றவற்றை நான் சுற்றிச் சென்று அதன் கால்த்தடங்களை மறுபக்கம் கண்டுபிடித்துத் தொடர்ந்திருக்கிறேன். அந்த நிலப்பரப்பைப் பற்றி எனக்குத் தெரியாமல் இருந்தது ஒரு குறைபாடுதான். அதனால்தான் தேவையைக் காட்டிலும் அதிகத் தூரம் நடக்க வேண்டியிருந்தது. அது மட்டுமல்லாமல், என்னால் அந்தப் பெண் புலியின் பாதையை வழிமறித்து அதைத் தாக்கவும் முடியாமல் போனது. இன்றைய நாளின் தொடர்தலைக் கைவிட முடிவு செய்தபோது, அந்தப் பெண் புலியானது, பள்ளத்தாக்கின் வழியாக மேலேறிக் கிராமம் இருக்கும் திசையை நோக்கிச் சென்றிருந்தது.

என்னுடைய முகாமிற்குத் திரும்பியபோது, முன்கூட்டியே ஒரு கெட்ட நேரத்தை என்னால் உணர முடிந்தது. அந்தக்

கெட்ட நேரம் என்னை நெருங்குவதும் தெரிந்தது. தலையில் சீழ் வைத்திருந்த கட்டிகளில் மின்சாரத் தாக்குதல்கள்போல் வலி மிகுந்திருந்தன. தலையில் சுத்தியலால் அடிப்பது போன்ற வலி அதிகரித்துக்கொண்டே இருந்தது. தூங்காத இரவுகளும் தேநீர் மட்டுமே குடித்து வந்த நிலையும் தாங்கும் சக்தி இல்லாதவனாக என்னை மாற்றியிருந்தன. அடுத்து வந்த நீண்ட இரவிலும் இவ்வாறே உலுக்கும் வலியுடனும் எனக்குத் தெரியாத எதற்காகவோ, ஏதோ ஒன்று நடக்குமென்று காத்திருப்பை என்னால் எதிர்கொள்ள முடியவில்லை. நான் தல்லாதேஸுக்கு வந்த காரணமே, இந்த மலைவாழ் மக்களைப் பயத்தில் உறையவைத்திருக்கும் இந்த ஆபத்தைக் களையவும், என்னுடைய நோய் ஆட்கொண்ட கெட்ட நேரத்தைக் களையவும்தான். ஆனால் நான் இத்தனை நாட்களாய்ச் செய்ததெல்லாம், அவர்களின் நிலையை இன்னும் மோசமாக்கி இருப்பதுதான். அந்தப் பெண்புலி தனக்கான இயற்கை தரும் உணவை உண்ணும் திறனற்று, இந்த எட்டு வருடங்களில் நூற்றியைம்பது பேரைக் கொன்று மட்டுமே உயிர் வாழ்ந்தது, இனி, அதன் காயத்திலிருந்து முழுவதுமாய்க் குணமாக முடியாமல் போனால், எளிதாய்க் கிடைக்கும் அதன் இரையை, அதாவது மனித உயிர்களை, அதற்கான முக்கியமான, மிகவும் தேவையான உணவாகவும் எடுக்கத் தொடங்கும். அதனால் எனக்கும் அந்தப் பெண்புலிக்கும் இடையில் ஒரு கணக்குத் தீர்க்கப்பட வேண்டியிருக்கிறது. அதுவும் இன்றைய இரவுதான் அந்தக் கணக்கைத் தீர்க்கச் சரியான நேரம்.

தேநீர் வேண்டும் என்று கேட்டேன், மலைவாழ் மக்கள் குடிக்கும் பால் சேர்த்த தேநீர் போன்று ஒன்றைத் தயாரித்துத் தந்தார்கள். நிலா வெளிச்சத்தில் நின்று அதைப் பருகினேன். பிறகு என்னுடைய எட்டு ஆட்களையும் அழைத்து, மறுநாள் மாலைவரை இந்தக் கிராமத்திலேயே என் உத்தரவுக்காகக் காத்திருக்குமாறு சொன்னேன். நான் அதற்குள் திரும்பி வரவில்லையென்றால், என்னுடைய பொருட்களை எடுத்துக்கொண்டு, மறுநாள் அதிகாலையில் நைனிதாலுக்குக் கிளம்புமாறும் சொன்னேன். சொல்லி முடித்ததும், துப்பாக்கியை எடுத்துக்கொண்டு, பள்ளத்தாக்கை நோக்கி கீழிறங்கத் தொடங்கினேன். என் ஆட்கள், என்னுடன் இத்தனை வருடங்களாக உடன் இருந்தவர்கள், ஒரு வார்த்தைகூடப் பேசவில்லை. நான் எங்கே போகிறேன் என்று கேட்கவில்லை; இப்படிப் போக வேண்டாம் என்றும் எதுவும் சொல்லவில்லை. ஒரு கூட்டமாக அப்படியே நின்று, நான் செல்வதைப் பார்த்துக் கொண்டிருந்தார்கள். அவர்களின் கன்னங்களில் நான் கண்ட மினுமினுப்பு என்னுடைய கற்பனையாகக் கூட இருக்கலாம் அல்லது நிலவின் ஒளியின்

பிரதிபலிப்பாகக் கூட இருக்கலாம். எப்படியானாலும், நான் திரும்பிப் பார்க்கையில் அவர்களின் ஒருவர்கூட அசையவில்லை. நான் அவர்களை விட்டுச் செல்லும்போது, ஒரு கூட்டமாக அப்படியே நின்றுகொண்டிருந்தனர்.

8

என்னுடைய சந்தோஷமான நினைவுகளில் ஒன்றாய் நிற்பது, என் பால்ய காலத்து நினைவுகள்தான். குளிர் காலங்களின்போது, நல்ல நிலா வெளிச்சத்தில், காட்டுப் பாதைகள் வழியாக நாங்கள் பத்து அல்லது பன்னிரெண்டு பேராகச் சேர்ந்து நடந்துசெல்வோம். இந்த நடைகள், காட்டில் இரவு நேரத்தில் மனிதனின் மனதைத் தாக்கும் பயங்களை அறவே நீக்கிவிடும். மேலும், காட்டில் கேட்கும் இரவு நேரத்துச் சத்தங்களுக்கு நம்மைப் பழக்கப்படுத்தி விடும். பின்னர், வருடங்கள் சேரச் சேர அந்த அனுபவங்கள் என்னுள் தன்னம்பிக்கையையும், காடு குறித்த அறிவையும் வளர்த்தன. ஏப்ரல் 11 அன்று நான் முகாமை விட்டு வெளியே வந்தபிறகு, பிரகாசமான பால் நிலா வெளிச்சத்தில், தல்லா தேஸ் பெண் புலியைக் குறித்த எண்ணங்களை ஒன்றுகூட்டினேன். நான் அதைத் தேடி வந்தது தற்கொலைக்குச் சமமானதாய்த் தோற்றமளித்தாலும் என்னுடைய தாழ்வு மனப்பான்மையால் தேடி வரவில்லை.

நினைவு தெரிந்த நாளிலிருந்து நான் புலிகளின் மீது ஆர்வம் காட்டி வந்திருக்கிறேன். அவை அதிகமாக இருக்கும் இடங்களில் தான் வாழ்ந்துவந்திருக்கிறேன். அவற்றை ஊன்றிக் கவனிக்கும் பேறும் பெற்றிருக்கிறேன். நான் மிகவும் சிறியவனாக இருக்கும் சமயத்தில் ஒரு புலியைப் பார்க்க வேண்டும் என்னும் நினைப்பைத் தவிர வேறு எதுவும் இல்லை. பின்னர் பெரியவனானதும் ஒரு புலியைச் சுட வேண்டும் என்பதை இலட்சியமாக வைத்திருந்தேன். மிகப் பழைய இராணுவ ரைபிள் துப்பாக்கி ஒன்றைக் கொண்டு நடந்துசென்று அந்த இலட்சியத்தை நிறைவேற்றவும் செய்தேன். அந்த ரைபிளை கடல் யாத்திரை செய்யும் மனிதனிடமிருந்து ஐம்பது ரூபாய்க்கு வாங்கினேன். அவன் அதை வேறு யாரிடமிருந்தோ திருடி வந்திருக்க வேண்டும் என்று எனக்குத் தோன்றியது. அதை நான் வேட்டைக்கான ரைபிள் துப்பாக்கியாகப் பின்னர் மாற்றிக்கொண்டேன். ஒரு புலியைப் புகைப்படமெடுக்க வேண்டும் என்ற ஆசை பின்னர் இலட்சியமானது. காலங்கள் கடக்க, என்னுடைய இந்த மூன்று இலட்சியங்களும் நிறைவேறின. நான் புலிகளைப் புகைப்படமெடுக்கத் தொடங்கிய பிறகுதான் அவற்றைப் பற்றி நான் சிறிதளவே தெரிந்துவைத்திருக்கிறேன் என்று புரிந்தது.

'காடுகளின் சுதந்திரம்' என்னும், நான் மிகவும் பெருமைப்படும் நிகழ்வுக்காக அரசாங்கம் என்னைப் பெரிதும் விரும்பியது. இந்தப் பெருமையை இந்தியாவின் இன்னுமொரு வேட்டை வீரர் ஒருவருடன் பகிர்ந்துகொள்வதில் பெரு மகிழ்ச்சி கொள்கிறேன். புலிகள் அதிகமாக இருக்கும் காடுகளுக்குள், அவற்றை அவ்வாறே விட்டுவைப்பதற்கும் அவற்றிற்குத் தொந்தரவு ஏதும் செய்யாமல் போய்வருவதற்கும் என்னால் முடியும். தொடர்ந்து பல நாட்களாக, அல்லது வாரங்களாக, ஒரு முறை நான்கரை மாதங்களாகப் புலிகளைக் கண்காணித்ததில் அவற்றின் பழக்கவழக்கங்கள், இரையை அவை நெருங்கும் விதம், இரையைக் கொல்லும் விதம் என்று பலவற்றைப் பற்றி ஓரளவேனும் தெரிந்துகொண்டேன். ஒரு புலி எப்போதும் ஓடிச்சென்று இரைகளைக் கொல்வதில்லை. ஒன்று காத்திருந்து பிடிக்கும் அல்லது பின்தொடர்ந்து சென்று கொல்லும். இரண்டு முறைகளிலும், இரையிடம் அதன் தொடர்பு ஒரே ஒரு முறை அந்த இரையைத் தாவிப் பிடிப்பதற்காக அல்லது ஒரு சில அடி ஓடிச்சென்று ஒரு தாவலில் பிடிப்பதற்காகவும் மட்டுமே இருக்கும்.

ஒரு விலங்கு, புலியின் பாயும் தொலைவில் இருந்து தப்பித்தால், அல்லது அதன் கண்காணிப்பில் விழாமல் இருந்தால், அல்லது புலியின் அண்மையை அதனுடைய பார்வை, மணம், ஒலிகளின் மூலம் அறிந்து ஆபத்திலிருந்து தன்னைக் காத்துக்கொள்ளும் திறன் படைத்திருந்தால், அது வயதாகிச் சாகும்வரை உயிரோடு வாழ வாய்ப்பு உண்டு. மிருகங்களின் ஐம்புலன்களின் திறனைவிட மனிதன் தனது நுகரும் சக்தியையும் கேட்கும் வல்லமையையும், நாகரிக வளர்ச்சியினால் வெகுவாக இழந்துவிட்டான். ஆட்கொல்லிப் புலியினால் அச்சுறுத்தப்படும்போது மனிதன் தன் பாதுகாப்புக் காகப் பார்க்கும் திறனை மட்டுமே நம்ப வேண்டியுள்ளது. அன்றைய இரவு எனக்கிருந்த அமைதியின்மையும் வலியும் என்னை முகாமிலிருந்து வெளியே நகர்த்தின. என்னிடம் ஒரு கண் பார்வை மட்டுமே உள்ளது என்பதே என்னை அதிகமாய் ஊனப்படுத்தியது. இந்த ஊனத்துக்கு அப்பாலும், அந்தப் பெண் புலியை விட்டு நான் விலகியிருந்தால், அது என்னை ஒன்றும் செய்யாது என்னும் அறிவு இருந்தது. அல்லது அது தூரத்தில் இருந்தால், என்னால் அந்த நிலையிலும் அதனைக் கொல்ல முடியும் என்ற நிலை எனக்குள் இருந்தது. ஒருவேளை என்னால் அந்தப் பெண்புலியிடம் போராட முடியவில்லை என்றாலோ, அல்லது நாளைய மாலைக்குள் என்னால் திரும்பி முகாமிற்குச் செல்ல முடியவில்லை என்றாலோ என்னவாகும் என்பதாலேயே, நான் எனது ஆட்களை மறுநாள் காலையில் திரும்ப நைனிதாலுக்குப் போகச் சொன்னேன்.

நான் மயக்கமடைவதற்கும் என்னையே பாதுகாத்துக்கொள்ள இயலாமல் போவதற்கும் வாய்ப்பு இருந்ததால் எனக்குள் அச்சம் உண்டாகியிருந்ததே அதற்குக் காரணம்.

நாம் செல்லும் நிலப்பரப்பைக் குறித்துச் சரியான வகையில் மனதுக்குள் ஒரு வரைபடம் வைத்துக்கொள்வதன் நன்மை என்னவென்றால், நாம் எந்த இடத்திலிருந்தும், திரும்பிச் சரியாகத் தொடங்கிய இடத்துக்குச் சென்றுவிடுவதில் சிரமம் ஏதும் இல்லாமல் இருப்பதுதான். நான் வேட்டையாட நினைக்கும் மிருகத்தின் காலடித் தடங்களை நான் எங்கே விட்டு வந்தேனோ அங்கிருந்தே தொடர்ந்தேன். வேட்டைப் பாதைகளிலும் கால்நடைகளின் வழித்தடங்களிலும் மட்டுமே இப்போது என்னால் தடங்களைக் காண முடிந்தது. நல்லவேளையாக அந்தப் பெண்புலி அந்த வழிகளில் நடந்திருக்கிறது. திறந்த காட்டிடைவெளிகளில் கடமான்களையும் கேளையாடுகளையும் பார்க்க முடிந்தது. சில சாப்பிட வந்திருந்தன. மற்றவை பாதுகாப்புக் கருதி வெளிவந்திருந்தன. என்னால் அவற்றின் அபயக் குரல்களைக் குறிப்பிட்டு அடையாளப்படுத்த முடியவில்லை எனினும், அவை எழுப்பும் சத்தங்கள் எனக்கு அந்தப் பெண்புலி எப்போது நடக்க ஆரம்பிக்கிறது என்பதையும் எந்தத் திசையில் அது செல்கிறது என்பது குறித்தும் கிட்டத்தட்ட ஒரு பொதுவான அனுமானத்தைக் கொடுத்தது.

அடர்ந்த புதர் மறைவின் வழியாக ஓடிய, குறுகி வளைந்த தொரு கால்நடை வழித்தடத்தில் நான் பெண்புலியின் கால்த் தடங்களைத் தொலைத்துவிட்டேன். அந்தப் புதர் மறைவின் மறுபக்கம் சுற்றிவந்து கால்த்தடங்களைத் தேடினேன். நான் எதிர்பார்த்ததை விட அந்தப் புதரின் சுற்றுவட்டம் சற்றுப் பெரியதாக இருந்தது. அவ்வாறு வரும்போது சிறிய வகைப் புற்களால் ஆன ஒரு திறந்தவெளியும் ஆங்காங்கே கருவாலி மரங்களும் இருந்தன. இங்கே இருந்த பெரியதொரு மரத்தின் நிழலான பகுதியில் சற்று நின்றேன். அப்போது எனக்கு மேலே மரத்தின் மீது கூட்டமாய் நெடுவால் குரங்குகள் குடியிருப்பது நிழல்களின் அசைவால் தெரிந்தது. அந்த நாளில் மட்டும், நடந்து வந்த பதினெட்டு மணி நேரத்தில், ஏகப்பட்ட நிலப்பரப்பைக் கடந்திருக்கிறேன். இப்போது இந்த இடம் எனக்குக் கொஞ்சம் ஓய்வைக் கொடுக்க வல்ல இடமாக இருந்தது. மேலிருக்கும் நெடுவால் குரங்குகள் ஏதாவது ஆபத்து என்றால் குரல் கொடுக்கும் என நம்பினேன். என்னுடைய முதுகை மரத்தில் சாய்த்தபடி உட்கார்ந்து, எந்த மறைவைச் சுற்றிவந்தேனோ அதை நேராகப் பார்த்தபடி, அரை மணிநேரம் தூங்கினேன். அதற்குள் ஒரு வயதான நெடுவால் குரங்கின் சத்தம் என்னை எழுப்பியது.

அந்தப் பெண்புலி தனது மறைவை விட்டுத் திறந்தவெளிக்கு வந்திருக்க வேண்டும், அதை அந்தக் குரங்கு பார்த்திருக்கலாம். இப்போது நானும் அந்தப் பெண்புலியைப் பார்த்துவிட்டேன். அது அப்போதுதான் படுக்கத் தொடங்கியிருந்தது.

அது எனக்கு முன்னூறு அடி வலதுபுறத்திலும் அந்த மறைவிலிருந்து முப்பது அடி தொலைவிலும் இருந்தது. அதனுடைய பெரிய உடல் என்னைப் பார்த்த மாதிரிப் படுத்து, தலையை உயர்த்திக் கத்திக்கொண்டிருக்கும் நெடுவால் குரங்கைப் பார்ப்பது தெரிந்தது.

இரவு நேரத்து வேட்டையில் எனக்கு நிறைய அனுபவங்கள் உண்டு. குளிர் காலங்களில் காலாதுங்கியில் உள்ள எங்கள் இடங்களில் குடியிருப்போரின் பயிர்களை அழிக்கும் பன்றி, மான் போன்றவற்றிலிருந்து காக்க, அவர்களுடன் சேர்ந்து காவல்காத்து உதவுவேன். ஒரு நல்ல நிலவு நேரத்தில் ஒரு மிருகத்தைச் சுடும் தூரத்தைக் கணக்கிட்டுவைப்பேன். சுமார் முன்னூறு அடிவரை கணக்கிட்டிருக்கிறேன். சுடுவதற்கான பயிற்சியைத் தாங்களே எடுத்துக்கொள்ளும் பெரும்பாலானவர்களைப்போல நானும் என் இரண்டு கண்களையும் திறந்து வைத்தே சுடுவதுண்டு. இந்தப் பழக்கம் எனக்குக் குறியை ஒரு கண் வழியாகப் பார்த்தும், மறுகண் வழியாகப் பார்வைக் கண்ணாடியைச் சரிசெய்தும் பழக உதவியாக இருந்திருக்கிறது. வேறொரு சமயமாக இருந்திருந்தால் நான் அந்தப் பெண் புலி எழுந்திருக்கும்வரை காத்திருந்து அதன்பின் சுட்டிருப்பேன். ஆனால் துரதிர்ஷ்டவசமாக என்னுடைய இடது கண் இப்போது மூடியிருக்கிறது. முன்னூறு அடி தொலைவில் இருக்கும் புலியை ஒரு கண்ணால் மட்டுமே பார்த்துச் சுடுவது என்பது ஆபத்தானது. முந்தைய இரண்டு இரவுகளிலும் இந்தப் பெண்புலி இரவு முழுவதும் ஒரே இடத்தில் படுத்திருந்திருக்கிறது. இரவின் பெரும்பான்மை நேரத்தைத் தூங்கியே கழித்திருக்கிறது. இப்போதும் அவ்வாறே செய்யலாம். இப்போது அது தனது தலையை நிமிர்த்தியபடி வயிற்றுப் பகுதி தரையில் படும்படி படுத்திருக்கிறது. ஒருவேளை அது பக்கவாட்டில் திரும்பிப் படுத்தால், தூங்கியும் விட்டால், நான் எழுந்து பழையபடி, எங்கு அதன் கால்த்தடங்களைத் தொலைத்துவிட்டு தேடி வந்தேனோ, அந்தக் கால்நடைகளின் வழித்தடம் வழியாகச் சென்று அது இப்போது வந்த கால்த்தடங்களைத் தொடர்ந்து, மறைவிடம் சுற்றி, அதற்குச் சரியாக முப்பது அடி தொலைவிற்குள் வரலாம். அல்லது இந்தத் திறந்தவெளியில் மெதுவாக ஊர்ந்து சென்று அதற்கு அருகில், எங்கு அதைச் சுடுவதற்குத் தோதான இடம் கிடைக்குமோ அங்கு செல்லலாம். எப்படியாகிலும் இப்போதைக்கு என்னால்

எதுவும் செய்ய இயலவில்லை. அந்தப் பெண்புலி எழுந்து என்ன செய்ய வேண்டும் என யோசித்திருக்கிறது என்பது தெரியும்வரை அசையாமல் அப்படியே உட்கார்ந்திருப்பது ஒன்றே எனக்கு வழி.

நெடுநேரமாக, சுமார் அரை மணிநேரமோ அதற்கு அதிகமாகவோ, ஒரே வாகில் அந்தப் பெண்புலி படுத்திருந்தது. அவ்வப்போது தலையை மட்டும் அங்குமிங்குமாகத் திருப்பிக் கொண்டது. அந்த வயதான நெடுவால் குரங்கு மட்டும் தூக்கக் கலக்கமான ஒரு குரலுடன் அபயக்குரல் எழுப்பிக்கொண்டே இருந்தது. கடைசியில் அது எழுந்து நின்று மெதுவாகவும் மிகுந்த வலியுடனும் எனது வலது பக்கமாக நடக்கத் தொடங்கியது. அது போகும் நேர் வழியில் ஒரு திறந்த அகலமான மலையிடுக்கு இருந்தது. அது பத்து முதல் பதினைந்து அடி ஆழமும் அறுபது முதல் எழுபத்தைந்து அடி அகலமும் கொண்டதாக இருக்கலாம். நான் இப்போது இருக்கும் இடத்திற்கு அதைக் கடந்துதான் வந்தேன். எனக்கும் அதற்குமான தூரத்தை அந்தப் பெண்புலி சுமார் நானூற்று ஐம்பது அடிக்கு மேல் அதிகப்படுத்திக்கொண்டே போனபோது, இனி அது என்னைப் பார்க்க வாய்ப்பில்லை எனத் தெரிந்தபின் நான் அதைப் பின்தொடர்ந்தேன். ஒவ்வொரு மரமாகக் கடந்து, அது நடப்பதைவிடச் சற்று அதிகமான வேகத்தில் நடந்து அது அந்த மலையிடுக்கின் விளிம்புக்கு வந்து சேர்ந்திருந்தபோது எனக்கும் அதற்குமான தூரத்தை எண்பது அடியாகக் குறைத்திருந்தேன். இப்போது அது என் துப்பாக்கியின் குறிக்குள் இருந்தது. ஆனால் நிழலில் நின்றிருந்தது. நான் சுடுவதற்குத் தெளிவாய் இருந்தது அதன் வாலின் முனை மட்டும்தான். அது போதுமானதாக இல்லை. அது அப்படியே நின்ற நேரம் பதற்றமாகவும் நீண்டதொரு நேரமாகவும் கழிந்தது. மலையிடுக்கைக் கடப்பது என அது முடிவு செய்து விளிம்புவரை மெதுவாய் நடந்தது. என் பார்வையிலிருந்து அது மறைந்ததும், தலையைக் குனிந்தபடி நான் சத்தமில்லாமல் முன்னே ஓடினேன். தலையைக் குனிந்துகொண்டும் ஓடிக்கொண்டும் இருந்தது எத்தனை பெரிய முட்டாள்த்தனம் என்பது நான் சில அடி ஓடிய பின் தெரிந்தது. எனக்குத் தலை சுற்றத் தொடங்கியது. என்னருகில் இரண்டு கருவாலி மரக்கன்றுகள் இருந்தன. இரண்டும் சில அடி இடைவெளியில் அவற்றின் கிளைகள் ஒன்றுக்குள் ஒன்று இணைந்திருந்தன. என்னிடமிருந்த ரைபிளைக் கீழே வைத்துவிட்டுப் பத்து அல்லது பன்னிரெண்டு அடி உயரமிருந்த அந்த இளம் மரத்தின்மீது ஏறத் தொடங்கினேன். உட்கார வசதியாக ஒரு கிளையைப் பார்த்து அதில் அமர்ந்துகொண்டேன். மற்றொன்றில் கால் வைத்துக்கொண்டேன். மற்றச் சின்னக் கிளைகளின் மீது ஓய்வுக்காக அப்படியே சாய்ந்துகொண்டேன். என் முன்னாலிருந்த கிளைகளின் மீது என் கைகளைக் குறுக்காக

வைத்து, என் தலையை அதன்மேல் கவிழ்த்துக்கொண்டேன். அந்த நிமிடத்தில், தலையின் உள்ளிருந்த சீழ் பிடித்திருந்த கட்டி உடைந்தது போலிருந்தது. நான் பயந்ததுபோல அது என் மூளைக்குள் நடக்கவில்லை. ஆனால் அந்தச் சீழ் என் நாசியின் வழியாகவும் இடது காதின் வழியாகவும் வெளிவந்தது.

'கடுமையான வலி ஒன்று சட்டென நிற்கும்போது ஏற்படும் மகிழ்ச்சியானது, அனுபவிக்கும் அந்த மனிதனுக்குத் தெரியும் அதை விட பெரியதான ஒன்று இருக்க முடியாது என்று.' வலியினால் பெரிதிலும் பெரிதாகத் துயருற்றவரும், அந்த வலியிலிருந்து சட்டெனக்கிடைத்த நிவாரணத்தால் மீண்டு வந்தவரும் சொன்னது இது. நடு இரவை ஒட்டி எனக்கு வலியிலிருந்து சற்று விடுதலை கிடைத்தது. நான் குறுக்காக மடித்த என் கைகளின் மீது சாய்த்து வைத்திருந்த தலையை நிமிர்த்தியபோது, வானத்தில் வெள்ளி முளைத்திருந்தது. நான்கு மணிநேரமாக ஒரு மெல்லிய கிளையில் அசையாமல் அமர்ந்திருந்தது. என் கால்களில் தசைப்பிடிப்பை ஏற்படுத்தி என்னை விழிக்கவைத்தது. சிறிது நேரத்திற்கு நான் எங்கிருக்கிறேன் என்பதும், எனக்கு என்ன நேர்ந்தது என்பதும் எனக்குத் தெரிந்திருக்கவில்லை. நான் இருந்த சூழலைப் புரிந்து கொள்ள எனக்கு அதிக நேரம் எடுக்கவில்லை. என் தலை, முகம், கழுத்து ஆகியவற்றில் இருந்த பெரும் வீக்கம் முற்றிலும் போயிருந்தது. வலியும் போயிருந்தது. என்னுடைய தலையை என் விருப்பத்திற்கு ஏற்பத் திருப்பிக்கொள்ள முடிந்தது இப்போது. என் இடது கண்ணும் திறந்திருந்தது. என்னால் இப்போது எச்சிலை எந்த அசௌரியமும் இல்லாமல் விழுங்க முடிந்தது. அந்தப் பெண் புலியைக் கொல்லும் வாய்ப்பை நான் இழந்திருந்தேன். ஆனால் அது இப்போது பெரிய விஷயம் இல்லை. நான் என்னுடைய கெட்ட நேரத்திலிருந்து விடுபட்டிருக்கிறேன். அந்தப் பெண் புலி எங்கு, எத்தனை தொலைவு சென்றால் என்ன, அதனை நான் பின்தொடர்வேன். உடனேயோ அல்லது சற்றுக் கழித்தோ எனக்கு இன்னொரு வாய்ப்புக் கிட்டும்.

நான் அந்தப் பெண் புலியைக் கடைசியாகப் பார்த்த போது அது கிராமத்தை நோக்கிச் சென்றுகொண்டிருந்தது. மரக்கன்றுகளின் மீது ஏறும்போது மிகவும் கஷ்டப்பட்டேன். இப்போது எளிதாகத் தொங்கிக்கொண்டே இறங்கினேன். என்னுடைய துப்பாக்கியை எடுத்துக்கொண்டு அதே வழியாக நடக்கத் தொடங்கினேன். ஓடையின் அருகே வந்து நின்றேன். என்னைச் சுத்தப்படுத்திக்கொண்டேன். என் துணிகளை முடிந்த அளவிற்குச் சுத்தமாக்கி அணிந்தேன். என் ஆட்கள் நான் அவர்களிடம் சொல்லிவிட்டு வந்ததுபோல இரவில் அவர்கள் கிராமத்தில் தங்கவில்லை. என்னுடைய கூடாரத்தின்

அருகில் தீ மூட்டி அதில் கெண்டியில் தேநீருக்காகத் தண்ணீரைச் சுடவைத்தபடி இருந்திருக்கின்றனர். மேலிருந்து தண்ணீர் சொட்டச் சொட்ட நான் வருவதைக் கண்டதும், மிகுந்த மகிழ்ச்சியுடன் அவர்கள் என்னை நோக்கி, 'ஐயா! ஐயா! நீங்க திரும்பி வந்துட்டீங்க. நீங்கள் நன்றாக இருக்கீங்க' என்று சத்தமிட்டபடி ஓடிவந்தனர். 'ஆம், நான் திரும்பி வந்துவிட்டேன். ஆனால் நான் நலமாக இல்லை' என்று பதில் சொன்னேன். ஓர் இந்தியன் எப்போது தன்னுடைய விசுவாசத்தைக் காட்ட வேண்டும் என்று நினைக்கிறானோ அப்போது அதை எந்தத் தடையுமில்லாமல், பதிலுக்கு எந்தப் பிரதிபலனும் எதிர் பார்க்காமல் கொடுக்க ஒருபோதும் தயங்குவதில்லை.

நாங்கள் தல்லா கோட் ஊருக்கு வந்துசேர்ந்ததும், அந்த ஊர்த் தலைவர் என்னுடைய ஆட்களுக்காக இரண்டு அறை களைக் கொடுத்துவிட்டார். ஏனென்றால் பூட்டிய வீட்டைத் தவிர வேறெங்கும் தூங்குவது ஆபத்தானது. எனக்கு உடல் முடியாமல் இருந்தும், ஆபத்து சுற்றியிருப்பதைத் தெரிந்தும் நான் வெளியே சென்றதால் அந்த இரவில் என் ஆட்கள் அறைக்குள் செல்லாமல் திறந்த வெளியில் அமர்ந்தவாறு எனக்கு ஏதாவது உதவி தேவைப்பட்டால் செய்ய வேண்டுமே என்ற பரிதவிப்பிலும் நான் திரும்பி வந்தால் தேவைப்படுமென்று எனக்காகத் தேநீருக்கான தண்ணீரைச் சுடவைத்துக்கொண்டு அங்கு அமர்ந்திருந்தனர். நான் அந்தத் தேநீரைக் குடித்தேனா என்பது எனக்கு நினைவில் இல்லை. ஆனால் என்னுடைய காலணிகளை அவர்களாக விருப்பப்பட்டு முன்வந்து கழற்றியதும் நான் படுக்கையில் படுத்த சமயம் என் போர்வையை என்மேல் போர்த்திவிட்டதும் என் நினைவில் உண்டு.

எவ்வளவு நேரம் என்ற கணக்கில்லாமல் அமைதியாகத் தூங்கினேன். அதன் பிறகு ஒரு கனவும் வந்தது. யாரோ என்னை அவசரமாக அழைப்பதுபோல, யாரோ படபடப்பாக, என்னைத் தொந்தரவு செய்ய வேண்டாம் எனப் பேசுவது போலவும் இருந்தது. சின்ன மாறுதல்களுடன் அந்தக் கனவு திரும்பத் திரும்ப வந்து கொண்டிருந்தது. ஆனால் அந்த அவசரத் தன்மை மட்டும் குறையாமல் இருந்தது. என்னுடைய தூக்கக் கலக்கத்தில் அது உள்புகுந்து நிஜமாக மாறியது. 'நீங்கள் அவரை எழுப்புங்கள்; இல்லாவிட்டால் அவர் கோபப்படுவார்' என்று சொல்வதும் அவருடன் இணைந்து பேசியவர், 'அவர் மிகவும் அசதியில் இருப்பதால் நாங்கள் அவரை எழுப்ப மாட்டோம்' என்பதும் கேட்டது. கடைசியாகப் பேசியது கங்கா ராம் என்பது புரிந்தது. அதனால் நான் அவரைக் கூப்பிட்டு, அந்த மனிதரை என்னிடம்

கூட்டிவரச் சொன்னேன். ஒரே நிமிடத்தில் என்னுடைய கூடாரம் முழுவதும் படபடப்பாய் இருந்த மனிதர்களும் சிறுவர்களும் நிறைந்துவிட்டார்கள். கிராமத்தின் கடைக் கோடியில் ஆறு ஆடுகள் ஆட்கொல்லிப் புலியால் இப்போதுதான் கொல்லப்பட்டிருப்பதாகத் தகவல் தெரிவித்தனர். என்னுடைய காலணிகளைப் போட்டுக்கொண்டே கூட்டத்தினூடே எட்டிப் பார்த்தேன். புலிக்குட்டிகளைச் சுடும்போது என்னருகில் இருந்த இளைஞனான டுங்கர் சிங் நிற்பது தெரிந்தது. அந்த ஆடுகள் எந்த இடத்தில் கொல்லப்பட்டன என்று தெரியுமா என்றும், என்னை அங்கு அழைத்துச் செல்ல முடியுமாவெனவும் அவனிடம் கேட்டேன். ‘ஆமாம், ஆமாம்’ என்று ஆர்வத்துடன் சொன்னான். ‘அவை எங்கு கொல்லப்பட்டன என்று எனக்குத் தெரியும். நான் உங்களை அங்கு அழைத்துச் செல்கிறேன்’ என்றான். மேலும், ஊர்த் தலைவரிடம் கூட்டத்தை வெளியே அழைத்துச் செல்லுமாறு சொல்லிவிட்டு, நான் .275 ரைபிள் துப்பாக்கியால் என்னை ஆயுதப்படுத்திக்கொண்டேன். டுங்கர் சிங்கை உடன் அழைத்துக்கொண்டு கிராமத்தின் வழியாகப் புறப்பட்டேன்.

நல்ல தூக்கம் எனக்கு புத்துணர்ச்சியைக் கொடுத்திருந்தது. என்னுடைய தலை அசைந்துவிடும் என்று பயந்து என் கால்களை மெதுவாக வைத்து நடக்க வேண்டிய நிலை இப்போது இல்லை. பல வாரங்களாக இருந்த நிலை மாறி என்னால் எந்த அசௌரியமும் இல்லாமல் சுதந்திரமாக நடக்க முடிந்தது.

9

தல்லா கோட்டுக்கு நான் வந்துசேர்ந்த அன்று, இப்போது என்னுடன் இருக்கும் இளைஞன் டுங்கர் சிங் கிராமத்தின் வழியாகக் கூட்டிக்கொண்டு குறுகிய மலையிடைவழி ஒன்றிற்கு வந்திருந்தான். அங்கிருந்து இரண்டு பள்ளத்தாக்குகளின் மிகத் தெளிவான காட்சி கிடைத்தது. வலது பக்கமிருந்த பள்ளத்தாக்கு காளி நதியைப் பார்த்து மிகச் செங்குத்தாக இறங்கியிருந்தது. இந்தப் பள்ளத்தாக்கின் மேல்பகுதியில்தான் நான் அந்தப் பெண் புலியின் குட்டிகளைத் துப்பாக்கியால் சுட்டு அந்தப் பெண் புலியையும் காயப்படுத்தியிருந்தேன். மற்றொரு பள்ளத்தாக்கு இடதுபுறமாக இருந்தது, சரிவுதன்மை குறைவாக இருந்தது. இந்த மலையிடை வழியிலிருந்து ஆடுகள் செல்லும் வழித்தடம் ஒன்று கீழே இறங்கியது. ஆடுகள் கொல்லப்பட்டதும் இந்தப் பள்ளத்தாக்கில் தான். அந்த வழித்தடத்தின் வழியாக அந்த இளைஞன் இறங்கி ஓடத் தொடங்கினான். நானும் அவனைப் பின்தொடர்ந்து ஓடினேன். ஆயிரத்து ஐநூறு அல்லது ஆயிரத்து எண்ணூறு அடி தொலைவு செங்குத்தான பிளவுபட்ட

நிலப்பரப்பில் சுற்றிச் சுற்றி இறங்கிய பிறகு, அந்த வழித்தடம் ஓர் ஓடையைக் கடந்து சென்றது. வழித்தடம் மேலும் அந்தப் பள்ளத்தாக்கின் வழியே இறங்கி ஓடையின் இடது கரையின் வழியே சென்றது. ஓடை வழித்தடத்தைக் கடந்த இடத்தின் அருகில் திறந்தவெளி இடம் ஒன்று இருந்தது. அது ஓரளவுக்குச் சமதளமாக இருந்தது. அந்த திறந்தவெளியில் இடமிருந்து வலமாகத் தாழ்வான வரைமுகடு ஒன்று நீண்டிருந்தது. அதன் கடைக்கோடியில் சிறியதாகப் பொந்து ஒன்று இருந்தது. அந்தப் பொந்தில் மூன்று ஆடுகள் இறந்து கிடந்தன.

நாங்கள் மலையில் இறங்கிக்கொண்டிருந்த வேளையில் அந்த இளைஞன் நடந்ததை என்னிடம் கூறினான். மதிய நேரத்தில் ஆடுகளின் பெரிய மந்தையைக் கூட்டிக்கொண்டு பத்து அல்லது பதினைந்து சிறுவர்கள் அந்த வரைமுகட்டின் பொந்தின் அருகில் மேய்த்துக்கொண்டிருந்தனர். அப்போது ஆட்கொல்லிப் புலி எனச் சந்தேகிக்கப்படும் புலி ஒன்று அவர்களிடையே திடீரெனத் தோன்றியிருக்கிறது. அவர்களின் கண் எதிரேயே ஆறு ஆடுகளைக் கொன்றிருக்கிறது. புலியைக் கண்டதும் அந்தச் சிறுவர்கள் கத்தத் தொடங்கியிருக்கிறார்கள். அவர்களுடன் அங்கே அந்த இடத்தினருகில் விறகுக்காகச் சுள்ளிகளைப் பொறுக்கிக்கொண்டிருந்த சில ஆட்களும் சேர்ந்திருக்கிறார்கள். ஆடுகள் அங்குமிங்கும் ஓடிக்கொண்டிருக்க, மனிதர்கள் சத்தமிட, அதனால் ஏற்பட்ட பெரும் குழப்பத்தில் புலி அங்கிருந்து நகர்ந்துபோயிருக்கிறது. அது எந்தத் திசையில் போனதென்பதை யாரும் கவனிக்கவில்லை. இறந்த ஆடுகளில் மூன்றை மட்டும் எடுத்துக்கொண்டு அந்த ஆட்களும் சிறுவர்களும் என்னிடம் சொல்வதற்காகக் கிராமத்தை நோக்கி ஓடி வந்திருக்கின்றனர். மீதி மூன்று ஆடுகளும் உடைந்த முதுகுகளுடன் அந்தப் பொந்தில் கிடந்தன.

அந்த ஆடுகளைக் கொன்றது அடிபட்ட பெண்புலிதான் என்பதில் எந்தச் சந்தேகமும் இல்லை. ஏனென்றால் நான் முந்தைய இரவில் அது கிராமத்தை நோக்கி நேராகச் செல்வதைப் பார்த்திருந்தேன். நான் முகாமிற்குத் திரும்புவதற்கு ஒரு மணிநேரம் அல்லது அதற்கு முன்பாக கேளையாடு ஒன்று ஓடையின் அருகில் குரைத்துக்கொண்டிருந்ததாக என்னுடைய ஆட்கள் சொன்னார்கள். அப்போது அவர்கள் அமர்ந்திருந்த இடத்திலிருந்து முன்னூறு அடிக்குள் அந்தக் கேளையாடு இருந்திருக்கலாம் என்று சொன்னார்கள். அந்த ஆடு நான் வருவதைப் பார்த்துச் சத்தமிடுவதாக நினைத்துத் தேநீருக்காகத் தீயை மூட்டினார்களாம். அவர்கள் அப்படிச் செய்தது அதிர்ஷ்டம் என்றே சொல்ல வேண்டும். ஏனென்றால் பின்னர் நான் அந்த

இடத்தில் அந்தப் பெண்புலியின் காலடித் தடங்களைப் பார்த்தேன். அது தீயைக் கண்டதும் அங்கே வராமல் சுற்றிக்கொண்டு கிராமத்திற்குள் சென்றிருக்கிறது. மனித இரையைத் தேடித்தான் அது அங்கு வந்திருக்கும் என்பது நிச்சயம். அதனுடைய முயற்சியில் தோல்வி கண்டதும் கிராமத்தின் அருகிலேயே ஒரு மறைவில் தங்கியிருந்திருக்கிறது. உணவுக்கான முதல் வாய்ப்பாக ஆடுகளைக் கண்டதும் அவற்றைத் தாக்கியிருக்கிறது. காலில் மோசமாக அடிபட்டு வலியால் அவதிப்பட்ட போதும் அந்தக் காலை ஊன்றிக்கொண்டே இந்தத் தாக்குதலை அது சில கணங்களில் நிகழ்த்தியிருக்கிறது.

அந்த நிலப்பரப்பு எனக்குப் பரிச்சயமில்லாததாய் இருந்ததால் நான் டுங்கர் சிங்கிடம் பெண்புலி எந்தத் திசையில் சென்றிருக்கலாம் எனக் கேட்டேன். பள்ளத்தாக்கின் இறக்கத்தை நோக்கிக் கையைக் காண்பித்து, அந்தத் திசையில் போயிருக்க வாய்ப்பு இருப்பதாகச் சொன்னான். அங்கே கீழ்ப்பக்கமாகத்தான் அடர்ந்த காடு இருப்பதால் அங்கே போயிருக்கும் என்று சொன்னான். அங்கே அந்தப் புலியைத் தேடிச்செல்லும் எண்ணத்துடன் நான் அவனிடம் அந்தக் காடு குறித்துக் கேட்டுக்கொண்டிருந்தபோது, வண்ணக்கோழி ஒன்றின் தொடர் சத்தம் கேட்டது. இந்தச் சத்தத்திற்கு அந்த இளைஞன் திரும்பி மலையின் மேல் பகுதியைப் பார்த்தான். அந்தப் பறவை கூப்பிடும் பக்கம் பார்க்குமாறு எனக்குச் சைகை செய்தான். எங்களின் இடது பக்கமாக மலையானது செங்குத்தாக மேலெழும்பி இருந்தது. அந்த மலையின் மேல் சில புதர்களும் வளர்ச்சி குறைந்த மரங்களும் இருந்தன. இந்த மலையில் நிச்சயமாக அந்தப் புலியால் ஏறமுடியாது என்பது எனக்குத் தெரியும். நானும் அங்கு பார்ப்பதைக் கவனித்த டுங்கர் சிங் அந்த வண்ணக்கோழி மலையின் மீதிருந்து அழைக்கவில்லை, ஆனால் மலையைச் சுற்றிச் சென்றால் எதிர்ப்படும் பள்ளத்தாக்கில் இருந்து அழைப்பதாகச் சொன்னான். அந்த வண்ணக்கோழி எங்களைப் பார்க்குமிடத்தில் நாங்கள் இல்லாததால், அது அந்தப் பெண் புலிதான் அதைச் சத்தமிடச் செய்திருக்கும். எத்தனை விரைவாக ஓட முடியுமோ அத்தனை விரைவாகக் கிராமத்தை நோக்கி ஓடுமாறு டுங்கர் சிங்கிடம் சொன்னேன். அவன் போகும்வரை அவனை என் துப்பாக்கிகொண்டு பாதுகாத்தேன். அவன் ஆபத்து வளையத்தைத் தாண்டிச் சென்றுவிட்டான் என்று உணர்ந்ததும் நான் திரும்பி, உட்கார்ந்துகொள்ள வசதியான ஓர் இடத்தைத் தேடினேன்.

பள்ளத்தாக்கின் அந்தப் பகுதியில் இருந்த மரங்கள் மிகப் பெரிய தேவதாரு வகையைச் சேர்ந்தவை. அவற்றுக்கு முப்பது அல்லது நாற்பது அடிவரை கிளைகளே இல்லை. அதனால் அதன்

மேல் ஏறுவது முடியாத செயல். அதனால் தேவை கருதி நான் தரைப் பகுதியில் எங்காவது தான் அமர முடியும். இது பகல் நேரத்தில் சரியாக இருக்கும். ஆனால் அந்தப் பெண்புலி இங்கு வரத் தாமதமானால், இரவான பிறகு வந்தால், அது மட்டுமல்லாமல் மிருகத்தின் கறிக்குப் பதிலாக மனித இறைச்சியைத் தின்னும் எண்ணத்தில் இருந்தால், நிலவு மேலே வரும்வரை ஒன்று அல்லது இரண்டு மணிநேரம்வரை நான் அங்கிருக்க, நிச்சயமாக எனக்கு அதிகமான அதிர்ஷ்டம் வேண்டும்.

இடமிருந்து வலதுபுறமாக நீண்டிருக்கும் தாழ்வான வரைமுகட்டில் பொந்து இருந்த பக்கத்தின் அருகில் ஒரு பெரிய சமதளமான பாறை இருந்தது. அதன் பக்கத்தில் மற்றுமொரு பாறை சற்றுச் சிறிய அளவில் இருந்தது. அந்தச் சிறிய பாறையில் நான் அமர்ந்து கொண்டு பெரிய பாறையை மறைப்புக்காகப் பயன்படுத்திக் கொள்ளலாம் என நினைத்தேன். அந்தப் பெண்புலி வருவதாக இருக்கும் பக்கவாட்டில் மட்டும் சற்றுத் தலையை வெளிப்படுத்திப் பார்த்துக்கொள்ளலாம் என்றும் இருந்தேன். அதனால் அங்கே இருந்துகொள்வதாக முடிவு செய்தேன். என் முன்னே சுமார் நூற்றியிருபது அடி அகலத்தில் பெரிய பொந்து இருந்தது. அதன் மறுகோடி இருபதடி உயரக் கரையுடன் இருந்தது. அந்தக் கரையின் மேற்புறமாய் முப்பது அல்லது அறுபதடி அகலத்தில் சமதளமான நிலப்பரப்பு வலதுபுறமாய்ச் சரிவாக இறங்கியிருந்தது. அதன் பிறகு மலையானது செங்குத்தாக ஏறியிருந்தது. அந்தப் பொந்தில் கிடந்த மூன்று ஆடுகளும் ஆட்களும் சிறுவர்களும் தப்பித்து ஓடும்போது உயிரோடு இருந்தவை, இப்போது இறந்து கிடந்தன. அவற்றைத் தாக்கும்போது, பெண்புலி ஓர் ஆட்டின் முதுகுத் தோலை உரித்திருந்தது.

சத்தமிட்டுக்கொண்டிருந்த வண்ணக்கோழி இப்போது சத்தத்தை நிறுத்தியிருந்தது. என் அனுமானம் என்னவென்றால், நானும் அந்த இளைஞனும் இங்கு வந்த சமயத்தில், பெண்புலி பள்ளத்தாக்கின் மீதேறி சென்றுகொண்டிருந்திருக்கலாம்; அந்த வண்ணக்கோழி அதைப்பார்த்துவிட்டுச் சத்தம் எழுப்பியிருக்கலாம். அல்லது பெண்புலி திரும்பி இங்கே வரும்போது சத்தம் ஏற்படுத்தியிருக்கலாம். முதல் அனுமானம் சரியென்றால், எனக்குக் காத்திருப்பு நேரம் அதிகரிக்கும். இரண்டாவதில் சிறிது நேரம் தான் காத்திருப்பு இருக்கும். நான் என்னுடைய இருப்பு நிலையில் அமர்ந்தது மதியம் 2 மணியளவில். அரை மணிநேரம் கழித்து, ஒரு ஜோடி இமாலய நீலச் செவ்வலகன் பறவைகள் பள்ளத்தாக்கிற்கு வந்தன. இந்த அழகான பறவைகள் கூடு கட்டும் பருவங்களில் பட்டாணிக் குருவிகளுக்கும் மற்றச் சிறிய வகைப் பறவைகளுக்கும் அதிகத் தொந்தரவைக் கொடுப்பவை. இவற்றிற்கு விசித்திரமான

உள்ளுணர்வு ஒன்றுண்டு. காட்டில் எது எங்கு இறந்திருந்தாலும் கண்டுபிடித்துவிடும். இவற்றின் குரல்கள் தனித்துவமானவை. அதனால் இவற்றைப் பார்ப்பதற்கு முன்பே அவற்றின் குரல்களைக் கேட்டேன். ஆடுகளைப் பார்த்ததும் அவை தனது சத்தத்தை நிறுத்திக்கொண்டன. மிகுந்த கவனத்துடன் அருகில் வந்தன. பலவகையான அபயக் குரல்களை எழுப்பிக்கொண்டு முதுகு உரிந்திருந்த ஆட்டின்மீது அமர்ந்து சாப்பிடத் தொடங்கின. சிறிது நேரமாகவே ஒரு செந்தலை பாறுக்கழுகு வானத்தில் வட்டமடித்துக்கொண்டிருக்கிறது. இப்போது நீலச் செவ்வலகன் பறவைகளை ஆட்டின்மீது பார்த்ததும் காற்றில் மிதந்தவாறே வந்திறங்கியது அது. அருகிலிருந்த தேவதாரு மரத்தின் காய்ந்திருந்த கிளையொன்றில் ஓர் இறகைப் போல மிக இலகுவாக அமர்ந்திருந்தது. இந்த வகையான ராஜக் கழுகுகள் வெண்ணிற முன் கழுத்துடனும் கருப்பு உடலுடனும் இருக்கும். தலையும் கால்களும் சிவப்பு நிறத்தில் இருக்கும். இவை மற்ற பாறுக்கழுகுகளைவிட இரையைக் கண்டுபிடிப்பதில் முந்தியிருக்கும். மற்றவற்றைவிட அளவில் சற்றுச் சிறியதாக இருந்தாலும் இரையை உண்பதில் முதன்மை இடம் பிடித்திருக்கும். மற்றவை வந்தாலும் அவை இவற்றைச் சாப்பிடவிட்டுப் பிறகு உண்பதற்காகப் பின்வரிசையில் காத்திருக்கும்.

நான் பாறுக்கழுகை வரவேற்கிறேன். ஏனென்றால் அது நான் தவறவிட்ட தகவல்களை எனக்குக் கொடுக்க வல்லது. அது உட்கார்ந்திருக்கும் உயரமான இடமான தேவதாரு மரத்திலிருந்து பார்த்தால் ஒரு விசாலமான பார்வை கிடைக்கும். அது அங்கிருந்து கீழே இறங்கி வந்து செவ்வலகன் பறவைகளுடன் சேர்ந்துகொண்டால், பெண்புலியானது போய்விட்டது என்று அர்த்தம். பாறுக்கழுகு கீழே இறங்காமல் அங்கேயே இருந்தால் புலி அருகில் எங்கேயோ படுத்திருக்கிறது என்று புரிந்துகொள்ளலாம். அடுத்த அரைமணி நேரத்திற்கு இந்தக் காட்சியில் எந்தவொரு மாற்றமும் இல்லை. செவ்வலகன்கள் சாப்பிட்டுக்கொண்டிருந்தன. பாறுக்கழுகு காய்ந்த கிளையில் அமர்ந்திருந்தது. சூரியனை அடர்நிற மழை மேகங்கள் மறைக்கத் தொடங்கின. சிறிது நேரத்தில் வண்ணக்கோழிகள் சத்தமிடத் தொடங்கின. நீல செவ்வலகன்கள் கத்திக்கொண்டு பள்ளத்தாக்கை நோக்கிப் பறந்தன. அந்தப் பெண்புலி வந்துகொண்டிருக்கிறது. நேற்றைய இரவு தலைச்சுற்றலால் என்னால் முடியாமல் போனது, இப்போது நான் எதிர்பார்த்ததைவிட விரைவில் அதனைச் சுடுவதற்கான வாய்ப்புக் கிட்டியிருக்கிறது.

மலையிடுக்கை நோக்கிய எனது பார்வையை மலையின் விளிம்பில் முளைத்திருந்த சில குத்துச்செடிகள் மறைத்துக்

கொண்டிருந்தன. இப்போது அந்தக் குத்துச்செடிகளின் இடைவெளிகளின் நடுவே நான் அந்தப் பெண்புலியைக் கண்டேன். அது மிகவும் மெதுவாக நடந்து வந்துகொண்டிருந்தது. இருபது அடி உயரக் கரையின் மேலிருந்த சிறு சமதளத் திட்டின்மீது, நேராக என்னைப் பார்த்து நடந்து வருவது தெரிந்தது. என்னுடைய தலை மட்டுமே வெளியே தெரியும்படியும் என்னுடைய மிருதுவான தொப்பியால் என் கண்களை மறைத்துக்கொண்டும் அமர்ந்திருந்தேன். நான் எந்தவிதமான அசைவும் காட்டாமல் இருந்தால், அதனால் என்னைக் கண்டுபிடிக்க முடியாது என்பது எனக்குத் தெரியும். அதனால் ரைபிள் துப்பாக்கியைப் பாறையின் தட்டையான இடத்தில் வைத்துப் பிடித்துக்கொண்டு நான் அசையாமல் அப்படியே அமர்ந்திருந்தேன். என் எதிரில் வந்ததும், அது அங்கே உட்கார்ந்துகொண்டது. எங்களுக்கிடையில் தேவதாரு மரமொன்றின் அடித்தண்டு நேராக நின்றிருந்தது. என்னால் அதன் தலையை மரத்தின் ஒரு பக்கத்திலும், அதன் பின்பக்கத்தையும் வாலையும் மரத்தின் மறுபக்கத்திலும் பார்க்க முடிந்தது. இந்த இடத்தில் அது, தன்னுடைய காயங்களின்மீது மொய்த்துக்கொண்டு, எரிச்சலூட்டும் ஈக்களை விரட்டியபடி நிமிடங்களாக உட்கார்ந்திருந்தது.

10

எட்டு வருடங்களுக்கு முன்பாக இந்தப் பெண்புலி மிக இளமையாக இருந்த காலகட்டத்தில் முள்ளம்பன்றி ஒன்றுடன் நடந்த போராட்டத்தில் மிகவும் காயம்பட்டுப் போயிருக்கிறது. அந்தக் காயம் ஏற்பட்ட காலகட்டத்தில் அது குட்டிகள் ஈன்றிருக்கலாம். காயம்பட்டிருந்த அந்த உடல் வேதனையுடன் அதனால் இயற்கையாக வேட்டையாடும் நிலையில் இல்லாமல் இருந்திருக்கலாம். அதற்கும் குட்டிகளுக்கும் தேவையான சத்தான உணவுக்கு வழியில்லாமல் அது மனித உயிர்களை வேட்டையாட ஆரம்பித்திருக்கலாம். இவ்வாறு செய்வதால் அது ஒன்றும் இயற்கையின் விதிகளுக்கு அப்பாற்பட்டு நடந்துவிடவில்லை. அது ஊனுண்ணி மிருகம். இறைச்சி, மிருகத்தினுடையதா அல்லது மனிதனுடையதா என்பது அதன் கவலையில்லை, அது மட்டுமே அது எடுத்துக்கொள்ளக்கூடிய ஒரே வகையான உணவு. சூழ்நிலைகளின் அழுத்தம் காரணமாக ஒரு மிருகம், ஏன் மனிதனும்கூடச் சாதாரணச் சூழ்நிலைகளில் எடுக்கப் பிரியப்படாத உணவை அசாதாரண சூழ்நிலைகளில் எடுத்துக்கொள்ளும் நிலை ஏற்படுகிறது. மனித இறைச்சியை உண்ண ஆரம்பித்த பிறகான அதனுடைய வாழ்க்கையில் அந்தப் பெண்புலி மொத்தம் நூற்று ஐம்பது மனிதர்களை மட்டுமே உண்டிருக்கிறது, அதாவது, ஒரு வருடத்தில் இருபதுக்கும்

குறைவாக. அதற்கு உண்டான காயத்தினால், இதை எளிதாக கிடைக்கும் உணவாக குட்டிகளை ஈன்றிருந்த பொழுதில் அது நினைத்திருக்கலாம். தனக்கும் தன் குடும்பத்திற்கும் தேவையான இயற்கையான சத்து மிகுந்த உணவை அதனால் வேட்டையாடிக் கொண்டுவர இயலாமையால் இப்படி நேர்ந்திருக்கலாம் என நான் நினைத்தேன்.

தல்லா தேஸின் மக்கள் இந்தப் பெண்புலியால் மிகுந்த துன்பத்துக்கு ஆளாகிவிட்டனர். அது ஏற்படுத்திய அந்தத் துன்பத்திற்குதான் அது இப்போது முழுமையாக விலை கொடுக்கப் போகிறது. அதன் பாவத்திற்கு விடை கொடுக்க நான் பலமுறை என் ரைபிள் துப்பாக்கியின் பார்வை வளையம் வழியாகக் குறி பார்த்தேன். ஆனால் அடர்ந்த மழை மேகங்களால் வெளிச்சம் குறைவாக இருந்தது. நூற்றியெண்பது அடி தொலைவிலிருந்த சிறியதாய்த் தெரியும் ஒன்றைச் சரியாகச் சுடுவதற்குப் போதுமான வெளிச்சமாக அது இல்லை.

அந்தச் சமயம் பார்த்து அந்தப் பெண்புலி எழுந்து நின்றது. மூன்று அடி எடுத்துவைத்து, எனக்குத் தன் பெரும்பகுதி உடலைக் காட்டியபடி நின்றது. அதன் பார்வை தாழ்ந்து ஆடுகளைப் பார்த்தபடி இருந்தது. என்னுடைய முழங்கையைத் தட்டையான பாறையில் ஊன்றியபடி, அதனுடைய இருதயம் இருக்கும் இடம் என நான் கணித்திருந்த பகுதியில், மிகவும் கவனமாகக் குறி வைத்து ரைபிள் துப்பாக்கியின் விசையை அழுத்தினேன். அதன் மறுபக்கம் ஒரு சிறு புகையாகத் தூசி மலையின்மீது பறப்பதைக் கண்டேன். தூசிப் படலத்தைக் கண்டதும்தான் சட்டென எனக்குப் புரிந்தது, நான் அந்தப் பெண்புலியின் இருதயத்தைச் சுடத் தவறிவிட்டேன் என்பது மட்டுமல்ல, நான் அந்தப் பெண்புலியையே சுடத் தவறியிருக்கிறேன் என்பது. இத்தனை கவனமாகக் குறிவைத்த பின்னும் தவறுவதற்கான வழியே இல்லை. எந்தவிதமான தடங்கலும் இல்லாமல் அந்தத் தோட்டா புலியை நிச்சயமாகத் துளைத்துக்கொண்டு சென்றிருக்கும் என்பதில் எந்தச் சந்தேகமும் இல்லை. என்னுடைய சுடுதலில் அந்தப் பெண்புலி முன்னால் நகர்ந்து, மிகவும் பயந்த, காயம்படாத மிருகத்தைப்போல தரையோடு குனிந்து நகர்ந்து, நான் அடுத்த சுடுதலுக்காகக் குறி வைப்பதற்குள் பார்வையிலிருந்து மறைந்துவிட்டது.

அது இத்தனை சரியாகச் சுடுவதற்கு வாகாக நின்றிருந்த பிறகும் என்னால் சரியாகச் சுடமுடியாமல் போனதற்காக எனக்கு என்மீதே கோபம் வந்தது. அது என்னிடமிருந்து தப்பிக்கவே முடியாது என்பதில் நான் தீவிரமானேன். பாறையிலிருந்து குதித்து இறங்கிப் பொந்தைக் கடந்து ஓடி, அதன் இருபதடி உயரத்தைக்

கடந்து, அது எங்கு காணாமல் போனதோ அந்தச் சமதளமான சிறு நிலப்பரப்பில் வந்து நின்றேன். இங்கே செங்குத்தாக இறங்கும் நாற்பதடி இலகுவான களிப்பாறைச் சரிவு இருந்தது. இந்த இறக்கத்தின் வழியாக ஒரே தாவலில் அந்தப் பெண்புலி ஓடியிருக்க வேண்டும். அதேபோல் நானும் தாவிக் குதித்து அங்கே போக முயற்சி செய்ய எனக்குப் பயமாக இருந்தது. என் கை மூட்டுகளில் அடிபடும் சாத்தியம் உண்டு என்பதால்தான் அந்தப் பயம். மூட்டுகளை மடக்கியபடி என்னுடைய பாதங்களில்

அமர்ந்து சறுக்கிக்கொண்டே சென்றேன். அந்தக் களிப்பாறைச் சரிவின் அடிவாரத்தில் பயன்பாட்டில் இருந்த நடைபாதை ஒன்று சென்றது. அந்த வழியாகத்தான் பெண் புலி சென்றிருக்கும் என்று உறுதியாக நம்பினேன். ஆனால் அந்தப் பாதையின் தளம் கடினமாக இருந்ததால், அதில் அதனுடைய கால்த்தடங்கள் எதுவும் தெரியவில்லை. பாதையின் வலப்பக்கமாகக் கற்களால் கரையிடப்பட்ட ஓடை இருந்தது. நானும் டுங்கர் சிங்கும் மலையின் மேல்புறத்தில் கடந்துவந்த ஓடைதான் இது. அந்த ஓடையைச் சுற்றிலும் புல்வெளியால் நிறைந்திருந்த செங்குத்தான மலை இருந்தது. அந்தப் பாதையின் இடதுபக்கமாகச் சில தேவதாரு மரங்கள் வளர்ந்திருந்த மலை நீண்டிருந்தது. அந்தப் பாதை ஒரு குறிப்பிட்ட தொலைவுக்கு நேராகச் சென்றிருந்தது. அதன் வழியாக நான் ஒரு நூற்றியைம்பது அடி அல்லது அதற்கும் மேலாக ஓடியே சென்றேன். அப்போது ஒரு மலைக்காட்டாடு அபயக் குரலில் சத்தம் கொடுத்தது கேட்டது. மலைக்காட்டாடு ஒரே ஒரு இடத்தில்தான் இங்கு இருக்க முடியும். அது எனக்கு வலதுபுறமாக இருந்த புல்வெளியால் நிறைந்திருந்த மலையில்தான். புலி இந்த ஓடையைக் கடந்து இந்த மலையின் மீது ஏறியிருக்க வேண்டும் என்று நினைத்தேன். நானும் அவ்வாறே முயற்சி செய்து அதனைக் காண எண்ணினேன். நான் அவ்வாறு செய்யும்போது, ஆட்கள் கத்தும் சத்தம் கேட்டதுபோல எனக்குத் தோன்றியது. தலையைத் திருப்பிக் கிராமம் இருக்கும் பக்கமாய்ப் பார்த்தேன். அங்கே அந்த மலையிடை வழியில் கூட்டமாய் மனிதர்கள் நின்றிருந்தனர். நான் அவர்களைப் பார்ப்பது தெரிந்ததும் அவர்கள் மீண்டும் சத்தமெழுப்பி என்னை நோக்கிக் கைகளை ஆட்டி நேராக அந்தப் பாதையில் பார்க்குமாறு சைகை செய்தனர். அடுத்த நிமிடம் நான் அந்தப் பாதையில் தொடர்ந்து ஓடத் தொடங்கினேன். ஒரு வளைவு திரும்பியதும் அந்தப் பாதையில் புதிதாக இரத்தம் இருப்பதைக் கண்டேன்.

மிருகங்களின் தோல் எப்போதும் உடலோடு இறுக்கமாகப் பிணைந்திருக்காது. நின்றுகொண்டிருக்கும் ஒரு மிருகத்தின் மீது ஒரு குண்டு பாய்ந்து, அது முழு வேகத்துடன் ஓடினால், தோலில் உண்டான காயத்தில் உள்ள ஓட்டையானது அதன் சதையில் உண்டான காயத்தில் உள்ள ஓட்டையுடன் பொருந்தி இருக்காது. அதன் விளைவாக, அந்த மிருகம் முழு வேகத்துடன் ஓடிக்கொண்டிருக்கும்வரை ஏதாவது இரத்தம் வெளிவந்தாலும் அது சிறிதளவே அந்தத் தோலில் ஏற்பட்ட காயத்தின் வழியே வெளிவரும். ஆனால் அதே மிருகம் தன்னுடைய ஓடும் வேகத்தைச் சற்றுக் குறைத்தால் காயத்தின் இரண்டு ஓட்டைகளும் பொருந்தி வந்து இரத்தம் வெளியே வரும். மிருகத்தின் ஓடும் வேகம் குறையக்

குறைய இரத்தம் தொடர்ச்சியாக அதிக அளவில் கொட்டத் தொடங்கும். ஒரு மிருகம் சுடப்பட்ட பிறகு தப்பித்து ஓடினால் அதற்குக் காயம்பட்டதா அல்லது காயம்படவில்லையா என்பதில் நமக்குக் குழப்பம் உண்டாகும். அது சுடப்பட்ட இடத்திற்குச் சென்று அதன் முடி உதிர்ந்து கிடக்கிறதா என்பதைக் கண்டறிந்தால் குழப்பம் எளிதாகத் தீர்ந்துவிடும். அந்த மிருகம் காயம்பட்டிருக்கும் என்பதை அது நமக்குக் காட்டிக்கொடுத்துவிடும். முடி இல்லாமல் இருந்தால் அது அடிபடாமல் தப்பித்துவிட்டது என்பது புரிந்துபோகும்.

பாதையில் இருந்த வளைவைக் கடந்ததும் அந்தப் புலி ஓடும் வேகத்தைக் குறைத்திருக்க வேண்டும். ஆனால் அந்த இரத்தத் துளிகளின் சிதறல்களைப் பார்க்கும்போது அது இன்னும் ஓடிக்கொண்டுதான் இருக்க வேண்டும் என்று தெரிந்தது. அதனைப் பிடிப்பதற்காக இன்னும் வேகமெடுத்து ஓடினேன். வெகு தூரம் நான் சென்றிருக்கவில்லை, அங்கே ஒரு மலை என்னுடைய இடதுபக்கமாய் நீண்டு நுழைந்திருந்தது. அந்த இடத்தில் பாதை மிகவும் குறுகிய கோணத்தில் திரும்பியிருந்தது. ஓடிய வேகத்திலிருந்து என்னை நிறுத்திக்கொள்ள முடியாமல், கை வைத்துப் பிடித்துக்கொள்ளவும் மலையின் பக்கத்தில் ஒன்றுமில்லாததால், நின்ற நிலையிலேயே, குறுகிய பாதையின் கடைசி விளிம்புவரை சென்றுவிட்டிருந்தேன். பத்து முதல் பதினைந்து அடி கீழே சின்னஞ்சிறிய பூவரசமரக் கன்று ஒன்று இருந்தது. அதன் கீழே அதலபாதாளமாய் இருட்டும் பயங்கரமானதுமாக அந்த மலையிடுக்கு முடிந்திருந்தது. அங்கே ஓடை செங்கோணத்தில் திரும்பி மலையின் அடிவாரத்தைக் குறுக்காக வெட்டியவாறு சென்றிருந்தது. நான் அந்த மரக்கன்றைத் தாண்டி விழப்போகக் குதிகால்களால் மிருதுவான மண்ணில் குழி பறித்தபடி நிலைகொள்ள முயற்சித்தேன். அந்த மரக்கன்றை வலது கையால் அழுத்திப் பிடித்தேன். நல்லவேளையாக, அது மண்ணிலிருந்து பெயர்ந்து வரவில்லை. அது வளைந்து கொடுத்ததே தவிர உடையவில்லை. என் உடம்பை இலகுவாக்கி மெதுவாக நகர்ந்து கால்களை உதைத்தவாறே பெண்கூந்தல் பெரணிச் செடிகளின் வளர்ச்சி அபரிதமாய் வளர்ந்திருந்த மிருதுவான மண்ணைக் கொண்ட வழுக்கும் மலைப்பகுதியில் கால்களை அழுந்தப் பதித்து ஏறினேன்.

புலியை ஓடிச்சென்று பிடிக்கும் முயற்சி முடிந்துபோனது என்றாலும், எனக்கு இப்போது அதனைத் தொடர்ந்து செல்வதற்கு, இரத்தத்தால் ஆன தெளிவானதொரு வழித்தடம் கிடைத்திருக்கிறது. அதனால் அவசரமாகத் தொடர வேண்டிய தேவையில்லை.

நான் வந்துகொண்டிருந்த நடைபாதை முதலில் வடக்காகச் சென்றுகொண்டிருந்தது. இப்போது மேற்காக, மலையின் செங்குத்தான மரங்கள் அடர்ந்த வடக்கு முகத்தின் வழியாகச் சென்றது. அந்தப் பாதையின் வழியாக இன்னும் அறுநூறு அடி சென்றதும், மலைச்சரிவில் இருந்த சமதளப் பரப்புக்கு வந்திருந்தேன். இந்த எல்லைவரைதான் உடலில் குண்டடிப்பட்ட ஒரு புலியால் செல்ல முடியும் என நான் எதிர்பார்த்தேன். அதனால் நான் அந்தச் சமதளப் பரப்பை நோக்கி மிகுந்த கவனத்துடன் நடந்தேன். அந்தத் தளத்தில் சூரல்வகைச் செடிகளும் ஆங்காங்கே குத்துச் செடிகளும் இருந்தன.

இந்தியக் காடொன்றில், அடிபட்டதற்காக வன்மம் எடுக்க நினைக்கும் ஒரு புலி, சந்திப்பதற்கு மிகவும் ஆபத்தான மிருகம் என்பதில் சந்தேகமில்லை. அந்தப் புலிக்குப் பழிதீர்க்க இப்போது பட்டிருக்கும் காயம் போதுமானது. ஐந்து நாட்களுக்கு முன்பாக அடிபட்டிருந்த அதன் கால் காயம் ஒன்றும் வேகமாக ஓடுவதற்குத் தடையாக இல்லை என்பதை ஆறு ஆடுகளை ஒரே அடியில் கொன்றும், நான் சுட்டபோது வளைந்து தப்பித்துத் தாவிப் பாய்ந்து ஓடியும் நிரூபித்துவிட்டது. நான் பின்தொடர்வது குறித்து அதன் உள்ளுணர்வுக்குத் தெரிந்திருக்கும் என்பது எனக்கு உறுதியாகத் தெரியும். நான் அதன் எல்லைக்குள் வந்துவிட்டால் என்னை அதிரடியாக ஒரே அடியில் தாக்க நினைக்கும் அபாயம் உண்டு. அதை நான் ஒரு ஒற்றைத் தோட்டாவினால் தவிர்க்க இயலும் சாத்தியமும் உண்டு. என் ரைபிள் துப்பாக்கியின் விசைப்பிடிப்பைப் பின்னிழுத்து, உள்ளிருக்கும் தோட்டாவைக் கவனமாகச் சரிபார்த்தேன். அந்தத் தோட்டா நான் கல்கத்தாவில் உள்ள மேன்டனிலிருந்து (*Manton*) புதிதாக வாங்கிவந்தது. மீண்டும் அதைத் தோட்டா அறைக்குள் போட்டு விசைப்பிடிப்பைப் பழையபடி பூட்டிப் பாதுகாப்புப் பிடியைத் தளர்த்தினேன்.

பாதை இப்போது சூரல்வகைச் செடிகளுக்கிடையில் சென்றது. அவை இடுப்பளவு அல்லது அதற்கும் மேலாகவும் வளர்ந்திருந்தன. இரத்தத்தினாலான தடம் நடைபாதையின் வழியாகச் சென்று சூரல் செடிகளுக்குள் சென்றிருந்தது. இப்போது புலி, ஒருவேளை பாதையிலும் இருக்கலாம் அல்லது அந்தப் பாதையின் வலது அல்லது இடது பக்கத்திலும் இருக்கலாம். அதனால் நான் சூரல் செடிகளை நோக்கி ஒவ்வொரு அடியாக எடுத்து வைத்து அதே நேரம் முன்பக்கமாகப் பார்த்துக்கொண்டும் சென்றேன். இந்த மாதிரி நேரங்களில் தலையைத் திருப்பிப் பார்க்கக் கூடாது. சூரல் செடிகளை நெருங்க இன்னும் ஆறு அடி இருக்கும்போது பாதையின் வலதுபக்கமாக மூன்று அடி தொலைவுக்குள் ஓர் அசைவை உணர்ந்தேன். அது அந்தப்

புலிதான். தாவுவதற்காகத் தன் உடலைத் தயார்ப்படுத்துவது தெரிந்தது. காயம்பட்டும் பட்டினியாகக் கிடந்த பிறகும் போராடுவது என்று அது முடிவு செய்துவிட்டது. ஆனால் அதனுடைய தாவல் என்மீது படவேயில்லை. அது எழுந்து தாவத் தயாராகும்போதே என்னுடைய முதல் தோட்டா அதன் ஒரு பக்கமிருந்து மறுபக்கத்திற்குப் பாய்ந்துவிட்டது. இரண்டாவது தோட்டா அதன் கழுத்தை முறித்திருந்தது.

வெறும் வயிற்றுடன் நாட்கணக்காய் இருந்த வலியும் வேதனையும் சேர்ந்து என்னுடைய கைகளையும் கால்களையும் நடுங்கவைத்தது. பாதை எந்த இடத்தில் குறுகிய கோணத்தில் திரும்பியிருந்ததோ, அந்த இடத்தை அடைய நான் மிகவும் சிரமப்பட்டேன். அந்தப் பூவரச மரக்கன்றின் விதை அந்த இடத்தில் விழுந்து முளைத்திருக்காவிட்டால் நான் கீழேயிருந்த பாறைகளில் மோதி என் உயிரை விட்டிருப்பேன்.

கிராமத்தின் ஒட்டுமொத்த மக்களும் அவர்களுடன் என்னுடைய ஆட்களும் மலைவழிப்பாதையிலும் அதன் இரண்டு பக்கங்களிலும் கூடியிருந்தனர். நான் என் தொப்பியைக் கழற்றி ஆட்டுவதற்காகக் கைகளை லேசாக உயர்த்தும்போதே எல்லோரும் உச்சக் குரல்களில் சத்தமிடத் தொடங்கிவிட்டனர். ஆண்களும் சிறுவர்களும் கூட்டமாக இறங்கிவரத் தொடங்கினர். என்னுடைய ஆறு கார்வாலிகள் முதலில் வந்தார்கள். வாழ்த்துகளைக் குவித்தனர். புலியை ஒரு கழியில் இருத்திக் கட்டி, குமாவுனின் பெருமைமிகு ஆறு கார்வாலிகளும் தல்லா தேஸின் ஆட்கொல்லிப் புலியை வெற்றிக் கொண்டாட்டத்துடன் தல்லா கோட் கிராமத்திற்குத் தூக்கிச்சென்றனர். அங்கே அந்தப் பெண்புலி ஒரு வைக்கோல் படுக்கையின்மீது பெண்களும் குழந்தைகளும் வந்து பார்க்கக் காட்சிக்கு வைக்கப்பட்டது. பல வாரங்களுக்குப் பிறகு என் முதல் திட உணவை எடுத்துக்கொள்ள நான் கூடாரத்துக்குள் சென்றேன். ஒரு மணிநேரம் கழித்து என்னைச் சுற்றிக் கூட்டமாய் மக்கள் சூழ்ந்திருக்க நான் பெண்புலியின் தோலை உரிக்கத் தயாரானேன்.

என்னுடைய முதல் தோட்டா .275 மிருதுவான முனை கொண்ட பிளவுபட்ட நிக்கல் மூடியுடன் ஆனது, ஏப்ரல் 7 அன்று சுடப்பட்டது, அதன் உடலின் உள்ளே தள்ளப்பட்டு அதனுடைய வலது தோள்பட்டையில் உள்ள பந்துக் கிண்ண மூட்டில் அசையாமல் சிக்கியிருந்தது. இரண்டாவது, மூன்றாவது தோட்டாக்கள், அது மலையிலிருந்து கீழே விழும்போதும், மலையின் மீது ஏறிச் செல்லும்போதும் சுடப்பட்டவை, அதன்மேல் படாமல் தவறிப்போயிருந்தன. நான்காவது தோட்டா, ஏப்ரல் 12

அன்று சுட்டது, எலும்பு எதிலும் படாமல் மேல்வாட்டில் உரசியபடி சென்றிருந்தது. ஐந்தாவதும் ஆறாவதும் அதனைக் கொன்றிருந்தது. அதனுடைய வலது முன்னங்காலிலும் தோள்பட்டையிலும் சுமார் இருபதுக்கும் மேற்பட்ட முள்ளம்பன்றியின் முட்களைப் பார்த்தேன். அவை இரண்டு முதல் ஆறு அங்குலம்வரை நீளம் இருந்தன. அவை தசைகளில் மிகவும் அழுத்தமாகக் குத்தியிருந்தன. சந்தேகமில்லாமல், அவைதான் அந்தப் பெண்புலி ஓர் ஆட்கொல்லியாக உருவெடுக்கக் காரணமாக அமைந்தவை.

அடுத்த நாளின் பாதி நேரத்தை அந்தத் தோலைக் காய வைக்கச் செலவு செய்தேன். மூன்று நாட்கள் கழித்துப் பத்திரமாக வீடு திரும்பினேன்.

என் கெட்ட நாட்களையெல்லாம் தாண்டி வந்துவிட்டேன். பெய்ன்ஸ், டுங்கர் சிங்கையும் அவனுடைய சகோதரனையும் அழைத்து வரச்செய்து, அல்மோராவில் நடந்த ஒரு பொது விழாவில் எனக்கு அவர்கள் செய்த உதவிக்காக நன்றி தெரிவித்தார். என்னுடைய நன்றிக்கான அன்பளிப்பையும் கொடுத்தார்.

நைனிதாலுக்கு நான் வந்துசேர்ந்து ஒரு வாரம் கழித்து, சர் மால்கம் ஹெய்லி என்னைச் செவி சிகிச்சை நிபுணரான கர்னல் டிக் (*Colonel Dick*) என்பவரிடம் அறிமுகப்படுத்தினார். லாகூரில் உள்ள அவரின் மருத்துவமனையில் எனக்கு மூன்று மாதம் தொடர் சிகிச்சை அளிக்கப்பட்டது. என்னுடைய கேட்கும் திறனை மீட்டுக் கொடுத்துச் சகமனிதர்களின் முன்பாக எனக்கு நேரும் சங்கட உணர்வை அவர் நீக்கினார். பறவைகளின் பாடல்களையும் இசையையும் கேட்டு மகிழும் ஆனந்தத்தையும் திருப்பிக் கொடுத்தார்.

பின்னுரை

தல்லா தேஸ் ஆட்கொல்லியின் கதையை, காட்டின் கதை *(Jungle Lore)* எழுதும்வரை யாரிடமும் சொல்லாமல் தவிர்த்துவந்தேன். அதை இப்போது சொல்லிவிட்டேன். இந்தக் கதை நம்புவதற்குக் கடினமானது என்பதை நான் அறிந்திருந்தேன். புலிகளை வேட்டையாடுபவர்களுக்கு எல்லோரையும்விட அதிக ஆச்சரியத்தைக் கொடுக்கக்கூடியது இது. புலிகளை நடந்தே சென்று வேட்டையாடுவது என்பது வழக்கமான வேட்டை விளையாட்டு அல்ல என்பதை என்னைவிட யாரும் அதிகம் அறிந்திருக்க மாட்டார்கள். அதுவும் ஆட்கொல்லிப் புலிகளைக் கொல்வது என்பது மிகவும் கடினமானது. அடிபட்டுக் காயம்பட்ட ஒரு புலியை நடந்தே பின்தொடர்வது கடினமானது என்று எனக்கும் தெரியும். யாரும் அவ்வாறு செய்ய மாட்டார்கள். பயப்படவும் செய்வார்கள். இவையெல்லாம் தெரிந்தும், ஆட்கொல்லிப் புலியைப் பகலில் மட்டுமல்லாமல் இரவிலும் நடந்தே சென்று வேட்டையாடியது குறித்து இதில் சொல்லியிருக்கிறேன். அந்தப் புலி அடிபட்ட பிறகு அதைத் துரத்திச் சென்றதையும் சொல்லியிருக்கிறேன். என்னுடைய இந்தக் கதை நம்புவதற்குக் கடினமாக இருப்பதில் அதிசயம் ஒன்றுமில்லை.

அல்மோரா மாவட்டத்தின் கிழக்கு எல்லையில் இருக்கும் இடங்களில் தங்குவதைவிடக் குமாவுனில் சில இடங்களில் இரண்டு வார கால விடுமுறையை மிகவும் அமைதியாகக் கழிக்கலாம். இமய

மலைகளில் நடந்தே பயணம் செய்வது ஒரு பிரபலமான பொழுதுபோக்கு. அம்மாதிரியான நடைப்பயணத்தை மேற்கொள்ள ஒரு விளையாட்டு வீரனுக்கோ அல்லது இளம் இராணுவ வீரர்கள் அல்லது மாணவர்கள் கொண்ட ஒரு குழுவுக்கோ நான் இவ்வாறு பரிந்துரை செய்வேன்:

தானக்பூரிலிருந்து கிளம்புங்கள். ஆனால் அப்படிச் செய்வதற்கு முன்னர், அரசாங்கப் பதிவக அலுவலர் ஒருவரிடம் கேட்டு தாசில் அலுவலகத்தின் கடைநிலை ஊழியர் ஒருவரை உடன் அழைத்துச் செல்ல அனுமதி கேளுங்கள். அவர் உங்களுக்கு ஒரு யானைக்கும் இரண்டு புலிகளுக்கும் சண்டை நடந்த அதிமுக்கியமான இடத்தைக் காட்டுவார். தானக்பூரிலிருந்து பரம்தேவ் வழியாகப் பூர்ணகிரி செல்லலாம். இங்கே, கோவிலில் தரிசனம் முடித்த பிறகு அங்கிருக்கும் தலைமைப் பூசாரியிடமிருந்தும் மற்றக் கோவில் பூசாரிகளிடமிருந்தும் சார்தா நதியின் மறுபக்கம் தோன்றும் விளக்குகளைப் பற்றியும் அதனுடைய விளக்கங்களையும் முழுவதுமாய்க் கேட்டறியுங்கள். எடுத்துக்காட்டுக்கு ஒரு வயதான மனிதர் அவருடைய உருத்திராட்ச மணிகளை உருட்டிக்கொண்டே தீயைக் குறித்துப் பேசுவதையும் அது சில காலங்களில் மட்டும் பிண்டரி பனிமலையின் (Pindari Glacier) அடிவாரத்தில் தெரிவதாகவும் பூசாரி சொல்லுவார். பூர்ணகிரியிலிருந்து, பூசாரிகள் பயன்படுத்தும் நடைவழிப் பாதை ஒன்றின் வழியாகச் சென்றால், அது உங்களைத் தக் கிராமத்திற்கு அழைத்துச் செல்லும். அந்த இடம் மிகுந்த அழகான சூழலில் அமைந்துள்ளது. நீங்கள் அங்கே தங்கி, அதன் அழகைக் கண்டு வியக்கலாம். அங்குள்ள ஊர்த் தலைவரிடமோ அல்லது வேறு யாரிடமோ சென்று அவருடைய பார்வையில் தக், சுக்கா ஆட்கொல்லிப் புலிகளைக் கொன்ற கதைகளைக் கேட்கலாம். திவாரி, ஊர்த் தலைவரின் உறவினர், மலைவாழ் பிராமணர்களின் நல்ல குணங்களைக் கொண்டிருப்பவர். அவர் உங்களுக்குத் தன்னுடைய சகோதரர் புலி அடித்து இறந்து கிடந்த இடத்தைக் காட்டுவார். அந்தச் சகோதரரின் உடலை எனக்குக் கண்டுபிடிக்க உதவியவர் அவர். அடியில் ஊற்று உள்ள ஒரு மாமரத்தையும், சுக்காவுக்குப் போகும் வழியில் உள்ள பாறை ஒன்றில் தக் ஆட்கொல்லியை நான் சுட்டுக் கொன்ற இடத்தையும் காட்டுவார். உங்களுக்கு நேரமிருந்தால் சுக்கா ஆட்கொல்லிப் புலியை நான் அமர்ந்து சுட்ட அத்தி மரத்தையும் அவர் உங்களுக்குக் காட்டுவார். சுக்கா ஊரில் குன்வார் சிங் குறித்து விசாரியுங்கள். இரண்டு புலிகளைக் கொன்ற கதைகளை அவர் சொல்லும் விதத்தில் கேளுங்கள்.

சுக்காவிலிருந்து தல்லா கோட்டுக்கு ஒரு நீண்ட நடை இருக்கும். விடிவதற்குச் சற்று முன் கிளம்பினால் சரியாக இருக்கும். லத்யா நதி, சார்தா நதியைச் சேரும் சந்திப்பில், அதன் ஆழம் குறைந்த பகுதியில் ஏதாவது ஒன்றின் துணையோடு கடந்து வந்தால் நீங்கள் செம் (Sem) என்னும் ஊருக்கு வரலாம். அந்த ஊரின் தலைவர், நான் பார்த்தபோது சிறுவனாக இருந்தார். அவருடைய அம்மா தன் வீட்டினருகில் புற்களை வெட்டிக்கொண்டிருந்தபோது அவரை அந்த ஆட்கொல்லிப் புலி கொன்றது. அந்த இடத்தை அவர் காட்டுவார். செம் ஊரைக் கடந்து வந்தால் செங்குத்தான மலையேற்றம் உள்ளது. நீங்கள் அங்கு ஒரு சிறு குக்கிராமத்தைக் காணலாம். அங்குதான் நான் ஒரு நாள் இரவை அங்கிருந்த மாமரத்தினடியில் கழித்தேன். வரைமுகட்டைத் தாண்டிப் போனால், காட்டுச்சாலை ஒன்று வரும். அதில் இடதுபுறமாகத் திரும்பி, அந்தச் சாலையின் வழியாக வந்தால் நீங்கள் ஒரு ஓடையைக் காணலாம். ஓடையைக் கடந்து வந்தால் திறந்தவெளி ஒன்று உண்டு. அங்குதான் நான் என்னுடைய 40 பவுண்ட் கூடாரத்தைப் போட்டுத் தங்கியிருந்தேன். இப்போது நீங்கள் போக வேண்டிய இடத்தை அடைந்துவிட்டீர்கள். அதுதான் தல்லா கோட்.

டுங்கர் சிங், தல்லா கோட்டின் நில உடைமையாளர். இப்போது அவருக்கு நாற்பது வயதிருக்கலாம். என்னுடைய வணக்கங்களை அவருக்குத் தெரிவியுங்கள். அந்த மலையிடை வழியில் கூட்டிச்செல்லும்படி சொல்லுங்கள். அங்கேயிருந்து பார்த்தால் அங்கிருக்கும் இரண்டு பள்ளத்தாக்குகளின் அழகான காட்சி தெரியும். கிழக்கே தெரியும் பள்ளத்தாக்கை முதலில் பாருங்கள். டுங்கர் சிங்கிடம் எங்கு அவரது அம்மா கொல்லப்பட்டார் என்பதைக் காட்டச் சொல்லுங்கள். அவரது தாயை அது சாப்பிட்ட அந்தக் கருவாலி மரம், புலிக்குட்டிகள் சுடப்பட்ட விளைச்சலில்லாத வயல்வெளிகள், அடிபட்ட புலி நடந்துசென்ற புல்வெளியிலான மலை ஆகியவற்றைக் காட்டச் சொல்லுங்கள். பிறகு திரும்பி, சில அடி நடந்து, மேற்கில் இருக்கும் பள்ளத்தாக்கைப் பாருங்கள். டுங்கர் சிங் இப்போது ஆறு ஆடுகள் கொல்லப்பட்ட இடத்தை, என்னுடைய குண்டு பாய்ந்தபோது எங்கு அந்தப் பெண்புலி நின்றுகொண்டிருந்தது, எந்த வழிப்பாதை வழியாக அது ஓட நானும் அதன் பின் ஓடினேன் என்பதையெல்லாம் சுட்டிக்காட்டுவார்.

தல்லா தேஸ் புலியை நான் வேட்டையாடும்போது பார்த்ததைப்போல எந்த ஒரு புலியை நான் வேட்டையாடும்போதும் அதில் பங்குபெறாத இத்தனை பேர் நின்று வேடிக்கை

பார்த்திருக்கவில்லை. அவர்களில் சிலர் இறந்துபோயிருக்கலாம். ஆனால் பலர் இன்னும் உயிரோடு இருப்பார்கள். அவர்கள் யாரும் நான் அங்கே வந்ததை அல்லது நான் அவர்களுடன் இருந்த அந்த வாரத்தில் நடந்த அச்சமூட்டும் நிகழ்வுகளை, விவரங்களை மறந்திருக்க மாட்டார்கள்.

சொற்களஞ்சியம்
Glossary

விலங்குகள்: 18

இபெக்ஸ் காட்டாடு	: Ibex (Capra sibirica)
இமாலய மலையாடு	: Sarao: Serow (Capricornis)
எறும்புத்தின்னி	: Pangolin (Pholidota) – அழுங்கு
ஏடேல் டெரியர்	: Airedale Terrier – ரோமங்கள் அடர்ந்த பெரிய வேட்டை நாய்
கடமான்	: Sambar (Rusa unicolor)
கேளையாடு	: Barking Deer : Kakar : Indian muntjac (Muntiacusmuntjak)
சதுப்புநில மான்	: Swampdeer (Rucervusduvaucelii)
சிவப்பு இலைக்குரங்கு	: Red Monkey : Maroon langur : Red Leaf Monkey (Presbytis rubicunda) – தெற்காசிய நாடுகளில் வாழும் இந்தச் சிவப்பு நிறக்குரங்குகள் இலைகளை உண்டு வாழ்பவை
நீல மலையாடு	: Baral : Bharal (Pseudoisnayaur) : Blue Sheep
நெடுவால் குரங்கு	: Langurs (Semnopithecus) – கரடிக் குரங்கு
பன்றி மான்	: Hog Deer : Indian Hog Deer (Axis porcinus)
புள்ளிமான்	: Chital (Axis axis)

பொதி குதிரை	:	Pack Pony (Equus ferus caballus)
மலை வரையாடு	:	Thar : Tahr (Hemitragusjemlahicus)
மலைக்காட்டாடு	:	Ghooral : Himalayan Goral (Naemorhedus goral)
மார்க்கோர்		
காட்டு ஆடு	:	Markor : Markhor (Capra falconeri)
முயல்	:	Hare (Lepus)
முள்ளம்பன்றி	:	Porcupine (Erethizontidae)

பறவைகள்: 48

அதீனா மீன் கழுகு	:	Pallas's Fish–Eagle : Band–Tailed Fish eagle (Haliaeetus leucoryphus) கடல் கழுகு இனம்
ஆளிப்பருந்து	:	Tawny Eagle (Aquila rapax)
இமாலய நீலச் செவ்வலகன் பறவை	:	Blue HimalayanMagpie (Urocissaerythroryncha)
ஐரோவாசியச் சிட்டுப்பருந்து	:	Eurasian sparrowhawk (Accipiter nisus)
கடற்பருந்து	:	Ospreys (Pandion haliaetus) – விரால் அடிப்பான் பறவை
கண் ஈ	:	Fungus gnats / small flies
கருங்குருவி	:	Black Drongo (Dicrurusmacrocercus)
கருப்புக் கௌதாரி	:	Black Partridge (Melanoperdixniger)
கருப்புத் தலை பூங்குருவி	:	Black–headedSibia (Heterophasiadesgodinsi)
கருப்புத் தொண்டை நீல அழகி	:	Black–throated jay (Cyanolycapumilo)
காடை	:	Quail (Coturnix coturnix)
காட்டுக் கவுதாரி	:	Chukor : Hill Partridge (Arborophilatorqueola)

குங்குமப் பூஞ்சிட்டுக் குருவி	:	Minivet (Pericrocotus)
கொண்டைக் கரிச்சான் குருவி	:	Wire Crested Drongo : Hair–Crested Drongo (Dicrurushottentottus)
கொண்டைக் குருவி	:	Bulbul (Pycnonotidae)
கொம்பன் ஆந்தை	:	Horned Owl (Bubo virginianus)
கௌதாரி	:	Grey Partridge (Perdix perdix)
சால்மன் ஈ	:	SalmonFly (Pteronarcys californica)
சிலம்பன்	:	Babblers (Argya striata) தவிட்டுக் குருவிகள்
சிவப்புக் காட்டுக்கோழி	:	Red Jungle Fowl (Gallus gallus)
சிவப்புத் தலை ஆடற்பருந்து	:	Red headed Merlin : Red–necked Falcon (Falco chicquera)
சிவப்பு நிற கார்டினல் வௌவால்	:	Cardinal Bats – he wrongly mentions Cardinal butterflies as Cardinal Bats.
செந்தலைப் பாறுக்கழுகு	:	Red–headed Vulture : Asian King Vulture: Indian Black Vulture (Sarcogyps calvus)
செந்தலைக் கிளி	:	Rose Headed Parakeet : Plum Headed Parakeet (Psittaculacyanocephala) – Red Headed Parakeet / Rose crowned Parakeet
செம்மீசைச் சின்னான்	:	Red–whiskeredBulbul(Pycnonotusjocosus)
தங்க வண்ண மாங்குயில்	:	Indian GoldenOriole (Orioluskundoo)
தேன் பருந்து	:	Honey Buzzard : Oriental Honey buzzard : Crested Honey Buzzard (Pernis ptilorhynchus)
நீல அழகிக் குருவி	:	Jay (Cyanocitta cristata)
நீல ஈ	:	Blowfly (Calliphoridae)
பட்டாணிக் குருவி	:	Tit (Paridae)
பாறுக் கழுகு	:	Vulture (Gyps indicus)

புதர்க்காடை	: Bush quail (Perdicula asiatica)
புதர்ச்சிட்டு	: Bush Chat : Pied Bush Chat (Saxicola caprata)
பூங்குருவி	: Thrush (Turdidae)
பெண் மயில்	: Peafowl : Indian Peafowl : Blue Peafowl (Pavocristatus)
பொரி உள்ளான்	: Wood Sandpiper (Tringaglareola)
பொரி வல்லூறு	: Peregrine Falcon (Falco peregrinus)
பொன்முதுகு மரங்கொத்தி	: Golden Backed Woodpecker : Black-rumpedflameback : Lesser golden-backed woodpecker (Dinopiumbenghalense)
பொன்னாங் கழுகு	: Golden-headed Eagle : Golden Eagle (Aquila chrysaetos)
மலைக்குளவி	: Hornet (Vespa)
வண்ணக் காட்டுக் கோழி	: Kalege : Kalij Pheasant (Lophuraleucomelanos) – வண்ணக்கோழி இனத்தில் ஒருவகை. இமாலய மலையடிவாரத்தில் இருக்கும் காடுகளில் காணப்படும்.
வண்ணக்கோழி	: Pheasant (Phasianuscolchicus)
வண்ணாத்திக் குருவி	: Magpie (Copsychussaularis)
வரகுக் கோழி	: Cock Florican :Bengal Bustard (Houbaropsis bengalensis)
வளை ஆந்தை	: Ground owl:Burrowing owl (Athene cunicularia)
வளைந்த அலகுச் சிலம்பன்	: Scimitar-Babbler(Pomatorhinushorsfieldii)
விசிறிவால் உள்ளான்	: Snipe: Common Snipe (Gallinagogallinago)
வெண்தொண்டைச் சிரிப்பான்	: White-throated Laughing Thrush (Garrulaxalbogularis)

தாவரங்கள் : 24

அத்திமரம்	:	Fig (Ficus carica)
ஆர்க்கிட்	:	Orchid (Orchidaceae) –மலையாத்தி அல்லது மந்தாரை (Bauhinia variegata) தென்கிழக்காசியா, தென் சீனாவிலிருந்து மேற்கே இந்தியா வரையான பகுதிகளில் காணப்படும் இந்தத் தாவர வகையின் பூ, ஆர்க்கிட் பூவை ஒத்திருப்பதால் நமது ஊர்களில் இதனை ஆர்க்கிட் மரம் என்று அழைப்பதுண்டு.
இலவம் பஞ்சு மரம்	:	Semul tree : Semal tree : Silk Cotton Tree (Bombax ceiba)
ஈட்டிமரம்	:	Shisham tree : Indian rosewood (Dalbergia sissoo) – ரோஸ்வுட் மரம்
ஒதியன் மரம்	:	Indian Ash tree (Lanneacoromandelica) – உலவை, ஒடை
ஓரிதழ்த் தாமரை மலர்கள்	:	Violets : Viola (Violaceae)
கருவாலி மரம்	:	Oak tree (Quercus)
சீமை ஆல மரம்	:	Holly tree (Ilex)
சீமை முட்செவ்வந்தி	:	Primula : Primrose(Primulaceae)
சூரல் வகைச் செடிகள்	:	Bracken (Pteridium)
செம்மயிற்கொன்றை மரம்	:	Flame of the Forests tree (Butea monosperma)
செவ்வந்தி	:	Chrysanthemums (Chrysanthemums)
தேவதாரு மரம்	:	Pine tree (Pinus)
நெட்டிலிங்க மரம்	:	Poplar (Populus)
நேப்பியர் புல்	:	Elephant Grass (Pennisetum purpureum) : Napier Grass – யானை புல், உகாண்டா புல்
புல்லரிசி	:	Oat Grass (Arrhenatherumelatius)

புல்லிவட்டமுள்ள பூக்கள்	:	Larkspurs (Delphinium)
பூவரசு மலர்கள்	:	Rhododendrons: Azaleas (Rhododendron)
பூனைக்காஞ்சொறிச் செடி	:	Nettle : Common Nettle (Urtica dioica)
பெண் கூந்தல் பெரணி	:	Maidenhair Fern (Adiantum) – நடைபாதைப் பெரணி / முதுகெலும்புகள் பெரணி
மகிழம் மரம்	:	Medlar Tree(Mespilus germanica)
மஞ்சள் நிறக் குவளைப்பூக்கள்	:	Buttercups (Ranunculus)
வெண் குங்கிலிய மரம்	:	Sal (Shorearobusta) *சாம்பிராணி மரம்*
வெள்ளைப் பட்டாம்பூச்சி ஆர்க்கிட்	:	White Butterfly Orchids (Platanthera bifolia)

கலைச்சொற்கள்: 35

அடுக்கம்	:	Shelf
அரசாங்கப் பதிவக அலுவலர்	:	Peshkar : Clerk
இலையுதிர் மரங்கள்	:	Deciduoustrees
உப்பங்கழிகள்	:	Backwaters – *காயல்*
கடல் யாத்திரை செய்யும் மனிதன்	:	Seafaring man
கண்ணாடிக்கூட்டு விளக்கு	:	Lantern – *லாந்தர் விளக்கு*
களிப்பாறை	:	Shale
காட்டிடைவெளி	:	Glade
கால் பூட்டணிகள்	:	Boots
காளி நதி	:	Sarda River/ Mahakali river originates at kalapani in the Himalayas
குதிரை வழிப்பாதை	:	Bridle Road

கொடித் தடுக்கு	: Trellis – குறுக்கு நெடுக்காகச் செடியில் முளைக்கும் கொடிகளைக் கொண்ட தடுக்கு
கோடாரி	: Pole axe
கோமான்	: Lord
சுற்றிவளைப்புப் போரியல் முறை	: Flanking Maneuver போரில் எதிரியின் பலமான பகுதிகளை நேரடியாகப் போரிட்டு வெல்வதைக் காட்டிலும் அதனைச் சுற்றி வளைத்து எதிரியை நிலைகுலைய வைப்பது ஒரு போர்த் தந்திரம்.
தண்டூர்திப் பாதை	: Tramway
தலைச்சுற்றல் நோய்	: Vertigo
தெராய் புல்வெளி	: Grasslands of the Tarai : Terai – தெராய் நிலப்பரப்பானது புல்வெளிப் பகுதிகளும் காடுகளும் கொண்ட இமயமலை அடிவாரப் பகுதி. இந்நிலப்பரப்பு இமயமலையின் தென் பகுதியிலும் சிவாலிக் மலை அடிவாரத்திலும் பரவியுள்ளது. வட இந்தியாவில் தெராய் பகுதி யானது கங்கை, பிரம்மபுத்திரா பகுதிகளிலும் கிழக்கே யமுனை நதி வரையிலும் பரவியுள்ளது. இது இமாச்சலப் பிரதேசம், ஹரியானா, உத்தராகண்ட், உத்தரப் பிரதேசம், பிகார் ஆகிய மாநிலங்களில் அமைந்துள்ளது. தெராய் எனும் சொல்லுக்கு இந்தி மொழியில் மலையடிவாரம் (foot-hill) என்று பொருள். நேபாளி மொழியில் கீழே விரிந்த நிலம் (low-lying land) என அதே பொருள் கொள்கிறது.
தேவதூதர்கள்	: Recording angels

தோல் மிதவைகள்	:	Sarnis : Inflated skins மரத்தின் அடிக்கட்டைகளை மலைகளின் மேலிருந்து கீழிருக்கும் ஊர்களுக்கு நதியின் நீரில் அதன் போக்கில் மிதக்கவிட்டு அதனுடனே பயணித்து எடுத்துச்செல்லும் வேலை : Floating sleepers
படிகாரம்	:	Powdered Alum (chemical name is potassium aluminium sulphate)
படிமட்ட வயல்	:	Terraced Field
பட்டகம் இல்லாத இருவிழித் தொலைநோக்கி	:	Field glasses (binoculars for outdoor use)
பந்துக் கிண்ண மூட்டு	:	Ball and socket jointin the body
பனித்திரள்	:	Mist
பொது மாட்டுக் கொட்டகைகள்	:	Communal Cattle-Stations
மணங்கு	:	Mound : *3.45 கிலோகிராம்; எட்டு வீசை; நானூற்று பத்து பவுண்ட்*
மரமேடை	:	Machan
மலையிடை வழி	:	Saddle : Saddle point
மாடுகளின் புரளிடம்	:	Wallow – மாடுகள் படுத்துப் புரளும் இடம் (நீர் / மண்)
முதிர்ந்து செடியிலேயே காய்ந்த பட்டாணி	:	Marrowfat Peas
வரைமுகடு / மலைக்குவடு	:	Ridge–மலைகளின் உச்சியின் ஊடாக நீண்டு ஒடுங்கி அமைந்துள்ள உயரமான நிலப்பகுதி
வெல்வெட் கொம்பு	:	Velvet antler is covered in a hairy, velvet-like "skin" known as velvet and its tines are rounded, because the antler has not calcified or finished developing.
வெள்ளக்கால நீரோடை	:	Nullah

துப்பாக்கி தொடர்பான கலைச்சொற்கள்: 16

இரட்டை இழுப்பு விசை	: Double Pulloff (Rifle)
காட்சித் தொலைவைக் காட்டும் பின்னிருக்கும் கண்ணோக்கி	: Leaf Sight (Rifle) - The movable hinged part of a rear sight of a gun that can be raised and set to a desired range (600/900 ft), or snapped down when not in use.
சன்னக்கூடு	: Magazine (Rifle)
துப்பாக்கியின் கட்டை	: Butt (Rifle)
நெம்புகோல்	: Under-lever: A lever behind the trigger guard on a rifle. கீழ் நோக்கிச் செலுத்தும் நெம்புகோல் கொண்டு தோட்டா அடைக்கும் வகையைச் சார்ந்தது; அந்த நெம்புகோல், விசைக் காப்பின் இரண்டு பொருத்துமுனைகளுக்கு இடையில் நிறுத்தப்பட்டிருக்கும். இந்த முறையில், துப்பாக்கிக்குள் தோட்டாவை விரைந்து அடைப்பது கடினம்.
பார்வை வளையம்	: Sights (Rifle)
பிடிப்பிரும்புகள்	: Hammers (Rifle)
பிணைத்தண்டு	: Bolt (Rifle)
பின்னுதைப்பு	: Recoil (Rifle)
பொதியுறை	: Cartridge (Rifle) – வெடியுறை: வெடிமருந்தும் ரவைக்குண்டும் உள்ள சிறு குழல்
பொருத்துமுனை	: Lug (Rifle)
முகப்பு வழியாக வெடிமருந்து ஏற்றும் துப்பாக்கி	: Muzzle-loading gun, eg. BlunderBuss – இடித்துப்பாக்கி
ரூக் ரைபிள்	: Rook Rifle: The rook rifle, originally called the rook and rabbit rifle, is an obsolete English single-shot small calibre

	rifle intended for shooting small game, particularly rook shooting. சிறிய வகை வேட்டைத் துப்பாக்கி
ரைபிள் துப்பாக்கி	: Rifle – துமுக்கி
விசைக் காப்பு	: Trigger Guard (Rifle)
வேட்டைச் சிறு துப்பாக்கியின் குண்டுகள்	: Slugs : a slug is a solid projectile, but instead of being loaded in a brass case, it's loaded in the same general type of plastic shotshell case in a shotgun.

மீன் பிடித்தல்: 6

திருகு சுழற்சக்கரத்தில் நீல ஈக்களின் புழுக்களை மீன்களுக்குத் தூண்டிலாக மாட்டி வைத்து மீன் பிடிக்கும் முறை	: Thread-line Casters : The Caster is the pupae of the blue bottle fly, Calliphora vomitoria, also known as the blow-fly.
தூண்டில் கரண்டி	: Fly spoon சால்மன் ஈயைப் போலவே நீரின் மீது துள்ளும், பளபளக்கும் சிறிய வகைக் கரண்டி. இவை சால்மன் ஈக்களுக்குப் பதிலாக மீன் பிடிக்கத் தூண்டிலாகப் பயன்படுத்தப்படும்.
தூரமாய்த் தூண்டில் வீசுதல்	: Long Casting
பூமீன்கெண்டை மீன்	: Mahseer : Himalayan Mahseer (Tor putitora)
மிதவைத் தூண்டில் ஊசி	: Plug bait
மீன்பிடிக்கோல்	: Spinning Rod

GARHWAL
ALM
LANSDOWNE
RIVER MANDAL
RIVER RAMGANGA
Kanda
Dhikala
Chaknakl
Kumaria
Mohan
RIVER KOSI
Gargia
NAINI TAL
RAMNAGAR
Powalgarh
Kak
KATHOGODA
HALDWANI
MORADABAD
RAMPUR STATE
DISTRICT BOUNDARY
RAILWAY
5 4 3 2 1 0 5 10 15
MILES
SCALE

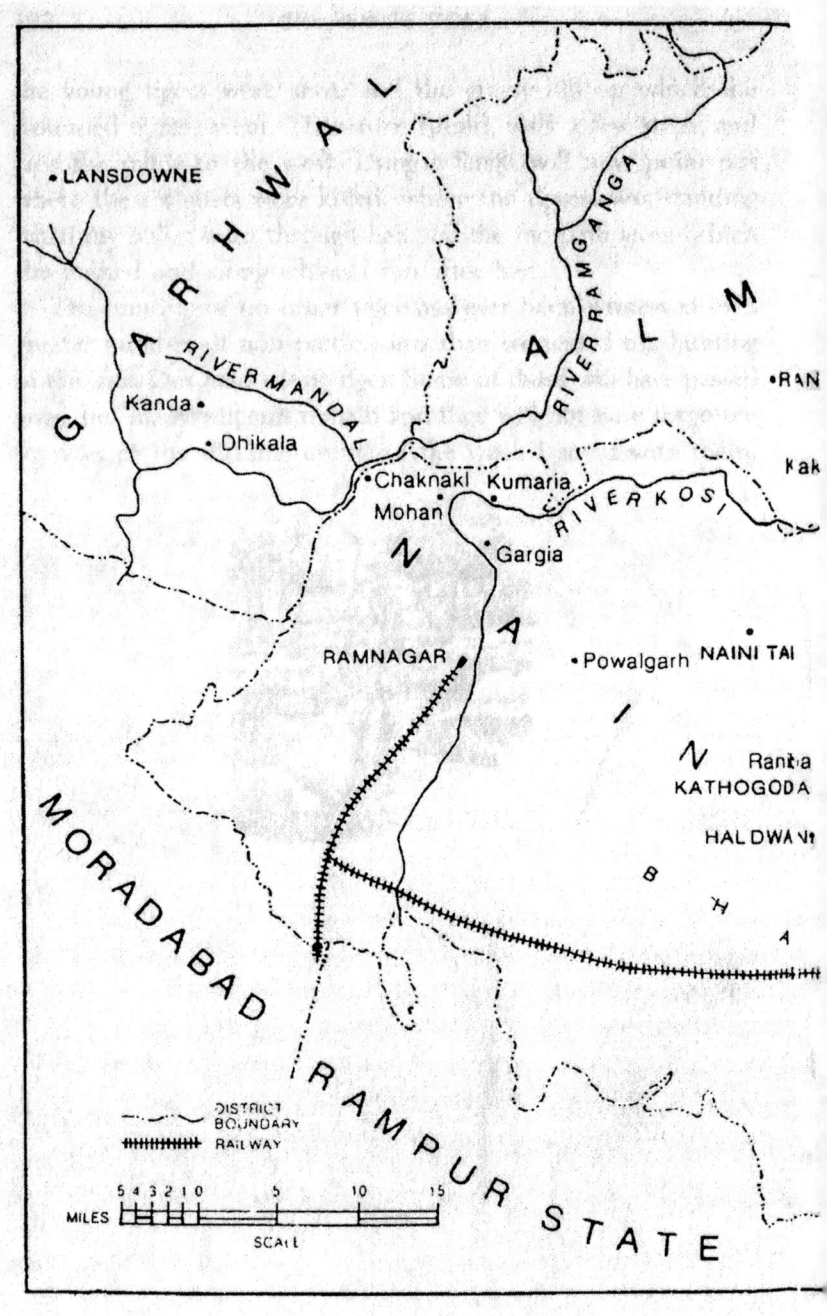

SKETCH MAP TO ILLUSTRATE JIM CORBETT'S MAN-EATERS OF KUMAON
Bageshwar
Askot
ORA
N
S
E
W
IKHET
ALMORA
righat
Muktesar
Mornaula
Dabidhura
Pali
Dhunaghat
Lohaghat
Dhari
Haira Khan
Champawat
RIVER LOHAGHAT
RIVER KALI
Kala Agar
Dalkania
RIVER LADHYA
TALLA DESH
Sein
Kumaya
Chuka
Lohali
Chalti
Thak
Kaldhunga
Durga Pepal
Punagiri
RIVER NANDHOUR
CHAURGALLIA
Baramdeo
RIVER GOULA
TANAK PUR
BTARAL
RIVER SARDA
NEPAL
agh
AM

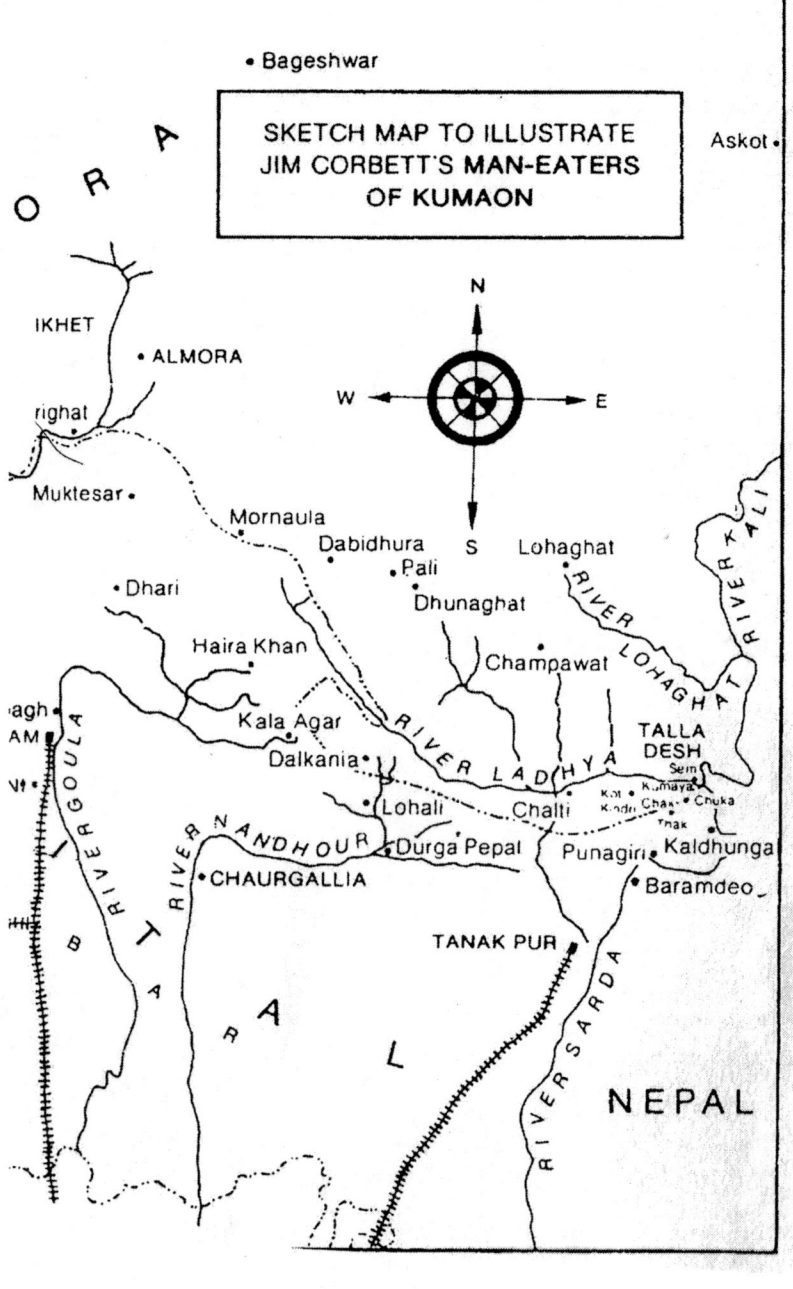